திருக்குறள்

உண்மைப் பொருள் விளக்கம்

நாவலர்

இரா.நெடுஞ்செழியன் எம்.ஏ., டி.லிட்.

புத்தகம் உன் நண்பன்

தமிழ்நண்பன் பதிப்பகம்,
10/9, அப்பாத்துரை தெரு, திருவள்ளுவர் சாலை,
தேனாம்பேட்டை, சென்னை– 600018.
கைபேசி: 9790750950, 9790750415
மின்னஞ்சல்: tamilnanbanbooks@gmail.com

நூல் குறிப்பு

Tirukkural - Unmai porul vilakkam
by © DR. "Navalar" V.R.Nedunchezhiyan MA., Dl.Litt

Language	: Tamil
Subject	: Literature
Edition	: First Edition
Publishing Date	: Nov. 2025
நூல் அளவு	: 1/8 டெம்மி
அச்சு எழுத்து	: 11 புள்ளிகள்
தாள்	: என்.எஸ். புக் பாயிண்ட்
பதிப்பாசிரியர்	: தி.சரவணபாரதி
வடிவமைப்பு	: ஆர்ட்டிஸ்ட் ராஜா
அச்சிட்டோர்	: புக் ஸ்பாட் இந்தியா, சென்னை - 18
வெளியீடு	: தமிழ்நண்பன் பதிப்பகத்தார், (A Unit of Tamil Spot Enterprises) 10/9, அப்பாத்துரை தெரு, தேனாம்பேட்டை, சென்னை - 600018
மின்னஞ்சல்	: tamilnanbanbooks@gmail.com
இணையதளம்	: www.tamilnanban.in
தொடர்புக்கு	: 044-45562250, 9790750950
TNBN	: 0001/2022
ISBN	: 978-93-47207-57-0
பக்கங்கள்	: 344
விலை	: ரூ.350/-

நூலாசிரியர்

"நடமாடும் பல்கலைக்கழகம்"
நாவலர் இரா. நெடுஞ்செழியன்

மறைந்த நாவலர் இரா. நெடுஞ்செழியன் தமிழகத்தின் முதுபெரும் அரசியல் தலைவரும், இலக்கியவாதியும் ஆவார். அண்ணாமலைப் பல்கலைக்கழகத்தில் பயின்ற இவர், தந்தை பெரியாரால் ஈர்க்கப்பட்டு அரசியலுக்குள் நுழைந்தவர். திமுக, அதிமுக என இரு பெரும் அரசியல் கட்சிகளை வழிநடத்தியவர். தமிழகத்தின் நிதி அமைச்சராகவும், சிறிது காலம் மாற்று முதலமைச்சராகவும் பதவி வகித்தவர். ஒரு பாராட்டு விழாவின் போது அறிஞர் அண்ணா, இவருக்கு 'நாவலர்' என்ற பட்டத்தை அளித்தார். இன்றும் அப் பெயராலேயே இவர் அறியப்படுகிறார். கண்ணீரும் செந்நீரும் வளர்த்த கழகம், சொல்லும் சுவையும் (குறுந்தொகை ஓவியம்), பண்டைய கிரேக்கம், பாவேந்தர் கவிதைகள் - திறனாய்வு, புதிய பாதை, மதமும் மூடநம்பிக்கையும், திராவிடர், மொழிப்போராட்டம், நீதிக்கட்சியின் வரலாறு, வாழ்வில் நான் கண்டதும் கேட்டதும் என நூற்றுக்கும் மேற்பட்ட நூல்களை எழுதிக் குவித்துள்ள இரா. நெடுஞ்செழியன், நடமாடும் பல்கலைக்கழகம் எனப் போற்றப்படுகிறார்.

சமர்ப்பணம்

எங்களது
கலங்கரைவிளக்கம்
இசைமணி அம்மாவுக்கும்...

பதிப்புலக வழிகாட்டி
கவிஞர் இளைய பாரதிக்கும்...

இந்நூல் காணிக்கை...!

பதிப்புரை

"புத்தகம் நூறு புரட்டிக் களைப்புற்றுச்
சித்தம் கலங்கித் திகைப்பதேன்? – வித்தகன்
தெய்வப் புலவன் திருவள்ளுவன் சொன்ன
பொய்யில் மொழியிருக்கும் போது"

என்னும் கவிமணி தேசிக விநாயகம் பிள்ளை வாக்குக்கு இணங்க, வையகத்தில் அறநெறியை கற்றுணர ஆயிரம் நூல்கள் இருந்தாலும், திருக்குறள் ஒன்றைக் கற்றாலே போதுமானது எனலாம்.

அன்று முதல் இன்று வரை திருக்குறளுக்கு உரை கண்டோர் பலர். திருக்குறளின் பாக்கள் தோன்றி ஆயிரம் ஆண்டுகள் கழிந்த பின்னரே அவற்றுக்கு உரைகள் எழுதப்பட்டிருக்கின்றன.

வள்ளுவர் காலத்திற்குப் பின்னரே ஆயிரம் ஆண்டுகள் கழித்தே உரைகள் எழுதப்பட்டிருப்பதால் உரையாசிரியர்களின் அந்தக் காலக்கட்ட கருத்துகள், கொள்கைகள், மனப்பான்மைகள் ஆகியவற்றுக்கு ஏற்ப உரைகள் அமைந்திருக்கும் என்பதில் வியப்பொன்றும் இல்லை.

கி.பி 17, 18, 19, 20 ஆகிய நுற்றாண்டுகளில் பல்வேறு தமிழ் அறிஞர் பெருமக்கள், தனித்தனியாகப் பழம்பெரும் உரைகளைத் தழுவி உரையெழுதி இருக்கின்றனர். சிலர் சிற்சில குறட்பாக்களைப் பொருத்துப் பழைய உரைகளை மறுத்தும், அவற்றுக்கு மாறுபடவும், அவற்றை மாற்றி அமைத்தும், அவற்றுக்குப் புத்தம் புதிய உரைகளைத் தந்தும் உரை வகுத்து தந்திருக்கின்றனர்.

சிலர், பகுத்தறிவு ஆராய்ச்சியின் அடிப்படையில் ஆய்ந்து, அறிவுக்கும், உலகியல் நடைமுறைக்கும் ஏற்புடையதான முறையில் உண்மைப் பொருளைக் கண்டறிந்து தெளிவாகவும், திட்பமாகவும் திருக்குறளுக்கான உரை வளத்தைத் தந்துள்ளார்கள்.

திராவிட இயக்கத் தோன்றலான நாவலர் இரா. நெடுஞ்செழியன், அதே முறையைப் பின்பற்றி அவரது அறிவுக்கும், உணர்வுக்கும், உலகியல் நெறிக்கும், வாழ்வியல் முறைக்கும் பொருந்தமானவை என்று படுகின்ற பொருட்களையும், கருத்துகளையும் இந்த நூலில் உண்மைத் துலங்கக் கூறிச் சென்றிருக்கிறார்.

தமிழ்ப் பெருங்குடி மக்கள் அனைவரும் திருக்குறளின் உண்மைப் பொருள் விளக்கங்களைப் பகுத்தறிந்து பார்க்கும் நெறியில், படித்துப் புரிந்து கொண்டு, அறிந்து கொண்டவைகளைத் தத்தம் வாழ்க்கையில் கடைப்பிடிக்க வேண்டும் என்ற உயர்ந்த நோக்கத்தில் இந்த நூலை தமிழ் கூறும் நல்லுலகிற்குச் சமர்ப்பிக்கின்றோம்.

தமிழ்நண்பன் பதிப்பகம் வெளியிடும் "நல்ல தமிழ் நூல்கள் - நூறு" என்ற நூல் வரிசையில் முதலாவது இடம் பெறுவதும், பதிப்பகத்தின் முதல் வெளியீடும், தமிழர்களின் வேதமாகவும் திகழும் திருக்குறளை அகமகிழ்வோடு வரவேற்று ஆதரவுக் கரம் நீட்டுவீர் என உளமாற நம்புகிறோம்.

இங்ஙனம்,
தி. சரவணபாரதி
பதிப்பாசிரியர்
தமிழ்நண்பன் பதிப்பகம்

நவம்பர், 2022
சென்னை

பொருளடக்கம்

முன்னுரை 8
அதிகார அகர வரிசை 44
அறத்துப்பால் 51
பொருட்பால் 127
இன்பத்துப்பால் 267
குறள் அகர வரிசை 317

முன்னுரை

திருக்குறள், செந்தமிழ் நாடென்னும் தண்டமிழ்நாட்டில், பெயரோடும் புகழோடும் தலைசிறந்து விளங்கிய ஆன்றவிந்து அடங்கிய கொள்கைச் சான்றோர்களில், அறிவிலும் ஆற்றலிலும் தகுதியிலும் திறமையிலும் நனி சிறந்து திகழ்ந்த சீரியோரான, திருவள்ளுவப் பெருந்தகையாளரால், இயற்றப்பட்ட நன்னெறி நூலாகும். அது உலகம் உய்யும் பொருட்டு, உயர்நெறி காட்ட வந்த ஒரு பெரும் பொது அறநூலாகவும் கருதப்படுவதாகும்.

திருக்குறளின் சிறப்பு

திருக்குறள், ஒரு குறிப்பிட்ட நாட்டினர்க்கோ, இனத்தினர்க்கோ, மொழியினர்க்கோ, சமயத்தினர்க்கோ, வகுப்பினர்க்கோ, குழுவினர்க்கோ, நிறத்தினர்க்கோ, இயக்கத்தினர்க்கோ மட்டும் பயன்படும் வகையில் உருவாக்கப் பட்டது அல்ல. அது உலகம் தழுவிய வகையில், எல்லாத் தரப்பு மக்களாலும் பொதுவாக ஏற்றுக்கொள்ளத்தக்கதாய், எல்லோராலும் போற்றுவதற்குரியதாய், எல்லாத் துறையினராலும் பின்பற்றக்கூடியதாய் அமைந்த பெற்றியினை உடையதாகும்.

திருக்குறளானது, சான்றோர் பெருமக்களால், 'பொது நூல்' 'பொதுமறை நூல்' 'பொது அற நூல்' 'வாழ்வியல் நூல்' 'வாழ்க்கை வழிகாட்டி நூல்' 'அன்பு நெறி நூல்' 'அறிவு நெறி நூல்' 'பண்பாட்டு நூல்' 'நீதி நூல்' 'சட்ட நெறி நூல்' 'பொருளியல் நெறி நூல்' 'அரசியல் நெறி நூல்' 'ஒழுக்க நூல்' 'இன்பவியல் நெறி நூல்' 'பேரிலக்கிய நூல்' என்றவாறெல்லாம் புகழப்படும் பெருமை வாய்ந்ததாகும்.

தமிழகம் வள்ளுவப் பெருந்தகையாரை ஈன்றெடுத்து உலகத்திற்கே தந்தது என்றும், அத்தகைய செயலுக்குக் கைம்மாறாக, வான்புகழைத் தமிழகம் உலகத்திடமிருந்து

பெற்றுக்கொண்டது என்றும், வியந்து கூற வந்த புதுமைக் கவிஞர் பாரதியார், "வள்ளுவன் தன்னை உலகினுக்கே தந்து வான்புகழ் கொண்ட தமிழ்நாடு!" என்று புகழ்ந்துள்ளார்.

புரட்சிக் கவிஞர் பாரதிதாசன் அவர்கள், "தெள்ளு தமிழ் நடை, சின்னஞ்சிறிய இரண்டடிகள், அள்ளுந்தொறுஞ் சுவை, உள்ளுந்தொறும் உணர்வாகும் வண்ணம், கொள்ளும் அறம் பொருள் இன்பம் அனைத்தும் கொடுத்த, திருவள்ளுவனைப் பெற்றதால் பெற்றதே புகழ் வையகமே!" என்று சிறப்பித்துள்ளார்.

குறட்பாக்கள் அனைத்தும் மிகச் சிறிய அளவில், ஏழு சீர்களை உடைய, ஒன்றே முக்கால் அடியைக் கொண்ட குறள் வெண்பாவால் ஆனவையாகும். கற்போர் உள்ளத்தில், ஒவ்வொரு குறளின் சொல்லும் பொருளும் சுவையும் பயனும் எளிதாகப் படிய வேண்டும் என்ற சீரிய நோக்கத்துடன், வள்ளுவப் பெருந்தகையார், குறள் வெண்பாவைப் பயன்படுத்தியுள்ளார்.

திருக்குறள், முப்பால் – அறம் – பொதுமறை – பொய்யாமொழி என்பன போன்ற பல பெயர்களால் சான்றோர்களால் குறிப்பிடப்படுவது உண்டு.

'திரு' என்ற சொல், தமிழில் பத்தொன்பது வகையான பொருட்களை உணர்த்தும் ஒரு சீரிய சொல் என்பர் சான்றோர். குறட்பாக்களின் தன்னேரில்லாத் தனிச் சிறப்புக் கருதியே, குறட்பாக்கள் தொகுக்கப்பட்ட நூலுக்குப் பத்தொன்பது சிறந்த பண்புகளை உணர்த்தக்கூடிய 'திரு' என்ற அடைமொழியைப் பிற்காலத் தொகுப்பாசிரியர் சேர்த்துள்ளார்.

திருக்குறளின் அமைப்பு

குறளாசிரியரின் இயற்பெயரும், குறட்பாக்கள் அடங்கிய தொகுப்பு நூலின் இயற்பெயரும் திட்டவட்டமாகவும், தெளிவாகவும், திட்பமாகவும், ஐயப்பாட்டிற்கு இடமில்லாத வகையில் தெரியக்கூடவில்லை. என்றாலும், நூலாசிரியரின் பெயர் 'திருவள்ளுவர்' என்றும், நூலின் பெயர் 'திருக்குறள்' என்றும் வழிவழித் தலைமுறையினரால் கூறப்பட்டு வந்திருப்பதனால், அந்தப் பெயர்களை ஏற்றுக்கொண்டு,

அதன் அடிப்படையிலேயே குறட்பாக்களின் உண்மையான பொருட்களைக் காண வேண்டியவர்களாக இருக்கிறோம்.

திருக்குறளில் காணப்படும் 3 பால்கள், 9 இயல்கள், 133 அதிகாரங்கள், ஒவ்வோர் அதிகாரத்துக்கும் பத்துப் பத்துக் குறட்பாக்கள் என்ற பகுப்பு முறையையும், அமைப்பு முறையையும் திருவள்ளுவரே உருவாக்கித் தந்திருக்க இயலாது என்பதுதான், ஆராய்ச்சி வல்லுநர்கள் பலரின் தெள்ளத் தெளிவான, காரண காரிய விளக்கங்களோடு கூடிய கருத்தாகும். அந்தக் கருத்துதான், பகுத்தறிந்து ஆராயும் அறிவுடையோர் பலராலும் ஒப்பமுடிந்த ஒரு கருத்தாகவும் இருந்து வருகிறது.

சங்கக் கால நூல்கள் எனப்படும் எட்டுத் தொகை நூல்கள், பத்துப்பாட்டு நூல்கள் போன்றவை கி.பி. மூன்றாம் நூற்றாண்டுக் காலத்துக்குப் பிறகு, வெவ்வேறு காலக்கட்டங்களில் பெரும்புலவர்கள் சிலரின் அருமுயற்சியால் தொகுக்கப்பட்ட நூல்களே ஆகும். சங்கக் காலத்தைச் சார்ந்த சான்றோர் பலர், பல்வேறு காலக்கட்டங்களில் பல்வேறு சூழ்நிலைகளை ஒட்டி, அவ்வப்போது, இயற்றி வைத்துவிட்டுச் சென்ற செய்யுள்களில், சிதைந்து அழிந்தன போக, மறைந்து ஒழிந்தன போக, கண்ணிற் படாமல் காணாமற் போனவை போக, எஞ்சியிருந்தனவற்றைத் தொகுத்தளிக்கும் முயற்சியில் சான்றோர் சிலர் ஈடுபட்டதன் காரணமாகத்தான், தொகை நூல்கள் பலவும், இற்றைக் காலத்தில் பெறற்கரிய இலக்கியக் கருவூலங்களாகப் பெறப்பட்டுப் பயன்பட்டு வருகின்றன.

தொகை நூல்கள் பலவும் தொகுக்கப்பட்ட காலப் பகுதிகளில்தான், திருவள்ளுவப் பெருந்தகையாரால் இயற்றப்பட்டு வழங்கப்பட்ட குறட்பாக்களில், எஞ்சி நின்றவைகளில், யாரோ ஒரு பெரும்புலவர் 1330 குறட்பாக்களைப் பொறுக்கி எடுத்துப் பகுத்து, வகுத்து, 'திருக்குறள்' என்ற பெயரில் தொகை நூலாகத் தந்துள்ளார்.

திருக்குறளில் உள்ள பால்வகை, இயல்வகை, அவற்றின் பகுப்பு அமைப்பு முறை, குறட்பாக்களின் பகுப்பு அமைப்பு முறை போன்றவை உரையாசிரியருக்கு உரையாசிரியர், வேறுபட்டு விளங்குவதைக் கொண்டே, இந்த முறைகளை வள்ளுவரே செய்திருக்க இயலாது என்ற முடிவுக்கு

வரவேண்டிய இன்றியமையாமை ஏற்படுகிறது.

திருக்குறளின் வடிவமைப்பைப் பல உரையாசிரியர்களும் பலவிதமாகத் தந்திருக்கிறார்கள் என்றாலும், பரிமேலழகரால் வடிவமைத்துத் தரப்பட்ட திருக்குறள்தான், பரவலாகப் பலராலும் கையாளப்பட்டு வருகின்றது. பரிமேலழகரது உரைவளம் முழுவதும் அப்படியே ஏற்றுக்கொள்ளத் தக்கதாக இல்லை என்றாலும், அவர் தந்த திருக்குறள் வடிவமைப்பு என்ற முறையில் அதனை மட்டும் ஏற்றுக்கொண்டு, ஒவ்வொரு குறளைப் பொறுத்தும் உண்மையான, தெளிவான, திட்பமான பொருளுரையைக் கண்டறிவதுதான், சாலச் சிறந்ததாக இருக்கின்றது.

உரையாசிரியர்கள்

திருக்குறளின் பாக்கள் தோன்றி ஆயிரம் ஆண்டுகள் கழிந்த பின்னர் அவற்றுக்கு எழுதப்பட்ட உரைகள்தாம், நமக்குக் கிடைக்கப் பெற்றிருக்கின்றன. தொல்காப்பிய இலக்கண நூலுக்கும், சங்க இலக்கியங்களுக்கும் உரையாசிரியர்கள் தோன்றிய காலக்கட்டங்களில்தான், திருக்குறளுக்கும் உரைவகுக்க உரையாசிரியர்கள் தோன்றியிருக்கக் கூடும் என்று கருதப்படுகிறது.

வள்ளுவர் காலத்துக்குப் பின் ஆயிரம் ஆண்டுகள் கழித்தே உரைகள் எழுதப்பட்டிருப்பதால், உரையாசிரியர்களின் அந்தக் காலக்கட்டக் கருத்துக்கள், கொள்கைகள், மனப்பான்மைகள் ஆகியவற்றுக்கு ஏற்ப உரைகள் அமைந்திருக்கும் என்பதில் வியப்படைவதற்கில்லை.

திருக்குறளுக்கு உரை எழுதிய பழம்பெரும் உரையாசிரியர்கள் பத்துப் பேர்கள் ஆவார்கள் என்று ஆராய்ச்சியாளர்கள் அறுதியிட்டுக் கூறுகிறார்கள். அவர்கள் தருமர் மணக்குடவர் – தாமத்தத்தர் – நச்சர் – பருதி – திருமலையர் – மல்லர் – பரிப்பெருமாள் – காலிங்கர் – பரிமேலழகர் ஆகிய பத்துப் பேர்கள் ஆவார்கள் என்றும், அவர்களில் மணக்குடவர் – பருதி – பரிப்பெருமாள் – காலிங்கர் – பரிமேலழகர் ஆகிய ஐவருடைய உரைகளைத் தவிர, ஏனையோரின் உரைகள் எவையும் கிடைக்கப் பெறவில்லை என்றும் கூறுகின்றனர்.

அதற்குப் பின்னர் எழுந்த சோமேசர் முதுமொழி வெண்பா,

முருகேசர் முதுநெறி வெண்பா, சிவசிவ வெண்பா, இரங்கேச வெண்பா, வடமலை வெண்பா போன்ற 21 வெண்பா நூல்களையும் திருக்குறளுக்குச் செய்யுள் வடிவில் எழுதப்பட்ட உரைகளாகக் கொள்ளவேண்டும் என்று கற்றறிந்தோரால் கூறப்படுகிறது.

கி.பி. 17, 18, 19, 20 ஆகிய நூற்றாண்டுகளில், பல்வேறு தமிழ் அறிஞர் பெருமக்கள், தனித்தனியாகப் பழம்பெரும் உரைகளைத் தழுவி உரையெழுதி இருக்கின்றனர். சிலர் சிற்சில குறட்பாக்களைப் பொறுத்துப் பழைய உரைகளை மறுத்தும், அவற்றுக்கு மாறுபடவும், அவற்றை மாற்றி அமைத்தும் அவற்றுக்குப் புத்தம் புதிய உரைகளைத் தந்தும் உரை வகுத்திருக்கின்றனர். சிலர் பகுத்தறிவு ஆராய்ச்சியின் அடிப்படையில் ஆய்ந்து, அறிவுக்கும், உலகியல் நடைமுறைக்கும் ஏற்புடைத்தான முறையில், உண்மைப் பொருளைக் கண்டறிந்து, தெளிவாகவும் திட்பமாகவும் திருக்குறளுக்கான உரைவளத்தைத் தந்துள்ளார்கள்.

பரிமேலழகர்

திருக்குறளுக்கு எழுதப்பட்ட பழம்பெரும் உரைகளில், இற்றைக் காலத்தில், பலராலும் பரவலாகப் பயிலப்பட்டு வருகின்ற உரை, பரிமேலழகர் உரையாகவே இருந்து வருகின்றது. திருக்குறளின் பழம்பெரும் உரையாசிரியர்களுள் பரிமேலழகரே காலத்தால் இறுதியாகத் தோன்றியவர் என்றும், அவர் கி.பி.13ஆம் நூற்றாண்டில் வாழ்ந்தவராவார் என்றும், ஆராய்ச்சி அறிஞர்கள் பலரும் கூறுகின்றனர்.

பரிமேலழகர் வைணவச் சமயத்தைச் சார்ந்தவர் என்பது, அவரது பெயராலும், காஞ்சிபுரம் வரதராசப் பெருமாள் கோவிலிலுள்ள கல்வெட்டு ஒன்றில் காணப்படும் குறிப்புக்கள் மூலமும், அவரது குறளுரைகளில் வைணவக் கருத்துக்கள் ஆங்காங்கு ஆதிக்கம் பெற்றுக் காணப்படுவதன் வாயிலாகவும் தெரிய வருகின்றது.

பரிமேலழகர், தமிழ் மொழியின் இலக்கண இலக்கிய நூல்களையும், வடமொழியின் இலக்கண இலக்கிய நூல்களையும் ஐயந்திரிபு அற நன்கு கற்றுத் தெளிவடைந்தவர் என்பதை, அவரது உரையில் காணப்படும் விளக்கம், மேற்கோள் ஆகியவற்றிலிருந்து தெளிவாக அறிந்துகொள்ளலாம். அவர்

தமது உரையில், 230க்கு மேற்பட்ட தமிழ் இலக்கியச் செய்யுட்களையும், தமிழ் இலக்கணச் சூத்திரங்களையும் மேற்கோள்களாகக் காட்டுவது, அவரது புலமையைத் தெளிவாக உணர்த்துவதாகும். ஒவ்வொரு குறளுரையிலும் அவர் இலக்கண அமைதியைச் செம்மையுறக் கூறிச் செல்லும் பாங்கு மிகவும் சிறப்புடையதாகும்.

பரிமேலழகர் உரையின் தன்மை

சிற்சில குறட்பாக்களைப் பொறுத்துப் பரிமேலழகரின் உரைகள், உண்மையான பொருள் விளக்கத்துக்கு எந்த வகையிலும் பொருந்தி வராத முறையிலும், கற்பனைக் கருத்துக்கள் நிரம்பியனவாகவும், சமயக் கருத்துக்களைக் கொண்டனவாகவும், வடமொழி வைதிகக் கருத்துக்களை ஆதரிப்பனவாகவும் அமைந்திருக்கின்றன. அவற்றை ஒருபுறம் ஒதுக்கி வைத்துவிட்டுப் பெரும்பாலான குறட்பாக்களைப் பொறுத்து, அவர் எழுதியுள்ள உரைவளம் இலக்கிய நயம் பொருந்தியதாகவும், பொருள் ஆழம் கொண்டதாகவும், காரண காரிய விளக்கம் நிரம்பியதாகவும், இலக்கண நுட்பம் செறிந்ததாகவும் காணப்படுகின்றது என்பதில் ஐயமில்லை.

பரிமேலழகரின் வடமொழி நூலாரின் கொள்கைப் பற்றும், வைணவச் சமயப் பற்றும், வர்ணாச்சிரம சனாதன தருமப் பற்றும் சார்ந்த கருத்துக்கள், மதியின்கண் மறு இருப்பதைப் போல, அவரது உரையில் ஆங்காங்கு இடம்பெற்றுள்ளன. அவை, வள்ளுவர் வற்புறுத்தியுள்ள சான்றோர் மரபுகளுக்கும், பொதுத் தமிழ்ப் பண்பாட்டியலுக்கும், உலகியல் நடைமுறைக்கும், உண்மையியலுக்கும், பொது அறநெறிக்கும் முரண்பாடான வகையில் அமைந்திருக்கின்றன. அப்படிப்பட்ட கருத்துக்கள் ஒதுக்கித் தள்ளப்பட வேண்டியவை ஆகும்.

மேற்கூறப்பட்ட காரணம் பற்றித்தான், பேராசிரியர் மனோன்மணியம் சுந்தரனார் அவர்கள், "வள்ளுவர் செய் திருக்குறளை மறுவற நன்கு உணர" வேண்டும் என்று வலியுறுத்தினார். அவர் குறிப்பிட்டுள்ள மறு என்பது, பரிமேலழகர் தம் உரையில் புகுத்தியுள்ள, தமிழ்ச் சான்றோர்கள் ஒப்புக்கொள்ள இயலாத, வடநூலாரின் சில சமய வைதிக கற்பனைக் கருத்துக்கள் பற்றியதாகும். பரிமேலழகரால் புகுத்தப்பட்டுள்ள அப்படிப்பட்ட மறுக்கள்

அறவே அகற்றப்பட வேண்டும் என்பதுதான் பேராசிரியர் சுந்தரனார் அவர்களின் பேராவலாகும். அத்தகைய மறுக்களை நீக்கிவிட்டுத் திருக்குறளின் மெய்ப்பொருளை உள்ளது உள்ளபடி காணும் முயற்சியே, இந்தப் படைப்பின் முக்கிய நோக்கமாகும்.

உரைகளில் உள்ள மாறுபாடுகளும் வேறுபாடுகளும்

திருக்குறளுக்குப் பொருள் விளக்கம் கூற முன்வந்த உரையாசிரியர்கள், சிற்சில குறட்பாக்களைப் பொறுத்துத் தத்தம் உரைகளில், ஒருவருக்கொருவர் மாறுபட்ட பொருட்களையும், வேறுபட்ட கருத்துக்களையும் கூறியிருக்கின்றனர். அவரவர், தம்தம் அறிவுக்கும் உணர்வுக்கும் பொருத்தமானவை எனப்படுகின்ற பொருட்களையும் கருத்துக்களையும் வழங்கியிருக்கின்றனர். அதே முறையைப் பின்பற்றித்தான், யானும் இந்நூலில், என்னுடைய அறிவுக்கும், உணர்வுக்கும், உலகியல் நெறிக்கும், வாழ்வியல் முறைக்கும் பொருத்தமானவை என்று படுகின்ற பொருட்களையும் கருத்துக்களையும் கூறியுள்ளேன்.

திருக்குறளுக்கு இன்றைய நிலையில் பற்பல உரைகள் உள என்றாலும், அவற்றையெல்லாம் முறைப்படி ஆராய்ந்து, வள்ளுவரின் உள்ளக் கிடக்கையைத் தெளிவாக அறிந்து, உண்மை அறிவுக்கு ஏற்புடையதான உரையைத் தேர்ந்தெடுத்துக்கொள்ள வேண்டியது, கற்போரின் நீங்காக் கடமையாகும்.

பரிமேலழகர், பிற பழைய உரையாசிரியர்களின் கருத்துக்களிலிருந்து மாறுபட்டு நின்று பல இடங்களில் உரை கூறியுள்ளார். அவற்றில் குறிப்பிடத்தக்க சில வருமாறு:

"அஃது உரையன்று என்பதற்குப் பாடமே கரியாயிற்று"

(பரி. உரை. கு. 208)

"பிறரெல்லாம் இதனை உயிரெச்சம் எனப் பாடம் திரித்துத் தத்தமக்குத் தோன்றியவாறே உரைத்தார்."

(பரி. உரை. கு. 501)

"அவர், உடன் என்பதனை முற்றும்மைப்
பொருட்டாக்கியும், குடி என்பதனை ஆகுபெயராக்கியும்
இடர்ப்படுப"

(பரி. உரை. கு. 632)

"மாறு கொள உரைத்தார்"

(பரி. உரை. கு. 817)

"பொருட்டொடர்பு படாமல் உரைத்தார்"

(பரி. உரை. கு. 870)

"ஓர் பொருட் சிறப்பில்லாமை அறிக"

(பரி. உரை. கு. 1043)

"அவ்வுரைதானே அக்கூடாமைக்குக் கரியாயிற்று"

(பரி. உரை. கு. 1268)

பிற உரையாசிரியரின் கருத்திலிருந்து தாம் வேறுபட்டு நிற்பதையும் பரிமேலழகர் பல குறளுரைகளில் உணர்த்துகிறார். அவற்றில் சில வருமாறு:

"இதனைப் பூமேல் நடந்தான் என்பதோர் பெயர் பற்றிப் பிறிதோர் கடவுட்கு ஏற்றுவாரும் உளர்"

(பரி. உரை. கு. 3)

"அறவாழி என்பதைத் தருமச் சக்கரமாக்கி, அதனையுடைய அந்தணன் என்று உரைப்பாரும் உளர்"

(பரி. உரை. கு. 8)

"அணிமாயை முதலாக உடையன எனவும், கடையிலா அறிவை முதலாகவுடையன எனவும் உரைப்பாரும் உளர்"

(பரி. உரை. கு. 9)

"விருந்து இன்றியே ஒருகால் தான் உண்டலைச் சாவா மருந்து என்பார் உளர்"

(பரி. உரை. கு. 82)

"செய்யாமைச் செய்த உதவி என்று பாடம் ஓதி, மறித்து உதவமாட்டாமையுள்ள இடத்துச் செய்த உதவி என்று உரைப்பாரும் உளர்"

(பரி. உரை. கு. 101)

மேலே எடுத்துக்காட்டாகச் சுட்டிக்காட்டியிருப்பதைப் போன்று, மொத்தத்தில் 96 குறட்பாக்களுக்கான உரைகளில்,

பிற உரையாசிரியர்களின் கருத்துக்களை ஏற்காமல் பரிமேலழகர், மாறுபட்டும் வேறுபட்டும் நின்று, தமக்கு ஏற்புடையதாகத் தோன்றுகின்ற கருத்தின் வழிச் சென்று, குறள்களுக்கு உரை எழுதியுள்ளார்.

பரிமேலழகரைப் போன்றே, அவருக்குப் பிறகு மிக அண்மைக் காலங்களில் தோன்றிய உரையாசிரியர்கள், சிற்சில குறட்பாக்களைப் பொறுத்து, அவரிடமிருந்து மாறுபட்டும் வேறுபட்டும் நின்று, தமக்குச் சரி என்று தோன்றுகின்ற கருத்தின் வழிச் சென்று, குறளுக்கு உரை எழுதியுள்ளார்கள்.

அவர்களில், குறிப்பாகப் புரட்சிக் கவிஞர் பாரதிதாசன், பன்மொழிப் புலவர் கா.அப்பாத்துரையார், புலவர் குழந்தை, மொழிஞாயிறு தேவநேயப் பாவாணர், புலவர் ச.கு.ஆதித்தர், சிந்தனைச் செம்மல் கு.ச.ஆனந்தன் போன்றோர், வள்ளுவப் பெருந்தகையாரின் உள்ளக்கிடக்கையை உள்ளவாறு அறிந்து, இயல்பான உலகியல் நெறிமுறைக்கு முரண்படாத வகையில், குறட்பாக்களுக்கு மெய்ப்பொருள் காணும் நோக்கத்தோடு, உரைகள் கண்டு புதிய வகையில் எழுதியுள்ளனர். அந்த உரைகளின் சிறப்பான நோக்கத்தையும் கருத்துக்களையும் அணுகுமுறையையும் அடிப்படையாக மனத்தில் கொண்டுதான், யானும் குறளின் உண்மைப் பொருளை நிலைநாட்டும் குறிக்கோளோடு, இந்தப் புதிய பொழிப்புரை நூலை வெளிக்கொண்டு வர முற்பட்டுள்ளேன்.

மேலை – கீழை நாடுகளில் தமிழ்ப்பற்றுள்ள அறிஞர்கள் சிலரும், தத்தம் மொழிகளில் திருக்குறளையும் அதன் உரையையும் மொழிபெயர்த்து வெளியிட்டிருப்பது இங்குக் குறிப்பிடத்தக்கதாகும்.

வள்ளுவரின் கோட்பாடுகளுக்கு மாறுபாடான கருத்துக்கள்

வள்ளுவர் கோட்பாடுகளுக்கு முற்றிலும் மாறுபாடான கருத்துக்கள் சிலவற்றைப் பரிமேலழகர் தம் உரையில் புகுத்தியுள்ளார் என்பதற்குச் சில எடுத்துக்காட்டுக்களைச் சுட்டிக்காட்ட இயலும்.

பரிமேலழகர், திருக்குறளுக்கு உரை எழுதத் தொடங்கும்போதே, அதாவது எடுத்த எடுப்பிலேயே,

''அறமாவது, மனு முதலிய நூல்களில் விதித்தன செய்தலும்,

விலக்கிய ஒழித்தலும் ஆம்."

என்றும்,

"ஒழுக்கமாவது, அந்தணர் முதலிய வருணத்தார் தத்தமக்கு விதிக்கப்பட்ட பிரமசரியம் முதலிய நிலைகளினின்று, அவ்வவற்றிற்கோதிய அறங்களில் வழுவாது ஒழுகுதல்."

என்றும்,

"அதுதான் (அவ்வொழுக்கம்) நால்வகை நிலைத்ததாய், வருணந்தோறும் வேறுபாடுடைமையின், சிறுபான்மையாகிய அச்சிறப்பு இயல்புகள் ஒழித்து, எல்லோர்க்கும் ஒத்தலின் பெரும்பான்மையாகிய பொது இயல்பு பற்றி, இல்லறம் - துறவறம் என இருவகை நிலையால் கூறப்பட்டது."

என்றும் குறிப்பிட்டுள்ளார்.

வடமொழி நூலாராகிய மனு, தமது சாத்திரத்தில் கூறுகின்ற 'தருமம்' என்பது ஒன்று; வள்ளுவப் பெருந்தகையார் திருக்குறளில் உணர்த்துகின்ற 'அறம்' என்பது முற்றிலும் மாறுபட்ட வேறொன்று. மனுவின் கருத்துப்படி மனிதகுலம் நான்கு வருணங்களாகப் பிரிக்கப்பட்டு, ஒவ்வொரு வருணத்திற்கும் ஒவ்வொரு வகையான சட்ட விதியின்கீழ் நீதி கூறப்படுவதாகும். அதுதான் மனுவின் 'தருமம்' என்று அழைக்கப்படுகின்றது. ஆனால், வள்ளுவரின் கருத்துப்படி, 'அறம்' என்று அழைக்கப்படுவது, மனிதகுலம் அனைத்திற்கும் வேறுபாடு இல்லாமல், ஒரே தன்மையதாய், அன்பு நெறி, அருள் நெறி, அறிவு நெறி, பண்பு நெறி, ஒழுக்க நெறி போன்றவற்றின் அடிப்படையில் விதிக்கப்பட்டுள்ள கடமைகளை உணர்த்துவதாகும்.

1. எல்லா மக்களுக்கும் பிறப்பு என்பது ஒரே தன்மையானதாகத்தான் அமையும்; பிறப்பைப் பொறுத்து ஏற்றத்தாழ்வு எதுவும் இல்லை என்னும் கருத்துப்பட,

"பிறப்பு ஒக்கும் எல்லா உயிர்க்கும்" (குறள் 972)

என்று கூறுவது வள்ளுவரின் அறம் ஆகும்.

ஆனால்,

"பிராமணன் முதல் வருணத்தான் ஆனதாலும்,

பிரம்மாவின் முகமாகிய உயர்ந்த இடத்தில் பிறந்ததனாலும், மற்ற எல்லா வருணத்தாருடைய பொருள்களையும் தானம் வாங்குவதற்குரிய தலைவனாகிறான்."

(மனு த. சாத். அத்.1 சுலோ. 100)

என்றும்,

"சூத்திரன் பிராமணர்களைத் திட்டினால், அவன் தாழ்ந்த இடமான காலில் பிறந்தவனாகையால், அவனது நாக்கை அறுக்க வேண்டும்."

(மனு த. சாத். அத். 8 சுலோ. 270)

என்றும்,

"பிராமணனுக்கு மங்கலத்தையும், சத்திரியனுக்கு வலுவையும், வைசியனுக்குப் பொருளையும், சூத்திரனுக்குத் தாழ்வையும் காட்டுகிற பெயரை இடவேண்டும்."

(மனு த.சாத். அத். 2 சுலோ. 31)

என்றும் கூறுவது மனுவின் தருமம் ஆகும்.

2. கல்லாதவர்கள் உயர்ந்த குடியில் பிறந்தவராக இருந்தாலும், தாழ்ந்த குடியில் பிறந்த கற்றவர்களைப் போல, பெருமைக்குரியவராகக் கருதப்பட மாட்டார்கள் என்னும் கருத்துப்பட,

"மேற்பிறந்தார் ஆயினும் கல்லாதார் கீழ்ப்பிறந்தும்
கற்றார் அனைத்திலர் பாடு"   (குறள் 409)

என்று கூறுவது வள்ளுவரின் அறம் ஆகும்.

ஆனால்,

"பிராமணர் இந்த மனுநூலைப் படிக்கலாம்; மற்ற வருணத்தார்க்கு அதனை ஓதுவிக்கக் கூடாது."

(மனு த. சாத். அத். 1 சுலோ. 103)

என்றும்,

"சூத்திரன் பக்கத்தில் இருக்கும்போது பிராமணன் வேதம் ஓதக்கூடாது."

(மனு த. சாத். அத். 1 சுலோ. 99)

என்றும்,

"வேதத்தைக் கேட்கிற சூத்திரனது காதுகளில், ஈயத்தையும் மெழுகையும் உருக்கி விடவேண்டும். வேதத்தைச் சொல்லுகின்ற சூத்திரனது நாக்கை, அறுத்தெறிய வேண்டும். பொருளை உணர்ந்து வைத்திருக்கிற அவனது நெஞ்சத்தைப் பிளக்கவேண்டும்." (வேதம்)

என்றும் கூறுவது மனு, வேதம் ஆகியவற்றின் தருமம் ஆகும்.

3. ஒருவர் தாம் தேடிய உணவுப் பொருளைப் பிறர்க்குக் கொடுக்காமல், தாம் மட்டும் தனியாக இருந்து உண்ணுதல் என்பது, வறுமையின் காரணமான இரத்தலைக் காட்டிலும் கொடியது ஆகும் என்னும் கருத்துப்பட,

"இரத்தலின் இன்னாதது மன்ற நிரப்பிய
தாமே தமியர் உணல்" (குறள் 229)

என்று கூறுவது வள்ளுவரின் அறம் ஆகும்.

ஆனால்,

"சூத்திரனுக்கு மிஞ்சிய சோற்றையும், ஓமம் பண்ணிய மிச்சத்தையும்கூடக் கொடுக்கலாகாது."

(மனு த. சாத். அத். 4 சுலோ. 80)

என்பது மனுவின் தருமம் ஆகும்.

4. பசுவின் நாவறட்சியைப் போக்க, நீர் தாரீர் என்று பிறரை நோக்கி இரந்து கேட்டாலும், அப்படி இரத்தலைவிட இழிவான செயல் வேறொன்றும் இல்லை என்னும் கருத்துப்பட,

"ஆவிற்கு நீர் என்று இரப்பினும் நாவிற்கு
இரவின் இளிவந்தது இல்" (குறள் 1066)

என்று கூறுவது வள்ளுவரின் அறம் ஆகும்.

ஆனால்,

"பிராமணர் நாள்தோறும் பிச்சைக்காக ஊருக்குள் புகுந்து சுற்றிவர வேண்டியது அவரது கடமையாகும்."

(மனு த. சாத். அத். 6 சுலோ. 43)

என்பது மனுவின் தருமம் ஆகும்.

5. உலகத்தார், பல்வேறு தொழில்களையும் செய்து பார்த்து, அலைந்து திரிந்து சுழன்று வந்தாலும், இறுதியில் ஏர்த் தொழிலின் பின்னேதான் நிற்க வேண்டியிருக்கிறது. ஆகையினால் எவ்வளவு துன்பமுற்றாலும் உழவுத் தொழில்தான், தலைசிறந்த தொழிலாகத் திகழ்கின்றது என்னும் கருத்துப்பட,

"சுழன்றும்ஏர்ப் பின்னது உலகம் அதனால்
உழந்தும் உழவே தலை" (குறள் 1031)

என்று கூறுவது வள்ளுவரின் அறம் ஆகும்.

ஆனால்,

"பயிர்த் தொழில் நல்ல தொழில் என்று பலர் நினைக்கிறார்கள். அந்தத் தொழில் பெரியோர்களால் மிகவும் இகழப்பட்ட ஒன்றாகும்.

(மனு த. சாத். அத். 10 சுலோ. 84)

என்பது மனுவின் தருமம் ஆகும்.

6. ஒருவன் எப்போதும் பொய் சொல்லாமல் நடப்பானேயானால், அவன் வேறு அறங்களைக்கூடச் செய்யவேண்டிய இன்றியமையாமை இல்லை. அதுவே எல்லா அறங்களின் பயனையும் ஒருங்கே தரக்கூடியதாகும் என்னும் கருத்துப்பட,

"பொய்யாமை பொய்யாமை ஆற்றின் அறம்பிற
செய்யாமை செய்யாமை நன்று" (குறள் 297)

என்று கூறுவது வள்ளுவரின் அறம் ஆகும்.

ஆனால்,

"பல மனைவிகளையுடையவன் அவர்களின் புணர்ச்சிக்காகவும், பசுமாடுகளின் புல்லுக்காகவும், பிராமணரைக் காப்பாற்றவும் பொய் சொன்னால் குற்றமில்லை."

(மனு த. சாத். அத். 9 சுலோ. 112)

என்பது மனுவின் தருமம் ஆகும்.

7. உயிர்களைக் கொன்றும், நெய் முதலிய பொருள்களைச் சொரிந்தும் ஆயிரம் வேள்விகளைச் செய்வதைவிட, ஓர் உயிரின் உயிரைப் போக்கி, அதன் ஊனை உண்ணாமல் இருத்தல் நல்லது ஆகும் என்னும் கருத்துப்பட,

"அவிசொரிந்து ஆயிரம் வேட்டலின் ஒன்றன்
உயிர்செகுத்து உண்ணாமை நன்று." (குறள் 259)

என்று கூறுவது வள்ளுவரின் அறம் ஆகும்.

ஆனால்,

"ஒரு பிராமணன், தன்னைப் புலால் உண்ண வேண்டும் என்று பிறர் கேட்டுக்கொள்ளும் போதும், விதிப்படி சிரார்த்தத்தில் வரிக்கப்பட்டபோதும், கொல்லப்பட்ட விலங்குகளின் இறைச்சியை உண்ணலாம்."

என்றும்,

"அஜீ கர்த்தர் என்னும் முனிவர் நூறு பசுக்களை வாங்கிக் கொன்று வேள்வி செய்து, தமது பசியைத் தீர்த்துக்கொண்டார். அப்படிச் செய்தும் அவருக்குப் பாவம் நேரிடவில்லை."

(மனு த. சாத். அத். 10 சுலோ. 105)

என்றும் கூறுவது மனுவின் தருமம் ஆகும்.

8. கொலையின் மூலம் ஒருவருக்கு நன்மையாக ஆகின்ற ஆக்கமானது, மிகப் பெரியதாக இருந்தாலும் அப்படிப்பட்ட ஆக்கமானது, சிறந்த சான்றோர்களால் மிக இழிவானதாகவே கருதப்படும் என்னும் கருத்துப்பட,

“நன்றுஆகும் ஆக்கம் பெரிதுஎனினும் சான்றோர்க்குக்
கொன்றுஆகும் ஆக்கம் கடை." (குறள் 328)

என்று கூறுவது வள்ளுவரின் அறம் ஆகும்.

ஆனால்,

"உண்ணத்தக்க உயிர்களை நாள்தோறும் கொன்று உண்டாலும், பாவத்தைப் பிராமணன் அடையமாட்டான். பிரம்மனாலேயே உண்ணத்தக்கவையும் கொல்லத்தக்கவையும் படைக்கப்பட்டிருக்கின்றன."

(மனு த. சாத். அத். 5 சுலோ. 30)

என்று கூறுவது மனுவின் தருமமாகும்.

9. எந்த ஒரு பொருளைப் பற்றியும் எவரெவர், என்ன என்ன சொல்லக் கேட்டாலும், கேட்டவாறு அப்படியே அதனை ஏற்றுக்கொண்டு விடாமல் அந்தப் பொருளின் உண்மையான பொருளை ஆராய்ந்து கண்டறிவதே அறிவுடைமையாகும் என்னும் கருத்துப்பட,

"எப்பொருள் யார்யார்வாய்க் கேட்பினும் அப்பொருள் மெய்ப்பொருள் காண்பது அறிவு." (குறள் 423)

என்று கூறுவது வள்ளுவரின் அறம் ஆகும்.

ஆனால்,

"வேதத்தைச் சுருதி என்றும், தரும சாத்திரத்தைச் சுமிருதி என்றும் அறியத்தக்கனவாகும். அவ்விரண்டையும் ஆராய்ச்சி செய்து மறுப்பவன் நாத்திகன் ஆவான்."

என்று கூறுவது மனுவின் தருமம் ஆகும்.

10. குற்றம் இன்னதென்று ஆராய்ந்து பார்த்து, யார் ஒருவர் பக்கமும் சாயாமல், நடுவு நிலைமை பொருந்துமாறு நின்று, யாராக இருந்தாலும் குற்றத்திற்கான தண்டனையை ஆராய்ந்து, அதற்கு ஏற்றபடி நீதி வழங்குவதே, அரசனது செங்கோல் முறையாகும் என்னும் கருத்துப்பட,

"ஓர்ந்து கண்ணோடாது இறைபுரிந்து யார்மட்டும் தேர்ந்து செய்வஃதே முறை." (குறள் 541)

என்று கூறுவது வள்ளுவரின் அறம் ஆகும்.

ஆனால்,

"பிராமணனின் பொருளை அபகரிக்கும் சூத்திரனைச் சித்திரவதை செய்து கொல்லலாம். ஆனால், சூத்திரனுடைய பொருளைப் பிராமணன் தன் விருப்பப்படி கொள்ளை இடலாம்."

(மனு த. சாத். அத். 9 சுலோ. 248)

என்றும்,

"பிராமணன் எத்தகைய குற்றங்களைச் செய்தாலும், அவனைத் தூக்கில்போட வேண்டிய நிர்ப்பந்தம்

ஏற்பட்டாலும், அவனது தலையை மட்டும் மொட்டை அடித்து விட்டுவிட்டால் போதுமானது. அதுவே அவனுக்குத் தூக்குத்தண்டனையைக் கொடுப்பதற்கு ஒப்பாகும். மற்ற வருணத்தார்க்குக் கொலையே உரிய தண்டனையாகும்."

(மனு த. சாத். அத். 8 சுலோ. 3795)

என்றும்,

"மிகக் கொடிய குற்றம் செய்தாலும், பிராமணனைக் கொல்லாமலும், மற்ற எத்தகையொரு துன்பத்திற்கும் ஆளாக்காமலும், அவனுடைய பொருள்களை எல்லாம் அவனிடமே கொடுத்து அவனை அயலூருக்கு அனுப்பி வைக்கவேண்டும்."

(மனு த. சாத். அத். 8 சுலோ. 380)

என்றும்,

"அரசனானவன் எத்தகையதொரு குற்றத்திற்கும் பிராமணனைக் கொல்ல நினைக்கக்கூடாது"

(மனு த. சாத். அத். 8 சுலோ. 381)

என்றும் கூறுவது மனுவின் தருமம் ஆகும்.

11. ஒருவன், பிறன் ஒருவருக்குரிய மனைவியை விரும்புதல் என்பது அறிவுடைய செயலோ அறச்செயலோ ஆகாது என்னும் கருத்துப்பட,

"பிறன்பொருளாள் பெட்டுஒழுகும் பேதைமை ஞாலத்து
அறம்பொருள் கண்டார்கண் இல்." (குறள் 141)

என்றும்,

ஒருவன் தனது உடம்பை வளர்த்துக்கொள்வதற்காக, அவன் வேறோர் உயிரின் உடம்பை உண்ணுகிறான் என்றால், அவன் ஒருகாலும் அருளுடையவனாக இருக்கமுடியாது என்னும் கருத்துப்பட,

"தன்ஊன் பெருக்கற்குத் தான்பிறிது ஊன்உண்பான்
எங்ஙனம் ஆளும் அருள்." (குறள் 251)

என்றும்,

கள்ளை யாரொருவரும் உண்ணக்கூடாது; கள்

உண்பவர்களைச் சான்றோர்கள் ஒருநாளும் மதிக்க மாட்டார்கள் என்னும் கருத்துப்பட,

"உண்ணற்க கள்ளை உணில்உண்க சான்றோரால்
எண்ணப் படவேண்டா தார்." (குறள் 922)

என்றும் கூறுவது வள்ளுவரின் அறம் ஆகும்.

ஆனால்,

"பெண்போகம், புலால் உண்ணல், கள் குடித்தல் ஆகிய இவை மனிதர்களின் இயல்பான குணங்களாகையால், இவற்றைக் குறித்துத் தடைசெய்ய விதிகள் வகுக்கவேண்டியதில்லை."

என்பது மனுவின் தருமம் ஆகும்.

12. பிறரையும் அறநெறியில் நடக்கச் செய்து, தானும் அறநெறி தவறாது, மனைவியோடு வாழ்கின்றவனின் இல்வாழ்க்கையானது, தவம் செய்வோரைவிட மிகவும் வல்லமை வாய்ந்த ஒன்றாகும் என்னும் கருத்துப்பட,

"ஆற்றின் ஒழுக்கி அறன்இழுக்கா இல்வாழ்க்கை
நோற்பாரின் நோன்மை உடைத்து." (குறள் 48)

என்பது வள்ளுவரின் அறம் ஆகும்.

ஆனால்,

"நான்கு வருணத்தைச் சார்ந்த பெண்களையெல்லாம், பிராமணன் மட்டும், அவன் விரும்பியவாறு திருமணம் செய்துகொள்ளலாம்."

என்பது மனுவின் தருமம் ஆகும்.

13. ஒருவன் தன் உள்ளம் அறியப் பொய் பேசாமல் இருக்க வேண்டும். அப்படிப்பட்டவன் உலகத்தார் எல்லோருடைய உள்ளங்களிலும் இடம்பெற்று இருப்பான் என்னும் கருத்துப்பட,

"உள்ளத்தால் பொய்யாது ஒழுகின் உலகத்தார்
உள்ளத்துள் எல்லாம் உளன்." (குறள் 294)

என்பது வள்ளுவரின் அறம் ஆகும்.

ஆனால்,

"ஒருவன் விவாகக் காலங்களிலும், தன்னைக் காப்பாற்றிக் கொள்ள நேரிடும்போதும் பொய் சொல்லலாம்"

என்பது மனுவின் தருமம் ஆகும்.

14. அறநெறியை விடுத்துத் தீயநெறியில் நின்றவர்கள் எல்லாருள்ளும், பிறன் ஒருவனுடைய மனைவியை விரும்பி, அவனுடைய வீட்டு வாயிலில் சென்று நிற்பவர்களைப் போன்ற அறிவற்றவர்கள் வேறு எவரும் இருக்கமாட்டார்கள் என்னும் கருத்துப்பட,

**அறன்கடை நின்றாருள் எல்லாம் பிறன்கடை
நின்றாரின் பேதையார் இல்."** (குறள் 142)

என்பது வள்ளுவரின் அறம் ஆகும்.

ஆனால்,

"புத்திரப்பேற்றை விரும்புகின்ற பெண்ணானவள், ருதுகாலத்தில் உடம்பில் நெய்யைப் பூசிக்கொண்டு, தனது கணவனின் சகோதரரை அல்லது அந்தக் குலத்தில் பிறந்த யாரையேனும் புணர்ந்துகொள்ளலாம். பிராமணன், பெற்ற தாய் ஒருத்தியைத் தவிர, மற்ற பெண்களையெல்லாம் புணரலாம்."

என்பது மனுவின் தருமம் ஆகும்.

வள்ளுவர் போன்ற தமிழ்ச் சான்றோர் போற்றிய அறநெறிக்கும், மனு போன்ற ஆரிய குருமார்கள் போற்றிய தரும மார்க்கத்திற்கும் உள்ள வேறுபாடுகள் எப்படிப்பட்டவை என்பதை, மேலே சுட்டிக்காட்டப்பட்டுள்ள எடுத்துக்காட்டுகளே மிகத் தெள்ளத் தெளிவாக விளக்கும்.

பொதுப்படையான பல குறள்களைப் பொறுத்துப் பரிமேலழகர் எழுதியுள்ள உரைகள் வரவேற்கத்தக்கன என்றாலும், மனு முதலிய நூல்கள் விதித்தன செய்தலையும், விலக்கியவற்றை ஒழித்தலையும் வலியுறுத்தும் வகையிலும், வைணவச் சமய உணர்வோடும், சனாதன தரும உணர்வோடும், வடமொழியாளரின் கொள்கைப் பற்றோடும் எழுதியுள்ள உரைப்பகுதிகள் அனைத்தும் புறக்கணித்து ஒதுக்கப்பட வேண்டியவைகளாகவே இருக்கின்றன. வள்ளுவர் நெறிக்கும், தமிழர் பண்பாட்டிற்கும், உலகியல் நடைமுறைக்கும், பகுத்து

அறியும் ஆராய்ச்சி அறிவுக்கும் ஏற்றமுறையில், உண்மைப் பொருள் விளக்கம் காணும் பொருட்டு எழுதப்பட்டதுதான், இப்பொழிப்புரை நூலாகும்.

வள்ளுவரின் கோட்பாடுகள்

திருக்குறள் முழுவதும் இழைந்தோடும் ஒரு பொதுக்கருத்து எல்லா வகைகளிலும், எல்லா நிலைகளிலும் பொது அறம் பேணப்பட வேண்டும் என்பதே ஆகும். அதன் காரணமாகத் திருக்குறளுக்கு 'அறம்' என்ற பெயரும் உண்டு.

மனித வாழ்க்கையானது தொல்லைகளும் துயரங்களும் அற்ற முறையில் மகிழ்ச்சிகரமான வகையில் இன்ப முடிவுகாணும் நோக்கத்தோடு, இயற்கையோடு இயைந்த உலகியல் தன்மைக்கு ஏற்ப, சீர்பெற்றுச் செம்மையாகத் திகழ வேண்டும் என்பது திருவள்ளுவப் பெருந்தகையாரின் உள்ளக்கிடக்கை ஆகும்.

இயற்கையான நிகழ்வுக்கோ, உலகியல் நடைமுறைக்கோ, பகுத்து அறிந்து பார்க்கும் நெறிமுறைக்கோ, உண்மைக்கோ முரண்பாடாக விளங்கும் எந்த ஒரு கருத்துக்கும், அவர் எந்தவோர் இடத்திலும் ஆதரவு அளிக்கவே இல்லை. மனித வாழ்க்கைக்கு எவ்வகையிலும் பயன்பட்டு வராத சமயக் கோட்பாடுகளுக்கும், வடமொழியாளரின் கற்பனைப் புராணக் கதைகளுக்கும், அறிவாராய்ச்சிக்கு அறவே பொருந்திவராத கற்பனைக் கடவுட்கொள்கைக்கும், ஆரிய நூல்கள் கூறும் அநீதியான தருமங்களுக்கும், தமிழர் பண்பாட்டிற்கு ஒத்துவராத சாத்திர சம்பிரதாயங்களுக்கும், வடமொழியாளரின் சுருதிகள் – சுமிருதிகள் – வேதங்கள் போன்றவற்றிற்கும் வள்ளுவப் பெருந்தகையார் மதிப்பு அளிக்கவேயில்லை.

பல குறட்பாக்களின் மூலம் வள்ளுவர் வடமொழியாளராகிய அயலார் கொள்கைகளையும் கோட்பாடுகளையும் குறிக்கோள்களையும் திட்டவட்டமாகவே மறுத்துள்ளார். குறளைப் படிப்போர்க்குப் பொருள் விளக்கத்தைச் சுட்டிக்காட்ட வேண்டும் என்ற முறையில், வள்ளுவர் சில பழைய வைதிகச் சமயச் சார்புடைய சொற்றொடர்களையும், மரபு வழியில் வந்த சில நூல்வழக்குச் சொற்றொடர்களையும், உலக வழக்குச் சொற்றொடர்களையும், வழக்கத்தில்

இருந்துவந்த சில வடமொழிப் புராணக் கற்பனைக் கதைப்போக்குகளையும், மக்களிடையே பரவி இருந்த சில சமயக் கற்பனைக் கருத்துக்களையும் சிற்சில குறட்பாக்களில் சுட்டிக்காட்டியிருக்கக் கூடும் என்றாலும், அவற்றையெல்லாம் அவர் தம்முடைய கொள்கைகளாக ஏற்றுக்கொண்டார் என்று கொள்வதற்கில்லை. மக்களுக்குத் தெளிவு பயப்பதற்காகவே, அவர் அவற்றையெல்லாம் சுட்டிக்காட்டியுள்ளார் என்றே எடுத்துக்கொள்ள வேண்டும்.

பொதுப்படையாக ஊன்றிப் பார்த்தால், வள்ளுவர் அறிவாராய்ச்சிக்கும் நடைமுறையியலுக்கும் உலகியலுக்கும் ஒத்துவரும் தன்மையிலேயேதான் கருத்துக்களை வழங்கியுள்ளார்.

சொற்பொருள் விளக்கம்

திருக்குறளில் காணப்படும் சில அருஞ்சொற்களுக்கு ஐயந்திரிபுஅற விளக்கம் கூறவேண்டியது இன்றியமையாததாகும். சிலருக்கு ஏற்படும் ஐயப்பாடுகளை அகற்றும் நோக்கத்தோடு, சில சொற்களுக்கு மட்டும் கீழே விளக்கம் தரப்படுகிறது.

ஆதிபகவன் (குறள் - 1)

'ஆதிபகவன்' என்பது, ஆவதற்குக் காரணமான அறிவன் என்று பொருள்படும். 'பகவன்' என்பதற்கு 'அறிவன்' என்று பொருள். 'ஆதி' என்பது 'ஆவதற்குக் காரணமான ஒன்று' என்று பொருள்படும். 'ஆதல்', 'ஆதி' போன்றவை தொழிற்பெயர்ச் சொற்கள் ஆகும்.

தமிழ் அகராதியில், 'பகவன்' என்பதற்கு, மனித சமுதாயம் ஆக்கம் பெறக் காரணமாக அமையும் 'அறிவன்', 'ஆசியன்', 'அருகன்', 'புத்தன்' போன்ற பொருள்கள் உணர்த்தப்படுகின்றன. முதல் குறளில் 'பகவன்' என்பதற்குக் கொள்ளவேண்டிய பொருள் 'அறிவன்' என்பதேயாகும். இரண்டாவது குறளில் 'அறிவன்' என்ற சொல்லையே வள்ளுவர் பயன்படுத்தியிருப்பது கூர்ந்து நோக்கத்தக்கதாகும்.

எழுத்துக்களெல்லாம் எவ்வாறு அறிவுடைய மனித முயற்சியால் உண்டானவையோ, அவ்வாறே செயற்கை உலகியலின் சிறப்புக்களும் அறிவுடைய மனித முயற்சியால் உண்டானவையாகும் என்பதை முதல் குறள் உணர்த்துகிறது.

எழுத்துக்களுக்கெல்லாம் அகரம் என்ற எழுத்து எப்படி முதன்மையான எழுத்தாக விளங்குகிறதோ, அப்படியே உலக மக்கள் முன்னேறுவதற்குக் காரணமாக ஒவ்வொரு துறையிலும், ஒவ்வொரு அறிவன் முதன்மையாக விளங்குகிறான் என்பது முதல் குறளின் கருத்தாகும். இது தலைமை பற்றிவந்த எடுத்துக்காட்டு உவமையின் பாற்படும்.

வாலறிவன் (குறள் - 2)

'வாலறிவன்' என்பது தூய்மையான அறிவு படைத்த அறிவன் என்று பொருள்படும். அந்தச் சொல் தேர்ந்த அறிவுபடைத்த சான்றோனைக் குறிக்கும். "அறன் அறிந்து மூத்த அறிவுடையார் கேண்மை, திறன் அறிந்து தேர்ந்து கொளல்" (குறள் 441) என்று வள்ளுவர் கூறுவதை அறியலாம். வள்ளுவமாலையில், "வாலறிவன் வள்ளுவரும்" சொற்றொடர் காணப்படுவதையும் உணரலாம்.

மலர்மிசை ஏகினான் (குறள் - 3)

'மலர்' என்ற சொல் மனத்தை அல்லது இதயத்தைக் குறிக்கும் உருவகச் சொல். 'மனமலர்', 'இதய மலர்' என்று குறிப்பிடப்படுவதைக் காணலாம். 'மிசை' என்பது மீது அமைதல் அல்லது பொருந்தியிருத்தல் என்று பொருள்படும். 'மலர்மிசை ஏகினான்' என்ற சொற்றொடர் ஒவ்வொருவருடைய மனமாகிய மலர்மீது பொருந்தியிருந்து வாழக்கூடிய அறிவாற்றலிற் சிறந்த அறிவன் என்பதை உணர்த்தும். அதாவது, மக்களின் உள்ளத்தில் இடம்பெற்று உயர்ந்து நிற்கும் அறிவன் அல்லது சான்றோன் என்று கொள்ளப்படும். இது கற்பனைக் கடவுளைக் குறிப்பிடுவது அல்ல.

வேண்டுதல் வேண்டாமை இலான் (குறள் - 4)

'வேண்டுதல் வேண்டாமை இலான்' என்ற சொற்றொடர், தன்னலங்கருதித் தனிப்பட்ட முறையில் எதனிடத்தும் விருப்பத்தையோ வெறுப்பையோ கொண்டிராத அறிவாற்றலிற் சிறந்தவனாகிய அறிவன் அல்லது சான்றோன் என்பதைக் குறிக்கும். தனக்கென்று வாழாமல் பிறர்க்கு என்று வாழும் அறிவன் அல்லது சான்றோன் என்று பொருள்படும். இது கற்பனைக் கடவுளை உணர்த்துவது ஆகாது.

இறைவன் (குறள் - 5, 10, 690, 733, 778)

'இறைவன்' என்ற சொல் அறிவன் – ஆசான் – அரசன் – தலைவன் – மூத்தோன் என்ற பொருள்களைத் தரக்கூடிய ஒரு சொல்லாகும். வள்ளுவர் 'இறைவன்' என்ற சொல்லை அறிவாற்றலிற் சிறந்த அறிவன், அரசன், தலைவன் என்ற பொருளிலேயேதான் ஆங்காங்குப் பயன்படுத்தியுள்ளார். இது வைதிகர்களால் கற்பனை செய்யப்படும் கடவுளைக் குறிப்பிடுவதாகாது.

பொறிவாயில் ஐந்து அவித்தான் (குறள் - 6)

'பொறிவாயில் ஐந்து அவித்தான்' என்ற சொற்றொடர் மெய் – வாய் – கண் – மூக்கு – செவி என்ற ஐம்பொறிகள் வாயிலாகச் செயல்படும் ஊறு – சுவை – ஒளி – நாற்றம் – ஓசை என்ற ஐம்புலன்களையும் அடக்கி ஆளக்கூடிய அறிவாற்றலிற் சிறந்தவனாகிய அறிவன் அல்லது சான்றோன் என்று பொருள்படும். இது ஒவ்வொரு துறையிலும் மேற்கூறிய பண்புகளோடு சிறந்து விளங்கித் தலைமை தாங்கி வழிநடத்துபவர்களைக் குறிக்குமே அல்லாமல், வைதிகர்களால் கற்பிக்கப்பட்ட கற்பனைக் கடவுளைக் குறிப்பதாகாது.

தனக்கு உவமை இல்லாதான் (குறள் - 7)

'தனக்கு உவமை இல்லாதான்' என்ற சொற்றொடர், தனக்கு ஒப்புவமையாக வேறு எவரையும் கூறமுடியாத அறிவாற்றலிற் சிறந்த அறிவன் அல்லது சான்றோன் என்று பொருள்படும். இது கற்பனைக் கடவுளைக் குறிப்பது அல்ல.

அறஆழி அந்தணன் (குறள் - 8)

'அறஆழி' என்ற சொற்றொடர் அறக்கடலாக விளங்கும் அல்லது அறத்தை ஆட்சி செலுத்தும் என்று பொருள்படும். 'அந்தணன்' என்ற சொல் செந்தண்மை பூண்ட அறிவாற்றலிற் சிறந்த அறிவன் அல்லது சான்றோன் என்பதைக் குறிக்கும். 'அந்தணர் என்போர் அறவோர் மற்றெவ்வுயிர்க்கும், செந்தண்மை பூண்டொழுக லான்" (குறள் 30) என்பது, வள்ளுவர் வாக்கு. இந்தச் சொற்றொடர் கற்பனைக் கடவுளைக் குறிப்பதாகாது.

எண் குணத்தான் (குறள்-9)

'எண்' என்பதற்கு மதிப்பு என்ற ஒரு பொருள் உண்டு. 'எண் குணத்தான்' என்ற சொற்றொடர் மதிப்பு நிறைந்த நற்பண்புகளை உடையவனாகிய அறிவாற்றலிற் சிறந்த அறிவன் அல்லது சான்றோன் என்பதைக் குறிப்பதாகும். 'மதிப்பிட முடியாத' என்ற கருத்தை உணர்த்த 'எண்ணிறந்த' என்ற சொற்றொடர் பயன்படுத்தப்படுவதைக் காணலாம். 'எண் குணத்தான்' என்ற சொற்றொடர் கற்பனைக் கடவுளை உணர்த்துவதாகாது.

தெய்வம் (குறள் - 43, 50, 55, 619, 702, 1023)

'தெய்வம்' என்பது, 'தேய்' என்ற வினையிலிருந்து பிறந்த சொல் என்பர். 'தேய்' என்பது தேய்வு – தெய்வு – தெய்வம் – தேவன் – தேவி – தேவர் என்ற சொற்கள் பிறக்கக் காரணமாக அமைகிறது.

'தெய்யென் கிளவி கொள்ளலும் கோறலும்' என்று விளக்கந்தரும் மூதுரை ஒன்று உண்டு. 'தெய்' என்ற சொல் ஒன்றைக் கொள்ளுதல், உயிரைக் கொல்லுதல் அதாவது அழித்தல் ஆகியவற்றை உணர்த்தும் சொல். கடல் பொங்கி நாட்டைக் கொள்ளும்போதும், காட்டுத் தீ ஏற்பட்டு அழிக்கும்போதும், பெரும் புயற்காற்று வீசி அழிவு ஏற்படுத்தும்போதும், பூகம்பத்தால் எரிமலையால் அழிவு ஏற்படும்போது, பெரிதும் அஞ்சிய தொடக்கக் கால மனிதன் தன்னைப் பாதுகாக்க முன்வந்த மேலோரை வணங்கி வழிபடத் தொடங்கினான். நாளடைவில் மனிதன் வழிபடத் தொடங்கிய ஒவ்வொன்றையும் 'தெய்வம்' என்ற சொல்லால் அழைக்கத் தலைப்பட்டான்.

வள்ளுவர், 'தெய்வம்' என்ற சொல்லை, மேலோர் – உயர்ந்தோர் – வான்புகழ் கொண்ட மேலானவர் – புகழுடல் தாங்கிய சீரியோர் – இயற்கை ஆற்றல் – இயற்கைச் சூழ்நிலை என்ற பொருள்கள் தோன்ற ஆங்காங்குப் பயன்படுத்தியுள்ளார்.

"வையத்துள் வாழ்வாங்கு வாழ்பவன்.... தெய்வத்துள் வைக்கப்படும்" (குறள் – 50), "உணர்வானைத் தெய்வத்தோடு ஒப்பக் கொளல்" (குறள் – 702), "தெய்வத்தால் ஆகாது எனினும்" (குறள் – 619), "தெய்வம் தொழாஅள்" (குறள் 55) போன்ற குறட்பாக்கள் வைதிகர்களின் கற்பனைக்

கடவுட்தன்மைக்கு மாறுபாடாகக் கூறப்பட்டனவாகும்.

தேவர்

'தேவர்' என்ற சொல், மேலானவர், சிறப்புக்குரியவர், பெருமைக்குரியவர், வான்புகழ் கொண்டவர் என்ற பொருளிலேயேதான் வள்ளுவரால் பயன்படுத்தப்படுகிறது.

'தெய்வம்' - பண்புப் பெயர்; 'தேவன்' - ஆண்பாற் பெயர்; 'தேவி' - பெண்பாற் பெயர்; 'தேவர்' - பலர்பாற் பெயர்.

'தேவர்' என்பது, உயர்வுபற்றிச் சீரியோரைக் குறிக்கும் ஒரு சொல் ஆகும். 'இராசராச தேவர்', 'சோழ தேவர்', 'திரிபுவன தேவர்', 'மெய்கண்ட தேவர்', 'சிறுத்தொண்ட தேவர்', 'திருத்தக்க தேவர்', 'தோலாமொழித் தேவர்' என்றவாறு சீரியோர்களின் பெயர்கள் குறிக்கப்படுவதைக் காணலாம்.

வானோர் (குறள் - 18, 346); வானத்தவர் (குறள் - 86)

வான்புகழ் கொண்ட மேலானவர்களை, வள்ளுவர் 'வானவர்' என்றும், 'வானத்தவர்' என்றும் குறிப்பிடுகின்றார். தமிழ்ச் சான்றோர், மக்கள் உயிரோடு உலாவும் உலகத்தை 'நில உலகம்' என்றும், புகழோடு நின்று நிலைபெறும் நிலையைப் 'புகழ் உலகம்' என்றும் கூறுவர். மேலான புகழ் உலகத்தை 'வான் உலகம்' என்றும், 'மேல் உலகம்' என்றும், 'புத்தேள் உலகம்' என்றும் அழைப்பது உண்டு. சிறப்புக்குரிய மேலானவர் பெற்றுள்ள புகழை 'வான்புகழ்' என்று கூறுவது மரபு. 'வள்ளுவன் தன்னை உலகினுக்கே தந்து வான்புகழ்கொண்ட தமிழ்நாடு, என்று பாரதியார் குறிப்பிடுவது நோக்கத்தக்கதாகும்.

புத்தேளிர் (குறள் - 58), புத்தேள் உலகம் (குறள் - 213, 234, 290); புத்தேள் நாடு (குறள் - 966, 1323).

'புத்தேள்' என்பது புதுமை – புதியவள் – புதியவர் என்று பொருள்படும். 'புத்தேள்' என்பது புத்தாள் என்பதன் திரிபுச் சொல் ஆகும். புது + ஆள் = புத்தாள்; புது + ஆடை = புத்தாடை, புது + ஆண்டு = புத்தாண்டு என்று சொற்கள் அமைவதைக் காணலாம். நில உலகத்தைவிட்டு மறைந்து புகழ்உலகத்தே புகுந்து நிலைத்து நிற்பவர்கள் புதுமைப் புகழ் பெறுகின்றனர்; புதிய புகழ் வாழ்வு எய்துகின்றனர். மறைந்த

மேலோர்கள் புகழ் உலகம் எய்தும் நிலையில், 'புத்தேளிர்' என அழைக்கப்படுகிறார்கள்.

அணங்கு (குறள் - 918, 1081, 1082)

'அணங்கு' என்பது தன் வடிவழகால் ஆடவரை வருத்தும் பெண் என்று பொருள்படும். அணங்கு என்பது வருத்தத்தை உணர்த்துவது ஆகும். திருக்குறளின் 109 ஆவது அதிகாரம் 'தகையணங்குறுத்தல்' என்று பெயர் பெறுகிறது. அதன் பொருள், 'அழகு தன்னை வருத்தலை வற்புறுத்திக் கூறுதல்' என்பது ஆகும். ஆண்களை வருத்தும் பெண்பாற் காமத்தை 'அணங்கு' என்று பெண்பாலால் உணர்த்துவதும், பெண்களை வருத்தும் ஆண்பாற் காமத்தைக் 'காமன்' என்று ஆண்பாலால் உணர்த்துவதும் நூல் மரபு ஆகும்.

அந்தணர் (குறள் - 30, 543); அந்தணன் (குறள் 8)

'அந்தணர்' என்ற சொல், இக்காலத்தில் பார்ப்பனரைக் குறிக்கும் ஒரு சொல்லாகப் பரவலாகப் பயன்படுத்தப்படுகிறது. இடைக்காலங்களில் அந்தணர் என்ற சொல்லின் சிறப்பையும் மேன்மையையும் கருதிப் பார்ப்பனர் சூழ்ச்சி செய்து, அதனைத் தம்மைக் குறிக்கும் ஒரு சொல்லாக ஆக்கிக்கொண்டனர். ஏமாந்த தமிழரும் அதனை ஏற்றுக்கொண்டனர்.

வள்ளுவர், அழகிய அருள்தன்மை உடையோரைக் குறிக்கும் ஒரு சொல்லாகத்தான் அந்தணர் என்ற சொல்லைப் பயன்படுத்துகிறார்.

அமிழ்தம் (குறள் - 11); அமிழ்து (குறள் - 64, 720, 1106)

'அமிழ்தம்' என்பது சாவாமைக்குக் காரணமான மழை அல்லது தீஞ்சுவை உணவு என்று பொருள்படும். உலகத்து உயிர்களெல்லாம் நிலைபெற்று உயிர் வாழ்ந்து வருவதற்கு, மழை நீரே அடிப்படைக் காரணமாக இருந்து வருவதால், வள்ளுவர் மழைநீரை அமிழ்தமென்று குறிப்பிட்டார். இந்தச் சொல், வைதிகக் கற்பனைப் புராணத்தில் தேவர்கள் கடைந்தெடுத்ததாகக் குறிப்பிடப்படும் 'அமிர்தம்' என்ற சொல்லோடு எந்த வகையிலும் பொருந்திவராது.

"நீரின்றி அமையா யாக்கைக்கெல்லாம் உண்டி கொடுத்தோர் உயிர்கொடுத்தோரே" என்று புறநானூற்றுச் செய்யுள் கூறுவது நோக்கத்தக்கது.

அருமறை (குறள் - 847)

'அருமறை' என்ற சொல், உள்ளத்தில் நிலையாக வைத்துப் போற்றிக் காக்கப்படவேண்டிய அரிய அறிவுப் பொருள் என்று பொருள்படும். சான்றோர்கள் கூறும் நினைவில் வைக்கத்தக்க அரிய அறிவுரைகள் மறை என்று போற்றப்படும். இங்கு மறை என்பது ஆரியர்களின் நான்கு வேதங்களைக் குறிப்பிடும் சொல் ஆகாது.

அலகை (குறள் - 850)

அச்சத்தின் உருவெளித் தோற்றத்தை 'அலகை' என்று குறிப்பிடுவர் சான்றோர். இந்தச் சொல் வைதிகர்களால் குறிப்பிடப்படும் கற்பனைப் பேயை உணர்த்துவது ஆகாது. அலகை அல்லது பேய் என்பது நூல் வழக்கே அல்லாமல், அப்படி ஓர் உயிருள்ள உருவம் உண்மையில் இல்லை.

அளறு (குறள் - 255, 835, 919)

'அளறு' என்பது பெருந்துன்பத்தில் ஆழ்த்தக்கூடிய ஒரு கொடிய நிலையை உணர்த்தும் சொல்லாகும். அளறு - குழை சேறு; ஒருவன் குழைந்த சேற்றில் அழுந்துவதைக் குறிக்கும்; அதாவது பெருந்துன்பத்தில் ஆழ்கிறான் என்று பொருள்படும்.

அளறு என்பதை 'நரகம்' என்றோ, மேல் உலகமென்பதைச் 'சொர்க்கம்' என்றோ வள்ளுவர் பயன்படுத்தவே இல்லை.

அறுதொழிலோர் (குறள் - 560)

'அறுதொழில்' என்பது உறுதியாக அறுதி செய்யப்பட்ட அல்லது வரையறை செய்யப்பட்ட தொழில் என்று பொருள்படும். அறுதொழில் என்பது வினைத்தொகை ஆகும். கல்வி கற்பித்தல், உழவுத் தொழில் புரிதல், நெசவுத் தொழில் செய்தல், கொத்துத் தொழில் புரிதல், தச்சுத் தொழில் செய்தல், கொல்லுத் தொழில் புரிதல் போன்றவை முக்கியமாக வரையறுக்கப்பட்ட தொழில்களாகும். வள்ளுவர் குறிப்பிடும் அறுதொழிலோர் என்ற சொல் ஆரியப் பார்ப்பனரைக் குறிப்பிடுவது ஆகாது.

ஆகூழ் (குறள் - 371); போகூழ் (குறள் - 371)

'ஊழ்' என்பது ஒருவற்கு நன்மை பயக்கும் வகையில்

இயற்கை முறையாக அமைந்து பயன்படும் பண்பறிவு ஆகும். 'போகூழ்' என்பது தீமை பயக்கும் வகையில் இயற்கை முறையாக அமைந்து, பயன்படாமற் போகும் பண்பறிவு ஆகும்.

'ஊழ்' என்ற சொல் விதி – முன்வினை – பழவினை – முற்பிறப்புவினை – தலையெழுத்து போன்றவற்றைக் குறிக்கும் என்று வைதிகச் சமயவாதிகள் பலவாறாகக் கூறுவார்கள். அவையனைத்தும் கற்பனைக் கருத்தின் பாற்பட்டவையாகும்.

'ஆகூழ்' என்பது ஆக்கத்தைக் கொடுக்கக்கூடிய பழவினை என்றும், 'போகூழ்' என்பது அழிவை உண்டாக்கக்கூடிய பழவினை என்றும் வைதிகர்கள் கூறுவர். வள்ளுவர் கொள்கைக்கு அவை உடன்பாடனவை அல்ல. வள்ளுவர் கொண்ட கருத்து உண்மை நெறியின் பாற்பட்டது.

ஆபயன் (குறள் - 560)

'ஆபயன்' என்பது குடிமக்களின் முயற்சியால் ஆகும் பயன்கள் என்று பொருள்படும். ஆபயன் என்பதற்குப் பசுவினால் ஏற்படும் பயன்கள் என்று தவறாகப் பொருள் கொள்வர். 'ஆப்பயன்' என்று சொல் இருந்தால்தான் அத்தகைய பொருள் ஏற்படும். ஆபயன் என்பது வினைத்தொகை ஆகும். அது, ஆனபயன், ஆகின்றபயன், ஆகும்பயன் என்று விரிவடையும்.

ஆரிருள் (குறள் - 121)

'ஆரிருள்' என்பதற்கு நிறைந்த துன்பம் என்று பொருள். அந்தச் சொல் நிரயம் அல்லது நரகம் என்பதைக் குறிக்கும் சொல் அல்ல. 'ஆரிருள் உய்த்துவிடும்' என்றால், துன்பத்தில் புகுத்திவிடும் என்றுதான் பொருள் ஏற்படும்.

இந்திரன் (குறள் - 25)

'இந்திரன்' என்ற சொல் 'இந்திறன்' என்ற சொல்லின் பாடவேறுபாடாகப் பிற்காலத்தில் அமைந்திருக்கக்கூடும் என்று ஆராய்ச்சியாளர்கள் சிலர் கருதுகின்றனர். ஓலைச் சுவடிகளில் 'ற'கரம் 'ர'கரப் போலியாக அமைந்துவிடுவது உண்டு. 'ஐந்திறம்' என்பது 'ஐந்திரம்' என்று எழுதப்பட்டிருப்பதைப் போல, இந்திறன் என்ற சொல் 'இந்திரன்' என்று ஆகியிருக்கக்கூடும்.

புத்தர் போன்ற இனிய திறமைமிக்க அறிவாளர்களைக் குறிக்க, வள்ளுவர் 'இந்திறன்' என்று குறிப்பிட்டுள்ளார் எனக் கொள்ளவேண்டும்.

வடமொழியாளரின் கற்பனைப் புராணக் கதையில் வரும், அகலிகையைக் கற்பழித்த இழிமகனாகிய இந்திரனை ஐம்புலன்களையும் அடக்கிய ஆற்றல்மிகுந்த ஒருவருக்கு உவமையாக வள்ளுவர் கூறியுள்ளார் என்பது, எவ்வகையிலும் பொருந்தி வராது.

இமையார் (குறள் - 906)

'இமையார்' என்ற சொல், எப்போதும் கண்துஞ்சாமல் அயராது பணியாற்றும் ஆற்றல் மிகுந்த பெரியோர்களைக் குறிக்கும் ஒரு சொல்லாகும். இது கற்பனைப் புராணங்களில் குறிப்பிடப்படும் தேவர் போன்றாரைக் குறிப்பதாகாது.

இம்மை (குறள் - 98, 1042, 1315); மறுமை (குறள் - 98, 459, 904, 1042)

'இம்மை' என்ற சொல், இப்போது, தற்காலம், இற்றைக் காலவாழ்வு, இற்றைநிலை போன்ற பொருள்களையும், 'மறுமை' என்ற சொல் பிற்போது, பிற்காலம், பிற்றைக்கால வாழ்வு, பிற்றைநிலை போன்ற பொருள்களையும் குறிக்கும் சொற்களாகும். இம்மை, மறுமை மனித வாழ்க்கையின் நிகழ்காலம், வருங்காலம் ஆகியவற்றை முறையே குறிக்கும் சொற்களாகும். அவற்றிற்கு வைதிகர்கள் கூறுகிறபடி, இப்பிறப்பு, மறுபிறப்பு போன்ற பொருள்கள் பொருந்திவரா.

இயற்றியான் (குறள் - 1062)

'இயற்றியான்' என்ற சொல் பொருளை இயற்றிப் பின்னர் அதனைத் திரட்டி, அதனைக்கொண்டு நாடாளும் அரசனைக் குறிப்பதாகும். "இயற்றலும் ஈட்டலும் காத்தலும் காத்த, வகுத்தலும் வல்லது அரசு" (குறள் 385) என்பது வள்ளுவர் கூற்று. இந்தச் சொல், உலகை உண்டாக்கியதாகவும், அதனை நடத்திச் செல்வதாகவும் கற்பனை செய்யப்படும் கடவுளை உணர்த்துவது ஆகாது.

இருவினை (குறள் - 5)

'இருவினை' என்ற சொல், நல்ல செயல், தீய செயல்

ஆகிய செயல்களைக் குறிக்கும் ஒரு சொல்லாகும். இருவினை என்பது வைதிகர்களின் கற்பனைக் கூற்றுப்படி முற்பிறப்போடு பொருந்தி வருகிற பழவினைகளான நல்வினை, தீயவினை ஆகியவற்றைக் குறிப்பது ஆகாது.

இழவூழ் (குறள் - 372), ஆகல்ஊழ் (குறள் - 372)

'இழவூழ்' என்பது ஒருவனின் கைப்பொருளைக் கெடுக்கக்கூடிய இயற்கையாக வெளிப்படும் தீய பண்பறிவு என்று பொருள்படும். 'ஆகல்ஊழ்' என்பது ஒருவனின் கைப்பொருளை ஆக்கக்கூடிய இயற்கையாக வெளிப்படும் நல்ல பண்பறிவு என்று பொருள்படும். 'ஊழ்' என்பது இயற்கை முறையாக ஒருவனின் உள்ளிருந்து வெளிப்படும் இயற்கைப் பண்பறிவாகும். வைதிகர்கள் கூறுகிறபடி இழவூழ், ஆகல்ஊழ் என்பவை முறையே தீவினை பொருந்திய முன்வினைப்பயன் என்றும், நல்வினை பொருந்திய முன்வினைப்பயன் என்றும் பொருள் கொள்வது பொருந்திவராது.

ஊழ் (குறள் - 371, 372, 380, 620)

'ஊழ்' என்பது, ஒருவனின் உள்ளிருந்து தானே வெளிப்படக்கூடிய இயற்கையான பண்பறிவின் முறைமையை உணர்த்தும் சொல்லாகும். ஊழ் என்பதற்கு உலகியல் – இயற்கை முறை – உலகியல் முடிவு – முடிவு – இயற்கை முடிவு – முறை – முதிர்வு – முதிர்ச்சி – மலர்ச்சி போன்ற பொருள்கள் பொருந்திவரும். ஊழ்த்தல் என்பது வெளிப்படுதல், விரிதல், மலர்தல், முதிர்தல், சிறத்தல் எனப் பொருள்படும். ஊழ்க்கும் என்பது, வெளிப்படும், மலரும், சிறக்கும், முதிரும் எனப் பொருள்படும். ஊழற்சதை என்பது, பெருகிநின்று தளர்ந்து காணப்படும் சதை; ஊழல் நிலம் என்பது, சேறுபெருகி நின்று காணப்படும் நிலம்; ஊழி என்பது, உலகம் முதிர்வுறும் காலம்; ஊழித்தீ என்பது, பெருகி வளர்ந்து காணப்படும் வடவைத்தீ. இப்படியாக ஊழோடு தொடர்புடைய சொற்கள் எவ்வாறு பொருள்படுகின்றன என்பதை நன்கு உணரலாம்.

'ஊழ்' என்ற சொல்லுக்கு, வள்ளுவர் குறிப்பிடுகின்ற பொருளுக்கும் வைதிகர்கள் குறிப்பிடுகின்ற விதி – பழவினை – முற்பிறப்புவினை – தலையெழுத்து என்பன போன்ற பொருள்களுக்கும் எவ்விதத் தொடர்பும் இல்லை. வள்ளுவர்

கூறுவது உண்மை நெறியின்பாற்பட்டது; சமயவாதிகள் கூறுவது கற்பனை வாதத்தின்பாற்பட்டது.

விதி, பழவினை போன்ற வைதிகக் கற்பனைச் சொற்களை, வள்ளுவர் எந்த ஒரு இடத்திலும் பயன்படுத்தவே இல்லை.

'இயற்கைப் பண்பறிவு' என்பது, வழிவழித் தலைமுறையாக, ஒவ்வொருவருக்கும் இயற்கையாகவே படிந்துவரும் பண்பின் வழிப்பட்ட அறிவைக் குறிக்கும்.

'ஊழ்' என்பது உள்ளிருந்து தானே வெளிப்படுவது என்ற பொருள் தோன்ற, "ஊழின் உருப்ப" - புறம் 237 (முறையாக வெளிப்பட்டு வெய்தான) என்றும், "ஊழ் மாறுபெயரும்" - புறம் 283 (முறையாக வெளிப்பட்டு மாறுபட்டு நீங்கும்) என்றும், "பழம் ஊழ்த்து" - புறம் 381 (பழுத்துக் கனிந்து வெளிப்பட்டு) என்றும், "ஊமுறு தீங்கனி" - அக நானூறு 2 (இயற்கை முறையே வெளிப்பட்டு முற்றிப் பழுத்த கனி) என்றும் சங்கச் செய்யுட்களில் சொற்றொடர்கள் காணப்படுவதை நன்கு அறியலாம்.

வள்ளுவர் 'ஊழ்' என்பது வலிமைமிக்கது என்பதை, "ஊழிற் பெருவலியாவுள மற்று ஒன்று, சூழினும் தான் முந்துறும்" (குறள் 380) என்ற குறளிலும், அந்த ஊழையும் மனித முயற்சியால் புறமுதுகிட்டு ஓடவைக்க முடியும் என்பதை, "ஊழையும் உப்பக்கம் காண்பர் உலைவு இன்றித் தாழாது உஞற்றுபவர்" (குறள் 620) என்ற குறளிலும் தெளிவுபடுத்திக் காட்டுகிறார்.

மேலும், வள்ளுவர் "இணர் ஊழ்த்தும் நாறா மலர் அனையர்" (குறள் 650) என்ற குறள் அடியில், ஊழ்த்தல் என்பதற்கு மலர்தல் என்று பொருள் கொள்ளுவதையும் காணலாம்.

எழுபிறப்பு (குறள் - 62, 107); எழுமை (குறள் - 107, 126, 398, 538, 835)

'எழுபிறப்பு' என்பது ஒருவனது வாழ்க்கையில் எழக்கூடிய பல்வேறு நிலைகளின் தோற்றங்களைக் குறிப்பதாகும். பிறப்பு - தோற்றம்; எழுபிறப்பு - எழக்கூடிய பல தோற்றங்கள்.

'எழுமை' என்பது, ஏழ் தன்மைகள், ஏழ் நிலைகள், ஏழ் தலைமுறைகள், பல நிலைமைகள், பல தலைமுறைகள்

போன்ற பொருள்களைக் குறிப்பதாகும்.

'ஒருமை' என்பது ஒரு தன்மை, ஒரு நிலை என்றும், 'இருமை' என்பது இரு தன்மைகள், இரு நிலைகள் என்றும், 'எழுமை' என்பது ஏழு தன்மைகள், ஏழு நிலைமைகள் என்றும் பொருள்படும்.

மனித வாழ்க்கையானது ஏழு நிலைகளாகப் பாகுபடுத்தப்படும் என்று சான்றோர் கூறுவர்.

ஐம்புலத்தார் (குறள் - 43)

"ஐம்புலத்தார்' என்ற சொல் தென்புலத்தைச் சேர்ந்த அறிவாளர்கள், வழிபடக்கூடிய துறவிகள், விருந்தினர், சுற்றத்தார், தான் என்ற ஐவரையும் குறிப்பதாகும்.

கூற்று (குறள் - 326, 765, 1083)

'கூற்று' என்பது உயிரையும் உடலையும் கூறுபடுத்திப் பிரிக்கின்ற ஒன்று என்று பொருள்படும். அதாவது மனிதர்க்கு ஏற்படும் சாவைக் கூற்று என்றும், கூற்றுவன் என்றும் அழைப்பர். கூற்று என்பதை ஆண்பாலாக உருவகப்படுத்திக் 'கூற்றுவன்' என்பர். கூற்றுவன் என்பதை 'எமன்' என்று புராணக் கட்டுக்கதைகள் கூறும். எமன் என்று ஒருவன் இருக்கிறான் என்பதும், அவன் ஓடி ஓடி உயிர்களைப் பிடிக்கிறான் என்பதும் வைதிகச் சமயத்தாரின் கட்டுக்கதைகளாகும்.

செம்பொருள் (குறள் - 91, 358)

'செம்பொருள்' என்பது செம்மையான பொருள், அறப் பொருள், உண்மையான பொருள் போன்ற பொருள்களை உணர்த்துவதாகும். இது கற்பனைக் கடவுளைக் குறிக்கும் ஒரு சொல் ஆகாது.

செய்யவள் (குறள் - 167)

செல்வத்தைப் பெண்ணாக உருவகப்படுத்திச் 'செய்யவள்' என்றும், 'திருமகள்' என்றும் கூறுவது மரபு. நிலமடந்தை, காவிரித்தாய், தமிழ்த்தாய், கங்காதேவி, யமுனாதேவி என்பவற்றைப் போன்று 'திருமகள்' என்ற சொல்லும் உருவகப்படுத்தப்பட்ட ஒரு சொல்லாகும். செய்யவள் என்பதற்குப் புராணக் கதைகளில் வரும் இலட்சுமி என்று

பொருள் கொள்ளுதல் பொருந்திவராது.

தாமரைக் கண்ணான் (குறள் - 1103)

தாமரைக் கண்களை உடைய தலைமகன் என்று கூறவருமிடத்தில், வள்ளுவர் 'தாமரைக் கண்ணான்' என்று குறிப்பிடுகின்றார். வைதிகர்களின் கற்பனைப் புராணத்தில் கூறியுள்ளபடி தாமரைக் கண்ணான் என்பதற்குத் திருமால் என்று பொருள்கொள்ள வேண்டும் என்ற கருத்து இங்குப் பொருந்தி வராது.

தாமரையினாள் (குறள் - 617)

'தாமரை' என்பது பேரெண்ணைக் குறிக்கும் ஒரு சொல் ஆகும். தாமரையினாள் என்றால் எண்ணிறந்த செல்வமுடையவள் என்று பொருள். அதனைத் திருமகள் அல்லது செய்யவள் என்று உருவகப்படுத்துவது மரபு. செல்வத்தைச் செய்ய இளையவள் என்றும், வறுமையைக் கரிய மூத்தவள் என்றும் உருவகப்படுத்திக் கூறுவது நூல் மரபு. செல்வத்தை இளையதேவி என்றும், வறுமையை மூதேவி என்றும் கற்பனையாக உருவகப்படுத்திச் சொல்வதும் நூல் மரபாகும்.

தீவினை (குறள் - 201, 210)

'தீவினை' என்பது கொடிய செயலைக் குறிக்குமொரு சொல்லே தவிர, வைதிகர்களின் கருத்துப்படி தீய பழவினையைக் குறிக்கும் சொல் அல்ல.

பூசனை (குறள் - 18)

'பூசனை' என்பது, மறைந்த வான்புகழ் கொண்டோரை நினைந்து அவர்களைப் போற்றிப் பாராட்டி மகிழும் வழிபாட்டைக் குறிப்பதாகும். இது, கற்பனைக் கடவுளை வழிபடுவதைக் குறிப்பதாகாது.

வகுத்தான் (குறள் - 377)

'வகுத்தான்' என்பது, வாழ்க்கை நெறியை வகுத்து முறைப்படுத்தும் அறிவாற்றலிற் சிறந்த சான்றோரைக் குறிப்பதாகும். இந்தச் சொல் கற்பனைக் கடவுள், பழவினை போன்றவற்றைக் குறிப்பிடுவது ஆகாது.

வானகம் (குறள் - 101)

'வானகம்' என்ற சொல் மறைந்த மேலோரின் புகழுலகத்தைக் குறிப்பதாகும். இந்தச் சொல் கற்பனைத் தேவர் உலகத்தைக் குறிப்பதாகாது.

விசும்புளார் (குறள் - 25)

'விசும்புளார்' என்ற சொல், வான்புகழ்கொண்ட மேலோரைக் குறிப்பிடும் சொல்லாகும். இந்தச் சொல் கற்பனையாகக் கூறப்படும் தேவரைக் குறிப்பதாகாது.

முப்பாலில் மெய்ப்பொருள் காண்பதே அறிவு

பல்வேறுபட்ட காலக் கட்டங்களில் தோன்றிய பல்வேறு வகையான உரையாசிரியர்கள் திருக்குறளுக்கு ஒருவருக்கொருவர் மாறுபட்ட பொருள்களையும், வேறுபட்ட கருத்துக்களையும் கொண்ட உரைகளை வழங்கி வந்திருக்கின்றனர். எல்லாவுரைகளையும் நடுநிலையில் நின்று படித்தறிந்து, ஏற்பனவற்றை மட்டும் தேர்ந்தெடுத்துக்கொள்ளும் உரிமை, படிப்போர் ஒவ்வொருவருக்கும் முழுக்க முழுக்க இருக்கிறது. உரைகளை ஏற்பதும், ஏற்காமல் விடுவதும் அவரவர் மன வளத்தையும், மனவுறுதியையும், பகுத்தறிந்து பார்க்கும் அறிவுத் தெளிவையும், திட்பத்தையும், புதுமை, பயன்மை, உலகியல் தன்மை, உண்மை ஆகியவற்றை வரவேற்கும் பாங்கையும் பொறுத்தனவாகும்.

"எப்பொருள் யார்யார்வாய்க் கேட்பினும் அப்பொருள் மெய்ப் பொருள் காண்பதுஅறிவு" (குறள் – 423) என்றும், "எப்பொருள் எத்தன்மைத் தாயினும் அப்பொருள், மெய்ப்பொருள் காண்பது அறிவு" (குறள் – 355) என்றும் வள்ளுவப் பெருந்தகையார் கூறியுள்ள அறிவுரைக்கு ஏற்ப, உரைகளைப் படித்துப் பார்ப்போர் அவற்றை நன்கு ஆராய்ந்தறியக் கடமைப்பட்டிருக்கிறார்கள்.

எப்பொழுதும் குறளையும், குறளாசிரியரின் தெளிவான திட்பமான, நுட்பமான பொது அறநோக்கையும், உண்மையான உள்ளக்கிடக்கையையும் அடிப்படையாகக் கொண்டே திருக்குறளின் நுட்பமான உண்மைப் பொருளை ஆராய்ந்து கண்டறிய விரும்புவோர், "கற்பவை, கசடு அறக் கற்க" (குறள் – 391) வேண்டும் என்ற முறையிலும், "கசடு அறச்

சொல்தெரிதல்" (குறள் – 717) வேண்டும் என்ற முறையிலும், "தேறுக தேறும் பொருள்" (குறள் – 509) என்ற முறையிலும், "நுண்பொருள் காண்பது அறிவு" (குறள் – 424) என்ற முறையிலும், "தீது ஒரீஇ, நன்றின்பால் உய்ப்பது அறிவு" (குறள் – 422) என்ற முறையிலும், "மெய்ப்பொருள் காண்பது அறிவு" (குறள் – 423, 355) என்ற முறையிலும் ஆராய்ந்து பார்க்கக் கடமைப்பட்டிருக்கிறார்கள்.

வள்ளுவரின் உள்ளக்கிடக்கை

திருவள்ளுவர், எந்த ஒரு பொருளைப் பற்றிக் கூற முன்வந்தாலும், உலகியலுக்கு ஒத்த முறையிலும் ("உலகம் தழீஇயது ஒட்பம்" – குறள் 425), உலக மக்கள் சமுதாயத்திற்குப் பொருந்திவரக்கூடிய வகையிலும் ("உலகத்தோடு அவ்வது உறைவது அறிவு" – குறள் 426), இயற்கை நிகழ்வுக்கு முரண்படாத முறையிலும் ("இயற்கை அறிந்து செயல்" – குறள் 637), முதலிலிருந்து இறுதிவரையில் கூறிச் செல்கிறார்.

நடைமுறைக்கு ஒவ்வாத உலகியலுக்கு அப்பாற்பட்ட கருத்துக்களுக்கு, அவர் எந்த ஒரு நிலையிலும் இடம் அளித்ததில்லை. கற்பனைக் கடவுட் கொள்கைக்கோ, கற்பனைக் கட்டுக்கதைகளுக்கோ, உலகியலுக்குப் புறம்பான கற்பனைக் கருத்துக்களுக்கோ, இயற்கை நிகழ்வுக்கு மாறுபாடான கற்பனைச் செய்திகளுக்கோ, தமிழரின் உயர்ந்த நாகரிகத்திற்கும் பண்பாட்டிற்கும் மாறுபாடான வடமொழியாளரின் கொள்கைகளுக்கோ, சாதி சமய இனவேறுபாட்டுக் கொள்கைகளுக்கோ, அவர் எந்த ஒரு இடத்திலும் சிறிதுகூட ஆதரவு அளித்ததில்லை.

ஆரிய வடமொழியிலுள்ள 'வேதங்கள்', 'மனுதரும சாத்திரம்', 'அர்த்த சாத்திரம்', 'சுக்கர நீதி', 'காம சூத்திரம்' போன்ற நூல்களுக்கும், திருக்குறளுக்கும் எந்தவிதமான தொடர்பும் இல்லை. திருக்குறள், அவற்றிற்கெல்லாம் முற்றிலும் மாறுபட்டு விளங்கும் பொது அறம் போற்றும் தனித்தமிழர் பண்பாட்டுத் தனிப்பெரும் நூலாகவே திகழ்ந்து வருகிறது.

திருக்குறளின் குறிக்கோளும் கொள்கையும்

திருக்குறள் தனி மனிதனின் வாழ்க்கைக்கும், குடும்ப

வாழ்க்கைக்கும், பொது வாழ்க்கைக்கும் வழிகாட்டும் அற நூலாகும். அது நல்லன எவை, அல்லன எவை என்பதைத் தெள்ளத் தெளிவாகச் சுட்டிக்காட்டுகிறது. அது தனி மனிதனின் கடமைகளையும், சமுதாயத்தின் கடமைகளையும் வலியுறுத்திக் கூறுகிறது. அது அறத்திற்கு விளக்கந்தந்து, அதன் ஆக்கம் எல்லாத் துறைகளிலும் ஏற்பட வற்புறுத்துகிறது. அது அறிவு - ஆற்றல் - அன்பு - அருள் - ஆக்கம் - ஊக்கம் - முயற்சி - உழைப்பு - ஒப்புரவு - பண்பு - சால்பு போன்ற இனிய பண்புகளுக்கு விளக்கந்தந்து, அவற்றை நடைமுறைப்படுத்துவதற்கான வழிவகைகளைக் கூறுகிறது.

அது மனிதகுலம் முழுவதும் ஒன்றே என்றும், பிறப்பில் வேறுபாடுகள் இல்லை என்றும் தெளிவுபடுத்துகிறது. அது, இல்லற வாழ்வையும் துறவற வாழ்வையும் வரையறுத்துக் கூறுகிறது. அது சிறந்த காதலின்ப வாழ்வைப் போற்றிப் புகழ்கிறது.

அது கற்பனைக் கடவுட் கொள்கையையும், அது தொடர்பான கட்டுக்கதை புராண இதிகாசங்களையும் ஏற்கவில்லை. அது அறிவுக்கு ஒத்துவராத அயலார் கொள்கைகள் அனைத்தையும் மறுக்கிறது.

பொழிப்புரையின் நோக்கம்

'திருக்குறள் தெளிவுரை' என்ற பெயரில், சொல் தெளிவு, பொழிப்புரை, அருஞ்சொல் விளக்கம், கருத்துரை ஆகியவை அடங்கிய முறையில் விரிவாக நூல் ஒன்றினை நான் முன்பே வெளியிட்டிருக்கிறேன். இந்த நூல் சுருக்கமான முறையில் பொழிப்புரை மட்டும் அடங்கிய வகையில் இப்போது வெளியிடப்படுகிறது. திருக்குறளின் பொருள் நயத்தை எல்லோரும் எளிதாகப் புரிந்துகொள்ள வேண்டும் என்பதே இதன் நோக்கம்.

இற்றைக்காலத் தமிழ்ப்பெருங்குடி மக்கள் அனைவரும் திருக்குறளின் உண்மையான பொருள் விளக்கங்களைப் பகுத்தறிந்து பார்க்கும் நெறியில் படித்துப் புரிந்துகொண்டு, அறிந்து கொண்டவற்றை தத்தம் வாழ்க்கையில் கடைப்பிடிக்க வேண்டும் என்ற நல்ல நோக்கத்திலேதான், யான் திருக்குறளுக்கான பொழிப்புரையைத் தர முன்வந்துள்ளேன்.

நாளுக்குநாள் நிலைகுலைந்து, சீரழிந்து, சிதைந்து, சிறுமைப்பட்டுக் கொண்டுவரும் மக்களினம், திருக்குறளின் மூலம் உயர்ந்த, சிறந்த பண்பாடுகளை அறிந்து, உணர்ந்து, தெளிந்து, தேர்ந்து மேம்பாடு எய்தவேண்டும்; உலகியல் நடைமுறைக்கு ஏற்ற, அறிவாராய்ச்சிக்கு ஒத்த இனிய வாழ்வு வாழவேண்டும்.

மக்கள் சமுதாயமானது அஞ்சாமை – அடக்கமுடைமை – அருளுடைமை – அழுக்காறாமை – அறிவுடைமை – அன்புடைமை – ஆள்வினையுடைமை – இன்னா செய்யாமை – ஈகைத்தன்மை – ஊக்கம் உடைமை – ஒழுக்கமுடைமை – கள்ளாமை – கள்ளுண்ணாமை – கொல்லாமை – சான்றாண்மை – சிற்றினம் சேராமை – செங்கோன்மை – சொல்வன்மை – நடுவு நிலைமை – நாணுடைமை – பண்புடைமை – பிறனில் விழையாமை – புறங்கூறாமை – பெரியாரைப் பழியாமை – பெருமை – பொச்சாவாமை – பொறையுடைமை – வாய்மை – வினைத்தூய்மை – வெகுளாமை – வெஃகாமை – வெருவந்த செய்யாமை போன்ற உயர்ந்த பண்புகளைப் பெற, திருக்குறள் பெருந்துணையாக நிற்கும் என்பது திண்ணம். தமிழன்பர்கள் அனைவரும் இந்தப் பொழிப்புரையைப் பயின்று ஏற்ற வகையில் பயன்பெறுவார்களாக!

– இரா. நெடுஞ்செழியன்

அதிகார அகர வரிசை

அதிகாரம்	குறள்
13	அடக்கம் உடைமை
64	அமைச்சு
75	அரண்
25	அருள் உடைமை
115	அலர் அறிவுறுத்தல்
127	அவர்வயின் விதும்பல்
37	அவா அறுத்தல்
73	அவை அஞ்சாமை
72	அவை அறிதல்
17	அழுக்காறாமை
4	அறன் சிறப்பு
1	அறிவன் சிறப்பு
43	அறிவுடைமை
8	அன்புடைமை
62	ஆள்வினை உடைமை
86	இகல்
50	இடனறிதல்
63	இடுக்கண் அழியாமை
106	இரவு
107	இரவு அச்சம்
5	இல்வாழ்க்கை
39	இறைமாட்சி

10	இன்சொல்கூறல்
32	இன்னா செய்யாமை
23	ஈகை
89	உட்பகை
104	உழவு
124	உறுப்புநலம் அழிதல்
60	ஊக்கம் உடைமை
133	ஊடல் உவகை
38	ஊழ்
22	ஒப்புரவு அறிதல்
14	ஒழுக்கம் உடைமை
59	ஒற்றாடல்
58	கண்ணோட்டம்
118	கண்விதுப்பு அழிதல்
108	கயமை
41	கல்லாமை
40	கல்வி
29	கள்ளாமை
93	கள் உண்ணாமை
122	கனவுநிலை உரைத்தல்
113	காதல் சிறப்பு உரைத்தல்
49	காலம் அறிதல்
103	குடி செயல்வகை
96	குடிமை
110	குறிப்பு அறிதல் (இ)
71	குறிப்பு அறிதல் (பொ)
128	குறிப்பு அறிவுறுத்தல்
44	குற்றம் கடிதல்

28	கூடா ஒழுக்கம்
83	கூடா நட்பு
42	கேள்வி
56	கொடுங்கோன்மை
33	கொல்லாமை
99	சான்றாண்மை
46	சிற்றினம் சேராமை
53	சுற்றம் தழால்
94	சூது
55	செங்கோன்மை
11	செய்ந்நன்றி அறிதல்
65	சொல்வன்மை
109	தகை அணங்கு உறுத்தல்
27	தவம்
120	தனிப்படர் மிகுதி
82	தீ நட்பு
21	தீவினை அச்சம்
3	துறந்தார் சிறப்பு
35	துறவு
69	தூது
47	தெரிந்து செயல்வகை
51	தெரிந்து தெளிதல்
52	தெரிந்து வினையாடல்
12	நடுவு நிலைமை
79	நட்பு
80	நட்பு ஆராய்தல்
112	நலம் புனைந்து உரைத்தல்
105	நல்குரவு

101	நன்றியில் செல்வம்
74	நாடு
102	நாண் உடைமை
114	நாணுத் துறவு உரைத்தல்
34	நிலையாமை
126	நிறை அழிதல்
121	நினைந்தவர் புலம்பல்
125	நெஞ்சொடு கிளத்தல்
130	நெஞ்சொடு புலத்தல்
88	பகைத்திறம் தெரிதல்
87	பகை மாட்சி
119	பசப்புறு பருவரல்
117	படர்மெலிந்து இரங்கல்
78	படைச்செருக்கு
77	படை மாட்சி
100	பண்பு உடைமை
20	பயன்இல சொல்லாமை
81	பழைமை
116	பிரிவு ஆற்றாமை
15	பிறன்இல் விழையாமை
24	புகழ்
111	புணர்ச்சி மகிழ்தல்
129	புணர்ச்சி விதும்பல்
131	புலவி
132	புலவி நுணுக்கம்
26	புலால் மறுத்தல்
85	புல்லறிவாண்மை
19	புறங்கூறாமை

91	பெண்வழிச் சேறல்
45	பெரியாரைத் துணைக்கோடல்
90	பெரியாரைப் பிழையாமை
98	பெருமை
84	பேதைமை
54	பொச்சாவாமை
76	பொருள் செயல்வகை
123	பொழுதுகண்டு இரங்கல்
16	பொறை உடைமை
7	மக்கட்பேறு
61	மடியின்மை
95	மருந்து
70	மன்னரைச் சேர்ந்து ஒழுகுதல்
97	மானம்
36	மெய்யுணர்தல்
92	வரைவின் மகளிர்
48	வலி அறிதல்
30	வாய்மை
6	வாழ்க்கைத் துணைநலம்
2	வான்சிறப்பு
9	விருந்தோம்பல்
68	வினைசெயல் வகை
67	வினைத்திட்பம்
66	வினைத்தூய்மை
31	வெகுளாமை
18	வெஃகாமை
57	வெருவந்த செய்யாமை

பால்	இயல்	அதிகாரங்கள்
அறத்துப்பால்		
	1. பொதுவியல்	1 – 4
	2. இல்லறவியல்	5 – 24
	3. துறவறவியல்	25 – 37
	4. ஊழியல்	38
பொருட்பால்		
	5. அரசியல்	39 – 63
	6. அங்கவியல்	64 – 95
	7. ஒழிபியல்	96 – 108
இன்பத்துப்பால்		
	8. களவியல்	109 – 115
	9. கற்பியல்	116 – 133

அறத்துப்பால்

அறிவன் சிறப்பு

அகர முதல எழுத்துஎல்லாம் ஆதி
பகவன் முதற்றே உலகு.   1

மனித முயற்சியினாலான எழுத்துக்கள் எல்லாம், அகர எழுத்தை முதன்மையாக உடையன. அதுபோல, உலகியலின் ஒவ்வொரு துறையும், முன்னேற்றம் ஆவதற்குக் காரணமான அறிவனை, முதன்மையாக உடையது.

கற்றதனால் ஆய பயனென்கொல் வாலறிவன்
நற்றாள் தொழாஅர் எனின்.   2

தூய்மையான அறிவாற்றலில் சிறந்தோரின் அடியொற்றி நின்று, அவரது அறிவுரையின்படி ஒழுகாவிட்டால், ஒருவர் என்னதான் கற்றிருந்தாலும், எந்த ஒரு பயனும் உண்டாகாது என்றவாறு.

மலர்மிசை ஏகினான் மாணடி சேர்ந்தார்
நிலமிசை நீடுவாழ் வார்.   3

மக்களின் நெஞ்சமாகிய மலர்மீது பொருந்தி இருந்து வாழக்கூடிய அறிவாற்றலில் சிறந்த சான்றோரின் அறிவுரைகளைப் பின்பற்றி வாழ்பவர்கள், உலகின்கண் நிலைபெற்ற புகழோடு வாழ்வார்கள்.

வேண்டுதல் வேண்டாமை இலான்அடி சேர்ந்தார்க்கு
யாண்டும் இடும்பை இல.   4

விருப்பும் வெறுப்பும் அற்ற நடுநிலையில் நின்று, அறிவாற்றலில் சிறந்து வாழும் சான்றோர் காட்டிய வழியில், அவரைப் பின்பற்றி நடப்பவர்களுக்கு, எந்த ஒரு காலத்திலும் துன்பம் ஏற்பட ஏது இல்லை.

இருள்சேர் இருவினையும் சேரா இறைவன்
பொருள்சேர் புகழ்புரிந்தார் மாட்டு.   5

அறிவாற்றலில் சிறந்த பெருந்தலைவர் ஒருவரின் பொருள் பொதிந்த புகழைப் போற்றி அவரது அறிவுரையின்படி வாழ்ந்து வருபவரிடத்து, அறியாமை காரணமாக உண்டாகும் பெருந்துன்பங்கள் எவையும் வந்து சேரா.

பொறிவாயில் ஐந்துஅவித்தான் பொய்தீர் ஒழுக்க
நெறிநின்றார் நீடுவாழ் வார்.   6

ஐம்பொறிகள் வாயிலாகச் செயல்படும் ஐம்புலன்களையும் கட்டுப்படுத்தி அடக்கி ஆளக்கூடிய, அறிவாற்றலில் சிறந்த சான்றோரது, பொய்ம்மை கலவாத உண்மையான ஒழுக்க நெறியைக் கடைப்பிடிப்பவர்கள், உலகில் நன்னிலை பெற்று நீண்ட காலம் வாழ்வார்கள்.

தனக்குவமை இல்லாதான் தாள்சேர்ந்தார்க்கு அல்லால்
மனக்கவலை மாற்றல் அரிது.   7

தமக்கு ஒப்பார் எவரும் இல்லை என்ற வகையில் திகழும் அறிவாற்றலில் சிறந்த சான்றோரின் அறிவுரைகளைப் பின்பற்றுபவர் மட்டுமே மனக் கவலையின்றி வாழ்வர். மற்றையோரின் மனக்கவலைகளை மாற்றுவது என்பது, இயலாத ஒரு செயல் ஆகும்.

அறஆழி அந்தணன் தாள்சேர்ந்தார்க் கல்லால்
பிறஆழி நீந்தல் அரிது.   8

அறக்கடல் என்று போற்றப்படும் செந்தண்மையையுடைய, அறிவாற்றலில் சிறந்த சான்றோரைப் பின்பற்றி வாழ்பவர்கள், துன்பக் கடல்களை எளிதில் நீந்துவர். மற்றையோர் துன்பக்கடல்களைக் கடந்து கரை சேர்வது என்பது அரிதான ஒரு செயலாகும்.

கோளில் பொறியில் குணமிலவே எண்குணத்தான்
தாளை வணங்காத் தலை.   9

அறிவார்ந்த பண்புகள் பலவற்றையும் உடைய, அறிவாற்றலில் சிறந்த சான்றோரைப் போற்றிப் பாராட்டி, அவர் நெறிபற்றி நில்லாதவர்கள், ஐம்புலன்களையும் இழந்த ஐம்பொறிகளைப் போலப் பயனற்றவர்களாகவே கருதப்படுவார்கள்.

பிறவிப் பெருங்கடல் நீந்துவர் நீந்தார்
இறைவன் அடிசேரா தார்.   10

அறிவாற்றலில் சிறந்த சான்றோராகிய ஒரு பெருந்தலைவரைப் பின்பற்றி ஒழுகுபவர்கள், வாழ்க்கைப் பெருங்கடலை நீந்திக் கரையேறுவார்கள். மற்றையோர் வாழ்க்கைப் பெருங்கடலைக் கடக்க மாட்டாமல், இடையிலேயே அழிந்து போய்விடுவார்கள்.

வான் சிறப்பு

வான்நின்று உலகம் வழங்கி வருதலால்
தான்அமிழ்தம் என்றுணரற் பாற்று. ***11***

மழைநீரால் உலகில் உள்ள உயிரினங்கள் அனைத்தும் உயிர்வாழ்ந்து வருவதால், அம் மழைநீரே உலக உயிரினங்களுக்குச் சாவா மருந்தாக விளங்கும் அமிழ்தம் என்று உணரப்படத்தக்கதாகும்.

துப்பார்க்குத் துப்பாய துப்பாக்கித் துப்பார்க்குத்
துப்பாய தூஉம் மழை. ***12***

உண்பவர்களுக்கு, அவர் விரும்பும் உணவுப் பொருள்களை உற்பத்தியாக்கித் தருவதோடு, தன்னைப் பருகுபவர்க்கும் தானே ஒரு உணவுப் பொருளாக அமைவது என்பது மழையின் பண்பாகும்.

விண்இன்று பொய்ப்பின் விரிநீர் வியனுலகத்து
உள்நின்று உடற்றும் பசி. ***13***

பருவ மழையானது பெய்யவேண்டிய காலத்தில் பெய்யாது பொய்த்துப் போனால், பரந்த கடலால் சூழப்பட்ட மாபெரும் உலகமாக இருந்த போதிலும், அதில் வாழும் உயிரினங்களையெல்லாம், பசியானது வாட்டி வதைத்துக்கொண்டே இருக்கும்.

ஏரின் உழாஅர் உழவர் புயலென்னும்
வாரி வளங்குன்றிக் கால். ***14***

மழை என்னும் வருவாயாகப் பயன்படும் வளமானது குன்றிப்போய் விட்டால், உணவுப் பொருள்களை உற்பத்தியாக்கித் தரும் உழவர்கள்கூட, ஏரைப் பயன்படுத்தி உழவுத் தொழிலைச் செய்ய முன்வரமாட்டார்கள்.

கெடுப்பதூஉங் கெட்டார்க்குச் சார்வாய்மற் றாங்கே
எடுப்பதூஉம் எல்லாம் மழை. ***15***

பெய்யாமல் இருந்து மக்களின் நல்வாழ்வைக் கெடுக்கக்கூடியதும் மழையாகும்; அதேபோது பெய்யாத காரணத்தால் நிலைகெட்டுப்போய்க் கிடக்கும் மக்களுக்குப் பேருதவியாக நின்றுபெய்து, அவர்களைக் காப்பாற்றுவதும் அதே மழையாகும்.

விசும்பின் துளிவீழின் அல்லால்மற் றாங்கே
பசும்புல் தலைகாண்பு அரிது.   16

வானிலிருந்து மழையின் துளிகள் வீழ்ந்து உலகைக் காப்பாற்றினால்
ஒழிய உலகத்தில் வளரக்கூடிய பசும்புல்லின் தலை நுனியைக்கூடக்
காண்பது என்பது அரிதாகிவிடும்.

நெடுங்கடலும் தன்நீர்மை குன்றும் தடிந்தெழிலி
தான்நல்கா தாகி விடின்.   17

முகில்கள் மின்னிப் பெருமழையாகப் பெய்து பெருநீரைக்
கொடுக்காவிட்டால், பெரிய கடலில் காணப்படக்கூடிய நீர்
வளங்கூடக் குன்றிக் குறைந்துபோய்விடும்.

சிறப்பொடு பூசனை செல்லாது வானம்
வறக்குமேல் வானோர்க்கும் ஈண்டு.   18

பெய்யவேண்டிய மழையானது, பெய்யாது பொய்த்து விடுமேயானால்,
இவ்வுலகில் வாழ்ந்து மறைந்த வான்புகழ்கொண்ட உயர்ந்தோர்க்கு
என்று எடுக்கப்படும் விழாவும் நடைபெறாமல் போய்விடும்; அவர்கள்
குறித்துச் செய்யப்படும் சிறப்புகளும் நடைபெறாமல் போய்விடும்.

தானம் தவம்இரண்டும் தங்கா வியன்உலகம்
வானம் வழங்கா தெனின்.   19

மழை பொழியவேண்டிய அளவுக்குப் பொழியவில்லை என்றால்,
இந்தப் பரந்த உலகத்தில், மற்றவர்கள் பொருட்டுச் செய்யப்படும் அறச்
செயல்களும், தம் பொருட்டுச் செய்யப்படும் தவமும் நடைபெறாமல்
போய்விடும்.

நீர்இன்று அமையாது உலகெனின் யார்யார்க்கும்
வான்இன்று அமையாது ஒழுக்கு.   20

எப்படிப்பட்டவராக இருந்தபோதிலும், நீர் இல்லாமல் உலகியல்
வாழ்க்கை இனிது ஈடேறாது என்பது திண்ணம். அந்த நீரும்கூட,
மழையில்லாமல் கிடைக்கப்பெறாது.

துறந்தார் சிறப்பு

ஒழுக்கத்து நீத்தார் பெருமை விழுப்பத்து
வேண்டும் பனுவல் துணிவு.   21

நல் ஒழுக்கத்தையே தழுவிநின்று, தீயவொழுக்கம் அனைத்தையும் துறந்தவர்களின் சிறப்பை, எல்லாவற்றிற்கும் மேலாக வைத்துப் போற்ற வேண்டும் என்பது சான்றோர் வகுத்த நூல்களின் முடிந்த முடிவாகும்.

துறந்தார் பெருமை துணைக்கூறின் வையத்து
இறந்தாரை எண்ணிக்கொண் டற்று.   22

உயிரோடு இருக்கும்போதே, பல்வேறு விதமான பற்றுக்களை எல்லாம் துறந்து வாழக்கூடியவர்களின் சிறப்பை அளவிட்டுக் கூற முற்பட்டால், அது உலகில் இறந்தபிறகே இயற்கையாகவே பற்றுக்களை விட வேண்டிய நிலைக்கு ஆளானவர்களின் எண்ணிக்கையைவிட மேலானதாகவே அமையும்.

இருமை வகைதெரிந்து ஈண்டுஅறம் பூண்டார்
பெருமை பிறங்கிற்று உலகு.   23

இயற்கையாகவே உள்ள நன்மை தீமை என்னும் இரண்டு வகையான பாகுபாடுகளையும் நன்கு ஆராய்ந்தறிந்து, இவ்வுலகத்தில் மிகுதியான அளவுக்கு நன்மை தரும் அறநெறியைக் கடைப்பிடிக்கும் சீரியோரின் சிறப்பே உலகில் மிகச் சிறந்து விளங்குவதாகும்.

உரன்என்னும் தோட்டியான் ஓரைந்தும் காப்பான்
வரனென்னும் வைப்பிற்கோர் வித்து.   24

அறிவு என்னும் அங்குசங்கொண்டு, ஐம்பொறிகள் என்னும் யானைகள் ஐந்தும் ஐம்புலன்கள் மேல் தம் விருப்பப்படி செல்லாமல் காக்கும் துறவி எவனோ, அவன் துறவறம் என்னும் நிலத்திற்கு ஏற்ற ஒப்பற்ற விதையாவான்.

ஐந்துஅவித்தான் ஆற்றல் அகல்விசும்பு ளார்கோமான்
இந்திரனே சாலுங் கரி.   25

ஐந்து புலன்களாலாகும் அவாக்களைக் கட்டுப்படுத்தி அடக்கியவனுடைய வல்லமைக்கு வான்புகழ்கொண்டோரில் இனிய திறமைமிக்க, அறிவாற்றலில் சிறந்த சான்றோராகக் கருதப்படும் அறிவன் தக்க சான்று ஆவான்.

செயற்குஅரிய செய்வார் பெரியர் சிறியர்
செயற்குஅரிய செய்கலா தார். *26*

பலராலும் செய்வதற்கு அரியனவாகும் என்று கருதப்படும் செயல்களைச் செய்து முடிப்பவரே பெரியோர் என்று கூறப்படுவர்; செய்வதற்கு அரியனவாகிய செயல்களைச் செய்ய முடியாதவர்கள், சிறியர் என்று அழைக்கப்படுவர்.

சுவைஒளி ஊறுஓசை நாற்றமென்று ஐந்தின்
வகைதெரிவான் கட்டே உலகு. *27*

சுவை, ஒளி, ஊறு, ஓசை, நாற்றம் என்ற ஐம்புலன்களின் வகைகளை ஆராய்ந்து அறியக்கூடிய வல்லமை படைத்தவர்கள் காட்டும் வழியே இயங்குவதுதான் இவ் உலகம் ஆகும்.

நிறைமொழி மாந்தர் பெருமை நிலத்து
மறைமொழி காட்டி விடும். *28*

உண்மை நிறைந்த சிந்தனையையும் சொல்லையும் உடைய துறவிகளின் சிறப்பு என்ன என்பதை, அவர்களால் இயற்றப்படும் அற நூல்களின் சிறந்த கருத்துக்களே தெள்ளத்தெளிவாக உணர்த்திவிடும்.

குணம்என்னும் குன்றுஏறி நின்றார் வெகுளி
கணமேயும் காத்தல் அரிது. *29*

பண்பு என்னும் குன்று ஏறி நிற்கும் துறவிகள் போன்ற சீரியோர்களின் சினம், சிறு நொடிப்பொழுதுதான் நிலைத்து நிற்கும் என்றாலும், அந்தச் சிறுபொழுது சினத்தைக்கூடத் தடுத்து நிறுத்துதல் என்பது மற்றவர் எவர்க்கும் இயலாத செயலாகும்.

அந்தணர் என்போர் அறவோர்மற் றெவ்வுயிர்க்கும்
செந்தண்மை பூண்டொழுக லான். *30*

எல்லா உயிரினங்களிடத்திலும், செம்மையான அருளுடையவராக நடந்துகொள்ளுகின்ற காரணத்தால்தான், அறவோர் என்று போற்றப்படுபவர்கள் அந்தணர் என்று சிறப்பித்து அழைக்கப்படுகின்றனர்.

அறன் சிறப்பு

சிறப்புஈனும் செல்வமும் ஈனும் அறத்தினூங்கு
ஆக்கம் எவனோ உயிர்க்கு.   31

அறமானது சிறப்பையும் நல்கும்; செல்வத்தையும் நல்கும். ஆகை யினால் மக்களுக்கு அத்தகைய தன்மை வாய்ந்த அறநெறியைவிட, ஆக்கம் பயப்பது என்பது வேறு என்ன இருக்கமுடியும்? ஏதொன்றும் இல்லை என்றவாறு!

அறத்தினூஉங்கு ஆக்கமும் இல்லை அதனை
மறத்தலின் ஊங்கில்லை கேடு.   32

ஒருவருக்கு அறத்தைவிடச் சிறந்த ஆக்கம் பயக்கும் பொருள் வேறெதுவும் இல்லை. அப்படிப்பட்ட அறத்தை மறந்து வாழ்வதைக் காட்டிலும் அவருக்குக் கேடு தரக்கூடிய பொருள் வேறொன்றும் இல்லை.

ஒல்லும் வகையான் அறவினை ஓவாதே
செல்லும் வாயெல்லாஞ் செயல்.   33

ஒருவர் அறச் செயல்களை எக்காரணங்கொண்டும் கைவிடாமல் எப்பொழுதும் போற்றிச் செய்யவேண்டும்; செய்யக்கூடிய வகைகளிலெல்லாம் அவற்றைச் செய்ய வேண்டும்; செல்லும் இடங்களிலெல்லாம் செய்ய வேண்டும்.

மனத்துக்கண் மாசுஇலன் ஆதல் அனைத்துஅறன்
ஆகுல நீர பிற.   34

மனத்துக்கண் குற்றங்குறை இல்லாதவனாக ஒருவன் இருத்தல் என்பதே அறம் என்று சொல்லப்படும். மனத்தூய்மையில்லாமல் செய்யப்படுகின்ற செயல்கள் அனைத்தும், ஆரவாரத் தன்மையைக் கொண்டனவாகும்; ஆக்கம் பயப்பன ஆகா.

அழுக்காறு அவாவெகுளி இன்னாச்சொல் நான்கும்
இழுக்கா இயன்றது அறம்.   35

பொறாமை, பேராசை, கொடுஞ்சினம், கடுஞ்சொல் ஆகிய இந்த நான்கு குற்றங்களுக்கும் இடம் அளிக்காமல் அவற்றையெல்லாம் அறவே நீக்கி வைத்துவிட்டுச் செய்யப்படுகின்ற செயல்களே, அறம் என்று கருதப்படும்.

அன்றுஅறிவாம் என்னாது அறஞ்செய்க மற்றது
பொன்றுங்கால் பொன்றாத் துணை. 36

பின்னர்ப் பார்த்துக்கொள்ளலாம் என்று கருதி வாளா இருக்காமல், அறச் செயல்களை அவ்வப்போது உடனுக்குடன் செய்யவேண்டும். அவ்வாறு செய்யப்படும் அறச்செயல்கள்தாம் ஒருவன் இறந்துபடும் நிலைவரையில், அவனுக்கு அழியாத் துணையாக நின்று உதவிபுரியும்.

அறத்தாறு இதுவென வேண்டா சிவிகை
பொறுத்தானோடு ஊர்ந்தான் இடை. 37

பல்லக்கைச் சுமந்து செல்பவனுக்கும், அதில் வீற்றிருப்பவனுக்கும் இடையே உள்ள வேறுபாட்டிற்குக் காரணம், முறையே அறம் செய்யாமையும், அறம் செய்தமையும் ஆகும் என்ற கருத்து தவறானதாகும். அப்படிப்பட்ட நிலை, அறநெறிப் பயனின்மை பயனுடைமை ஆகியவற்றை உணர்த்துவதாகும் என்று கூறுவது பொருந்தி வராது.

வீழ்நாள் படாஅமை நன்றாற்றின் அஃதொருவன்
வாழ்நாள் வழியடைக்கும் கல். 38

அறம் செய்யாமல் கழியும் நாள் என்று ஏதொன்றும் ஏற்படாமல், ஒருவன் நல்லறச் செயல்களையே செய்துவருவானானால், அதுவே, அவன் வாழ்நாளில், தீமை வரக்கூடிய வழியைத் தடுத்து நிறுத்தக்கூடிய தடைக் கல்லாகக் கருதப்படும்.

அறத்தான் வருவதே இன்பம்மற் றெல்லாம்
புறத்த புகழும் இல. 39

அறநெறியொழுக்கத்தில் வாழ்வதன் மூலம் ஒருவருக்கு விளைவதே இன்பம் ஆகும்; அறமல்லாத வழிகளில் ஏற்படுவனவெல்லாம் இன்பம் பயக்காதவை ஆகும்; அவற்றால் புகழும் ஏற்படாது.

செயற்பால தோரும் அறனே ஒருவற்கு
உயற்பால தோரும் பழி. 40

ஒருவன் வாழ்நாளில், முயன்று செய்யவேண்டிய செயல், அறச்செயலே ஆகும். தன்னைத்தானே காத்துக்கொள்ள வேண்டுமானால், அவன் செய்யாமல் தவிர்க்க வேண்டிய செயல், பழிச் செயலேயாகும்.

இல்வாழ்க்கை

இல்வாழ்வான் என்பான் இயல்புடைய மூவர்க்கும்
நல்லாற்றின் நின்ற துணை. 41

இல்லற வாழ்வில் வாழ்பவன் என்று சொல்லப்படுபவன், இயல்பாகவே அவனுடைய ஆதரவைப் பெறவேண்டிய நிலையிலுள்ள தன் பெற்றோர், தன் மனைவி, தான் பெற்றெடுத்த மக்கள் ஆகிய மூன்று சாரார்க்கும், நல்வழியில் நின்று நிலையான உதவிகளைச் செய்யவேண்டிய துணைவனாவான்.

துறந்தார்க்கும் துவ்வா தவர்க்கும் இறந்தார்க்கும்
இல்வாழ்வான் என்பான் துணை. 42

துறவியர்க்கும், வறுமையால் உண்ண உணவின்றி வாடுவோர்க்கும், வயதால் காலங்கடந்து வாழும் முதியோர்க்கும் இல்லற வாழ்வில் வாழ்பவன் துணையாக இருக்கவேண்டியவன் ஆகிறான்.

தென்புலத்தார் தெய்வம் விருந்தொக்கல் தான்என்றாங்கு
ஐம்புலத்தாறு ஓம்பல் தலை. 43

தென்னாட்டைச் சேர்ந்த அறிவாளர்கள், வழிபடக்கூடிய மேலோர், விருந்தினர், சுற்றத்தார், தான் என்ற ஐந்து தரத்தாரையும், அறவழியில் நின்று, தனது பொருளால் காப்பாற்றிக்கொள்ள வேண்டியது, இல்வாழ்வானது தலையான கடமையாகும்.

பழிஅஞ்சிப் பாத்தூண் உடைத்தாயின் வாழ்க்கை
வழியெஞ்சல் எஞ்ஞான்றும் இல். 44

பொருள் திரட்டும்பொழுது, பழிக்கு அஞ்சி நேர்மையாகத் திரட்டியும், அதனைச் செலவிடும்போது பகுத்துக் கொடுத்துப் பிறரை உண்ண வைத்தும் செயலாற்றக்கூடிய தன்மை வாய்ந்தது என்றால், இல்வாழ்க்கையானது நெறிமுறை குன்றாமல் என்றும் நின்று நிலவும்.

அன்பும் அறனும் உடைத்தாயின் இல்வாழ்க்கை
பண்பும் பயனும் அது. 45

இல்வாழ்க்கையானது, எல்லோரிடத்திலும் அன்பு காட்டுதலையும், அறப்பணி ஆற்றுதலையும் உடையதாக அமையுமாயின், அவை முறையே ஒருவனது இல்லறவாழ்வின் பண்பாகவும் பயனாகவும் கருதப்படும்.

அறத்தாற்றின் இல்வாழ்க்கை யாற்றின் புறத்தாற்றில்
போஒய்ப் பெறுவது எவன். 46

ஒருவன் அறநெறியில் நின்று இல்வாழ்க்கையை ஒழுங்குற நடத்தி வருவானேயானால், அவன் இல்லறத்திற்குப் புறம்பான துறவற நெறியில் போய்ப் பெறக்கூடியது என்று எதுவுமில்லை.

இயல்பினான் இல்வாழ்க்கை வாழ்பவன் என்பான்
முயல்வாருள் எல்லாம் தலை. 47

நல்லமுறையில் அறநெறியில் நின்று இல்லற வாழ்வு நடத்துகிறவன் என்று சொல்லப்படுபவன், முயற்சியுடன் துறவுக்கோலம் பூண்டு வாழும் பிறர் எவரைக்காட்டிலும், மேம்பட்டவன் ஆவான்.

ஆற்றின் ஒழுக்கி அறனிழுக்கா இல்வாழ்க்கை
நோற்பாரின் நோன்மை உடைத்து. 48

பிறரையும் அறநெறியில் நடக்கவைத்துத் தானும் அறநெறி தவறாது வாழ்கின்றவனின் இல்வாழ்க்கையானது, தவம் மேற்கொள்ளும் துறவியர் நிலையைவிட மிகவும் வல்லமை வாய்ந்த ஒன்றாக அமைவதாகும்.

அறன் எனப்பட்டதே இல்வாழ்க்கை அஃதும்
பிறன்பழிப்பது இல்லாயின் நன்று. 49

அறநெறிகள் என்று சொல்லப்படுபவைகளில், சிறப்பித்துக் கூறப்படுவது இல்லற நெறியேயாகும். அவ் இல்லற வாழ்க்கையும், பிறரால் பழிக்கப்படும் குற்றமற்றதாக இருக்குமேயானால், அந்நிலையே மிகுந்த நன்மை பயக்கும்.

வையத்துள் வாழ்வாங்கு வாழ்பவன் வான்உறையும்
தெய்வத்துள் வைக்கப் படும். 50

உலகத்தில் வாழவேண்டிய முறைப்படி அறநெறியில் நிலைத்து நின்று வாழ்பவன், மறைந்த பிறகும், அவன் வானளாவிய புகழ்படைத்த மேலோர்களில் ஒருவனாக வைத்து, வையத்தாரால் எப்பொழுதும் மதிக்கப்படுவான்.

வாழ்க்கைத் துணைநலம்

மனைத்தக்க மாண்புடையள் ஆகித்தற் கொண்டான்
வளத்தக்காள் வாழ்க்கைத் துணை.   51

இல்வாழ்க்கைக்கு ஏற்ற நற்பண்புகள் உடையவளாகித் தன்னை இல்லாளாக ஏற்றுக்கொண்டவனது பொருள் வளத்துக்குத் தக்கபடி, வாழ்க்கையை நடத்துபவளே, நல்ல வாழ்க்கைத் துணைவி என்று புகழப்படுவாள்.

மனைமாட்சி இல்லாள்கண் இல்லாயின் வாழ்க்கை
எனைமாட்சித் தாயினும் இல்.   52

இல்வாழ்க்கைக்குத் தக்க நற்பண்பு, இல்லாள் ஒருத்தியிடம் இல்லாமற் போகுமேயானால், ஒருவனது வாழ்க்கை வேறு வகையில் எவ்வளவு பெருமையுடையதாக இருந்தபோதிலும், பயன் எதுவும் ஏற்படாது.

இல்லதுஎன் இல்லவள் மாண்பானால் உள்ளதுஎன்
இல்லவள் மாணாக் கடை.   53

மனைவி நற்பண்பு உடையவளாக இருப்பாளேயானால், ஒருவனுடைய வாழ்க்கையில் இல்லாதது என்று ஏதொன்றும் இல்லை; அவள் நற்பண்பு இல்லாதவளாக இருப்பாளேயானால், அவனது வாழ்க்கையில் இருக்கிறது என்று குறிப்பிட்டுச் சொல்லக்கூடியது எதுவும் இல்லை.

பெண்ணிற் பெருந்தக்க யாவுள கற்புஎன்னும்
திண்மையுண் டாகப் பெறின்.   54

இல்வாழ்வு நடத்தும் ஒரு பெண்ணிடம் கற்பு என்னும் மனவுறுதி மட்டும் இருந்துவிடுமேயானால், அத்தகைய பெண்ணைவிடப் பெருமை வாய்ந்தவை என்று சொல்லுவதற்கு, இவ்வுலகில் வேறு என்ன இருக்கமுடியும்? ஏதொன்றுமில்லை என்றவாறு.

தெய்வந் தொழாஅள் கொழுநன் தொழுதெழுவாள்
பெய்யெனப் பெய்யும் மழை.   55

வான்புகழ்கொண்ட மேலான ஒருவர் என்ற காரணங்கூறி, வேறு எவரையும் வழிபட்டு நடக்காமல், தன்னைக்கொண்ட கணவனை மட்டுமே நினைத்து, அவன் மனத்திற்கு ஏற்றபடி, அவனைப் பின்பற்றி நடப்பவள், பெய்ய வேண்டும் என்று விருப்பப்படும் காலத்தே பெய்யும் மழையைப் போன்றவள்.

தற்காத்துத் தற்கொண்டான் பேணித் தகைசான்ற
சொற்காத்துச் சோர்விலாள் பெண். *56*

கற்பு நெறியில் நின்று, தன்னையும் காத்துக்கொண்டு, தன் கணவனையும் பேணிக் காத்துக்கொண்டு, தகுதியோடுகூடிய தன் புகழையும் காத்துக்கொண்டு, சிறிதும் மனவுறுதி தளராமல் வாழ்கின்றவளே போற்றத்தக்க மனைவியாவாள்.

சிறைகாக்கும் காப்புஎவன் செய்யும் மகளிர்
நிறைகாக்குங் காப்பே தலை. *57*

கற்புகெடாமல் இருப்பதற்காக, மகளிரைச் சிறையில் அடைத்து வைத்துக் காவல் காப்பதன் மூலம், உருவான பலனை எய்தமுடியாது. மகளிர் தம் மனவுறுதி என்னும் தன்மையால், தங்களைத் தாங்களே காத்துக்கொள்ளும் காவல்தான் தலையாய காவல் ஆகும்.

பெற்றாற் பெறின்பெறுவர் பெண்டிர் பெருஞ்சிறப்புப்
புத்தேளிர் வாழும் உலகு. *58*

கணவனைப் போற்றி, உரிய கடமைகளை முறைப்படி செய்துமுடிக்கும் பெண்கள், வான்புகழ்கொண்டோர் பெயர் நிலவிடும் புகழுலகின் பட்டியலில், உயர்ந்த சிறப்புக்குரிய இடத்தைப் பெறுவர்.

புகழ்புரிந்த இல்லிலோர்க்கு இல்லை இகழ்வார்முன்
ஏறுபோல் பீடு நடை. *59*

கற்பின்மூலம் தம் புகழைக் காக்கக்கூடிய தக்க மனைவியரைப் பெறாதவர்கள் தம்மைப் பழித்துப்பேசும் பகைவர்முன், காளைபோல் பெருமித நடைபோட்டுச் செல்லும் சிறப்பினைப் பெறமாட்டார்கள்.

மங்கலம் என்ப மனைமாட்சி மற்றுஅதன்
நன்கலம் நன்மக்கட் பேறு. *60*

இல்வாழ்க்கைக்கு மங்கலமாகத் திகழ்வது, நல்லொழுக்கம் நிறைந்த மனைவியின் மாட்சிமையேயாகும் என்று உயர்ந்தோர் கூறுவர். அதற்கு ஏற்ற நன்கலமாக அமைவது, நல்ல மக்களைப் பெற்றெடுத்தலேயாகும் என்றும் கூறுவர்.

மக்கட்பேறு

பெறுமவற்றுள் யாம்அறிவது இல்லை அறிவறிந்த
மக்கட்பேறு அல்ல பிற. *61*

நாம் பெறும் பேறுகளில், அறிய வேண்டியவைகளை எல்லாம் அறிந்துகொள்ளக்கூடிய நல்ல அறிவுபடைத்த மக்களைப் பெறுவதைவிடச் சிறந்த பேறு, வேறொன்றும் இருப்பதாக நாம் கண்டறியக்கூடுவதில்லை.

எழுபிறப்பும் தீயவை தீண்டா பழிபிறங்காப்
பண்புடை மக்கட் பெறின். *62*

ஒருவர், குற்றமற்ற நல்ல பண்புடைய மக்களைப் பெற்றெடுத்து வளர்த்தால், அவரது வாழ்க்கையின் எழுச்சிக்குரிய எல்லா நிலைகளிலும், தீமைகள் வந்து சேர வழியில்லை.

தம்பொருள் என்பதம் மக்கள் அவர்பொருள்
தம்தம் வினையான் வரும். *63*

பெற்றோர், தமது மக்கள் அவரவர் செயல் முயற்சியால் பெறும் பொருள், முதுமைக் காலத்தில் தமக்கு உறுதுணையாக இருந்து பயன்படுத்துவதால், அம்மக்கள் தமக்குரிய பொருள் ஆவார் என்று உரிமை கொண்டாடுவர் என்று அறிவுடையோர் கூறுவர்.

அமிழ்தினும் ஆற்ற இனிதேதம் மக்கள்
சிறுகை அளாவிய கூழ். *64*

பெற்றோர்க்குத் தாம் பெற்றெடுத்த குழந்தைகள் தமது சிறிய கைகளைக் கொண்டு துளாவிய கூழானது, அமிழ்தத்தைவிட மிக இனிமை பயப்பதாக இருக்கும்.

மக்கள்மெய் தீண்டல் உடற்கின்பம் மற்றுஅவர்
சொற்கேட்டல் இன்பம் செவிக்கு. *65*

பெற்றோர், தம் குழந்தைகளின் மெய்யைத் தீண்டும்போது, அது அவரின் உடலுக்கு இன்பம் தரும்; குழந்தைகளின் மழலைச் சொற்களைக் கேட்கும்போது, அது அவரின் செவிக்கு இன்பம் பயக்கும்.

குழல்இனிது யாழ்இனிது என்பதம் மக்கள்
மழலைச்சொல் கேளா தவர்.   66

தம் குழந்தைகளின் மழலைச் சொற்களைக் கேட்டு, இன்புறாத பெற்றோர்கள் யாரோ, அவர்கள்தாம் குழலிசை மிக இனிமையானது, யாழிசை மிக இனிமையானது என்று கூறுவார்கள்.

தந்தை மகற்குஆற்றும் நன்றி அவையத்து
முந்தி யிருப்பச் செயல்.   67

தந்தையானவன், தன் மகனுக்குச் செய்யக்கூடிய உதவி என்று ஒன்று இருக்குமேயானால், அது தன் மகனைக் கல்வியில் வல்லவனாக ஆக்கிக் கற்றறிந்தோர் அவையில் யாவர்க்கும் முன்னிலையில் தலைவனாக வீற்றிருக்கும்படி செய்வதேயாகும்.

தம்மின்தம் மக்கள் அறிவுடைமை மாநிலத்து
மன்னுயிர்க் கெல்லாம் இனிது.   68

தம் மக்களின் அறிவுடைமையானது, பெற்றோர்க்கு இன்பம் பயக்கும் என்பது மட்டுமல்லாமல், இம்மாபெரும் உலகத்தில் வாழும் மக்கள் எல்லோர்க்கும் இன்பம் பயப்பதாக அமையும்.

ஈன்ற பொழுதில் பெரிதுவக்கும் தன்மகனைச்
சான்றோன் எனக்கேட்ட தாய்.   69

தாய், தன் மகன் சிறந்த அறிவுடையவனாகத் திகழ்கிறான் என்று பிறர் சொல்லக் கேட்கும்போது, அவனைப் பெற்றெடுத்த காலத்தில் அவள் பெற்ற மகிழ்ச்சியைவிட, மிகையான மகிழ்ச்சியைப் பெறுவாள்.

மகன்தந்தைக்கு ஆற்றும் உதவி இவன்தந்தை
என்னோற்றான் கொல்எனுஞ் சொல்.   70

மகன், தன்னைப் பெற்றெடுத்த தந்தைக்குச் செய்யக்கூடிய கைம்மாறு என்னவென்றால், இவன் தந்தை இவனை மகனாகப் பெற்றுப் பேரறிவுடையவனாக வளர்க்க, எப்படிப்பட்ட முயற்சிகளையெல்லாம் மேற்கொண்டானோ என்று பிறர் புகழ்ந்து சொல்லும் சொற்களேயாகும்.

அன்புடைமை

அன்பிற்கும் உண்டோ அடைக்குந்தாழ் ஆர்வலர்
புன்கண்நீர் பூசல் தரும். ***71***

அன்பை அடைத்து வைக்கக்கூடிய தாழ்ப்பாள் என்று யாதொன்றும் இருக்க முடியாது. தம் அன்பரது துன்பத்தைக் கண்டவுடன், ஒருவருடைய கண்களிலிருந்து வெளிப்படுகின்ற சிறு கண்ணீர்த் துளிகளேகூட, அவரிடத்திலுள்ள அன்பைப் பலரும் அறியச் செய்துவிடும்.

அன்பிலார் எல்லாம் தமக்குரியர் அன்புடையார்
என்பும் உரியர் பிறர்க்கு. ***72***

அன்பு இல்லாதவர்கள், எல்லாப் பொருள்களையும் தமக்கே உரியன என்று உரிமை கொண்டாடி உயிர் வாழ்வார்கள். அன்புடையவர்கள், அப்படிப்பட்ட பொருள்களை மட்டுமல்லாமல், தம் உடம்பையும் பிறர்க்கு உரிமை உடையனவாக ஆக்கிவிடுவார்கள்.

அன்போடு இயைந்த வழக்குஎன்ப ஆருயிர்க்கு
என்போடு இயைந்த தொடர்பு. ***73***

அருமை மிகுந்த நம் உயிருக்கும் உடம்புக்கும் இடையே பொருந்தி நிற்கும் நட்பு எப்படியோ, அப்படியேதான் அன்புக்கும், அன்போடு கூடிய செயலுக்கும் இடையே இருக்கும் உறவு ஆகும் என்று, அறிவுடையோர் கூறுவர்.

அன்புஈனும் ஆர்வம் உடைமை அதுஈனும்
நண்புஎன்னும் நாடாச் சிறப்பு. ***74***

பிறரிடம் நாம் காட்டும் அன்பு, அவரை நம்மீது விருப்பம் உடையவராக ஆக்கும்; அவ் விருப்பம் நட்பு என்னும் மேலானதொரு சிறப்பினை நாளடைவில் வளர்க்கும்.

அன்புற்று அமர்ந்த வழக்குஎன்ப வையகத்து
இன்புற்றார் எய்துஞ் சிறப்பு. ***75***

உலகில் இன்பம் பெறுபவராக ஒருவர் அடையும் சிறப்புதான், அவர் அன்புடையவராக ஒன்றியிருந்து செயல்படும் வாழ்க்கையின் பயன் ஆகும் என்று, அறிவுடையோர் கூறுவர்.

அறத்திற்கே அன்புசார்பு என்ப அறியார்
மறத்திற்கும் அஃதே துணை. 76

அறச்செயல் செய்வதற்கு அன்பு துணையாக என்றும் இருக்கவேண்டி இருக்கும் என்று உயர்ந்தோர் கூறுவார்கள். ஆராய்ந்து பார்த்தால், அறியாதார் செய்யும் அறமல்லாத தீமையை அகற்றுவதற்கும் அதுதான் துணையாக வேண்டியிருக்கும்.

என்புஇல் அதனை வெயில்போலக் காயுமே
அன்புஇல் அதனை அறம். 77

எலும்பு இல்லாத புழுவை, வெயில் எப்படி வாட்டி வருத்துமோ, அப்படியே, அன்பு இல்லாதவர்களை அறநெறியானது வாட்டி வருத்தும்.

அன்புஅகத் தில்லா உயிர்வாழ்க்கை வன்பாற்கண்
வற்றல் மரந்தளிர்த் தற்று. 78

நீர் வளமற்ற வன்மை மிகுந்த பாலை நிலத்தில் நிற்கும் பட்டுப்போன மரம், எப்படித் தழைக்காதோ, அப்படியே, உள்ளன்பு இல்லாதவர்களின் உயிர்வாழ்க்கையும் தழைக்காமல் போய்விடும்.

புறத்து உறுப்பு எல்லாம் எவன்செய்யும் யாக்கை
அகத்துஉறுப்பு அன்பி லவர்க்கு. 79

ஒருவருக்கு உடம்பின் வெளி உறுப்புக்களெல்லாம் சரியாக இருந்து, உடம்பின் உள் உறுப்பாகிய அன்பு மட்டும் இல்லாமற் போகுமேயானால், அவரின் உடம்பால் யாருக்குத்தான் என்ன பயன் ஏற்படமுடியும்? ஒரு பயனும் ஏற்படாது என்றவாறு.

அன்பின் வழியது உயிர்நிலை அஃதிலார்க்கு
என்புதோல் போர்த்த உடம்பு. 80

அன்போடு பொருந்தி இயங்கும் உடம்புதான், உயிர்நிலை பெற்று விளங்கும் உடம்பாகும்; அப்படிப்பட்ட அன்பு இல்லாதவரின் உடம்பு, எலும்பின்மேல் தோல் போர்த்தப்பட்ட வெற்றுடம்பேயாகும்.

விருந்தோம்பல்

இருந்தோம்பி இல்வாழ்வ தெல்லாம் விருந்தோம்பி
வேளாண்மை செய்தற் பொருட்டு.   81

இல்லற வாழ்க்கையில் இருந்து ஒருவர் பொருள்களைப் போற்றி வாழ்க்கை நடத்துதல் எதற்காக என்றால், வரும் விருந்தினரை அன்புடன் வரவேற்றுப் பேணி, அவர்களுக்கு வேண்டிய உதவிகளைச் செய்தற் பொருட்டேயாகும்.

விருந்து புறத்ததாத் தானுண்டல் சாவா
மருந்தெனினும் வேண்டற்பாற்று அன்று.   82

இல்லம் தேடிவந்த விருந்தினர், வெளியே உட்கார்ந்திருக்க, ஒருவன் தான் மட்டும் வீட்டுக்குள்ளே இருந்து உணவு உண்ணுவது என்பது, அப்படிப்பட்ட உணவு, சாவாமைக்குக் காரணமாக அமையக்கூடிய மருந்தாகவே இருந்தபோதிலும், அது விரும்பத்தக்கவொரு செயல் ஆகாது.

வருவிருந்து வைகலும் ஓம்புவான் வாழ்க்கை
பருவந்து பாழ்படுதல் இன்று.   83

நாள்தோறும் வீடுநோக்கி வருகைதரும் விருந்தினரைப் போற்றி வாழ்பவனின் வாழ்க்கை, வறுமையுற்றுத் துன்பத்தால் வருந்திக் கெட்டுப்போதல் என்பது எந்நாளுமில்லை. அவனுக்குப் பிறர் உதவி எப்பொழுதும் இருக்கும்.

அகனமர்ந்து செய்யாள் உறையும் முகனமர்ந்து
நல்விருந்து ஓம்புவான் இல்.   84

வீடு தேடிவரும் நல்ல விருந்தினரை, முகமலர்ச்சியோடு போற்றி வரவேற்கின்றவனுடைய வீட்டில், செல்வம் என்று கற்பனை செய்யப்படும் திருமகள் மனமகிழ்ச்சியோடு வாழ்வாள்.

வித்து மிடல்வேண்டும் கொல்லோ விருந்தோம்பி
மிச்சில் மிசைவான் புலம்.   85

வந்த விருந்தினரை வயிறார உண்பித்து, மிஞ்சிய உணவை மட்டும் உண்ணும் பண்புடையவனின் நிலத்தில், வித்திட்டு வளர்ந்த பயிர்க்கு வேலியிட்டா அதனைக் காக்கவேண்டி வரும்? அதனை ஊராரே விரும்பிக் கண்காணிப்பர். ஆதலால், வேலியிட வேண்டிய இன்றியமையாமை ஏற்படாது.

செல்விருந்து ஓம்பி வருவிருந்து பார்த்திருப்பான்
நல்விருந்து வானத் தவர்க்கு.   86

வந்து செல்லும் விருந்தினரைப் போற்றி உண்பித்து, இனி வரக்கூடிய விருந்தினரை எதிர்நோக்கி வரவேற்கக் காத்திருப்பவன், வான்புகழ் கொண்டோரின் பட்டியலில் அவன் மறைந்த பிறகும்கூடப் போற்றுதலுக்கு உரிய ஒருவனாகத் திகழ்வான்.

இனைத்துணைத்து என்பதுஒன்று இல்லை விருந்தின்
துணைத்துணை வேள்விப் பயன்.   87

விருந்தோம்பல் என்னும் விரும்பிச் செய்யப்படுகின்ற செயலின் பயன், இவ்வளவு அளவினையுடையது என்று அளந்து பார்க்கக்கூடியது அல்ல; விருந்தினரின் உவந்து ஏற்கும் தகுதியைப் பொறுத்தே, விருந்தின் சிறப்பு கருத்தில் கொள்ளப்படும்.

பரிந்து ஓம்பிப் பற்றுஅற்றேம் என்பர் விருந்துஓம்பி
வேள்வி தலைப்படா தார்.   88

விருந்தினரைப் போற்றி வரவேற்று விருந்தோம்பல் என்னும் செயலைச் செய்யாதவர்கள், தாம் ஈட்டிய பொருளைச் செலவு செய்யாமல், வருந்தி அதனைப் போற்றிக் காத்து வருவார்கள். பின்னர் அந்தப் பொருளை அவர்கள் இழக்கும்போதுதான், பொருளாசையைத் தாம் இனி விட்டுவிட்டோம் என்று கூறுவார்கள்.

உடைமையுள் இன்மை விருந்தோம்பல் ஓம்பா
மடமை மடவார்கண் உண்டு.   89

செல்வம் உள்ள காலத்திலும் ஒருவன் வறுமையிலே உழல்கின்றான் என்று சொல்லப்படுவது எதனால் என்றால், விருந்தோம்பல் என்னும் செயலைப் போற்றாத அறியாமையைக் குறித்தேயாகும். அப்படிப்பட்ட வறுமை நிலை, அறிவற்றவர்களிடத்தில் மட்டும்தான் இருப்பதாகும்.

மோப்பக் குழையும் அனிச்சம் முகந்திரிந்து
நோக்கக் குழையும் விருந்து.   90

மிக மெல்லியதாகிய அனிச்சப்பூ மூக்கினால் மோந்து பார்த்தவுடன் வாடிவிடும்; அதுபோல, ஒருவரின் முகம் மாறுபட்டு நோக்கியவுடன் விருந்தினர் முகம் வாடிப்போய் விடுவார்கள்.

இன்சொல் கூறல்

இன்சொலால் ஈரம் அளைஇப் படிறுஇலவாம்
செம்பொருள் கண்டார்வாய்ச் சொல். 91

மெய்யான அறப்பொருளின் தன்மையைக் கண்டவர்களின் வாயினின்று அன்போடு கலந்து, வஞ்சனை ஏதும் இல்லாமல் வெளிப்படும் சொல்தான், இன்சொல்லாகக் கருதப்படும்.

அகன்அமர்ந்து ஈதலின் நன்றே முகன்அமர்ந்து
இன்சொலன் ஆகப் பெறின். 92

ஒருவன் முகமலர்ச்சியோடு, இன்சொல் உடையவனாகத் திகழ்வானேயானால், அதுவே அவன் மனம் உவந்து ஒருவருக்குக் கொடுக்கும் ஒரு பொருளைவிட மிகுந்த நன்மையைப் பயப்பதாக அமையும்.

முகத்தான் அமர்ந்துஇனிது நோக்கி அகத்தானாம்
இன்சொ லினதே அறம். 93

ஒருவன், ஒருவரை முகமலர்ச்சியோடு காணும்போது, அவரை இனிமையாகப் பார்த்து, உள்ளன்போடுகூடிய இனிய சொற்களைக் கூறும் தன்மையே அறநெறிச் செயல் என்று சொல்லப்படும்.

துன்புறூஉம் துவ்வாமை இல்லாகும் யார்மாட்டும்
இன்புறூஉம் இன்சொ லவர்க்கு. 94

எவரிடத்திலும் இன்பம் பயக்கும் இனிய சொற்களையே சொல்லுபவர்க்குத் துன்பத்தைத் தரக்கூடிய வறுமை என்னும் கொடுமை இயல்பாகவே இல்லாமற் போய்விடும்.

பணிவுடையன் இன்சொலன் ஆதல் ஒருவற்கு
அணியல்ல மற்றுப் பிற. 95

பிறரிடத்தில் பணிவுடையோனாகவும், எவரிடத்திலும் இன்சொல் பகருபவனாகவும் ஒருவன் அமைந்திருப்பதே, அவனுக்குச் சிறந்த அணிகலனாகும். மற்ற வகையான அணிகலன்களெல்லாம் அவ்வளவாகச் சிறப்பித்துச் சொல்லக்கூடிய அணிகலன்கள் ஆகமாட்டா.

அல்லவை தேய அறம்பெருகும் நல்லவை
நாடி இனிய சொலின்.   96

பிறர்க்குப் பயன்தரும் நன்மையை ஆராய்ந்து பார்த்து, அதற்கு ஏற்ப ஒருவன் இனிய சொற்களையே சொல்லி வருவானேயானால், அவனை விட்டுத் தீமைகளும் அகலும்; அவனிடம் அறச் செயல்களும் பெருகும்.

நயன்ஈன்று நன்றி பயக்கும் பயன்ஈன்று
பண்பின் தலைப்பிரியாச் சொல்.   97

பிறர்க்குப் பயனையும் தந்து, நல்ல பண்பிலிருந்து நீங்காமலும் சொல்லப்படும் இனிய சொற்கள், ஒருவருக்கு இன்பத்தையும் தரும்; நன்மையையும் பயக்கும்.

சிறுமையுள் நீங்கிய இன்சொல் மறுமையும்
இம்மையும் இன்பந் தரும்.   98

பிறர்க்குத் துன்பம் பயக்கும் சிறுமைத் தன்மையிலிருந்து நீங்கிய இனிய சொற்கள், இப்போதைய நிலையிலும் சரி, பின்னர் ஏற்படக்கூடிய வேறுபட்ட நிலையிலும் சரி, ஒருவருக்கு இன்பத்தையே தருவனவாகும்.

இன்சொல் இனிதுஈன்றல் காண்பான் எவன்கொலோ
வன்சொல் வழங்கு வது.   99

இனிய சொற்கள் இன்பம் தரக்கூடியவை என்பதை நேரிடையாகக் காண்கிறவன், அவற்றிற்கு நேர்மாறான கடுஞ்சொற்களைச் சொல்லுவானேயானால், அதனால், ஒரு பயனும் அவனுக்கு ஏற்படாது என்பதை, அவன் உணரவேண்டும்.

இனிய உளவாக இன்னாத கூறல்
கனியிருப்பக் காய்கவர்ந் தற்று.   100

இனிய சொற்கள் தன்னிடத்தே இருக்கும்போது, அவற்றைக் கூறாமல், ஒருவன் கடுஞ்சொற்களைக் கூறுவதானது, சுவை தரும் பழங்கள் கையில் இருக்கும்போது, அவற்றை விட்டுவிட்டுக் கசப்பு மிகுந்த காய்களைப் பறித்துத் தின்ன விரும்புவதை ஒக்கும்.

செய்ந்நன்றி அறிதல்

செய்யாமல் செய்த உதவிக்கு வையகமும்
வானகமும் ஆற்ற லரிது.   101

ஒருவர், பிறன் ஒருவனின் நிலைமையை அறிந்து, அவனுக்கு வெளிப்படையாக உதவி செய்வதைக் காட்டிக்கொள்ளாமல், அவனுக்கு அவ்வப்போது மறைமுகமாகச் செய்துவரும் உதவிக்குக் கைம்மாறாக மண்ணகத்தையும் விண்ணகத்தையுங்கூட ஈடுசெய்து காட்டமுடியாது.

காலத்தி னால்செய்த நன்றி சிறிதுஎனினும்
ஞாலத்தின் மாணப் பெரிது.   102

ஒருவன் இடர்ப்பட்டுக் கொண்டிருக்கும் காலத்தில் பிறனொருவன் செய்யும் உதவி, அளவில் மிகச் சிறியதாக இருந்தபோதிலும், அதனால் ஏற்படக்கூடிய பலனை ஆராய்ந்து பார்த்தால், அது தன்மை அளவில் உலகத்தைவிடப் பெரிதாகவே இருக்கும்.

பயன்தூக்கார் செய்த உதவி நயன்தூக்கின்
நன்மை கடலின் பெரிது.   103

ஒருவன் தனக்கு எதிர்காலத்தில் எத்தகைய பயன் கிடைக்கக்கூடும் என்று ஏதொன்றையும் எதிர்பார்க்காமல், பிறர்க்கு அவன் செய்யக்கூடிய உதவியின் தன்மையை ஆராய்ந்து பார்த்தால், அதனால் ஏற்படும் நன்மை, கடலின் தன்மையைவிட அளவில் பெரிதாகவே இருக்கும்.

தினைத்துணை நன்றி செயினும் பனைத்துணையாக்
கொள்வர் பயன்தெரி வார்.   104

ஒருவன், தினை அளவு சிறிய உதவியைச் செய்தபோதிலும், அதன் பயனை நன்கு ஆராய்ந்து தெரிந்துகொண்டவர்கள், அதனையே பனையளவு பெரிதான நன்மையாகக் கொண்டு போற்றவே செய்வார்கள்.

உதவி வரைத்துஅன்று உதவி உதவி
செயப்பட்டார் சால்பின் வரைத்து.   105

ஒருவன் செய்த உதவி, அந்த உதவியின் அளவையும் தன்மையையும் பொறுத்து அல்ல; அந்த உதவியைப் பெற்றவரின் பண்பின் தன்மையைப் பொறுத்தே அது அளவிடப்படுகிறது.

மறவற்க மாசற்றார் கேண்மை துறவற்க
துன்பத்துள் துப்புஆயார் நட்பு. 106

குற்றமற்றவர்களிடத்தில் கொள்ளும் நட்புறவை ஒருவன் எந்த நேரத்திலும் மறத்தல் கூடாது. துன்பம் வந்த காலத்தில், தனக்கு உதவியாய் நின்று உதவி புரிந்தவரது நட்புறவை எந்த ஒரு நிலையிலும் விட்டுவிடக்கூடாது.

எழுமை எழுபிறப்பும் உள்ளுவர் தம்கண்
விழுமந் துடைத்தவர் நட்பு. 107

தமக்கு ஏற்பட்ட துன்பத்தை நீக்கியவர்களின் நட்புறவைச் சான்றோர்கள், எழுச்சி மிகுந்த தம் வாழ்வின் எல்லா நிலைகளிலும், நினைத்துப் போற்றுவார்கள்.

நன்றி மறப்பது நன்றுஅன்று நன்றுஅல்லது
அன்றே மறப்பது நன்று. 108

பிறர் ஒருவர் தனக்குச் செய்த நன்மையை, மறந்துவிடுவது என்பது நல்லதல்ல; அவர் செய்த தீமைகளை அப்பொழுதே மறந்துவிடுவது என்பது மிக நல்லதொரு பண்பாகும்.

கொன்றன்ன இன்னா செயினும் அவர்செய்த
ஒன்றுநன்று உள்ளக் கெடும். 109

முன்பு தனக்கு உதவிசெய்த ஒருவர், பின்பு கொலைக்கு ஒத்த தீமைகளைச் செய்ய முயன்றாலும், அவர் முன்பு செய்த அந்த ஓர் உதவியை நினைத்துப் பார்க்க முற்பட்டால், அத்தீமைகளால் ஏற்படக்கூடிய துன்பங்கள், உடனே நீங்கிவிடும்.

எந்நன்றி கொன்றார்க்கும் உய்வுண்டாம் உய்வுஇல்லை
செய்ந்நன்றி கொன்ற மகற்கு. 110

எவ்வகைப்பட்ட அறங்களை அழித்தவர்க்கும் தப்பிப் பிழைத்துக் கொள்ளுவதற்குக்கூட வழி உண்டாகக்கூடும்; ஆனால், ஒருவர் செய்த பேருதவியை மட்டும் மறந்துபோய் விடுபவருக்கு, எப்பொழுதும் நல்வாழ்வு என்பது ஏற்படுவதில்லை.

நடுவு நிலைமை

தகுதி எனஒன்று நன்றே பகுதியால்
பாற்பட்டு ஒழுகப் பெறின்.   111

பல்வேறு வகைப்பட்ட திறத்தினரான மக்களிடையே ஒன்றியிருந்து பழகும்படி நேரிட்டால், நடுவு நிலைமை என்று சொல்லப்படும் தகுதியோடு நடந்துகொள்ளுதல் என்ற ஒன்று மட்டுமே ஒருவருக்குச் சிறந்த நன்மையைப் பயப்பதாகும்.

செப்பம் உடையவன் ஆக்கம் சிதைவின்றி
எச்சத்திற்கு ஏமாப்பு உடைத்து.   112

நடுவு நிலைமையில் நிற்பவனுடைய செல்வமானது என்றும் அழிவில்லாதபடிக்கு, அவனுடைய வழிவழித் தலைமுறையினர்க்கும் உறுதியான பாதுகாப்புத் தருவதாக அமையும்.

நன்றே தரினும் நடுவுஇகந்தாம் ஆக்கத்தை
அன்றே ஒழிய விடல்.   113

நன்மையே பயப்பதாக இருந்தாலும், நடுவு நிலைமை தவறி ஒருவன் செல்வத்தைச் சேர்க்கக் கூடாது; அப்படி ஒருகால் செல்வம் சேருமாயின், அதனை அப்பொழுதே கைவிட்டு விடவேண்டும்.

தக்கார் தகவிலர் என்பது அவரவர்
எச்சத்தாற் காணப் படும்.   114

ஒருவர் நடுவு நிலைமையில் நிற்பவரா அல்லது நடுவு நிலைமையில் நில்லாதவரா என்பதை, முறையே அவருடைய வாழ்வுக்குப்பின் எஞ்சி நிற்கும் புகழைப் பொறுத்தும், பழியைப் பொறுத்தும் கண்டறியலாம்.

கேடும் பெருக்கமும் இல்அல்ல நெஞ்சத்துக்
கோடாமை சான்றோர்க்கு அணி.   115

கேடு ஏற்படுவது என்பதும், ஆக்கம் ஏற்படுவது என்பதும், உலகில் இயற்கையாக ஏற்படுவனவாகும்; அவை உலகில் இல்லாதவை அல்ல; அந்த இரண்டு நிலைகளிலும், நடுவு நிலைமை தவறாமல் இருத்தலே, சான்றோர்க்கு அழகு தரும் பண்பாகக் கருதப்படும்.

கெடுவல்யான் என்பது அறிகதன் நெஞ்சம்
நடுவுஓரீஇ அல்ல செயின். *116*

ஒருவன் தன் நெஞ்சறிய நடுவு நிலைமையிலிருந்து நீங்கி, நடுவு நிலையல்லாத செயல்களைச் செய்ய நினைப்பானேயானால், நான் கெட்டொழியப் போகிறேன் என்று அவனே அறுதியிட்டுக் கூறுகிறான் என்பதாக அறியவேண்டும்.

கெடுவாக வையாது உலகம் நடுவாக
நன்றிக்கண் தங்கியான் தாழ்வு. *117*

நடுவு நிலைமையுடன் அறநெறியில் நின்று நிலையாக வாழ்கின்ற ஒருவன் கேடுற்றுத் தாழ்வானாயின் அவனுடைய கேட்டை, உலகத்தார் ஒரு கேடாக என்றுமே எடுத்துக்கொள்ள மாட்டார்கள்.

சமன்செய்து சீர்தூக்கும் கோல்போல் அமைந்துஒருபால்
கோடாமை சான்றோர்க் கணி. *118*

தாம் முதலில் சமனாக இருந்து, பிறகு பொருளைச் சீர்தூக்கிப் பார்க்கும் துலாக்கோல் போல் அமைந்து, எதிலும் ஒரு பக்கமாக எப்பொழுதும் சாய்ந்துவிடாமல், நடுவு நிலைமையில் நின்று, தம்மைக் காப்பாற்றி வருவதே, சான்றோர்க்கு உரிய அழகான பண்பாகும்.

சொற்கோட்டம் இல்லது செப்பம் ஒருதலையா
உட்கோட்டம் இன்மை பெறின். *119*

உள்ளத்தின்கண் கோணுதல் இல்லாமையை ஒருவன் உறுதியாகப் பெற்றிருந்தால், பின்னர் அவனது சொல்லின்கண் கோணுதல் இல்லை என்பது உறுதிப்படும். அதுவே, நடுவு நிலைமைக்கு உரிய தன்மையாகக் கருதப்படும்.

வாணிகம் செய்வார்க்கு வாணிகம் பேணிப்
பிறவும் தமபோல் செயின். *120*

பிறர் பொருளையும் தம் பொருள்போல் கருதி, நடுவு நிலைமையோடு வாணிகம் செய்தால், அதுவே, வாணிகம் செய்வார்க்கு நல்ல ஊதியம் தருவதாக அமையும்.

அடக்கம் உடைமை

அடக்கம் அமர்அருள் உய்க்கும் அடங்காமை
ஆர்இருள் உய்த்து விடும்.   121

அடக்கம் என்னும் பண்பானது, ஒருவன் விரும்பி நிற்கின்ற அருளை அவனுக்குக் கொடுக்கவல்லது; அடக்கமில்லாமை என்னும் தீய பண்பானது, அவனுக்கு அளவில்லாத துன்பத்தைக் கொடுத்துவிடும் என்பது உறுதி.

காக்க பொருளா அடக்கத்தை ஆக்கம்
அதனின்ஊங்கு இல்லை உயிர்க்கு.   122

ஒருவன் அடக்கப் பண்பைச் சிறந்த பொருளாக எண்ணி அதனைப் பாதுகாத்து வரவேண்டும்; மனித உயிர்களுக்கு அவ்அடக்கப் பண்பைவிட மேலானதொரு ஆக்கம் பயக்கும் செல்வம் வேறொன்றும் இல்லை.

செறிவறிந்து சீர்மை பயக்கும் அறிவறிந்து
ஆற்றின் அடங்கப் பெறின்.   123

அடக்கம் என்பது அறிவுடைமையாகும் என்பதை அறிந்து, ஒருவன் நல்வழியில் அடக்கமாக நடந்துகொண்டால், அவனுடைய அடக்கப் பண்பை உலகோர் அறிந்து, அவனுக்கு மேன்மையானதொரு நிலையை அளிப்பர்.

நிலையில் திரியாது அடங்கியான் தோற்றம்
மலையினும் மாணப் பெரிது.   124

தன் நல்லொழுக்க நிலையிலிருந்து மாறுபடாமல், அடக்கமாய் நடந்துகொள்பவனுடைய உயர்ந்த தோற்றப் பொலிவு, தன்மை அடிப்படையில் மலையின் உயர்ச்சியைக் காட்டிலும் மிகவும் பெரியதாகக் கருதப்படும்.

எல்லார்க்கும் நன்றாம் பணிதல் அவருள்ளும்
செல்வர்க்கே செல்வந் தகைத்து.   125

அடக்கமாய் நடந்துகொள்வது என்பது, பொதுவாக வறியர் செல்வர் என்னும் யாவர்க்கும் நலம் பயப்பதாக அமையும். அவர்களுக்குள்ளும் செல்வம் மிகுந்தவர்களிடத்திலே அடக்கம் இருந்துவிட்டால் அதுவே, அவர்களுக்கு மற்றொரு செல்வமாக அமைந்துவிடும்.

ஒருமையுள் ஆமைபோல் ஐந்தடக்கல் ஆற்றின்
எழுமையும் ஏமாப்பு உடைத்து. *126*

தன் முதுகு ஓட்டுக்குள் ஐந்து உறுப்புக்களையும் அடக்கிக்கொள்ளும் ஆமையைப் போல் ஒருவன் தன் வாழ்நாளின் ஒரு நிலையில் ஐம்புலன்களையும் அடக்கி ஆள்வதில் வல்லவனாகத் திகழ்ந்தால், அச்செயல், எல்லா நிலைகளிலும் தீமைகளை அண்டவிடாமல் பாதுகாக்கும் சிறப்பினை உடையதாக அமையும்.

யாகாவார் ஆயினும் நாகாக்க காவாக்கால்
சோகாப்பர் சொல்இழுக்குப் பட்டு. *127*

ஒருவர், தாம் காக்க வேண்டியவைகளில், எவற்றைக் காக்கத் தவறினாலும், தம் நாவை மட்டுமாவது கட்டாயம் காக்கவேண்டும். அப்படிக் காக்கத் தவறினால், அவர் சொற்குற்றத்தில் அகப்பட்டுக்கொண்டு, பெரிதும் துன்பப்படுவார்.

ஒன்றானும் தீச்சொல் பொருட்பயன் உண்டாயின்
நன்றாகா தாகி விடும். *128*

நல்ல சொற்களைச் சொல்லும்போது, அவற்றில் ஒரு சொல் தீய சொல்லாக இருந்து, அதனால் பிறர்க்குத் துன்பந்தான் விளையும் என்று இருக்குமேயானால் மற்ற நல்ல சொற்களால் ஏற்படக்கூடிய நன்மையும்கூடப் பயன்படாமற் போய்விடும்.

தீயினால் சுட்டபுண் உள்ஆறும் ஆறாதே
நாவினால் சுட்ட வடு. *129*

தீயினால் சுட்ட புண் உடலின் புறத்தே வடுவை உண்டாக்கினாலும், அதனால் ஏற்படும் வருத்தம் மனத்தினுள்ளே ஆறிவிடும்; ஆனால், நாவினால் தீய சொற்களின் மூலம் மனத்தைச் சுட்ட புண் உள்ளத்தின்கண் எப்பொழுதும் ஆறாமலேயே இருக்கும்.

கதங்காத்துக் கற்றடங்கல் ஆற்றுவான் செவ்வி
அறம்பார்க்கும் ஆற்றின் நுழைந்து. *130*

சினம் ஏற்படாமல் தன்னைத்தானே காத்துக்கொண்டு, கற்க வேண்டியவற்றை எல்லாம் கற்று அடக்கத்தை மேற்கொள்வானேயானால், அவனைச் சென்றடையக்கூடிய வழியை அறமானது எளிதில் ஏற்படுத்திவிடும்.

ஒழுக்கம் உடைமை

ஒழுக்கம் விழுப்பம் தரலான் ஒழுக்கம்
உயிரினும் ஓம்பப் படும். *131*

ஒழுக்கம் ஒருவருக்கு மேன்மையான நிலையைத் தருவதாக அமைந்திருப்பதால், அந்த ஒழுக்கமுடைமையே அவரது உயிரைக் காட்டிலும் மிகச் சிறந்ததாகப் போற்றிக் காப்பாற்றப்பட வேண்டியதாகும்.

பரிந்துஓம்பிக் காக்க ஒழுக்கம் தெரிந்துஓம்பித்
தேரினும் அஃதே துணை. *132*

வருந்திப் போற்றியாவது, ஒருவன் எப்படியும் ஒழுக்கப் பண்பைக் காக்க வேண்டும்; நற்பண்புகள் பலவற்றையும் நன்கு ஆராய்ந்து பார்த்துத் தெளிவுற்றாலும், எல்லாவற்றையும்விட அவ்ஒழுக்கப் பண்பே ஒருவனுக்கு உற்ற துணையாக விளங்கும்.

ஒழுக்கம் உடைமை குடிமை இழுக்கம்
இழிந்த பிறப்பாய் விடும். *133*

நல்லொழுக்கம் உடையவராக ஒருவர் வாழ்வதே, உயர்ந்த குடிப்பிறப்பின் தன்மையை, உணர்த்துவதாக அமையும்; ஒழுக்கமின்மை தாழ்ந்த குடிப்பிறப்பின் தன்மையை உணர்த்துவதாகிவிடும்.

மறப்பினும் ஓத்துக் கொளலாகும் பார்ப்பான்
பிறப்பொழுக்கங் குன்றக் கெடும். *134*

அறநெறி நூல்களை நன்கு கற்று ஆராய்ந்து பார்ப்பவன், அவற்றையெல்லாம் மறந்து போய்விட்டாலும் மீண்டும் அவற்றைக் கற்றுத் தெரிந்துகொண்டு விடலாம். ஆனால், உயர்குடியைச் சார்ந்த ஒருவனின் மனிதப் பிறப்புக்குரிய ஒழுக்கம் குன்றிப் போகுமேயானால் அவன் கெட்டொழிந்தே போவான்.

அழுக்காறு உடையான்கண் ஆக்கம்போன்று இல்லை
ஒழுக்கம் இலான்கண் உயர்வு. *135*

பொறாமை உடையவனிடத்தில் செல்வம் எவ்வாறு நிலைபெறாமல் போகுமோ, அவ்வாறே ஒழுக்கம் இல்லாதவனிடத்தில், சிறப்பு நிலை பெறாமல் போய்விடும்.

ஒழுக்கத்தின் ஒல்கார் உரவோர் இழுக்கத்தின்
ஏதம் படுபாக்கு அறிந்து. *136*

ஒழுக்கம் தவறுதலால், குற்றம் ஏற்படுவதை நன்கு அறிந்து, மனவலிமையுடைய சான்றோர்கள், நல்லொழுக்க நெறியிலிருந்து ஒருகாலும் தளர்ந்து போகமாட்டார்கள்.

ஒழுக்கத்தின் எய்துவர் மேன்மை இழுக்கத்தின்
எய்துவர் எய்தாப் பழி. *137*

யாரொருவரும் ஒழுக்கப் பண்பால் மேம்பாட்டு நிலையை அடையவே செய்வார்கள்; அவர் ஒழுக்கத்திலிருந்து தவறுவாரேயானால், அடையக்கூடாத பெரும் பழியை அடைந்தே தீருவார்.

நன்றிக்கு வித்தாகும் நல்ஒழுக்கம் தீயொழுக்கம்
என்றும் இடும்பை தரும். *138*

நல்லொழுக்கம் என்பது, எப்பொழுதும் நன்மைக்கு அடிப்படைக் காரணமாகவே அமையும்; தீயொழுக்கம் என்பது, எப்பொழுதும் துன்பத்தையே தரும்.

ஒழுக்கம் உடையவர்க்கு ஒல்லாவே தீய
வழுக்கியும் வாயால் சொலல். *139*

தீயசொற்களைத் தவறியும் தம் வாயால் சொல்லுதல் என்பது நல்லொழுக்கம் உடையோர்க்கு எந்த ஒருநாளும் பொருந்தியே வராது.

உலகத்தோடு ஒட்ட ஒழுகல் பலகற்றும்
கல்லார் அறிவிலா தார். *140*

பல நூல்களையும் நன்கு கற்றறிந்தபோதிலும், உலகில் வாழும் உயர்ந்த பெருமக்களோடு சார்ந்து ஒழுகும் முறையைக் கற்றுக்கொள்ளாதவர்கள், அறிவில்லாதவர்களாகவே கருதப்படுகிறார்கள்.

பிறன்இல் விழையாமை

பிறன்பொருளாள் பெட்டுஒழுகும் பேதைமை ஞாலத்து
அறம்பொருள் கண்டார்கண் இல். *141*

பிறன் ஒருவனுக்கு உரிமையுடைய மனைவியை விரும்பி, அவளைத் தாம் எப்படியும் அடைய நினைக்கும் அறியாமை, உலகத்தில் அறநூல்களையும், பொருள் நூல்களையும் உண்மையாக ஆராய்ந்து அறிந்தவர்களிடம் இருப்பது இல்லை.

அறன்கடை நின்றாருள் எல்லாம் பிறன்கடை
நின்றாரின் பேதையார் இல். *142*

அறநெறியை விட்டுவிட்டுத் தீய நெறியில் நிற்பவர்கள் எல்லோருள்ளும், பிறன் ஒருவனுடைய மனைவியை விரும்பி, அவனுடைய வீட்டு வாயில் சென்று நிற்பவர்களைப் போன்ற அறிவிலிகள், எவரும் இருக்கமாட்டார்கள்.

விளிந்தாரின் வேறல்லர் மன்ற தெளிந்தார்இல்
தீமை புரிந்தொழுகு வார். *143*

ஐயப்பாட்டிற்கு இடமில்லாமல், தம்மை நல்லவர் என்று நம்பிய ஒருவருடைய மனைவியிடத்தே விருப்பங்கொண்டு, தீய ஒழுக்கத்தில் ஈடுபடுபவர், இறந்தவர்களைக் காட்டிலும் வேறானவர்கள் ஆகார்; அவர்கள் இறந்தவர்களாகவே கருதப்பட வேண்டியவராவார்.

எனைத்துணையர் ஆயினும் என்னாம் தினைத்துணையும்
தேரான் பிறன்இல் புகல். *144*

தினை அளவுகூடத் தம் பிழையை ஆராய்ந்து பார்க்காமல், பிறன் ஒருவனுடைய மனைவியை விரும்பிச் செல்லுதல், அவர் எவ்வளவு மதிப்புடையவராக இருந்தபோதிலும், எவராலும் சிறிதுகூட மதிக்கப்பட மாட்டார்கள்.

எளிதென இல்இறப்பான் எய்தும்எஞ் ஞான்றும்
விளியாது நிற்கும் பழி. *145*

அடைதல் எளிது என்று எண்ணிப் பிறன் ஒருவனுடைய மனைவியிடம், முறைதவறிச் செல்கின்றவன் எந்தக் காலத்திலும், அழியாமல், நிலைத்து நிற்கக்கூடிய பழியை எய்துவான்.

பகைபாவம் அச்சம் பழியென நான்கும்
இகவாவாம் இல்இறப்பான் கண்.   *146*

பிறன் ஒருவனுடைய மனைவியிடம் முறைதவறிச் செல்லுகின்றவனிடத்தில், பகைமை – தீமை – அச்சம் – பழி ஆகிய நான்கு தீய பண்புகளும், எப்பொழுதும் நீங்காமல் இருப்பனவாகும்.

அறன்இயலான் இல்வாழ்வான் என்பான் பிறன்இயலாள்
பெண்மை நயவா தவன்.   *147*

அறநெறிப்படி இல்வாழ்க்கையை நடத்துகின்றவன் என்று சொல்லப்படுபவன் யாவன் என்றால், பிறன் ஒருவனுடைய மனைவியது பெண்மை இன்பத்தை விரும்பாதவனே ஆவான்.

பிறன்மனை நோக்காத பேராண்மை சான்றோர்க்கு
அறன் ஒன்றோஆன்ற ஒழுக்கு.   *148*

பிறன் ஒருவனுடைய மனைவியை விரும்பி நோக்காத பேராண்மை என்பது, சான்றோர்க்கு வெறும் அறமாக மட்டும் அமையாமல், சிறந்த ஒழுக்கப் பண்பாகவும் அமைவதாகும்.

நலக்குரியார் யார்எனின் நாமநீர் வைப்பின்
பிறற்குஉரியாள் தோள்தோயா தார்.   *149*

அச்சம் தரக்கூடிய கடலால் சூழப்பட்ட உலகத்தில் நன்மை எய்துவதற்குரிய தகுதியடைந்தவர் யார் என்றால், பிறன் ஒருவனுக்கு உரிமையுடையவளாகத் திகழ்பவளது தோளைத் தீண்டாமல் இருப்பவரே ஆவார்.

அறன்வரையான் அல்ல செயினும் பிறன்வரையாள்
பெண்மை நயவாமை நன்று.   *150*

ஒருவன் அறநெறியைக் கடைப்பிடிக்காமல், அறமல்லாதவற்றை எல்லாம் செய்தபோதிலும்கூட, பிறன் ஒருவனுக்கு உரிமையுடையவளது பெண் இன்பத்தை விரும்பாமல் இருப்பது, மிகுந்த நலம் பயப்பதாக அமையும்.

பொறை உடைமை

அகழ்வாரைத் தாங்கும் நிலம்போலத் தம்மை
இகழ்வார்ப் பொறுத்தல் தலை. *151*

தன்னைத் தோண்டுபவர்களாக இருந்தாலும், அவர்களின் செயலைப் பொறுமையுடன் தாங்கிக்கொள்ளும் நிலம்போலத் தம்மை இகழ்பவர்களாக இருந்தாலும், அவர்களின் இழிசெயலைப் பொறுத்துக்கொள்ளுதல், ஒருவரின் தலையாய பண்பாகும்.

பொறுத்தல் இறப்பினை என்றும் அதனை
மறத்தல் அதனினும் நன்று. *152*

பிறர் தமக்கு இழைக்கும் தீங்கைப் பொறுத்துக்கொள்ளுதல் என்பது, எப்பொழுதும் போற்றப்படும்; அத்தகைய தீங்கை நினைவில் கொள்ளாமல் அறவே மறந்துவிடுதல் என்பது, அப்படிப் பொறுத்தலைக் காட்டிலும் மிக்க நல்லதொரு செயலாகக் கொள்ளப்படும்.

இன்மையுள் இன்மை விருந்துஒரால் வன்மையுள்
வன்மை மடவார்ப் பொறை. *153*

தேடிவரும் விருந்தினரைப் பேணிக் காக்கமுடியாமல் நீக்கிவைத்தல் என்பது, ஒருவனுக்கு வறுமையுள்ளும் வறுமையாகக் கருதப்படும்; அதுபோல, அறியாதவர் முயன்று செய்த குற்றத்தை ஒருவன் பொறுத்துக்கொள்ளுதல் என்பது, வல்லமையுள்ளும் வல்லமையாகக் கொள்ளப்படும்.

நிறையுடைமை நீங்காமை வேண்டின் பொறையுடைமை
போற்றி ஒழுகப் படும். *154*

ஒருவன், நிறைந்த சான்றாண்மையுடையவனாக இருக்கும் பண்பு, தன்னைவிட்டு நீங்காமல் இருக்கவேண்டும் என்று விரும்புவானேயானால், அவன் பொறுமையைப் போற்றி என்றென்றும் காப்பாற்றி வரவேண்டும்.

ஒறுத்தாரை ஒன்றாக வையாரே வைப்பர்
பொறுத்தாரைப் பொன்போல் பொதிந்து. *155*

அறியாமல்தீங்குசெய்தவர்களை மன்னித்துப்பொறுத்துக்கொள்ளாமல், அவர்களைத் தண்டிப்பவர்களை, உலகத்தார் ஒரு பொருளாக மதிக்கமாட்டார்கள். ஆனால், பொறுத்துக் கொள்பவர்களை, உலகத்தார் என்றும் பொன்னைப் போற்றுவதுபோல் மனத்தில் வைத்துப் போற்றுவார்கள்.

ஒறுத்தார்க்கு ஒருநாளை இன்பம் பொறுத்தார்க்குப்
பொன்றுந் துணையும் புகழ். *156*

தமக்கு, அறியாது தீங்கு செய்பவர்களைத் தண்டிப்பவர்களுக்கு, அந்த ஒருநாள் மட்டும் இன்பம் ஏற்படும்; ஆனால், அந்தத் தீங்கைப் பொறுத்துக் கொள்பவர்க்கு, அவர்கள் இறக்கும் வரையிலும்கூடப் புகழ் நிலைத்து நிற்கும்.

திறன்அல்ல தற்பிறர் செய்யினும் நோநொந்து
அறன்அல்ல செய்யாமை நன்று. *157*

தகுதியற்ற தீங்கான செயல்களைத் தனக்குப் பிறர் செய்தபோதிலும், அவற்றையே திருப்பிச் செய்தால், அவர்களுக்குத் துன்பம் உண்டாகக்கூடும் என்பதை ஒருவன் நினைந்து வருந்தி, அறமல்லாத தீய செயல்களைத் திரும்ப அவர்களுக்குச் செய்யாமலிப்பது நலம் பயப்பதாகும்.

மிகுதியான் மிக்கவை செய்தாரைத் தாம்தம்
தகுதியான் வென்று விடல். *158*

பல்வேறு வகையான வலிமைகளையும் கொண்டு, ஒருவர் செருக்கினால் தமக்குத் தீங்கான செயல்களைச் செய்தாலும், தாம் தம்முடைய பொறையுடைமை என்னும் பண்பினால், அவரை வென்றுவிட வேண்டும்.

துறந்தாரின் தூய்மை உடையர் இறந்தார்வாய்
இன்னாச்சொல் நோற்கிற் பவர். *159*

நல்ல நெறிமுறைகளை எல்லாம் மீறி நடந்துகொள்பவரின் வாயினின்று வெளிப்படும் கொடிய சொற்களைப் பொறுத்துக்கொள்பவர், தீயவற்றை எல்லாம் துறந்த தூய துறவிகளைப்போலத் தூய்மையான பண்புடையவர்கள் ஆவார்கள்.

உண்ணாது நோற்பார் பெரியர் பிறர்சொல்லும்
இன்னாச்சொல் நோற்பாரின் பின். *160*

பிறர் சொல்லும் கொடிய சொற்களைப் பொறுத்துக் கொள்பவர்களுக்கு அடுத்த நிலையில்தான், உணவு உட்கொள்ளாமல் நோன்பு இருக்கும் பெரியவர்கள்கூட வைத்து எண்ணப்படுவார்கள்.

அழுக்காறாமை

ஒழுக்காறாக் கொள்க ஒருவன்தன் நெஞ்சத்து
அழுக்காறு இலாத இயல்பு.   *161*

ஒருவன் தன் மனத்தின்கண், பொறாமை கொள்ளாமல் வாழும் தன்மையைத் தனக்கு உரிய ஒழுக்க நெறியாகக்கொண்டு என்றும் திகழவேண்டும்.

விழுப்பேற்றின் அஃதொப்பது இல்லையார் மாட்டும்
அழுக்காற்றின் அன்மை பெறின்.   *162*

ஒருவன் எவரிடத்திலும் பொறாமை இல்லாதிருக்கப் பெறுவானேயானால், அவன் பெறத்தக்க மேலான பேறுகள் எல்லாவற்றிலும், அந்தப் பொறாமை அற்ற நிலைக்கு ஒப்பான பேறு வேறொன்றும் இல்லை என்றுதான் கூறவேண்டும்.

அறன்ஆக்கம் வேண்டாதான் என்பான் பிறனாக்கம்
பேணாது அழுக்கறுப் பான்.   *163*

பிறன் ஒருவனது செல்வச் செழிப்புக் கண்டு மகிழ்ச்சியடையாமல், மனம் பொறுக்காமல் பொறாமைப்படுபவன்தான், அறத்தின் மூலம் பெறக்கூடிய பொருளை விரும்பாதவன் என்று கருதப்படுவான்.

அழுக்காற்றின் அல்லவை செய்யார் இழுக்காற்றின்
ஏதம் படுபாக்கு அறிந்து.   *164*

அறமல்லாத பொறாமை போன்ற தீயவழியில் துன்பம் நேரிடுதலை நன்கு அறிந்த அறிவுடையோர்கள், பொறாமை எண்ணங்கொண்டு, அறமல்லாத செயல்களை ஒருபோதும் செய்ய முன்வர மாட்டார்கள்.

அழுக்காறு உடையார்க்கு அதுசாலும் ஒன்னார்
வழுக்கியும் கேடுஈன் பது.   *165*

பகைவர்கள் தீங்கு செய்யத் தவறினாலும், தவறாமல் கேட்டினை ஒருவருக்குத் தருவது பொறாமையேயாகும்; பொறாமை உடையவர்களுக்கு வேறு பகைவரே வேண்டாம்; ஏனெனில், கேடு பயப்பதற்குப் பொறாமைப்படும் செயல் ஒன்றே போதுமானது.

கொடுப்பது அழுக்கறுப்பான் சுற்றம் உடுப்பதூஉம்
உண்பதூஉம் இன்றிக் கெடும்.   *166*

ஒருவர், பிறர்க்குக் கொடுக்கும் பொருளுதவியைக் கண்டு பொறாமை கொள்ளுகிறவன் மட்டுமல்லாமல், அவனுடைய சுற்றத்தாரும் சேர்ந்து, உடுக்க உடையும், உண்ண உணவும் இல்லாமல் கெட்டுப்போவார்கள்.

அவ்வித்து அழுக்காறு உடையானைச் செய்யவள்
தவ்வையைக் காட்டி விடும்.   *167*

செல்வத்தின் உருவகமாகக் கற்பனையாகக் கொள்ளப்படும் திருமகள், பொறாமை கொண்ட அவனைக் கண்டு, அவனிடத்து மனம் வெறுப்படைந்து, அவனை, வறுமையின் உருவகமாகக் கற்பனையாகக் கொள்ளப்படும் மூத்த மகளுக்கு (மூதேவிக்கு) அடையாளங் காட்டிவிட்டு, அவனைவிட்டு அகன்றுவிடுவாள்.

அழுக்காறு எனஒரு பாவி திருச்செற்றுத்
தீயுழி உய்த்து விடும்.   *168*

பொறாமை எனப்படும் ஒரு தீய சக்தி, ஒருவனுடைய செல்வத்தையும் கெடுத்து, அவனையும் தீய வழியில் செலுத்திவிடும்.

அவ்விய நெஞ்சத்தான் ஆக்கமும் செவ்வியான்
கேடும் நினைக்கப் படும்.   *169*

பொறாமைகொண்ட நெஞ்சம் படைத்தவனுடைய செல்வ நிலையையும், பொறாமை அற்ற நல்லவனது வறுமை நிலையையும், அறிவுடையோர் நன்கு ஆராய்ந்து பார்த்தே நல்ல பண்புடையவனை மட்டும் போற்றுவர்.

அழுக்கற்று அகன்றாரும் இல்லை அஃதுஇல்லார்
பெருக்கத்தின் தீர்ந்தாரும் இல்.   *170*

பொறாமைப்பட்டு அதன் மூலம் செல்வப் பெருக்கத்தை அடைந்தவர் உலகத்தில் எவரும் இல்லை; பொறாமை அற்றவராய் இருந்து, அதனால் செல்வப் பெருக்க நிலையிலிருந்து அழிந்துபோனவரும் உலகத்தில் எவரும் இல்லை.

வெஃகாமை

நடுவுஇன்றி நன்பொருள் வெஃகின் குடிபொன்றிக்
குற்றமும் ஆங்கே தரும். *171*

நடுவுநிலையில் நில்லாது, பிறர்க்கு உரிய நல்ல பொருளை, ஒருவன் தனக்கு உரிய பொருளாகக் கவர்ந்துகொள்ள விரும்புவானேயானால், அவனுடைய குடி கெட்டுப்போவது மட்டுமல்லாமல், குற்றங்களும் அப்பொழுதே அவனிடம் வந்து சேர்ந்துவிடும்.

படுபயன் வெஃகிப் பழிப்படுவ செய்யார்
நடுவுஅன்மை நாணு பவர். *172*

நடுவு நிலைமை இல்லாதவற்றை எல்லாம் கண்டறிந்து நாணி ஒதுங்குபவர்கள், பிறர்க்குரிய பொருளைக் கவருவதன் மூலம் கிடைக்கக்கூடிய பயன்களை விரும்பிப் பழிதரும் செயல்களை ஒருபோதும் செய்ய மாட்டார்கள்.

சிற்றின்பம் வெஃகி அறன்அல்ல செய்யாரே
மற்றின்பம் வேண்டு பவர். *173*

அறத்தால் கிடைக்கக்கூடிய நிலைத்த நல்லின்பத்தை விரும்புகின்றவர்கள், பிறர் பொருளைக் கவருவதால், சிறுபொழுது மட்டுமே கிடைக்கக்கூடிய நிலையில்லாத இன்பத்தை விரும்பிக் குற்றமான செயல்களை ஒருபோதும் செய்யமாட்டார்கள்.

இலம்என்று வெஃகுதல் செய்யார் புலம்வென்ற
புன்மையில் காட்சி யவர். *174*

ஐம்புலன்களையும் அடக்கி ஆள்வதில் வென்ற குற்றமற்ற அறிவினை உடையவர்கள், தாம் வறுமையுற்றுள்ளோம் என்று எண்ணி வருந்துகின்ற நிலையிலும்கூடப் பிறருடைய பொருளை ஒருநாளும் கவர விரும்பமாட்டார்கள்.

அஃகி அகன்ற அறிவென்னாம் யார்மாட்டும்
வெஃகி வெறிய செயின். *175*

பலரிடத்திலும் உள்ள பொருளைக் கவர்ந்துகொள்ள விரும்பி, அறிவற்ற செயல்கள் பலவற்றையும் அறிவுடையோன் செய்ய முற்படுவானேயானால், அவன் மிகவும் கற்றுத் தேர்ந்து பெற்ற அறிவால் ஏற்படக்கூடிய பயன் என்று ஏதொன்றும் இல்லை.

அருள்வெஃகி ஆற்றின்கண் நின்றான் பொருள்வெஃகி
பொல்லாத சூழக் கெடும். *176*

அருட் பண்பைப் பெரிதும் விரும்பி, அறநெறியில் நின்று ஒழுகுபவன், பிறர் பொருளை விரும்பி அதனைப் பெறுவதற்கான தீய வழிகளைப் பின்பற்ற எண்ணுவானேயானால், அவன் எப்படியும் கெட்டொழிந்து போய்விடுவான்.

வேண்டற்க வெஃகியாம் ஆக்கம் விளைவயின்
மாண்டற்கு அரிதாம் பயன். *177*

பிறருடைய பொருளை வஞ்சித்துக் கவர்ந்து அதனால் ஏற்படும் செல்வத்தை ஒருவன் விரும்பக்கூடாது; அப்படிப்பட்ட செல்வத்தின் பயனை நுகரும்போது, அவனுக்கு நன்மை ஏற்படுவது என்பது அரிதாகவே இருக்கும்.

அஃகாமை செல்வத்திற்கு யாதெனின் வெஃகாமை
வேண்டும் பிறன்கைப் பொருள். *178*

ஒருவனுடைய செல்வத்திற்கு யாதொரு குறைவும் ஏற்படாமல் இருக்க ஏற்ற வழி என்னவென்றால், பிறருக்கு உரிமையுடைய ஒரு பொருளைக் கவர்ந்துகொள்ள அவன் விரும்பாமலிருக்க வேண்டும் என்பதேயாகும்.

அறன்அறிந்து வெஃகா அறிவுடையார்ச் சேரும்
திறன்அறிந்து ஆங்கே திரு. *179*

அறநெறிகளையெல்லாம் முழுதுற அறிந்து, அவற்றின்படி, பிறருடைய பொருளை விரும்பாமல் அறிவுடையோர் என்போர் வாழவேண்டும்; செல்வமானது அப்படிப்பட்டவர்களின் தகுதி அறிந்து, அவரிடம் போய்ச்சேரும் என்பது திண்ணம்.

இறல்ஈனும் எண்ணாது வெஃகின் விறல்ஈனும்
வேண்டாமை என்னுஞ் செருக்கு. *180*

ஏற்படக்கூடிய விளைவைப் பற்றி எண்ணிப் பார்த்தால், பிறருடைய பொருளைக் கவர்ந்துகொள்ள ஒருவன் விரும்புவானேயானால், அது அவனுக்கு அழிவையே தரும்; அப்பொருளை விரும்பாமல் வாழும் பெருந்தன்மை, ஒருவனுக்கு வெற்றியையே தரும்.

புறங்கூறாமை

அறங்கூறான் அல்ல செயினும் ஒருவன்
புறங்கூறான் என்றல் இனிது. **181**

ஒருவன் அறத்தைப் பற்றிப் போற்றிப் புகழாதவனாய், அறமல்லாத தீய செயல்களைச் செய்தாலுங்கூட, அவன் மற்றொருவனைப் பற்றிப் புறங்கூறாமல் இருக்கிறான் என்று பிறரால் சொல்லப்படுவதே மிகுந்த நன்மை பயக்கும்.

அறன்அழீஇ அல்லவை செய்தலின் தீதே
புறன் அழீஇப் பொய்த்து நகை. **182**

ஒருவனைக் காணாதவிடத்து, அவனைப் பற்றி இல்லாதது பொல்லாததுகளை இழிவாகச் சொல்லியும், அவனை நேரில் காணும்போது, பொய்யாகச் சிரித்துப் பேசியும் செய்யும் செயல்கள், அறத்தை அழித்து அறமல்லாத தீய செயல்களைச் செய்தலைக் காட்டிலும், மிகவும் தீமையானவையாகும்.

புறங்கூறிப் பொய்த்துயிர் வாழ்தலின் சாதல்
அறங்கூறும் ஆக்கம் தரும். **183**

ஒருவன் புறங்கூறிப் பொய்யாகச் செயல்புரிந்து, உயிர் வாழ்வதைக் காட்டிலும், அவன் இறப்பைத் தானே தேடிக்கொள்ளுதல், அறநூல்கள் சொல்லுகின்ற ஆக்கம் பலவற்றையும் அவனுக்குத் தருவதாக அமையும்.

கண்நின்று கண்அறச் சொல்லினும் சொல்லற்க
முன்இன்று பின்நோக்காச் சொல். **184**

ஒருவனின் கண்ணெதிரே நின்று, கண்ணோட்டம் சிறிதும் இல்லாமல் கடுஞ்சொற்களைக் கூறினாலும் கூறலாமே தவிர, நேரில் அவனைக் காணாதவிடத்துப் பின்பு ஏற்படக்கூடிச் தீமைகளை எண்ணிப் பார்க்காமல் பழிச் சொற்களை யாரொருவரும் கூறுதல் கூடாது.

அறஞ்சொல்லும் நெஞ்சத்தான் அன்மை புறஞ்சொல்லும்
புன்மையால் காணப் படும். **185**

ஒருவன் அறநெறியை நினைக்கின்ற மனத்தை உடையவன் அல்லன் என்பதை, மற்றவரைப் பற்றிப் புறங்கூறுகின்ற அவனது இழிந்த பண்பால் மிக எளிதாக அறிந்துகொள்ளலாம்.

பிறன்பழி கூறுவான் தன்பழி யுள்ளும்
திறன்தெரிந்து கூறப் படும். *186*

பிறன் ஒருவனைப் பற்றி, ஒருவன் புறங்கூறுகிறான் என்றால், அவன் செய்த பழிகள் பலவற்றுள்ளும் அவனது கொடும்பழிகள் அனைத்தும் பிறரால் நன்கு ஆராயப்படும்; பின்னர் பிறன் ஒருவனால் அவை வெளிப்படையாகக் கூறப்படும்.

பகச்சொல்லிக் கேளிர்ப் பிரிப்பர் நகச்சொல்லி
நட்பாடல் தேற்றா தவர். *187*

பிறர் மகிழும்படியாக இனிமையாகப் பேசி, நட்புறவு கொள்ளுதலானது நன்மை பயக்கும் என்பதை அறியாதவர்கள், தம்மைவிட்டு நீங்கும்படியான அளவுக்கு நண்பர்களைப் பற்றிப் புறங்கூறிப் பின்னர் அவர்களை விட்டுப் பிரிந்தே போய்விடுவார்கள்.

துன்னியார் குற்றமும் தூற்றும் மரபினார்
என்னைகொல் ஏதிலார் மாட்டு. *188*

மிக நெருங்கிய நண்பர்களின் குற்றத்தையும் புறங்கூறித் தூற்றக்கூடிய இயல்புடையவர்கள், நட்பு கொள்ளாத அயலாரைப் பொறுத்து, எவ்வாறு நடந்துகொள்வார்களோ எனின், இதைவிட மிக இழிவாகவே நடந்துகொள்வார்கள் என்பது மட்டும் தெளிவு.

அறன்நோக்கி ஆற்றுங்கொல் வையம் புறன்நோக்கிப்
புன்சொல் உரைப்பான் பொறை. *189*

பிறன் ஒருவன் நேரில் இல்லாத நிலையிலும், அவனைப் பற்றிப் புறங்கூறித் திரிபவனுடைய உடற்சுமையை, சுமத்தலேகூடத் தனக்குரிய கடமை ஆகும் போலும் என்று எண்ணித்தான் இவ்வுலகம் இயங்கிக் கொண்டிருக்கின்றது என்று கருத வேண்டியிருக்கிறது.

ஏதிலார் குற்றம்போல் தம்குற்றம் காண்கிற்பின்
தீதுஉண்டோ மன்னும் உயிர்க்கு. *190*

அயலாருடைய குற்றத்தைக் காண்பதைப்போல, ஒவ்வொருவரும் தத்தம் குற்றத்தையும் காணமுற்படுவாராயின், பின்னர் நிலைபேறுடைய மக்களின் உயிர் வாழ்க்கைக்குத் துன்பம் ஏதேனும் உண்டாகுமோ என்றால், ஏதொன்றும் உண்டாகாது என்றவாறு.

பயன்இல சொல்லாமை

பல்லார் முனியப் பயனில சொல்லுவான்
எல்லாரும் எள்ளப் படும்.   191

கேட்பவர் பலரும் வெறுத்துச் சினங்கொள்ளும்படியாகப் பயனில்லாத சொற்களைச் சொல்லிக்கொண்டே இருப்பவன், பிறர் எல்லோராலும் எப்பொழுதும் எள்ளி நகையாடப்படவே செய்வான்.

பயனில பல்லார்முன் சொல்லல் நயன் இல
நட்டார்கண் செய்தலின் தீது.   192

ஒருவன் பயனில்லாத சொற்களைப் பிறரிடம் சொல்லுதல், தன்னுடைய நண்பர்களிடத்தில் நன்மை பயக்காத வெறுப்பைத் தரும் செயல்களைச் செய்வதைக் காட்டிலும், தீமை பயப்பதாகும்.

நயனிலன் என்பது சொல்லும் பயன்இல
பாரித்து உரைக்கும் உரை.   193

ஒருவன் பயனில்லாதவற்றைப் பற்றியெல்லாம் விரிவாகச் சொல்லிக்கொண்டே இருக்கும் சொற்கள், அவன் எல்லாவகையிலும் பயனற்றவனே ஆவான் என்பதை உலகிற்குத் தெரிவித்துவிடும்.

நயன்சாரா நன்மையின் நீக்கும் பயன்சாராப்
பண்பில்சொல் பல்லார் அகத்து.   194

பயனோடு பொருந்திவராத பண்பற்ற சொற்களை ஒருவன் பலரிடத்திலும் சொல்லுதல் என்பது, அறநெறியோடு பொருந்தி வராதவை ஆகி, அவனை நன்மையிலிருந்து நீங்கிப்போகவே செய்யும்.

சீர்மை சிறப்பொடு நீங்கும் பயன்இல
நீர்மை உடையார் சொலின்.   195

உயர்ந்த பண்புடையவர்கள், பயனில்லாத சொற்களைச் சொல்லுவார்களேயானால், அவர்களுடைய பெருமையும் சிறப்பும் அவர்களை விட்டு விரைவில் அகன்றுவிடும்.

பயன்இல்சொல் பாராட்டு வானை மகன்எனல்
மக்கட் பதடி எனல். *196*

பயனில்லாத சொற்களை மீண்டும் மீண்டும் பல தடவைகள் சொல்லிக்கொண்டே இருக்கின்ற ஒருவனைத் தகுதி வாய்ந்த ஒரு மனிதன் என்று சொல்லவே கூடாது; அவனை மக்களிடையே பிறந்த ஒரு பதர் என்றுதான் சொல்லவேண்டும்.

நயன்இல சொல்லினும் சொல்லுக சான்றோர்
பயன்இல சொல்லாமை நன்று. *197*

சான்றோர் எனப்படுபவர்கள் அறநெறியல்லாத தீய சொற்களை வாய் தவறிச் சொன்னாலும், அவர்கள் பயனற்ற சொற்களை ஒருபோதும் சொல்லாமல் இருத்தலே, அவர்களுக்கு என்றென்றும் உரிய நன்மையைப் பயக்கும்.

அரும்பயன் ஆயும் அறிவினார் சொல்லார்
பெரும்பயன் இல்லாத சொல். *198*

அரிய பயன்மிகு பொருள்களை நன்கு ஆராய்ந்தறியவல்ல, நல்லறி வினையுடைய அறிஞர் பெருமக்கள், மிகவும் பயனளிக்காத சொற்களை, ஒருபோதும் சொல்லமாட்டார்கள்.

பொருள்தீர்ந்த பொச்சாந்தும் சொல்லார் மருள்தீர்ந்த
மாசறு காட்சி யவர். *199*

மயக்கத்திற்கு இடமில்லாத குற்றமற்ற அறிவினை உடையவர்கள், மறந்தும் பொருளில்லாத பயனற்ற சொற்களை ஒருபோதும் சொல்லமாட்டார்கள்.

சொல்லுக சொல்லில் பயன்உடைய சொல்லற்க
சொல்லில் பயன்இலாச் சொல். *200*

சொற்கள் பலவற்றுள்ளும் பயன் அளிக்கக்கூடிய சொற்களை மட்டுமே தேர்ந்தெடுத்துச் சொல்லவேண்டும்; சொற்களில் பலன் ஏதும் அளிக்காத சொற்களை ஒருபோதும் சொல்லவே கூடாது.

தீவினை அச்சம்

தீவினையார் அஞ்சார் விழுமியார் அஞ்சுவர்
தீவினை என்னும் செருக்கு. *201*

தீவினைப் பண்புடையவர்கள், தீய செயல்களைச் செய்வதன் மூலம் ஏற்படக்கூடிய செருக்கைப் பெறுவதில், ஒருபோதும் அச்சங்கொள்ள மாட்டார்கள். அத்தகைய செருக்கினைக் கொள்ளாத சீரியோர் மட்டுமே அப்படிப்பட்ட செயல்களைச் செய்ய அஞ்சுவார்கள்.

தீயவை தீய பயத்தலான் தீயவை
தீயினும் அஞ்சப் படும். *202*

தீய செயல்கள் எப்பொழுதும் தீமைகளையே பயத்தலால், அந்தத் தீய செயல்கள் தீயைவிடக் கொடுமை வாய்ந்தவை என்று கருதி, அவற்றைச் செய்ய எவரொருவரும் அஞ்சி வாழவேண்டும்.

அறிவினுள் எல்லாம் தலைஎன்ப தீய
செறுவார்க்கும் செய்யா விடல். *203*

தம்மை வருத்துவோர்க்கும் எவ்விதத் தீங்கும் இழைக்காமல் இருக்கும் பண்பை, அறிவுத்திறன்கள் எல்லாவற்றிலும் தலைசிறந்த அறிவுத்திறன் ஆகும் என்று, அறிவுடையோர் கூறுவார்கள்.

மறந்தும் பிறன்கேடு சூழற்க சூழின்
அறஞ்சூழும் சூழ்ந்தவன் கேடு. *204*

பிறன் ஒருவனுக்குக் கேடுகளைப் பயக்கும் தீய செயல்களை ஒருவன் மறந்தும் நினைத்துப் பார்க்கக்கூடாது; மாறாக அவ்வாறே நினைத்துப் பார்த்தால், அறநெறியானது அப்படி எண்ணியவனுக்குக் கேடுகளை விளைவிக்க முற்பட்டுவிடும்.

இலன்என்று தீயவை செய்யற்க செய்யின்
இலன்ஆகும் மற்றும் பெயர்த்து. *205*

வறியவன் ஒருவன், தன் வறுமையைப் போக்கிக்கொள்ள எண்ணிப் பிறன் ஒருவனுக்குத் தீங்கினை இழைக்க முயலக்கூடாது; மீறித் தீங்கினை இழைத்தால், மறுபடியும் அவன் வறியவனாகி, முன்பேபோல் வருந்தவேண்டிய நிலையே வரும்.

தீப்பால தாம்பிறர்கண் செய்யற்க நோய்ப்பால
தன்னை அடல்வேண்டா தான். *206*

துன்பங்களைத் தரும் தீய செயல்கள், தன்னை எக்காரணங்கொண்டும் வாட்டி வருத்தக்கூடாது என்று கருதுகின்ற ஒருவன் முதலில், அத்தகைய தீமைகளைப் பிறர்க்குச் செய்யாமல் இருக்கவேண்டும்.

எனைப்பகை உற்றாரும் உய்வர் வினைப்பகை
வீயாது பின்சென்று அடும். *207*

பிறவகையில் எவ்வளவு பெரிய பகையுடையவர்களும் எப்படியேனும் தப்பிப் பிழைத்துக்கொண்டு விடமுடியும். ஆனால், ஒருவன் தீயவற்றைச் செய்வதன் மூலம் ஏற்படும் பகையானது, அவனை விட்டு நீங்காமல் பின்தொடர்ந்து சென்று அவனை வாட்டி வருத்திக்கொண்டே இருக்கும்.

தீயவை செய்தார் கெடுதல் நிழல்தன்னை
வீயாது அடிஉறைந் தற்று. *208*

பிறர்க்குத் தீய செயல்களைச் செய்தவர்களைக் கேடானது விடாமல் தொடரும் என்பது, ஒருவனுடைய நிழல், அவனை விடாமல் தொடர்ந்துவந்து, அவனது கால்களின் அடியிலேயே தங்கியிருத்தலைப் போன்றதாகும்.

தன்னைத்தான் காதலன் ஆயின் எனைத்துஒன்றும்
துன்னற்க தீவினைப் பால். *209*

ஒருவன் தனக்கு அழிவு வராதபடி தன்னைத்தானே காத்துக்கொள்ள விரும்பி, வாழ்க்கையை நடத்த முயலுகிறவன், எவ்வளவு சிறியது என்றாலும், எத்தகையொரு தீய செயலையும் பிறர்க்குச் செய்யாது இருக்கவேண்டும்.

அருங்கேடன் என்பது அறிக மருங்குஓடித்
தீவினை செய்யான் எனின். *210*

ஒருவன் தவறான வழியில் சென்று, பிறன் ஒருவனுக்குத் தீங்குகளைச் செய்யாமல் இருப்பானேயானால், அவன் கேடு ஏதும் இல்லாதவன் என்பதைத் தெளிவாகத் தெரிந்துகொள்ளலாம்.

ஒப்புரவு அறிதல்

கைம்மாறு வேண்டா கடப்பாடு மாரிமாட்டு
என்ஆற்றுங் கொல்லோ உலகு. *211*

பேருதவி புரியும் மழையானது உலகத்தாரிடம் எத்தகைய எதிர் உதவியையும் எதிர்பார்ப்பதில்லை. அதுபோல, மழைபோன்ற பண்புடையவர்கள், பிறர்க்குத் தாம் செய்யும் உதவிகளுக்கு, எதிர் உதவியாக ஏதொன்றையும் எதிர்பார்க்கமாட்டார்கள்.

தாள்ஆற்றித் தந்த பொருள்எல்லாம் தக்கார்க்கு
வேளாண்மை செய்தல் பொருட்டு. *212*

ஒப்புரவாளன் ஒருவன், பெரிதும் முயன்று ஈட்டும் பொருள்கள் எல்லாம், தகுதிவாய்ந்த பிறர்க்கு உரிய முறையில் உதவி புரிவதற்காகவே ஆகும்.

புத்தேள் உலகத்தும் ஈண்டும் பெறல்அரிதே
ஒப்புரவின் நல்ல பிற. *213*

பிறர்க்கு உதவி செய்யும் பண்பாகிய ஒப்புரவைக் காட்டிலும், நல்லன என்று சொல்லப்படும் வேறு பண்புகள், மறைந்த, வானளாவிய புகழ்கொண்டோரின் புகழ் உலகத்திலும் சரி, சாதாரண மக்கள் வாழும் மண்ணுலகத்திலும் சரி, காணப்பட முடியாதவையாகும்.

ஒத்தது அறிவான் உயிர்வாழ்வான் மற்றையான்
செத்தாருள் வைக்கப் படும். *214*

ஒப்புரவை நன்கு அறிந்து, அதனைக் காப்பாற்றி, பிறர்க்கு உதவியாக இருந்து வாழ்க்கையை நடத்துகின்றவன் உள்ளபடியே உயிர் வாழ்கின்றவன் என்று கருதப்படுவான்; ஒப்புரவுப் பண்பு இல்லாதவன், அவன் உயிரோடு இருந்தாலும்கூட, இறந்துபோனவர்களில் ஒருவனாகவே வைத்து எண்ணப்படுவான்.

ஊருணி நீர்நிறைந் தற்றே உலகுஅவாம்
பேரறி வாளன் திரு. *215*

ஒப்புரவு செய்தலை விரும்பும் பேரறிவு படைத்த ஒருவனுடைய செல்வமானது, ஊரார் குடிநீர் பருகுவதற்குப் பயன்படும் குளமானது, நீரால் நிறைந்திருப்பது போன்ற தன்மையதாகும்.

பயன்மரம் உள்ளூர்ப் பழுத்தற்றால் செல்வம்
நயன்உடை யான்கண் படின்.　　　　　　　216

பெருஞ்செல்வமானது, ஒப்புரவு என்னும் நற்பண்பு உடையவனிடம் போய்ச் சேர்ந்திருக்குமேயானால், அது ஊரின் நடுவே உள்ள பயன்மிகுந்த ஒரு மரத்தின் பழங்கள், பழுத்திருப்பதைப் போன்று பயன் தருவதாகும்.

மருந்துஆகித் தப்பா மரத்தற்றால் செல்வம்
பெருந்தகை யான்கண் படின்.　　　　　　　217

மிகுந்த செல்வமானது ஒப்புரவு என்னும் பெருந்தன்மையுடைய ஒருவனிடம் போய்ச் சேர்ந்திருக்குமேயானால், அது ஒரு நல்ல மரத்தின் எல்லாப் பகுதிகளும் மருந்தாகி, எல்லோர்க்கும் நல்ல முறையில் பயன்படுவது போன்று பயனை அளிப்பதாகும்.

இடன்இல் பருவத்தும் ஒப்புரவிற்கு ஒல்கார்
கடன்அறி காட்சி யவர்.　　　　　　　218

ஒப்புரவுப் பண்பை உணர்ந்து, அதன்படி நடத்தலாகிய தம்முடைய கடமையை நன்கு அறிந்த அறிவுடையார், செல்வம் சுருங்கிய காலத்திலும் எந்த வகையிலும் ஒப்புரவு செய்வதற்குத் தயங்கமாட்டார்கள்.

நயன்உடையான் நல்கூர்ந்தான் ஆதல் செயும்நீர
செய்யாது அமைகலா வாறு.　　　　　　　219

ஒருவன் பிறர்க்கு உதவிகளைச் செய்ய முடியவில்லையே என்று வருந்துகின்ற ஒரு நிலைதான், ஒப்புரவு உடையவன் வறுமை உடையவனாக ஆகிவிட்டான் என்பதை உணர்த்தும் அறிகுறியாக அமையும்.

ஒப்புரவி னால்வரும் கேடுஎனின் அஃதுஒருவன்
விற்றுக்கோள் தக்கது உடைத்து.　　　　　　　220

ஒப்புரவு செய்வதனால், ஒருவனுக்குப் பெருங்கேடு வரக்கூடும் என்றாலும்கூட, அத்தகைய கேடானது, அவன் தன்னைத்தானே விற்று விலை கொடுத்து வாங்கிக்கொள்ளக்கூடிய அளவுக்குத் தகுதி படைத்ததாகும்.

வறியார்க்குஒன்று ஈவதே ஈகைமற்று எல்லாம்
குறியெதிர்ப்பை நீரது உடைத்து. 221

இல்லாதவர்க்கு இன்றியமையாது தேவைப்படும் பொருளை, அவர்க்கு விரும்பிக் கொடுப்பதுதான் கொடை என்று சிறப்பித்துச் சொல்லப்படும்; மற்றவர்க்கு மற்றவகையில் கொடுப்பனவெல்லாம் ஏதோ ஒரு பலனை எதிர்பார்த்துக் கொடுக்கும் தன்மையை உடையனவாகும்.

நல்ஆறு எனினும் கொளல்தீது மேல்உலகம்
இல்எனினும் ஈதலே நன்று. 222

பிறரிடமிருந்து பொருளை இரந்து பெற்றுக்கொள்ளுதல், நல்ல நெறியாகும் என்று வைதிக நெறியினர் போன்ற கொள்கையுடையார் எவர் கூறினாலும், அப்படிப் பெற்றுக்கொள்ளுதல் என்பது தீமையான செயலேயாகும்; ஈகை மூலம் வான்புகழ் கொண்டோரின் புகழ் உலகம் பின்னர்க் கிடைக்காது என்று அக்கொள்கையுடையார் வற்புறுத்தினாலும், ஈகை என்பது நன்மையே பயக்கும்.

இலன்என்னும் எவ்வம் உரையாமை ஈதல்
குலன்உடையான் கண்ணே உள. 223

இரந்து வருபவனிடம், தான் வறுமையுடையவன் என்னும் துன்பந்தரும் சொல்லைச் சொல்லாது, ஈகை புரிதல் என்பது, உயர்ந்த குடிப்பிறந்தவனிடம் மட்டுமே இருக்கும் பண்பாகும்.

இன்னாது இரக்கப் படுதல் இரந்தவர்
இன்முகம் காணும் அளவு. 224

பொருள்வேண்டி இரக்கும் இரவலரின் மகிழ்ச்சி கலந்த முகத்தைக் காணும் வரையிலும், இரவலரைப் பார்த்து இரக்கப்படுதலும் ஈவோர்க்கு ஒரு துன்பமாகவே அமையும்.

ஆற்றுவார் ஆற்றல் பசிஆற்றல் அப்பசியை
மாற்றுவார் ஆற்றலின் பின். 225

நோன்பு நோற்பாரின் வலிமை என்பது, தம்முடைய பசியைப் பொறுத்துக் கொள்ளுதலாகும்; பிறரின் கொடிய பசியை உணவு கொடுத்து நீக்குவோரின் வலிமையோடு ஒப்பிட்டுப் பார்த்தால், மேற்கூறப்பட்ட வலிமை, அடுத்து வைத்து எண்ணப்படக் கூடியதாகவே அமையும்.

அற்றார் அழிபசி தீர்த்தல் அஃதுஒருவன்
பெற்றான் பொருள்வைப் புழி. *226*

பொருள் வசதியற்ற வறியவரின் கடும் பசியைத் தீர்க்க வேண்டும், அப்படிச் செய்வதுதான், பொருள் வசதிபெற்ற ஒருவன், தன் பொருளைச் செலவு செய்வதற்கு ஏற்ற சிறந்த வழிமுறையாக அமையும்.

பாத்தூண் மரீஇ யவனைப் பசிஎன்னும்
தீப்பிணி தீண்டல் அரிது. *227*

தனக்குரிய உணவைப் பலர்க்கும் பகிர்ந்து கொடுத்து உண்பவனுக்குப் பலரும் உதவி செய்ய முன்வருவராதலால், பசி என்னும் கொடிய நோய், அவனை எப்பொழுதும் வாட்டுவது என்பது இல்லை.

ஈத்துவக்கும் இன்பம் அறியார்கொல் தாம்உடைமை
வைத்துஇழக்கும் வன்க ணவர். *228*

தாம் திரட்டி வைத்திருக்கும் பெரும் பொருளைப் பிறர்க்கு எந்த வகையிலும் கொடுக்காமல் பதுக்கி வைத்திருந்து, பின்னர் எக்காரணம் பற்றியோ இழந்துவிடும் வன்கண்மையுடையவர்கள், பிறர்க்குக் கொடுத்து, அதனால் உண்டாகக்கூடிய மகிழ்ச்சியினால் தாம் அடையும் இன்பத்தை வாழ்நாளில் ஒருபோதும் கண்டறிந்திருக்க மாட்டார்கள்.

இரத்தலின் இன்னாது மன்ற நிரப்பிய
தாமே தமியர் உணல். *229*

தாம் தேடிவைத்த பொருளைப் பிறர்க்கு ஈயாமல், தாமே தமியராய் இருந்து உண்ணுவது என்பது, வறுமையால் இரத்தலைக் காட்டிலும், மிகவும் கொடுமை வாய்ந்ததாகும்.

சாதலின் இன்னாதது இல்லை இனிதுஅதூஉம்
ஈதல் இயையாக் கடை. *230*

இறப்பதைக் காட்டிலும் துன்பந்தருவது வேறொன்றும் இல்லை; ஆனால், வறியவர்களுக்கு ஒரு பொருளைக் கொடுக்க முடியவில்லை என்ற நிலை ஏற்படும்போது, உயர்ந்தோர்க்கு அந்த நிலையைவிட, இறத்தல்கூட இனிதாகவே அமையும்.

புகழ்

ஈதல் இசைபட வாழ்தல் அதுஅல்லது
ஊதியம் இல்லை உயிர்க்கு. *231*

வளமுடையவர்கள் வறியவர்களுக்கு எப்பொழுதும் ஈயவேண்டும்; அதன் மூலம் ஏற்படும் புகழோடு அவர்கள் இனிது வாழவேண்டும்; அப்படிப்பட்ட புகழை அடைவதைக் காட்டிலும், வேறு எதுவும் மக்கள் வாழ்க்கையின் மிகு வருவாயாக இருக்கமுடியாது.

உரைப்பார் உரைப்பவை எல்லாம் இரப்பார்க்குஒன்று
ஈவார்மேல் நிற்கும் புகழ். *232*

புகழ்ந்து பேசுபவர்கள் பொதுவாகச் சிறப்பித்துச் சொல்வதெல்லாம் எதனை என்றால், இரந்து வருபவர்களுக்குத் தேவைப்படும் ஒரு பொருளைக் கொடுத்துதவும் கொடையாளரைப் பற்றிய புகழையேயாகும்.

ஒன்றா உலகத்து உயர்ந்த புகழ்அல்லால்
பொன்றாது நிற்பதுஒன்று இல். *233*

உலகத்தில், ஒப்பற்ற ஒரு பெரும் பொருளாக என்றும் அழியாமல் நிலைத்து நிற்கக்கூடியது, மிக உயர்ந்த பெரும் புகழ் அல்லாமல், வேறு ஏதொன்றும் இல்லை.

நிலவரை நீள்புகழ் ஆற்றின் புலவரைப்
போற்றாது புத்தேள் உலகு. *234*

நிலவுலகில் ஈதல் மூலம் நெடுங்காலம் நீடித்து நிலைக்க வல்ல புகழை, ஒருவர் நிலைநாட்டி விடுவாரேயானால், அறிவில் சிறந்து நிற்போர்கூடப் பெறமுடியாத பெரும் புகழை, அவர் மறைந்த பிறகும், வான்புகழ் கொண்டோரின் புகழ் உலகிலும் அவர் பெற்று விளங்குவார் என்பது உறுதி.

நத்தம்போல் கேடும் உளதாகும் சாக்காடும்
வித்தகர்க்கு அல்லால் அரிது. *235*

புகழைப் பெருக்கும்போது துயர் அடைவதும், புகழை நிலைநாட்டும்போது, சாவை அரவணைப்பதும் ஆகிய செயல்களை ஆற்றலில் மிக்கவர் மட்டுமேதான் செய்ய இயலும்; ஏனையோரால் அப்படிச் செய்வது என்பது இயலாது.

தோன்றில் புகழொடு தோன்றுக அஃதிலார்
தோன்றலின் தோன்றாமை நன்று. *236*

ஒருவர், தாம் புக விரும்புகின்ற துறையில், புகழோடு விளங்கமுடியும் என்றால் மட்டுமே, அந்தத் துறையில் தோன்றவேண்டும்; அதற்கான அறிவுத் திறனும் ஆற்றல் திறனும் வாய்ப்பும் இல்லாதவர்கள் அந்தத் துறையில் புகுவதைவிடப் புகாமலிருப்பதே நல்லதாகும்.

புகழ்பட வாழாதார் தந்நோவார் தம்மை
இகழ்வாரை நோவது எவன். *237*

தமக்குப் புகழ் உண்டாகும்படியாக வாழ முடியாதவர்கள், தமது நிலை கண்டு பிறர் இகழும்போது, அந்த இகழ்ச்சி தம்மால்தான் தமக்கு வந்தது என்று தம்மையே நொந்துகொள்ளாமல், தம்மை இகழ்பவரைப் பார்த்து நொந்துகொள்வது என்பது, எந்த வகையிலும் பொருத்தமுடையது ஆகாது.

வசைஎன்ப வையத்தார்க்கு எல்லாம் இசைஎன்னும்
எச்சம் பெறாஅ விடின். *238*

தம் வாழ்நாளுக்குப் பின்னரும் எஞ்சி நிற்கத்தக்கதாகிய புகழைப் பெறாவிட்டால், உலகத்திலுள்ள அனைவர்க்கும், அப்படிப்பட்ட வாழ்க்கை பழிப்புக்குரிய ஒன்றாகவே அமைந்துவிடும் என்று அறிவுடையோர் கூறுவர்.

வசையிலா வண்பயன் குன்றும் இசையிலா
யாக்கை பொறுத்த நிலம். *239*

புகழை உரிய முறையில் பெறாமல், வாழ்க்கையை வீணே கழித்தவனைத் தாங்கிக்கொண்டிருக்கும் நிலத்தில், பழுதில்லாத நல்ல விளைவுகூட ஏற்படாது; அவனது போக்கால் நல்விளைவும் குறைந்து போய்விடும்.

வசைஒழிய வாழ்வாரே வாழ்வார் இசைஒழிய
வாழ்வாரே வாழா தவர். *240*

தம்முடைய வாழ்க்கையில் பழிப்பு நீங்க வாழ்பவரே, உயிரோடு வாழ்பவர் ஆவார்; புகழ் நீங்க வாழ்பவர், அவர் உயிரோடு வாழ்ந்தாலும்கூட உள்ளபடியே வாழாதவரே ஆவார்.

அருள் உடைமை

அருட்செல்வம் செல்வத்துள் செல்வம் பொருட்செல்வம்
பூரியார் கண்ணும் உள.   241

வெறும் பொருள்களாகிய செல்வங்கள் கீழோர் முதலிய எல்லாத் தரத்தினரிடமும் இருக்கும்; ஆனால், அருளாகிய செல்வம், சீரியோரிடத்தில் மட்டுமே காணப்படும்; அதுதான் செல்வங்கள் எல்லாவற்றிலும் சிறந்த செல்வமாகக் கருதப்படும்.

நல்ஆற்றால் நாடி அருளாள்க பல்ஆற்றால்
தேரினும் அஃதே துணை.   242

ஒவ்வொருவரும் நல்ல வழிகளையெல்லாம் முறைப்படி ஆராய்ந்து பார்த்து, அருள் உடையவராக ஆகவேண்டும்; எல்லா வழிகளையும் நன்கு ஆராய்ந்து பார்த்தாலும் அருள் உடைமை என்பதுதான் வாழ்க்கைக்கு ஏற்ற துணையாக அமையக்கூடியதாகும்.

அருள்சேர்ந்த நெஞ்சினார்க்கு இல்லை இருள்சேர்ந்த
இன்னா உலகம் புகல்.   243

அறியாமையாகிய இருள் பொருந்திய துன்ப உலகில் புகுதல் என்பது, அருள் பொருந்திய நெஞ்சம் உடைய உயர்ந்தவர்களுக்கு என்றும் ஏற்படுவது இல்லை.

மன்னுயிர் ஓம்பி அருள்ஆள்வாற்கு இல்என்ப
தன்உயிர் அஞ்சும் வினை.   244

நிலைபெற்ற மற்ற உயிர்களையெல்லாம் பேணிக் காத்து, அவற்றிடம் அருளைக் காட்டுபவனுக்குத் தனது உயிரைப் பற்றி அஞ்சவேண்டிய இன்றியமையாத நிலை ஏற்படாது என்று அறிவுடையோர் கூறுவர்.

அல்லல் அருள்ஆள்வார்க்கு இல்லை வளிவழங்கும்
மல்லல்மா ஞாலம் கரி.   245

அருள் உடையவர்க்குத் துன்பம் எதுவும் ஏற்படுவதில்லை என்பதை உயிர்க்காற்று உலாவுகின்ற வளம் பொருந்திய பெரிய உலகிலுள்ள உயர்ந்தோரே நன்கு அறிவர்; அவர்களே இதற்கு ஏற்ற சான்றாகவும் விளங்குபவர் ஆவர்.

பொருள்நீங்கிப் பொச்சாந்தார் என்பர் அருள்நீங்கி
அல்லவை செய்துஒழுகு வார்.   246

அருட்பண்பு அறவே இல்லாதவராய், அறமல்லாத செயல்களைச் செய்து நடப்பவர்கள், அறத்தையும் இழந்து, தம் வாழ்க்கையின் கடமையையும் மறந்து வாழ்பவர் ஆவார்கள் என்று, அறிவுடையோர் கூறுவர்.

அருளில்லார்க்கு அவ்வுலகம் இல்லை பொருள்இல்லார்க்கு
இவ்வுலகம் இல்லாகி யாங்கு.   247

பொருள் இல்லாதவர்களுக்கு இவ்வுலக வாழ்வு சீராக அமையாததுபோல, அருட்பண்பு இல்லாதவர்களுக்கு, அவர்கள் மறைந்த பிறகும்கூடப் புகழ் உலகில் இடமும் பெருமையும் ஏற்றவாறு அமைவதில்லை.

பொருள் அற்றார் பூப்பர் ஒருகால் அருள்அற்றார்
அற்றார்மற்று ஆதல் அரிது.   248

பொருள் இல்லாதவர்கள், எப்பொழுதேனும் ஒரு காலத்தில் பொருள் உண்டாகப் பெறுவார்கள்; அருட்பண்பை இழந்தவர்கள், அதனை அறவே இழந்தவர்களாகவே கருதப்படுவார்கள்; அவர்கள் ஒருபோதும் அதனை மீண்டும் பெறமுடியாது.

தெருளாதான் மெய்ப்பொருள் கண்டற்றால் தேரின்
அருளாதான் செய்யும் அறம்.   249

அருள் இல்லாதவன் செய்யும் அறச்செயலை ஆராய்ந்து பார்த்தால், அது அறிவுத் தெளிவு இல்லாத ஒருவன், ஒரு நூலின் உண்மைப் பொருளைக் கண்டுவிட்டது போன்றதாக இருக்கும்.

வலியார்முன் தன்னை நினைக்கதான் தன்னின்
மெலியார்மேல் செல்லும் இடத்து.   250

ஒருவன், தன்னைக் காட்டிலும் மெலிந்தார்மேல், அருளில்லாமல் வெகுண்டு பாய்ந்து செல்லும்போது, தன்னைக் காட்டிலும் வலிவுமிகுந்தவர் முன்பு, தான் அஞ்சி நிற்கும் நிலையை நினைத்துப் பார்க்கவேண்டும்.

புலால் மறுத்தல்

தன்ஊன் பெருக்கற்குத் தான்பிறிது ஊன்உண்பான்
எங்ஙனம் ஆளும் அருள். *251*

ஒருவன், தனது உடம்பை வளர்த்துக்கொள்வதற்காக, அவன் வேறோர் உயிரின் உடம்பை உண்ணுகிறான் என்றால், அவன் ஒருபோதும் அருளுடையவனாகக் கருதப்படவே மாட்டான்.

பொருள்ஆட்சி போற்றாதார்க்கு இல்லை அருள்ஆட்சி
ஆங்கில்லை ஊன்தின் பவர்க்கு. *252*

பொருளுடையவர்களுக்கு ஏற்படும் சிறப்பு, அப்பொருளைப் பேணிக் காப்பாற்றாதவர்களுக்கு இருப்பது இல்லை; அதுபோல, அருளுடையவர்களுக்கு ஏற்படும் சிறப்பு, அருளற்றுப் புலால் உண்பவர்களுக்கு உண்டாவது இல்லை.

படைகொண்டார் நெஞ்சம்போல் நன்றூக்காது ஒன்றன்
உடல்சுவை உண்டார் மனம். *253*

கொலைக் கருவியைக் கையில் கொண்டிருப்பவரின் மனம், அருளை நோக்காமல், கொலை செய்தலையே நோக்கி இருக்கும்; அதுபோல, வேறோர் உயிரின் உடலைச் சுவைத்து உண்பவரின் மனம், அருளை நோக்காமல் தின்னக்கூடிய ஊனையே நோக்கி இருக்கும்.

அருளல்ல துயாதெனின் கொல்லாமை கோறல்
பொருளல்லது அவ்வூன் தினல். *254*

அருள் என்பது எது என்றால், எந்த ஓர் உயிரையும் கொல்லாமல் இருப்பதாகும்; அருளற்ற தன்மை எது என்றால், உயிர்களைக் கொல்லுதலாகும்; ஆதலால் கொல்லுவதன் மூலம் கிடைக்கும் ஊனைத் தின்னுதல் என்பது அறநெறி ஆகாது.

உண்ணாமை உள்ளது உயிர்நிலை ஊன்உண்ண
அண்ணாத்தல் செய்யாது அளறு. *255*

சில உயிர்கள் இன்னமும் சில உடம்பின்கண் பெற்றிருக்கக் காரணம், ஊன் உண்ணாமை என்னும் அறப்பண்பைக் கொண்டிருத்தலாகும்; அத்தகைய அறப்பண்பை விடுத்து ஒருவன் ஊனை உண்பானாயின், அவனை விழுங்கிய கொடுமை என்னும் தீமைச்சேறு, அவனை வெளிப்படுத்த ஒருபோதும் வாயைத் திறக்காது.

தினற்பொருட்டால் கொல்லாது உலகுஎனின் யாரும்
விலைப்பொருட்டால் ஊன்தருவார் இல்.   256

ஊனை உண்ணும் பொருட்டு, உலகத்தார் உயிர்களைக் கொல்லாமல் இருப்பார்களேயானால், விற்பனை செய்யும் பொருட்டு, ஊனை விற்பவர் எவரும் இல்லாமற் போய்விடுவார்கள்.

உண்ணாமை வேண்டும் புலாஅல் பிறிதொன்றன்
புண்அது உணர்வார்ப் பெறின்.   257

ஊன் என்பது, வேறோர் உயிரின் உடற் புண்ணாகும்; இந்த உண்மையை ஒருவர் உணர்வாராயின், அந்த ஊனை அவர் உண்ணாதிருக்க வேண்டும்.

செயிரின் தலைப்பிரிந்த காட்சியார் உண்ணார்
உயிரின் தலைப்பிரிந்த ஊன்.   258

குற்றமற்ற அறிவுடைய சான்றோர்கள் ஓர் உயிரினிடத்திலிருந்து பிரிந்து வந்த உடம்பாகிய ஊனை, ஒருபோதும் உண்ண மாட்டார்கள்.

அவிசொரிந்து ஆயிரம் வேட்டலின் ஒன்றன்
உயிர்செகுத்து உண்ணாமை நன்று.   259

உயிர்களைக் கொன்று வேள்வித்தீயில் வாட்டியும், நெய் முதலிய பொருள்களை அத்தீயில் சொரிந்தும், ஆயிரம் வேள்விகள் செய்வதைக் காட்டிலும், ஓர் உயிரின் உயிரைப் போக்கி அதன் ஊனை உண்ணாமலிருத்தலே, மிக நல்லதொரு செயலாகும்.

கொல்லான் புலாலை மறுத்தானைக் கைகூப்பி
எல்லா உயிரும் தொழும்.   260

எந்த ஒரு உயிரையும் கொல்லாதவனாயும், புலாலை உண்ணாதவனாயும் வாழ்கின்ற ஒருவனை, உலகத்திலுள்ள எல்லா உயிரினங்களும், போற்றி நிற்கும் என்பது மட்டும் உறுதி.

தவம்

உற்றநோய் நோன்றல் உயிர்க்குஉறுகண் செய்யாமை
அற்றே தவத்திற்கு உரு. *261*

தனக்கு ஏற்படும் துன்பங்களைப் பொறுத்துக்கொள்ளுதலும், பிற உயிர்களுக்குத் துன்பங்களைச் செய்யாதிருத்தலும் ஆகிய அந்தச் சிறந்த நெறியைக் கடைப்பிடித்தல் என்பது தவத்தின் வடிவமாகக் கருதப்படும்.

தவமும் தவமுடையார்க்கு ஆகும் அவம்அதனை
அஃதுஇலார் மேற்கொள் வது. *262*

தவநெறியை மேற்கொள்ளுதல் என்பது, தவ ஒழுக்கம் உடைய உயர்ந்தோர்க்கு மட்டுமே பொருந்துவதாகும்; தவ ஒழுக்கமில்லாதவர்கள் தவநெறியை மேற்கொள்ளுவது என்பது பயனற்ற ஒரு செயலாகவே முடியும்.

துறந்தார்க்குத் துப்புரவு வேண்டி மறந்தார்கொல்
மற்றை யவர்கள் தவம். *263*

இல்லறத்திலிருந்துகொண்டு துறந்தார்க்குத் தேவைப்படும் உதவிகளைச் செய்வது என்பது, சிறந்ததுதான் என்றாலும், அதைவிடச் சிறந்தது, இல்லறத்தில் இருந்துகொண்டே இயன்ற அளவு தவநெறியைக் கடைப்பிடித்து ஒழுகும் செயலாகும்.

ஒன்னார்த் தெறலும் உவந்தாரை ஆக்கலும்
எண்ணின் தவத்தான் வரும். *264*

பகைவரைக் கெட வைக்கவும், நண்பரை உருவாக்கிக் கொள்ளவும், தவத்தில் சிறந்தோர் எண்ணுவார்களேயானால், அவற்றை அவர்கள் தம் தவநெறியின் மூலம் கிடைக்கும் உரிமையின் மூலம், நிறைவேற்றிக்கொள்ள முடியும்.

வேண்டிய வேண்டியாங்கு எய்தலால் செய்தவம்
ஈண்டு முயலப் படும். *265*

விரும்பியவற்றை விரும்பியவாறே ஒருவர் தவநெறியைக் கடைப்பிடிப்பதன் மூலம் அடையமுடியும்; அப்படிச் செய்யக்கூடிய தவம், இவ்வுலகத்தில், அறிவுடையோரால் மட்டுமே முயன்று மேற்கொள்ளப்படுவதாகும்.

தவம்செய்வார் தம்கருமம் செய்வார்மற்று அல்லார்
அவம்செய்வார் ஆசையுட் பட்டு.   266

தவநெறியைக் கடைப்பிடிப்பவர்கள் மட்டுமே தமக்குரிய கடமைகளைச் செய்யும் வல்லமை படைத்தவராவார்கள், மற்றையவர்களெல்லாம் ஆசை வலையில் சிக்குண்டு, பயனில்லாத செயல்களைச் செய்பவர் ஆவார்கள்.

சுடச்சுடரும் பொன்போல் ஒளிவிடும் துன்பம்
சுடச்சுட நோற்கிற் பவர்க்கு.   267

தீயிலிட்டுச் சுடச்சுட, பொன்னானது எப்படி மாசு நீங்கி ஒளிவீசுமோ, அப்படியே தவம் மேற்கொள்பவரைத் துன்பமானது வருத்த வருத்த, தீமைகள் நீங்கி, அவர்களுக்கு அறிவொளி மிகும்.

தன்னுயிர் தான்அறப் பெற்றானை ஏனைய
மன்னுயிர் எல்லாம் தொழும்.   268

தவமுயற்சியால் தன்னுடைய உயிர், தான் என்ற பற்றுகள் நீங்கப் பெற்றுத் திகழ்பவனை, நிலைபெற்று வாழும் பிற மக்கள் எல்லோரும் போற்றிப் புகழுவார்கள் என்பது உறுதி.

கூற்றம் குதித்தலும் கைகூடும் நோற்றலின்
ஆற்றல் தலைப்பட்ட வர்க்கு.   269

தவம் மேற்கொள்வதன் மூலம் பெறற்கு அரிய ஆற்றலைப் பெற்று விளங்குபவர்களுக்கு, இறப்பை வென்று நிற்பது என்பதுகூட எளிதில் கைக்கூடிவரும் செயலாகும்.

இலர்பலர் ஆகிய காரணம் நோற்பார்
சிலர்பலர் நோலா தவர்.   270

உலகத்தில், ஆற்றல் மிகுந்தவர்கள் சிலராகவும், ஆற்றல் அற்றவர்கள் பலராகவும் இருக்கக் காரணம், தவநெறியைக் கடைப்பிடிப்போர் சிலராகவும், அந்நெறியைக் கடைப்பிடிக்காதவர்கள் பலராகவும் இருப்பதேயாகும்.

கூடா ஒழுக்கம்

வஞ்ச மனத்தான் படிற்றுஒழுக்கம் பூதங்கள்
ஐந்தும் அகத்தே நகும். 271

தீய ஒழுக்கத்தைக்கொண்ட கள்ள மனத்தை உடையவன், தன்னிலை பற்றிப் பின்னர் நினைந்து பார்க்க முற்படும்போது, அவனே வெட்கப்பட வேண்டிய அளவுக்கு, அவனது உடம்பிலுள்ள மூலப் பொருள்கள் ஐந்தும்கூட எள்ளி நகையாடும் தன்மையனவாக இருக்கும்.

வானுயர் தோற்றம் எவன்செய்யும் தன்நெஞ்சம்
தான்அறி குற்றப் படின். 272

ஒருவனுடைய நெஞ்சம், அவன் நன்கு அறிந்த குற்றத்தின் கண்ணே படிந்திருக்குமாயின், அவன் மிக உயர்ந்த அளவுக்குப் புறக்கோலங் கொண்டிருந்தாலும், அதனால் அவனுக்குப் பயன் ஏதும் ஏற்படாது.

வலிஇல் நிலைமையான் வல்உருவம் பெற்றம்
புலியின்தோல் போர்த்துமேய்ந் தற்று. 273

மனத்தைத் தன் வழிப்படுத்தும் வல்லமை இல்லாதவன், தானே வலிந்து மேற்கொள்ளும் துறவுக்கோலமானது, பசுவானது புலியின் தோலைப் போர்த்துக்கொண்டு பயிரை மேய்வது போன்ற ஏமாற்றும் தன்மையை ஒப்பதாகும்.

தவம்மறைந்து அல்லவை செய்தல் புதல்மறைந்து
வேட்டுவன் புள்சிமிழ்த் தற்று. 274

ஒருவன் தவக்கோலத்தில் மறைந்து நின்றுகொண்டு, தவத்திற்கு மாறான தீய ஒழுக்கத்தில் ஈடுபடுதலானது, வேடன் புதரின்கண் மறைந்து நின்றுகொண்டு, பறவைகளை வலை வைத்துப் பிடிப்பது போன்றதொரு செயலாகும்.

பற்றுஅற்றேம் என்பார் படிற்றுஒழுக்கம் எற்றுஎற்றுஎன்று
ஏதம் பலவும் தரும். 275

"யாம் பற்றுக்களைத் துறந்துவிட்டோம்!" என்று பொய்யாகச் சொல்லுகின்றவரின் பொய் ஒழுக்கமானது, பிறர் கண்டு அதனைப் பழித்துரைக்க முற்படும்போது, "என்ன செய்துவிட்டோம்!", "என்ன செய்துவிட்டோம்!" என்று தாமே எண்ணி இரங்கும்படியாகப் பல துன்பங்கள் அவருக்கு நேரிடும் என்பது உறுதி.

நெஞ்சின் துறவார் துறந்தார்போல் வஞ்சித்து
வாழ்வாரின் வன்கணார் இல்.   276

மனத்தில் உள்ள பற்றுக்கள் எவற்றையும் துறக்காமல், துறந்தவர்களைப் போலப் பிறரை ஏமாற்றி வாழ்பவர்களைவிட, மிகக் கொடியவர்கள் வேறு எவரும் இருக்கமுடியாது.

புறங்குன்றி கண்டனைய ரேனும் அகங்குன்றி
மூக்கிற் கரியார் உடைத்து.   277

புறத்தே குன்றிமணியைப்போல, சிலர் துவராடை புனைந்து, தவக்கோலம் பூண்டு, செம்மை நிறைந்தவராகப் புறத்தோற்றத்தில் காணப்பட்டாலும், அகத்தே குன்றிமணியின் மூக்கைப்போல, கறுத்திருப்பவர்களைத்தான் இவ்வுலகம் பெரும்பாலும் கண்டுகொண்டிருக்கிறது.

மனத்தது மாசாக மாண்டார் நீ ராடி
மறைந்தொழுகும் மாந்தர் பலர்.   278

மனத்தின்கண் மாசு நிறைந்து இருக்க, தவத்தால் மாட்சிமைபெற்ற பெரியோர்களின் புறத்தோற்றப் பொலிவை மட்டும் பூண்டு, மறைவாகத் தீய வழிகளில் ஒழுகும் பொய்மாந்தர் பலர், உலகில் இருந்துவரவே செய்கின்றனர்.

கணைகொடிது யாழ்கோடு செவ்விது ஆங்குஅன்ன
வினைபடு பாலால் கொளல்.   279

அம்பானது நிமிர்ந்து அழகாக இருப்பினும், அது செயலின் தன்மையால் கொடியது ஆகும்; யாழின் தண்டு வளைந்து காணப்பட்டாலும், அது செயலின் தன்மையால் செம்மையானதாகும்; அதுபோலத் தவக்கோலம் பூண்டோரை, அவர்களது புறத்தோற்றத்தை மட்டும் வைத்துக்கொண்டு அளவிடாமல், அவர்களின் செயற்பாடுகளின் தன்மைகளைக் கொண்டு அவர்களை அறிந்துகொள்ள வேண்டும்.

மழித்தலும் நீட்டலும் வேண்டா உலகம்
பழித்தது ஒழித்து விடின்.   280

உலகத்தார் துறவறத்திற்கு ஆகாதவை என்று பழிக்கும் தீயொழுக்க நடவடிக்கைகளை எல்லாம், துறவியர்கள் நீக்கிவிடுவார்களேயானால், பின்னர்த் தலையை மொட்டையடித்தல், சடைமயிரை வளர்த்தல் போன்ற அவர்களின் புறக்கோலங்களைப் பற்றி யாரும் கவலைப்பட வேண்டியதில்லை.

கள்ளாமை

எள்ளாமை வேண்டுவான் என்பான் எனைத்துஒன்றும்
கள்ளாமை காக்கதன் நெஞ்சு.   281

பிறரால், எக்காரணங்கொண்டும் தான் இகழப்படாமல் வாழவேண்டும் என்று விரும்புகின்றவன், யாதொரு பொருளையும் பிறரிடமிருந்து வஞ்சித்து எடுத்துக்கொள்ள நினைக்காமல், தன் நெஞ்சத்தை நல்ல முறையில் தானே நன்கு காத்துக்கொள்ள வேண்டும்.

உள்ளத்தால் உள்ளலும் தீதே பிறன்பொருளைக்
கள்ளத்தால் கள்வேம் எனல்.   282

பிறர்க்குரிய பொருளைக் களவாட, ஒருவன் தன் உள்ளத்தினால் நினைத்துப் பார்ப்பதேகூடத் தீதான செயலாகும். எனவே, பிறர் பொருளை அவர் அறியாவண்ணம், "வஞ்சித்துக் களவாடிக்கொள்வோம்" என்று ஒருவன் எண்ணாமல் இருக்கவேண்டும்.

களவினால் ஆகிய ஆக்கம் அளவுஇறந்து
ஆவது போலக் கெடும்.   283

ஒருவருக்குக் களவினால் உண்டாகிய செல்வம், என்னதான் மேலும் மேலும் பெருகிக்கொண்டே போவதுபோல் தோன்றினாலும், அது எல்லா அளவுகளையும் கடந்து, இறுதியில் கெட்டொழிந்தே போய்விடும்.

களவின்கண் கன்றிய காதல் விளைவின்கண்
வீயா விழுமம் தரும்.   284

பிறருடைய பொருளைக் களவாடும்போது ஒருவருக்கு மிகுந்த விருப்ப மேலீடு ஏற்படக்கூடும்; களவாடுவதன் மூலம் எதிர்விளைவு நேரிடும்போது, அவருக்கு நீங்காத் துன்பங்கள் ஏற்படும் என்பது உறுதி.

அருள்கருதி அன்புடைய ராதல் பொருள்கருதிப்
பொச்சாப்புப் பார்ப்பார்கண் இல்.   285

எப்படியும் பிறர் மறந்துவிடுவார்கள் என்ற நிலையை எதிர்பார்த்துப் பிறருடைய பொருளைக் களவாடிக்கொள்ள நினைப்பவர்கள், பிறரிடத்தில் அருளுடைமை காரணமாக அன்புடையவராக விளங்குவார்கள் என்று ஒருகாலும் எதிர்பார்க்க முடியாது.

அளவின்கண் நின்றுஒழுகல் ஆற்றார் களவின்கண்
கன்றிய காத லவர். ***286***

பிறருடைய பொருளைக் களவாடிக்கொள்வதில் மிகுந்த விருப்பங்கொண்டவர்கள், ஒருபோதும் நேர்மை நெறியின்கண் நின்று ஒழுக மாட்டார்கள்.

களவென்னும் கார்அறிவு ஆண்மை அளவுஎன்னும்
ஆற்றல் புரிந்தார்கண் இல். ***287***

நேர்மை என்னும் சிறப்புக்குரிய பண்பைக் கொண்டவரிடத்தில், பிறர் பொருளைக் களவாடுதல் என்னும் இருண்ட வஞ்சக அறிவு எப்போதும் இருப்பது இல்லை.

அளவுஅறிந்தார் நெஞ்சத்து அறம்போல நிற்கும்
களவுஅறிந்தார் நெஞ்சில் கரவு. ***288***

நேர்மைப் பண்பை உடையவரது நெஞ்சில், அறநெறி நிலைத்து நிற்பதைப் போல, களவு உள்ளம் கொண்டவர் நெஞ்சில், வஞ்சனை என்ற தீய பண்பு என்றும் நிலைத்து நிற்கும்.

அளவல்ல செய்தாங்கே வீவர் களவல்ல
மற்றைய தேற்றா தவர். ***289***

எந்த ஒரு நல்ல வழியையும் அறிந்துகொள்ளாமல், களவு செய்தல் என்பதை மட்டுமே அறிந்திருப்பவர்கள் எப்போதும் நேர்மையல்லாத செயல்களையே செய்ய முற்படுவர்; அதன் காரணமாக அந்த நிலையிலேயே அவர்கள் கெட்டொழிந்து போவார்கள்.

கள்வார்க்குத் தள்ளும் உயிர்நிலை கள்ளார்க்குத்
தள்ளாது புத்தேள் உலகு. ***290***

கள்ளத் தொழில் கொண்டோர்க்கு, அவர்களது உடலும் தண்டனை காரணமாகக் கெட்டுப்போகும்; களவு செய்யாத மேன்மக்கள் மறைந்த பின்னரும்கூட, வான் அளாவிய புகழுடையோரின் புகழ் உலகம் புகுந்து வாழ்வர்.

வாய்மை

வாய்மை எனப்படுவது யாதெனின் யாதொன்றும்
தீமை இலாத சொலல். 291

உண்மை என்று எல்லோராலும் சிறப்பித்துச் சொல்லப்படுவது எதனை என்றால், பிறர்க்குச் சிறிதுகூடத் தீங்கு உண்டாக்காத சொற்களைச் சொல்லுதல் என்பதையே ஆகும்.

பொய்ம்மையும் வாய்மை இடத்த புரைதீர்ந்த
நன்மை பயக்கும் எனின். 292

குற்றம் நீங்கிய நன்மையைப் பிறர்க்கு விளைவிக்குமேயானால், சில நேரங்களில், பொய்யாகச் சொல்லப்படும் சொற்களும்கூட, உண்மைச் சொற்களுக்கு ஈடாக வைத்து எண்ணப்படும்.

தன்நெஞ் சறிவது பொய்யற்க பொய்த்தபின்
தன்நெஞ்சே தன்னைச் சுடும். 293

ஒருவன், தன் நெஞ்சம் அறிந்த ஓர் உண்மையை ஒருபோதும் மறைத்துப் பொய் சொல்லக்கூடாது; அவன் நெஞ்சம் அறியப் பொய் சொல்லிவிடுவானேயானால், அதன் காரணமாக, அவனது நெஞ்சமே அவனைப் பெரிதும் வாட்டி வருத்தும்.

உள்ளத்தால் பொய்யா தொழுகின் உலகத்தார்
உள்ளத்து ளெல்லாம் உளன். 294

ஒருவன், தன் உள்ளம் அறியப் பொய் பேசாமல் ஒழுகுவானேயானால், அப்படிப்பட்டவன், உலகத்தார் எல்லோருடைய உள்ளங்களிலும் இடம்பெற்றுப் போற்றப்படுவான்.

மனத்தொடு வாய்மை மொழியின் தவத்தொடு
தானம்செய் வாரின் தலை. 295

ஒருவன் மனமார உண்மையைச் சொல்லுவானாயின், அவன் அறச் செயலையும் தவச் செயலையும் ஒருங்கே செய்வோரைக் காட்டிலும், மிகவும் சிறந்தவனாகவே கருதப்படுவான்.

பொய்யாமை அன்ன புகழ்இல்லை எய்யாமை
எல்லா அறமும் தரும்.   296

ஒருவனுக்குப் பொய் சொல்லாமையின் மூலம் ஏற்படும் புகழ்போன்று, வேறு ஏதொன்றும் இல்லை; அப்படிப்பட்ட நிலையே, அவனுக்கு எல்லாவிதமான அற நன்மைகளையும், நீங்காமல் ஒருங்கே கொண்டுவந்து சேர்க்கும்.

பொய்யாமை பொய்யாமை ஆற்றின் அறம்பிற
செய்யாமை செய்யாமை நன்று.   297

ஒருவன், எப்போதும் பொய்யாமையாகிய ஓர் அறச்செயலை மட்டும் போற்றிக் கடைப்பிடித்து வருவானேயானால், அவன் எப்பொழுதும் மற்ற அறங்களைச் செய்யாவிட்டாலும்கூட, அவன் பொதுவாக நன்மையையே எய்துவான்.

புறந்தூய்மை நீரான் அமையும் அகம்தூய்மை
வாய்மையான் காணப் படும்.   298

ஒருவனின் உடம்பு தூய்மையாக ஆதல் என்பது, தண்ணீரால் ஏற்படும்; அவனது உள்ளம் தூய்மையாக ஆதல் என்பது, அவன் வெளிப்படுத்தும் உண்மையால் உணரப்படும்.

எல்லா விளக்கும் விளக்குஅல்ல சான்றோர்க்குப்
பொய்யா விளக்கே விளக்கு.   299

புறத்து இருளைமட்டும் போக்கவல்ல எல்லாச் சுடர் விளக்குகளும் விளக்குகள் என்று சிறப்பித்துச் சொல்லப்பட மாட்டா; அகத்து இருளைப் போக்கவல்ல பொய்யாமை என்னும் விளக்கே, உயர்ந்தோர்க்குச் சிறந்த விளக்காக விளங்கும்.

யாம்மெய்யாக் கண்டவற்றுள் இல்லை எனைத்துஒன்றும்
வாய்மையின் நல்ல பிற.   300

யாம் உண்மையாகக் கண்ட அறங்களுள், உண்மையைச் சொல்லுதலைக் காட்டிலும், சிறந்தனவாகக் கூறத்தக்க அறங்கள், வேறு எவையும் இல்லை என்றே சொல்லலாம்.

வெகுளாமை

செல்லிடத்துக் காப்பான் சினங்காப்பான் அல்லிடத்துக்
காக்கின்என் காவாக்கால் என். 301

சினம் செல்லுபடி ஆகக்கூடிய இடத்தில், அது வெளிப்படாமல், அதனைத் தடுத்து நிறுத்திக்கொள்பவனே, சினத்தைத் தடுத்துக் கொள்ளும் ஆற்றலுடையவன் ஆவான் என்று கருதப்படுவான்; சினம் செல்லுபடி ஆகாத இடத்தில், ஒருவன் அதனைத் தடுத்து நிறுத்தினால்தான் என்ன அல்லது தடுத்து நிறுத்தாமல் விட்டால்தான் என்ன? இரண்டும் ஒன்றுதான்.

செல்லா இடத்துச் சினம்தீது செல்லிடத்தும்
இல்அதனின் தீய பிற. 302

தன்னால் யாதொன்றும் செய்யமுடியாத வலியார்மேல் சினம் கொள்வதனால், ஒருவனுக்குத் தீங்குதான் உண்டாகும்; செல்லுபடியாகக்கூடிய மெலியார்மேல் சினங்கொள்வது என்பதைக் காட்டிலும், தீங்கு பயப்பது வேறொன்றும் இல்லை.

மறத்தல் வெகுளியை யார்மாட்டும் தீய
பிறத்தல் அதனான் வரும். 303

ஒருவன், யாரொருவரிடத்திலும் சினங்கொள்ளாமல் அந்தச் சினத்தை அறவே மறந்துவிட வேண்டும்; இல்லையென்றால் அந்தச் சினத்தால், தீமையான விளைவுகள்தாம் அவனுக்கு ஏற்படும்.

நகையும் உவகையும் கொல்லும் சினத்தின்
பகையும் உளவோ பிற. 304

ஒருவனது முகத்தில் வெளிப்படும் சிரிப்பையும், அகத்தில் உண்டாகும் மகிழ்ச்சியையும் அடியோடு அழிக்கின்ற சினத்தைவிட, அவனுக்குப் பகையாக விளங்கும் பொருள், வேறு ஏதொன்றும் இருக்கமுடியாது.

தன்னைத்தான் காக்கின் சினம்காக்க காவாக்கால்
தன்னையே கொல்லும் சினம். 305

ஒருவன், தன்னைத்தானே காத்துக்கொள்ள விரும்புவானேயானால், தனக்குச் சினம் ஏற்படாமல் தன்னைக் காத்துக்கொள்ள வேண்டும்; அப்படி அவன் தன்னைக் காத்துக் கொள்ளாவிட்டால், அந்தச் சினமே அவனைக் கொன்றுவிடும்.

சினம்என்னும் சேர்ந்தாரைக் கொல்லி இனம்என்னும்
ஏமப் புணையைச் சுடும். *306*

சேர்ந்தவர்களை ஒழிக்கக்கூடிய வல்லமை படைத்த சினம் என்னும் நெருப்பு, ஒருவனையும் அவனைச் சார்ந்த சுற்றத்தார் என்னும் தெப்பத்தையும் சுட்டொழித்துவிடும் தன்மையதாகும்.

சினத்தைப் பொருளென்று கொண்டவன் கேடு
நிலத்தறைந்தான் கைபிழையா தற்று. *307*

சினத்தைத் தனக்குரிய பண்பாகக் கொண்டிருக்கும் ஒருவன் கெட்டுப்போவான் என்பது, நிலத்தை நோக்கிக் கையால் அறைந்தவனின் கையானது, எப்படித் தவறாது துன்பப்படும் என்பது உறுதியானதோ, அப்படியே உறுதியானது ஆகும்.

இணர்எரி தோய்வன்ன இன்னா செயினும்
புணரின் வெகுளாமை நன்று. *308*

கொழுந்துவிட்டு எரியும் தீயினால் சுடுவது போன்ற துன்பங்களை, ஒருவன் தொடர்ந்து செய்துவந்தாலும், அவன் தன் குற்றம் உணர்ந்து வருந்திப் பின்னர் உறவுகொள்ள வருவானேயானால், அவனைச் சினந்துகொள்ளாமல் ஏற்றுக்கொள்வது நல்லது.

உள்ளிய எல்லாம் உடனெய்தும் உள்ளத்தால்
உள்ளான் வெகுளி எனின். *309*

ஒருவன், தன் உள்ளத்தால் சினத்தைப் பற்றி நினைக்காது இருப்பானேயானால், அவன் நினைத்த நன்மைகளை எல்லாம் ஒருங்கே அடையப் பெறுவான்.

இறந்தார் இறந்தார் அனையர் சினத்தைத்
துறந்தார் துறந்தார் துணை. *310*

அளவு கடந்த சினத்தைக் கொண்டவர், உயிருடன் காணப்பட்டாலும், அவர் உண்மையில் செத்தவரைப் போன்றே கருதப்படுவார்; சினத்தை அறவே துறந்தவர்கள், துறந்தவர்க்கு ஒப்பாக உயர்ந்தவராகவே கருதப்படுவர்.

இன்னா செய்யாமை

சிறப்புஈனும் செல்வம் பெறினும் பிறர்க்குஇன்னா
செய்யாமை மாசற்றார் கோள். ***311***

பெருஞ்சிறப்பைத் தருகின்ற அழியாத செல்வத்தைப் பெறுவதாக இருந்தாலும், பிறர்க்குத் துன்பஞ்செய்யாதிருத்தலே குற்றமற்றவர்களின் சிறந்த கொள்கை ஆகும்.

கறுத்துஇன்னா செய்தவக் கண்ணும் மறுத்துஇன்னா
செய்யாமை மாசுஅற்றார் கோள். ***312***

ஒருவன் வெகுண்டெழுந்து தமக்குத் துன்பம் செய்தபோதிலும், திரும்ப அவனுக்கு எவ்விதத் துன்பத்தையும் செய்யாமலிருப்பதுதான், குற்றமற்ற உயர்ந்தோரின் சீரிய கொள்கையாகும்.

செய்யாமற் செற்றார்க்கும் இன்னாத செய்தபின்
உய்யா விழுமம் தரும். ***313***

ஒருவன் பிறர்க்குத் தான் எந்த ஒரு குற்றமும் செய்யாதிருக்கும் நிலையிலும் தனக்குத் துன்பம் இழைத்த பிறர்க்கு, எதிர்க்கெடுதி செய்ய முனைவானேயானால், அந்தச் செயலானது, தப்பிப் பிழைக்க முடியாத துன்பத்தையே அவனுக்குத் தரும்.

இன்னாசெய் தாரை ஒறுத்தல் அவர்நாண
நன்னயம் செய்து விடல். ***314***

தனக்குத் துன்பம் இழைத்தவரை, ஒருவன் தண்டித்தல் என்பது, அவர் வெட்கப்படும்படியாக நல்ல நன்மைகளை அவருக்குச் செய்து, அவர் செய்த தீமையையும், தான் செய்யும் நன்மைகளையும் மறந்துவிடுவதாகும்.

அறிவினான் ஆகுவது உண்டோ பிறிதின்நோய்
தம்நோய்போல் போற்றாக் கடை. ***315***

பிற உயிர்களுக்கு ஏற்படும் துன்பங்களைத் தனக்கு ஏற்படும் துன்பங்களாகக் கருதி, அவ்வுயிர்களைக் காப்பாற்ற முன்வராவிட்டால், ஒருவன் தான் பெற்றுள்ள அறிவினால் ஆகக்கூடிய பயன் ஏதொன்றும் இல்லை.

இன்னா எனத்தான் உணர்ந்தவை துன்னாமை
வேண்டும் பிறன்கண் செயல். 316

ஒருவன், துன்பம் தருபவை என்று தான் நன்றாகக் கண்டறிந்தவற்றைப் பிறனிடத்தில் எக்காரணங்கொண்டும் செய்யாமல் இருக்கவேண்டும்.

எனைத்தானும் எஞ்ஞான்றும் யார்க்கும் மனத்தான்ஆம்
மாணாசெய் யாமை தலை. 317

ஒருவன், எவ்வகையாலும், எப்பொழுதும், எவர்க்கும் மனமறியத் துன்பந்தரும் செயல்களைச் செய்யாதிருத்தலே சிறந்த தன்மையாகும்.

தன்னுயிர்க்கு இன்னாமை தான்அறிவான் என்கொலோ
மன்உயிர்க்கு இன்னா செயல். 318

தனக்குப் பிறர் இழைக்கக்கூடிய துன்பங்களை நன்கு அறிந்த ஒருவன், அத்தகைய துன்பங்களைப் பிற உயிர்களுக்குச் செய்ய முற்படுவது என்பது, தகாத ஒரு செயலாகும்.

பிறர்க்குஇன்னா முற்பகல் செய்யின் தமக்குஇன்னா
பிற்பகல் தாமே வரும். 319

ஒருவர், பிறர்க்குத் துன்பந்தரும் செயல்களை முற்பகலில் செய்தால், அவருக்குத் துன்பங்கள் பிற்பகலில் தாமாகவே வந்து சேர்ந்துவிடும் என்பது உறுதி.

நோய்எல்லாம் நோய்செய்தார் மேலவாம் நோய்செய்யார்
நோய்இன்மை வேண்டு பவர். 320

துன்பம் என்பவையெல்லாம், முன்னர்ப் பிறர்க்குத் துன்பஞ் செய்தோர் மீதே சேர்வனவாகும்; ஆதலால், பின்னர்த் துன்பப்படாமல் வாழ விரும்புபவர்கள், இப்பொழுது பிறர்க்குத் துன்பம் செய்ய முன்வரமாட்டார்கள்.

கொல்லாமை

அறவினை யாதெனில் கொல்லாமை கோறல்
பிறவினை எல்லாம் தரும். 321

அறச்செயல் என்பது எதுவென்றால், எந்த ஓர் உயிரையும் கொல்லாது இருத்தலாகும்; கொல்லுதல் என்பது, அறமல்லாத செயல்கள் எல்லாவற்றையும் உருவாக்கக் காரணமாக அமைந்துவிடும்.

பகுத்துண்டு பல்லுயிர் ஓம்புதல் நூலோர்
தொகுத்தவற்றுள் எல்லாந் தலை. 322

தனக்குக் கிடைக்கக்கூடிய உணவைப் பிறர் எல்லோர்க்கும் பகுத்துக் கொடுத்துவிட்டுத் தானும் உண்டு, ஒருவன் பலரையும் அவ்வாறு காப்பாற்றுதல் என்பது, அறநூலோர் தொகுத்துக் கூறியுள்ள அறங்கள் எல்லாவற்றிலும், தலைசிறந்து நிற்கும் அறமாகும்.

ஒன்றாக நல்லது கொல்லாமை மற்றுஅதன்
பின்சாரப் பொய்யாமை நன்று. 323

ஈடு இணையற்ற நல்லதொரு அறமாகக் கருதப்படுவது கொல்லாமையேயாகும்; அதற்கு அடுத்தபடியாக நல்லறமாக வைத்துக் கருதத்தக்கது, பொய்யாமையாகும்.

நல்ஆறு எனப்படுவது யாதெனின் யாதுஒன்றும்
கொல்லாமை சூழும் நெறி. 324

நல்லநெறி என்று சொல்லப்படுவது எது என்ற வினா எழுமாயின், எந்த ஓர் உயிரையும் கொலை செய்யாமை என்னும் அறச்செயலைப் போற்றி நிற்கும் நெறியேயாகும்.

நிலைஅஞ்சி நீத்தாருள் எல்லாம் கொலைஅஞ்சிக்
கொல்லாமை சூழ்வான் தலை. 325

தீமை நிறைந்த சூழ்நிலையைக் கண்டு அஞ்சி, அதனைவிட்டு நீங்குபவர்கள் எல்லாருள்ளும், கொலை செய்வதற்கு அஞ்சிக் கொல்லாமை என்னும் அறச்செயலைப் போற்றி வாழ்கின்றவன், தலைசிறந்தவனாகக் கருதப்படுவான்.

கொல்லாமை மேற்கொண்டு ஒழுகுவான் வாழ்நாள்மேல்
செல்லாது உயிர்உண்ணும் கூற்று. *326*

கொலை செய்யாமை என்னும் அறச்செயலை மேற்கொண்டு வாழ்ந்து வருபவனின் வாழ்க்கையில், உயிரைக் கொண்டு செல்லுவதாகக் கற்பனையாக உருவகப்படுத்திக் கூறப்படும் சாவு என்னும் கூற்றுவன்கூட, அவனது உயிரைப் பறித்துச் செல்ல முன்வரமாட்டான்.

தன்உயிர் நீப்பினும் செய்யற்க தான்பிறிது
இன்உயிர் நீக்கும் வினை. *327*

ஒருவன் தன்னுடைய உயிரைத் துறக்கவேண்டிய நிலை ஏற்பட்டாலும், அப்படிப்பட்ட நிலை பிற உயிர்களுக்கு ஏற்படாமல் இருக்கவேண்டி, அவன் வேறோர் உயிரைப் போக்கும் செயலை ஒருபோதும் செய்யக்கூடாது.

நன்றாகும் ஆக்கம் பெரிதுஎனினும் சான்றோர்க்குக்
கொன்றாகும் ஆக்கம் கடை. *328*

ஆரிய யாகக் கொலையின் மூலம், நன்மையாக அமையக்கூடிய ஆக்கம் பெரிதாகவே அமையும் என்று வேதசமயத்தார் கற்பனையாகக் கூறினாலும், அப்படிப்பட்ட கொலையால், எப்படிப்பட்ட ஆக்கம் ஏற்படுவதாக இருந்தாலும், தமிழ்ச் சான்றோர்கள் அதனை மிக இழிவாகவே கருதுவார்கள்.

கொலைவினையர் ஆகிய மாக்கள் புலைவினையர்
புன்மை தெரிவார் அகத்து. *329*

கொலை செய்வதைத் தொழிலாகக்கொண்ட மக்களின் இழிவான செயலை, நன்கு ஆராய்ந்து அறியும் உள்ளம் படைத்த பெரியோர்கள், அப்படிப்பட்ட மக்களைப் புலைத் தொழில் செய்யும் தன்மை யினராகத்தான் கருதுவார்கள்.

உயிர்உடம்பின் நீக்கியார் என்ப செயிர்உடம்பின்
செல்லாத்தீ வாழ்க்கை யவர். *330*

பல உயிர்களைப் பல உடம்புகளிலிருந்து நீக்கி, அவற்றை உண்டு வாழ்பவர்கள், நோய் பொருந்திய உடம்பினை உடையவராகவும், இழிந்த வாழ்க்கையைக் கொண்டவர்களுமே ஆவார்கள் என்று பெரியோர்களால் குற்றஞ்சாட்டப்படுவர்.

நிலையாமை

நில்லா தவற்றை நிலையின என்றுணரும்
புல்லறி வாண்மை கடை.   331

நிலையற்றவைகளை எல்லாம், நிலைத்து நிற்கத் தக்கன என்று எண்ணுகின்ற தாழ்மையான அறிவினை உடையவராக ஒருவர் இருப்பாரேயானால், அவரது அந்த நிலைமை இழிவானதாகக் கருதப்படும்.

கூத்தாட்டு அவைக்குழாத் தற்றே பெருஞ்செல்வம்
போக்கும் அதுவிளிந் தற்று.   332

ஒருவருக்குப் பெருஞ்செல்வம் வந்து சேர்தல் என்பது கூத்தாடும் அவைக் களத்தில் வந்துகூடும் மக்கட் கூட்டம் போன்றதாகும்; கூத்து முடிந்தவுடன் அந்த மக்கட் கூட்டம் கலைந்து போய்விடுவது போன்றே அந்தச் செல்வத்தின் போக்கும் அமைந்துவிடும்.

அற்கா இயல்பிற்றுச் செல்வம் அதுபெற்றால்
அற்குப ஆங்கே செயல்.   333

செல்வம் எப்பொழுதும் நிலைத்து நிற்காத இயல்பை உடையதாகும்; ஆகையினாலே அத்தகைய செல்வத்தை ஒருவன் பெற நேரிடும்போது, செய்யக்கூடிய நிலையான அறச் செயல்கள் அனைத்தையும் அவன் அப்பொழுதே செய்து முடித்துவிட வேண்டும்.

நாள்என ஒன்றுபோல் காட்டி உயிர்ஈரும்
வாள்அது உணர்வார்ப் பெறின்.   334

வாழ்க்கையின் உண்மைத் தன்மையை நன்கு அறிந்து உணரக்கூடியவர்கள், சிறிய கால அளவாகக் காணப்படும் நாள் என்பதுகூட, ஒருவனுடைய உயிரோடுகூடிய ஆயுட்காலத்தைச் சிறிது சிறிதாக அறுத்துக் குறைத்துக்கொண்டு வருகின்ற வாளாக அமையக்கூடியதாகும் என்பதைத் தெளிவாக அறிவார்கள்.

நாச்செற்று விக்குள்மேல் வாராமுன் நல்வினை
மேற்சென்று செய்யப் படும்.   335

ஒருவர் வாய் திறந்து பேசமுடியாதபடி நாவானது இழுக்கப்பட்டு, விக்குளானது தோன்றித் தொல்லை தருவதற்கு முன்பாகவே, அதாவது, சாவு அவரை நெருங்குவதற்கு முன்பாகவே, நல்ல அறச் செயல்கள் பலவற்றையும் அவர் செய்து முடித்துவிட வேண்டும்.

நெருநல் உளன்ஒருவன் இன்றில்லை என்னும்
பெருமை உடைத்து இவ்வுலகு.   336

"நேற்று ஒருவன் இருந்தான்; அவன் இன்று இல்லாமல் இறந்துபோனான்" என்று சொல்லும் அளவுக்கு, நிலையாமை என்பதைப் பெருமை உடைய ஒரு பண்பாக இவ்வுலகம் கொண்டிருக்கிறது.

ஒருபொழுதும் வாழ்வது அறியார் கருதுப
கோடியும் அல்ல பல.   337

ஒரு சிறுபொழுதுகூடத் தம் வாழ்க்கையின் நிலையாமையை ஆராய்ந்து அறியமாட்டாதவர்கள், வீணாக எண்ணிக் குவிப்பன ஒரு கோடி அளவையும் மிஞ்சுகின்ற அளவிற்குப் பலப்பல கோடி எண்ணங்களைக் கொண்டனவாக அமையும்.

குடம்பை தனித்துஒழியப் புள்பறந் தற்றே
உடம்போடு உயிரிடை நட்பு.   338

தான் வாழும் கூடு தனியே இருக்கப் பறவையானது அதனை விட்டுவிட்டுக் கண்காணாத இடத்திற்குப் பறந்துபோய்விடுவது போன்றது, உடம்பு தனியே கிடக்க, உயிர் உடம்போடுகூடிய உறவை விட்டுவிட்டு அகன்றுவிடுவது.

உறங்கு வதுபோலும் சாக்காடு உறங்கி
விழிப்பது போலும் பிறப்பு.   339

ஒருவனுக்குப் பிறப்பு என்பது, தூங்கி எழும்போது ஏற்படும் விழிப்புணர்ச்சி போன்றதாகும்; இறப்பு என்பது, அவன் மீளா உறக்கம் கொள்வது போன்றதாகும்.

புக்கில் அமைந்தின்று கொல்லோ உடம்பினுள்
துச்சில் இருந்த உயிர்க்கு.   340

உடம்பில் ஒட்டிக்கொண்டு ஒரு குறிப்பிட்ட காலம் மட்டும் குடியிருந்து வரும் உயிருக்கு எப்பொழுதும் நிலையாகக் குடியிருந்து வாழ்வதற்கு ஏற்ற ஓர் இல்லம் அமைந்திடாது என்பது மட்டும் உண்மையான இயற்கை நிலையாகும்.

துறவு

யாதனின் யாதனின் நீங்கியான் நோதல்
அதனின் அதனின் இலன்.   341

ஒருவன் தன்னிடமுள்ள எல்லாவற்றையும் ஒருங்கே துறக்காவிட்டாலும், எது எதிலிருந்து பற்று நீங்கியவனாக இருக்கிறானோ, அவன் அவைகளினால் துன்பம் அடைதல் என்பது மட்டும் இல்லை.

வேண்டின்உண் டாகத் துறக்க துறந்தபின்
ஈண்டியற் பால பல.   342

ஒருவனுக்குத் துன்பம் ஏதும் ஏற்படாத நிலை உண்டாக வேண்டுமானால், அவன் உயிரோடு இருக்கும்போதே, எல்லாவிதப் பொருள்களிடத்தும் கொண்டிருக்கும் பற்றைத் துறந்துவிடவேண்டும்; அப்படித் துறந்தபின் அவன் இவ்வுலகில் பெறக்கூடிய உயர்ந்த இன்பங்கள் பலவாகவே அமையும்.

அடல்வேண்டும் ஐந்தன் புலத்தை விடல்வேண்டும்
வேண்டிய எல்லாம் ஒருங்கு.   343

கண்டு, கேட்டு, உண்டு, உயிர்த்து, உற்றறியும் ஐம்புலன்களையும் ஒருவன் அடக்கி ஆளவேண்டுமானால், அவன் ஐம்புல நுகர்ச்சிக்கு உரிய பொருள்களை எல்லாம், ஒருங்கே விட்டு ஒதுங்கிவிடவேண்டும்.

இயல்பாகும் நோன்பிற்குஒன்று இன்மை உடைமை
மயல்ஆகும் மற்றும் பெயர்த்து.   344

ஒருவர் யாதொரு பொருட்பற்றும், இல்லாமல் இருத்தல் என்பது, தவம் செய்வதன் மூலம் ஏற்படும் இயல்பான பண்பாகும்; அவர் ஏதேனும் ஒரு பற்றுடையவராக இருந்துவிட்டால், மீண்டும் பொருள்களின்மீது ஆவல் கொண்டு மயங்குவதற்கு வழி ஏற்பட்டுவிடும்.

மற்றும் தொடர்ப்பாடு எவன்கொல் பிறப்பறுக்கல்
உற்றார்க்கு உடம்பும் மிகை.   345

தீமையின் தோற்றங்களை நீக்க முயலுகின்றவர்களுக்கு, அவரது உடம்பேகூட மிகையானதொரு தீமைதரும் பொருளாக இருக்கும்; அதற்குமேல் வேறு தீமை பயக்கும் பொருள்களோடு தொடர்புகொள்ள வேண்டிய இன்றியமையாமை, அவர்களுக்கு ஏதொன்றும் இருக்காது.

யான்எனது என்னும் செருக்கு அறுப்பான் வானோர்க்கு
உயர்ந்த உலகம் புகும். *346*

யான் என்னும் அகப்பற்றையும், எனது என்னும் புறப்பற்றையும் நீக்குபவன், வேறு பலவகைகளில் வான்புகழ்கொண்ட பெரியோர்களைக் காட்டிலும் மேலானதொரு புகழ் உலகத்தை அடைவான்.

பற்றி விடாஅ இடும்பைகள் பற்றினைப்
பற்றி விடாஅ தவர்க்கு. *347*

அகப்பற்று, புறப்பற்று ஆகிய இருவகைப் பற்றுக்களையும் இறுகப் பற்றிக்கொண்டு, அவற்றை விடாதவரை, துன்பங்களும் இறுகப் பற்றிக்கொண்டு, அவர்களை விட்டு அகலமாட்டா.

தலைப்பட்டார் தீரத் துறந்தார் மயங்கி
வலைப்பட்டார் மற்றை யவர். *348*

முற்றுந் துறந்தவர்களே, உயர்ந்த நிலையை எய்தியவர்கள் ஆவார்கள்; அப்படித் துறக்காதவர்கள், துன்ப வலையில் அகப்பட்டு அல்லல் உறுபவர்கள் ஆவார்கள்.

பற்றற்ற கண்ணே பிறப்பறுக்கும் மற்று
நிலையாமை காணப் படும். *349*

அகப்பற்று – புறப்பற்று ஆகிய இருவகைப் பற்றுக்களையும் விட்ட உடனேயே, அந்தப் பற்றற்ற நிலைமை, துன்பங்கள் தோன்றுவதை நிறுத்திவிடும். அதோடு அத்துன்பங்கள் தொடர்ந்து தோன்றாமலும் செய்துவிடும்.

பற்றுக பற்றற்றான் பற்றினை அப்பற்றைப்
பற்றுக பற்று விடற்கு. *350*

பொருள்களின் மீது ஏதொரு பற்றும் வைக்காத அறிவாற்றலில் சிறந்த சான்றோரின் அன்பையும் ஆதரவையும் ஒருவன் பற்றிக்கொள்ள வேண்டும்; அவன் இருவகைப் பற்றுக்களையும் அறவே விடுவதற்கு, அத்தகைய சான்றோரின் நெறிகளை விடாமல் பற்றிக்கொள்ள வேண்டும்.

மெய்யுணர்தல்

பொருள்அல்ல வற்றைப் பொருள்என்று உணரும்
மருளான்ஆம் மாணாப் பிறப்பு.   351

மெய்ப்பொருள் அல்லாதவற்றை மெய்ப்பொருள்தான் என்று தவறாக எண்ணும் மயக்க அறிவினையுடையவன், சிறப்பில்லாத உயிர்வாழ்வு வாழ்பவன் என்று பிறரால் கருதப்படுவான்.

இருள்நீங்கி இன்பம் பயக்கும் மருள்நீங்கி
மாசறு காட்சி யவர்க்கு.   352

மன மயக்கத்திலிருந்து விலகிக் குற்றமற்ற மெய்யுணர்வு உடையவர்களுக்கு, அம்மெய்யுணர்ச்சி, துன்பத்தை நீக்கி, இன்பத்தை அளிக்கும்.

ஐயத்தின் நீங்கித் தெளிந்தார்க்கு வையத்தின்
வானம் நணியது உடைத்து.   353

ஐயப்பாட்டிலிருந்து நீங்கி, மெய்யுணர்வு பெற்றவர்களுக்கு, குறைந்த அளவே பார்வையில்படும் இந்த நடைமுறை உலகத்தைவிடப் பரந்த அளவில் பார்வையில்படும் இயற்கைப் பெருவெளியே கூட மிக நெருக்கத்தில் இருப்பதாகக் கருதப்படும்.

ஐயுணர்வு எய்தியக் கண்ணும் பயம்இன்றே
மெய்யுணர்வு இல்லா தவர்க்கு.   354

மெய்யுணர்வு இல்லாதவர்கள், ஐந்து புலன்களின் உணர்வுகளை அடக்கி வென்றிருந்தபோதிலும், அதனால், அவர்களுக்கு நிலைத்த பலன் ஏதும் ஏற்படுவது இல்லை.

எப்பொருள் எத்தன்மைத்து ஆயினும் அப்பொருள்
மெய்ப்பொருள் காண்பது அறிவு.   355

எந்தப் பொருள் எப்படிப்பட்ட வகையில் தோற்றம் அளித்தபோதிலும், அதனுடைய தோற்றப்பொலிவை மட்டும் கொண்டு மயங்கிவிடாமல், அந்தப் பொருளின் மெய்யான பொருளை ஆராய்ந்து கண்டறிவதுதான், உண்மையான அறிவாகும்.

கற்றுஈண்டு மெய்ப்பொருள் கண்டார் தலைப்படுவர்
மற்றுஈண்டு வாரா நெறி.   356

இவ்வுலகத்தில் கற்க வேண்டியவைகளை எல்லாம் கற்று, உண்மைப் பொருளை நன்கு அறியக்கூடிய ஆற்றல்பெற்ற துறவியர், தாம் மீண்டும் இல்லற நெறிக்கு வராத அளவுக்குத் தூய துறவற நெறியிலேயே நிற்கக்கூடியவர் ஆவர்.

ஓர்த்துள்ளம் உள்ளது உணரின் ஒருதலையாப்
பேர்த்துள்ள வேண்டா பிறப்பு.   357

ஒருவன் உள்ளமானது, உண்மைப் பொருளை ஆராய்ந்து பார்த்து, உறுதியாக அதன் தன்மையை உணருமேயானால், பின்னர் அவனது வாழ்க்கையில் மாறிவரும் துன்பங்களைப் பற்றி, அவன் கவலைகொள்ள வேண்டியதில்லை.

பிறப்புஎன்னும் பேதைமை நீங்கச் சிறப்புஎன்னும்
செம்பொருள் காண்பது அறிவு.   358

ஒருவனின் பிறப்புடன் சேர்ந்து தென்படும் அறியாமை நீங்கவேண்டுமானால், அவனுக்குச் சிறப்பு அளிக்கவல்லது என்று போற்றப்படுகின்ற உண்மையறிவைப் பெறமுயலுவதே அறிவுடைமையாகும்.

சார்புஉணர்ந்து சார்பு கெடஒழுகின் மற்றுஅழித்துச்
சார்தரா சார்தரு நோய்.   359

ஒருவன் தன்னைச் சாரக்கூடிய பொருள்களின் தன்மைகளை மெய்யறிவின் மூலம் அறிந்து, அவற்றின்மேல் பற்றுக்கொள்ளாமல் நடப்பானாயின், அவனைச் சாரக்கூடிய துன்பங்கள், அவனது உணர்வினை அழித்துவிட்டு அவனைச் சாரமாட்டா.

காமம் வெகுளி மயக்கம் இவைமூன்றன்
நாமம் கெடக்கெடும் நோய்.   360

காமவிருப்பு, கடுஞ்சினம், மயக்கவுணர்வு ஆகிய இந்த மூன்று குற்றங்களுடைய பெயர்களும், கெட்டொழியும்படியாக நடந்துகொண்டால், துன்பங்கள் பலவும் வராமல் கெட்டொழிந்து போய்விடும்.

அவா அறுத்தல்

அவாஎன்ப எல்லா உயிர்க்கும் எஞ்ஞான்றும்
தவாஅப் பிறப்புஈனும் வித்து.   361

எல்லா உயிரினங்களுக்கும், எப்பொழுதும் தவறாது துன்பத்தை விளைவிக்கும் விதையே, அவாதான் என்று, ஆன்றோர்கள் சொல்லுவார்கள்.

வேண்டுங்கால் வேண்டும் பிறவாமை மற்றது
வேண்டாமை வேண்ட வரும்.   362

ஒருவன் ஒன்றை வேண்டும்போது, துன்பமில்லாத நிலைமையையே வேண்டுவான்; அத்துன்பமில்லாத நிலைமையும், அவன் அவாவின்மையை விரும்புவதன் மூலந்தான் வரப்பெறும்.

வேண்டாமை அன்ன விழுச்செல்வம் ஈண்டில்லை
யாண்டும் அஃதொப்ப தில்.   363

அவாவின்மையைப் போன்றதொரு சிறந்த செல்வத்தைக் கொண்டிருப்பவனிடம் வேறு எந்த ஒரு செல்வமும் இருப்பதில்லை; வேறு எந்த இடத்திலும்கூட, அதற்கு ஈடான செல்வம் வேறொன்றும் இருப்பதில்லை.

தூஉய்மை என்பது அவாஇன்மை மற்றது
வாஅய்மை வேண்ட வரும்.   364

தூய்மை என்று சிறப்பித்துச் சொல்லப்படக்கூடியது, அவா இன்மை ஆகும்; அந்த அவா இன்மையுங்கூட, உண்மையை விரும்புவதன் மூலமே வரக்கூடியதாகும்.

அற்றவர் என்பார் அவாஅற்றார் மற்றையார்
அற்றாக அற்றது இலர்.   365

பற்று அற்றவர்கள் எனப்படுபவர்கள், ஆசைகளை அறவே விட்டவர்களே ஆவார்கள்; ஆனால், ஆசைகளை அறவே விடாதவர்கள், பற்றுக்களை அவ்வளவாக விட்டவர்கள் ஆகமாட்டார்கள்.

அஞ்சுவது ஓரும் அறனே ஒருவனை
வஞ்சிப்பது ஓரும் அவா. *366*

ஒருவனை வஞ்சித்துக் கெடுப்பது, அவனது அவாவே ஆகும்; ஆதலால், அந்த அவாவிற்கு அஞ்சி வாழ்தலே, அவன் கடைப்பிடிக்கக்கூடிய அறம் ஆகும்.

அவாவினை ஆற்ற அறுப்பின் தவாவினை
தான்வேண்டும் ஆற்றான் வரும். *367*

ஒருவன் அவாவினை முற்றிலும் நீக்கக்கூடிய வல்லமையைப் பெற்றிருப்பானேயானால், அவன் எவ்வகையிலும் கெடாமைக்கு ஏதுவான நற்செயல், அவன் விரும்புகின்ற வழியில் தானே வந்து நிற்கும்.

அவாஇல்லார்க்கு இல்லாகும் துன்பம் அஃதுஉண்டேல்
தவாஅது மேன்மேல் வரும். *368*

ஆசை அற்றவர்களுக்கு ஒரு துன்பமும் இல்லை; ஆசை ஒன்று ஏற்பட்டுவிட்டாலோ, துன்பங்கள் எல்லாம், ஒன்றன்பின் ஒன்றாக, ஒழியாமல், மேலும் மேலும் வந்துகொண்டுதான் இருக்கும்.

இன்பம் இடையறாது ஈண்டும் அவாஎன்னும்
துன்பத்துள் துன்பம் கெடின். *369*

துன்பங்கள் எல்லாவற்றிற்கும் காரணமாக விளங்கும் அவா என்னும் கொடிய துன்பம் கெட்டு ஒழிந்துபோனால், இவ்உலக வாழ்க்கையில், ஒருவருக்கு இன்பமானது இடைவிடாமல் வந்துகொண்டே இருக்கும்.

ஆரா இயற்கை அவாநீப்பின் அந்நிலையே
பேரா இயற்கை தரும். *370*

எந்த ஒரு நிலையிலும் நிறைவுபெறாத இயற்கைத் தன்மையையுடைய அவாவினை, ஒருவன் ஒழித்து விடுவானேயானால், அப்படி ஒழித்த அந்த நிலையே அவனுக்கு, எப்பொழுதும் மாறாத தன்மையையுடைய இயற்கை இன்பத்தைத் தரும்.

ஊழ்

ஆகுஊழால் தோன்றும் அசைவுஇன்மை கைப்பொருள்
போகுஊழால் தோன்றும் மடி. 371

கைப்பொருள் ஒன்று உண்டாவதற்குக் காரணமான, ஆகும் ஊழினால், (இயற்கையில் தானாக வெளிப்பட்டுத் தோன்றும் இயற்கைப் பண்பறிவுத் தன்மையின் முனைப்பால்) ஒருவனுக்கு முயற்சிப்பண்பு உண்டாகும்; கைப்பொருள் ஒன்று போவதற்குக் காரணமான போகும் ஊழினால் (இயற்கையில் தானாக வெளிப்பட்டுத் தோன்றும் இயற்கைப் பண்பறிவுத் தன்மையின் குறைபாட்டால்) ஒருவனுக்குச் சோம்பல் பண்பு உண்டாகும்.

பேதைப் படுக்கும் இழவுஊழ் அறிவுஅகற்றும்
ஆகல்ஊழ் உற்றக் கடை. 372

ஒருவனின் கைப்பொருளைக் கெடுக்கத் தக்கதாக அமையக்கூடிய அவனுடைய இயற்கைப் பண்பறிவுத் தன்மையானது அவனுக்கு அறியாமையைத்தான் அளிக்கும்; அவனின் கைப்பொருள் மேலும் ஆக்கக் கூடியதாக அமையும், அவனுடைய இயற்கைப் பண்பறிவுத் தன்மையானது, அவனது அறிவை மேலும் விரிவுபடுத்தும்.

நுண்ணிய நூல்பல கற்பினும் மற்றும்தன்
உண்மை அறிவே மிகும். 373

ஒருவன் நுட்பமான பல்வேறு வகைப்பட்ட நூல்களைக் கற்றறிந்த போதிலும், அதற்குப் பிறகும், அவனது உண்மையான உள்ளறிவே, அதாவது இயற்கை முறையாக வெளிப்படும் இயற்கைப் பண்பறிவே முன்வந்து மேம்பட்டு நிற்கும்.

இருவேறு உலகத்து இயற்கை திருவேறு
தெள்ளியர் ஆதலும் வேறு. 374

இந்த உலகத்தின் இயல்பே, எதிலும் இரண்டு வேறுபட்ட தன்மைகளை, அடிப்படையாகக் கொண்டிருப்பதாகும். செல்வம் உடையவராக ஆவதற்குரிய இயற்கைப் பண்பறிவைப் பெற்றிருத்தல் என்பதும், அறிவுடையவராக ஆவதற்குரிய பண்பறிவைப் பெற்றிருத்தல் என்பதும் வேறுவேறு தன்மைகளை அடிப்படையாகக் கொண்டிருப்பனவாகும்.

நல்லவை எல்லாஅம் தீயவாம் தீயவும்
நல்லவாம் செல்வம் செயற்கு. 375

ஒருவன் செல்வத்தைத் திரட்ட முற்படும்போது, அவனுக்கு, முன்பு நல்லனவாய் இருந்துவந்தனவெல்லாம் அவனுடைய போகக்கூடிய இயற்கைப் பண்பறிவின் (போகும் ஊழ்) காரணமாகத் தீயனவாக முடியும்; முன்பு தீயனவாக இருந்தனவெல்லாம், அவனுடைய ஆகக்கூடிய இயற்கைப் பண்பறிவின் (ஆகும் ஊழ்) காரணமாக, நல்லனவாகவே முடியும்.

பரியினும் ஆகாவாம் பாலல்ல உய்த்துச்
சொரியினும் போகா தம. *376*

ஒருவன் தனக்கு உரிமையில்லாத பொருள்களை, எவ்வளவுதான் வருந்திக் காப்பாற்றினாலும், சில நேரங்களில், அவை அவனிடம் இல்லாமல் இயற்கைச் சூழ்நிலைகளின் காரணமாக, உரிய வழியில் அவனைவிட்டுப் போய்விடும்; அவன், தனக்கு உரிமையுடைய பொருள்களைக் கொண்டுபோய் வெளியே கொட்டி வைத்தாலும், சில நேரங்களில், அவை இயற்கைச் சூழ்நிலைகளின் காரணமாக, அவனை விட்டுப் போகா.

வகுத்தான் வகுத்த வகையல்லால் கோடி
தொகுத்தார்க்கும் துய்த்தல் அரிது. *377*

உலகியல் வாழ்க்கையை நடத்துபவர்கள், அதனை ஆராய்ந்தறிந்து வகுத்து, முறைப்படுத்திய அறிவாற்றலில் சிறந்த சான்றோரின் வழிவகைகளைச் செம்மையாகப் பின்பற்றினால் அல்லாமல், அவர்கள் கோடிக்கணக்கில் பொருளைத் தொகுத்து வைத்திருந்தபோதிலும், அதன் பயனை அவர்கள் நுகர்தல் என்பது அரிதான ஒரு செயலாகும்.

துறப்பார்மன் துப்புரவு இல்லார் உறற்பால
ஊட்டா கழியும் எனின். *378*

இயற்கை முறையாக வெளிப்படும் இயற்கைப் பண்பறிவின் காரணமாகப் பொருள்களின் மீது ஆவல் அற்ற வறிய நிலையில் உள்ளவர்கள், துறவறத்தைச் சிறப்பாக மேற்கொண்டு, பேரா இயற்கையைப் (உறுதியான இயல்பான இன்ப நிலையை) பெறுவார்கள்.

நன்றாங்கால் நல்லவாக் காண்பவர் அன்றாங்கால்
அல்லற் படுவது எவன். *379*

இயற்கைப் பண்பறிவின் காரணமாக, ஒருவர், நல்லவை உண்டாகும்போது, அவற்றை நல்லவை என்று கருதி இன்பம் பெறும்போது, தீயவை உண்டாகும்போது, அவற்றின் காரணமாக அவதியுற்றுக் கலங்குவது கூடாது என்பதாகும்.

ஊழிற் பெருவலி யாஉள மற்றுஒன்று
சூழினும் தான்முந் துறும். *380*

பொதுவாக, ஒருவன், இயற்கை முறையாக வெளிப்படும் இயற்கைப் பண்பறிவை மாற்ற, வேறு எந்தவொரு செயற்கை அறிவைக்கொண்டு ஆராய்ந்து பார்த்தாலும், அந்த இயற்கைப் பண்பறிவின் வலிமையே முன்வந்து நிற்கும்; இயற்கைப் பண்பறிவால் வெளிப்படும் வலிவைக் காட்டிலும், வேறு எதுவும் மிக்க வலிமையுடையது அல்ல.

பொருட்பால்

இறைமாட்சி

படைகுடி கூழ்அமைச்சு நட்புஅரண் ஆறும்
உடையான் அரசருள் ஏறு.   381

வலிவான போர்ப்படை, சிறந்த குடிமக்கள், பயன்படுபொருள்கள், அறிவார்ந்த அமைச்சர்கள், உள்ளன்பு கொண்ட நண்பர்கள், வலிமை வாய்ந்த கோட்டை ஆகிய ஆறு உறுப்புக்களையும் செம்மையாக உடையவனே, அரசர்களுள் ஆண் சிங்கம் போன்றவன் ஆவான்.

அஞ்சாமை ஈகை அறிவுஊக்கம் இந்நான்கும்
எஞ்சாமை வேந்தற்கு இயல்பு.   382

அச்சமின்மை, ஈகை, அறிவு, ஊக்கம் ஆகிய நான்கு பண்புகளும் ஓர் அரசனுக்கு எப்பொழுதும் நீங்காமலிருத்தலே இயல்பான தன்மையாகும்.

தூங்காமை கல்வி துணிவுஉடைமை இம்மூன்றும்
நீங்கா நிலன்ஆள் பவர்க்கு.   383

ஒரு நாட்டை ஆளும் அரசர்க்குக் காலந்தாழ்த்தாமை, கல்வியறிவுடைமை, துணிவு என்னும் ஆண்மையுடைமை ஆகிய இம்மூன்று தன்மைகளும், எக்காலத்திலும் நீங்காமல் இருக்க வேண்டியவைகளாகும்.

அறன்இழுக்காது அல்லவை நீக்கி மறன்இழுக்கா
மானம் உடையது அரசு.   384

ஆட்சிக்குரிய அறநெறி தவறாது, அறமல்லாத செயல்களையெல்லாம் நீக்கி, வீரத்திலிருந்து சிறிதும் குறைவுபடாத மானவுணர்ச்சியோடு விளங்குபவனே, சிறந்த அரசன் ஆவான்.

இயற்றலும் ஈட்டலும் காத்தலும் காத்த
வகுத்தலும் வல்லது அரசு.   385

பொருள் வரும் வழிகளை உண்டாக்கிக் கொள்ளுதலும், அப்படி வரும் பொருள்களை ஒருசேரச் சேர்த்துவைத்தலும், அவ்வாறு சேர்த்துவைத்த பொருள்களைப் பாதுகாத்தலும், அப்படிப் பாதுகாத்த பொருள்களை நாடு – மக்கள் – கலை – அறிவு போன்றவை வாழவும் வளரவும் உரிய முறையில் பகுத்துக் கொடுத்தலும், ஆகிய இவைகளில் வல்லமை பெற்று விளங்குபவனே, சிறந்த அரசனாவான்.

காட்சிக்கு எளியன் கடுஞ்சொல்லன் அல்லனேல்
மீக்கூறும் மன்னன் நிலம். *386*

அரசனானவன், குடிமக்கள் எவரும் காண்பதற்கு ஏற்ற எளிமையுடையவனாய், எவரிடத்திலும் கடுஞ்சொற்களைக் கூறாதவனாய் இருந்து வந்தால், அவனது குடிமக்கள், அவனை மிகவும் போற்றிப் பாராட்டிப் புகழ்வார்கள்.

இன்சொலால் ஈத்தளிக்க வல்லார்க்குத் தன்சொலால்
தான்கண் டனைத்துஇவ் வுலகு. *387*

இனிய சொற்களைக் கூறி வேண்டுவார்க்கு வேண்டுவன கொடுத்துக் காப்பாற்றவல்ல அரசனது புகழோடு பொருந்திய சொல்லாற்றலாலேயே, இவ்வுலகமானது, அவன் கருதுகின்ற அளவுக்கு அவனுடையதாக ஆகிவிடும்.

முறைசெய்து காப்பாற்றும் மன்னவன் மக்கட்கு
இறைஎன்று வைக்கப் படும். *388*

நீதி நெறிமுறைப்படி நின்று ஆட்சி செய்து, மக்களை எல்லா வகைகளிலும் காப்பாற்றுகின்ற மன்னவன், மக்கள் தலைவன் என்று மக்களால் போற்றப்பட்டு எப்பொழுதும் மதிக்கப்படுவான்.

செவிகைப்பச் சொற்பொறுக்கும் பண்புடை வேந்தன்
கவிகைக்கீழ்த் தங்கும் உலகு. *389*

தக்கவர்கள் வெறுப்புற்றுச் சொல்லும் கடுஞ்சொற்களைக் காது கொடுத்துக் கேட்டு, அவற்றைப் பொறுத்துக்கொள்ளும் நற்பண்புடைய அரசனது கொற்றக்குடையின்கீழ், உலகமே வந்து தங்கும் என்பது உறுதி.

கொடைஅளி செங்கோல் குடிஓம்பல் நான்கும்
உடையானாம் வேந்தர்க்கு ஒளி. *390*

நன்கொடை வழங்குதல், முகமலர்ச்சியோடு இனியவற்றைக் கூறுதல், செங்கோல் செலுத்தல், தளர்ந்து நிற்கும் குடிமக்களைப் பாதுகாத்தல் ஆகிய நான்கு பண்புகளையும் ஒருங்கே உடைய அரசன், பிற அரசர்களுக்கெல்லாம் ஒளிதரும் ஒளிவிளக்கு போன்றவன் ஆவான்.

கல்வி

கற்க கசடறக் கற்பவை கற்றபின்
நிற்க அதற்குத் தக. 391

ஒருவன் கற்க வேண்டியவற்றைக் கற்க முற்படும்போது, தன்னுடைய குற்றம் குறைகள் நீங்கும் அளவுக்கும், கற்பனைகளிலுள்ள குற்றம் குறைகள் நீங்கும் அளவுக்கும் கற்க வேண்டும்; அவ்வாறு கற்றுத் தெளிவடைந்தபின், அக்கல்வி அறிவுறுத்தும் நன்னெறியின் கண்ணே அவன் நிற்க வேண்டும்.

எண்ணென்ப ஏனை எழுத்துஎன்ப இவ்விரண்டும்
கண்என்ப வாழும் உயிர்க்கு. 392

எண்ணப்படுபவை (அறிவால் சிந்திக்கப்படுபவை) என்றும், எழுதப்படுபவை (நடைமுறையால் செயற்படுத்தப்படுபவை) என்றும் சொல்லப்படும் இரண்டு வகைகளும், வாழ்வதற்குரிய மக்களுக்கான இரண்டு கண்களாகும் என்று கூறுவர் அறிவுடையோர்.

கண்ணுடையர் என்பவர் கற்றோர் முகத்துஇரண்டு
புண்ணுடையர் கல்லா தவர். 393

உள்ளபடியே கண்களை உடையவர்கள் என்று சிறப்பித்துச் சொல்லப்படுபவர்கள் கற்றவர்களே ஆவார்கள்; முகத்தில் இரண்டு கண்களாகிய புண்களை மட்டுமே உடையவர்கள், கல்லாதவர்கள் என்றே கருதப்படுவார்கள்.

உவப்பத் தலைக்கூடி உள்ளப் பிரிதல்
அனைத்தே புலவர் தொழில். 394

யாவரும் மகிழும்படியாக ஒருவரோடொருவர் பேரன்போடு கூடிக் கலந்து மகிழ்ந்திருந்து, இனி என்று கூடுவோம் என்ற ஏக்க நினைவோடு பிரிதலாகிய தன்மையைக் கொண்டதே, கற்றோரது பண்பான செயலாக அமையும்.

உடையார்முன் இல்லார்போல் ஏக்கற்றும் கற்றார்
கடையரே கல்லா தவர். 395

செல்வர் முன் வறியவர் வேண்டியதை விரும்பி நிற்பதைப் போல், கற்றவர் முன் கல்வியை விரும்பி, ஏங்கித் தாழ்மையாக நின்று, கற்க வேண்டியவற்றைக் கற்பவரே உயர்ந்தோராவார்கள்; அப்படிக் கற்காதவர்கள் இழிந்தவர்களேயாவார்கள்.

தொட்டனைத்து ஊறும் மணற்கேணி மாந்தர்க்குக்
கற்றனைத்து ஊறும் அறிவு.   396

ஆற்று மணலில் தோண்டப்படும் கிணற்றில், தோண்டுகிற அளவிற்கு மட்டுமேதான் நீர் சுரக்கும். அதுபோல, மக்களுக்கு, அவர்கள் கற்கும் கல்வியின் அளவிற்கு மட்டுமேதான் அறிவு வளர்ச்சி பெறும்.

யாதானும் நாடுஆமால் ஊர்ஆமால் என்ஒருவன்
சாந்துணையும் கல்லாத வாறு.   397

கற்றவனுக்கு எந்த ஒரு நாடும் அவனுக்கு உரியதொரு நாடாக ஆகிவிடும்; எந்த ஓர் ஊரும் அவனுக்கே உரியதோர் ஊராக ஆகிவிடும்; அப்படி உள்ள நிலையைத் தெளிவாக அறிந்த பிறகும், ஒருவன், தான் இறக்கும் காலம் வரையிலும்கூடக் கல்வியைக் கற்காமலேயே காலங்கழிக்கிறான் என்றால், அவனது அவலநிலையை என்னவென்று சொல்லுவது?

ஒருமைக்கண் தான்கற்ற கல்வி ஒருவற்கு
எழுமையும் ஏமாப்பு உடைத்து.   398

ஒருவன் தன் வாழ்க்கையில், ஒரு குறிப்பிட்ட இளமை நிலையில் கற்ற கல்வியானது, அவனுக்கு எழுச்சி தரக்கூடிய எல்லா வளர்ச்சி நிலைகளிலும் சென்று அவனுக்குப் பாதுகாப்பாக அமையும் தன்மையதாகும்.

தாம்இன் புறுவது உலகுஇன் புறக்கண்டு
காமுறுவர் கற்றறிந் தார்.   399

கற்றறிந்த சான்றோர்கள், தாம் இன்பம் பெறுவதற்குக் காரணமாக இருக்கும் கல்வியறிவினால், உலகத்தாரும் சேர்ந்து இன்பம் அடைதலைக் காணும்போது, அவர்கள் அந்தக் கல்வியை மேலும் மேலும் கற்கவே விரும்புவார்கள்.

கேடுஇல் விழுச்செல்வம் கல்வி ஒருவற்கு
மாடுஅல்ல மற்றை யவை.   400

ஒருவற்கு அழிவில்லாத மிகச் சிறந்த செல்வம், கல்வியுடைமையே ஆகும்; கல்விச் செல்வத்தைத் தவிர்த்த மற்ற செல்வங்கள் எனப்படுபவை எல்லாம், அத்தகைய சிறப்புமிக்க செல்வங்கள் ஆகா.

கல்லாமை

அரங்குஇன்றி வட்டாடி அற்றே நிரம்பிய
நூல்இன்றிக் கோட்டி கொளல்.   401

ஒருவன், தன் அறிவு நிரம்புவதற்குக் காரணமான நூல்களைக் கற்றறியாமல், அறிவுடையோர் அவையின்கண் தாறுமாறாக ஒன்றைச் சொல்லுதல், சூதாடுவதற்குரிய அரங்கினைச் சரிவர அமைத்துக்கொள்ளாமல், சூதாடு கருவியை மட்டும் உருட்டுவது போன்றதாகும்.

கல்லாதான் சொல்கா முறுதல் முலை இரண்டும்
இல்லாதாள் பெண்காமுற் றற்று.   402

கல்லாத ஒருவன், கற்றவர் அவையில் ஏதோ பொருத்தமில்லாத ஒன்றைச் சொல்ல விருப்பங்கொள்ளுதல், இரண்டு முலைகளும் இல்லாத பெண் ஒருத்தி, காதல் இன்பத்தைப் பெற விரும்பி அதற்கான முயற்சியில் ஈடுபடுவது போன்றதாகும்.

கல்லா தவரும் நனிநல்லர் கற்றார்முன்
சொல்லா திருக்கப் பெறின்.   403

கல்லாதவர்கள், கற்றவர்களின் முன்னிலையில், யாதொரு கருத்தையும் சொல்லாமல் வாளா இருப்பார்களேயானால், அப்படிப்பட்டவர்கள்கூட மிகவும் நல்லவர்கள் என்றே சான்றோர்களால் கருதப்படுவார்கள்.

கல்லாதான் ஒட்பம் கழியநன் றாயினும்
கொள்ளார் அறிவுடை யார்.   404

நூல்கள் பலவற்றையும் கற்காதவனுடைய இயற்கையான அறிவு, ஏதோ ஒருவழி மிக நன்றாக அமைந்திருந்த போதிலும், கற்றறிவாளர்கள் அவனைச் சிறந்த அறிவுடைய ஒருவனாக, ஒருபோதும் ஏற்க மாட்டார்கள்.

கல்லா ஒருவன் தகைமை தலைப்பெய்து
சொல்லாடச் சோர்வு படும்.   405

கல்வி கற்காத ஒருவன், தன்னை ஓர் அறிவாளி என்று தனக்குத்தானே மதிப்பிட்டுக்கொள்ளும் மதிப்பானது, கற்றவர் முன்சென்று அவன் உரையாடும்போது அடியோடு கெட்டுப் போய்விடும்.

உளர்என்னும் மாத்திரையர் அல்லால் பயவாக்
களர்அனையார் கல்லா தவர்.   406

கல்லாதவர்கள், உலகத்தில் உயிரோடு இருக்கின்றனர் என்று
சொல்லப்படும் தன்மையினரேயல்லாமல், மற்றபடி அவர்கள்,
ஏதொன்றுக்கும் பயன்படாத களர் நிலம் போன்றவர்களே ஆவார்கள்.

நுண்மாண் நுழைபுலம் இல்லான் எழில்நலம்
மண்மாண் புனைபாவை அற்று.   407

நுட்பமாகவும் மாட்சிமையாகவும் நூல்களில் நுழைந்து பார்க்கும்
ஆராய்ச்சி அறிவு இல்லாதவனுடைய அழகு மிக்க உடல்தோற்றப்
பொலிவு, மண்ணினால் சிறப்பாகச் செய்யப்பட்ட பதுமையினுடைய
அழகுமிக்க தோற்றம் போன்றதே ஆகும்; உள்ளத்தால் பயன்பட
மாட்டான்.

நல்லார்கண் பட்ட வறுமையின் இன்னாதே
கல்லார்கண் பட்ட திரு.   408

கல்வி கற்காதவர்களிடத்தில் சேர்ந்திருக்கின்ற செல்வமானது, நன்கு
கற்றறிந்தவர்களிடத்தில் காணப்படும் வறுமையைக் காட்டிலும்,
மிகவும் துன்பத்தைப் பயக்கக் கூடியதாகும்.

மேற்பிறந்தார் ஆயினும் கல்லாதார் கீழ்ப்பிறந்தும்
கற்றார் அனைத்துஇலர் பாடு.   409

கல்லாதவர்கள் உயர்ந்த குடியில் பிறந்தவர்களானாலும், தாழ்வான
குடியில் பிறந்த கற்றவர்களைப் போல, பெருமை உடையவர்களாக
ஒருபோதும் கருதப்பட மாட்டார்கள்.

விலங்கொடு மக்கள் அனையர் இலங்குநூல்
கற்றாரோடு ஏனை யவர்.   410

மக்களோடு விலங்குகளை ஒப்பிட்டுப் பார்த்தால், அவை எப்படிக்
காணப்படுமோ, அப்படியே அறிவு விளங்குவதற்குக் காரணமான
நூல்களைக் கற்றவர்களோடு, கல்லாதவர்களை ஒப்பிட்டுப் பார்த்தலும்
ஆகும்.

கேள்வி

செல்வத்துள் செல்வம் செவிச்செல்வம் அச்செல்வம்
செல்வத்துள் எல்லாம் தலை. 411

செல்வங்கள் எல்லாவற்றுள்ளும் மிகச் சிறப்பான செல்வம் என்று போற்றப்படுவது, செவியின் மூலம் பெறப்படும் கேள்விச் செல்வமேயாகும்; அச்செல்வமானது, நிலையில்லாத பிற செல்வங்கள் எல்லாவற்றையுக் காட்டிலும், முதன்மையானதாகக் கொள்ளப்படும்.

செவிக்குஉணவு இல்லாத போழ்து சிறிது
வயிற்றுக்கும் ஈயப் படும். 412

செவிக்கு உணவாக விளங்கும் கேள்விச் செல்வம் இல்லாத நேரத்தில்தான், வயிற்றுக்கும் சிறிதளவு உணவு வழங்கவேண்டிய இன்றியமையாத நிலை ஏற்படும்.

செவியுணவிற் கேள்வி உடையார் அவியுணவின்
ஆன்றாரோடு ஒப்பர் நிலத்து. 413

செவியுணவாகிய கேள்வியறிவினை மிகுதியாக உடையவர்கள், உலகத்தில் நோற்றலின் காரணமாகக் குறைந்த அளவு உணவை மட்டுமே உட்கொண்டு நிறைந்த அறிவினை உடையவர்களாக விளங்கும் ஆன்றோர்க்கு ஒப்பானவர்களாகக் கருதப்படுவார்கள்.

கற்றிலன் ஆயினும் கேட்க அஃதுஒருவற்கு
ஒற்கத்தின் ஊற்றாம் துணை. 414

ஒருவன் கற்கவேண்டிய நூல்களையெல்லாம் கற்காத கல்லாதவனாக இருந்தாலும், அவன் அவற்றின் பொருளைக் கற்றறிந்தார் கூறக் கேட்க வேண்டும்; அப்படிப் பெறும் கேள்வியறிவு, அவனுக்குத் தளர்ச்சி உண்டாகும்போது, ஊன்றுகோல் போல் துணையாக நிற்கும் என்பது உறுதி.

இழுக்கல் உடையுழி ஊற்றுக்கோல் அற்றே
ஒழுக்கம் உடையார்வாய்ச் சொல். 415

வழுக்கு நிலத்தில் ஒருவன் நடக்கும்போது, ஊன்றுகோல் அவனுக்குப் பேருதவியாய் இருப்பதைப்போல, நல்லொழுக்கம் உடையவர்களின் வாயினின்றும் வெளிப்படுகின்ற சொற்கள் ஒருவர் இடர்ப்படும்போது பெரிதும் உதவியாக அமையும்.

எனைத்தானும் நல்லவை கேட்க அனைத்தானும்
ஆன்ற பெருமை தரும். *416*

எவ்வளவு சிறிய அளவினதாக இருந்தாலும், நல்ல உறுதிப் பொருள்களை ஒருவன் சான்றோரிடம் கேட்டறிதல் வேண்டும்; அப்படிக் கேட்டறியும் கேள்வியறிவு, அவனுக்கு மிகுந்த பெருமையினைத் தருவதாக இருக்கும்.

பிழைத்துணர்ந்தும் பேதைமை சொல்லார் இழைத்துணர்ந்து
ஈண்டிய கேள்வி யவர். *417*

நிரம்பிய கேள்வியறிவினை உடையவர்கள் எவற்றையும் நுட்பமாக ஆராய்ந்தறிந்து, தவறாகச் சிலவற்றை உணர்ந்துகொண்ட போதிலும், அவர்கள் தம்முடைய அறியாமையை வெளிப்படுத்தும் சொற்களை ஒருபோதும் சொல்லமாட்டார்கள்.

கேட்பினும் கேளாத் தகையவே கேள்வியால்
தோட்கப் படாத செவி. *418*

நல்ல கேள்வியறிவால் துளைக்கப்படாத ஒருவரின் செவிகள், பிற ஓசைகளை இயற்கையாகவே கேட்டறிந்தாலும், அவர் உள்ளபடியே செவிட்டுத் தன்மை உடையவராகவே கருதப்படுவார்.

நுணங்கிய கேள்வியர் அல்லார் வணங்கிய
வாயின ராதல் அரிது. *419*

நுண்ணிய கேள்வியறிவினைப் பெற்றிராதவர்கள், பணிவான மொழியினை உடையவராக விளங்குவர் என்பது உள்ளபடியே இயலாததொன்றாகும்.

செவியின் சுவையுணரா வாயுணர்வின் மாக்கள்
அவியினும் வாழினும் என். *420*

செவிகளால் நுகரக்கூடிய கேள்வியறிவின் சுவையை உணராமல், வாயினால் நுகரக்கூடிய உணவின் சுவையை மட்டும் உணர்பவர்கள், இறந்துபட்டாலும் அதனால் உலகத்தார்க்கு எவ்விதக் கேடும் இல்லை; அவர்கள் வாழ்ந்தாலும் உலகத்தார்க்கு எவ்வித நன்மையும் இல்லை.

அறிவுடைமை

அறிவுஅற்றம் காக்கும் கருவி செறுவார்க்கும்
உள்ளழிக்கல் ஆகா அரண்.   *421*

அறிவானது, ஒருவருக்கு அழிவு வராமல் காக்கக்கூடிய போர்ப்படைக் கருவியாகும்; அதுவே பகைவர் உள்ளே புகுந்து எவ்வகையிலும் அழிக்க முடியாத அரணாகவும் விளங்குவதாகும்.

சென்ற இடத்தால் செலவிடா தீதுஒரீஇ
நன்றின்பால் உய்ப்பது அறிவு.   *422*

ஒருவன், தன் மனத்தை அது செல்லக் கருதிய இடத்திற்கு எல்லாம் செல்லவிடாமல், அதனைத் தீய வழியினின்றும் நீக்கி, நல்வழியின்பால் செலுத்துவதே அறிவுடைமையாகும்.

எப்பொருள் யார்யார்வாய்க் கேட்பினும் அப்பொருள்
மெய்ப்பொருள் காண்பது அறிவு.   *423*

எந்த ஒரு பொருளைப் பற்றியும், எவரெவர் என்ன என்ன சொல்லக் கேட்டாலும், கேட்டவாறு அப்படியே ஏற்றுக்கொண்டு விடாமல், அந்தப் பொருளினுடைய உண்மையான பொருளைக் கண்டறிவதே அறிவுடைமை ஆகும்.

எண்பொருள வாகச் செலச்சொல்லித் தான்பிறர்வாய்
நுண்பொருள் காண்பது அறிவு.   *424*

ஒருவன், தான் சொல்லக்கூடிய அரிய பொருளையும் பிறர் கேட்கும்போது அவர் மனத்தில் ஆழப் பதியுமாறு அதனை எடுத்துக்கூறிப், பிறர் கூறக்கூடிய நுட்பமான பொருளையும், நன்கு ஆராய்ந்து உண்மையைக் கண்டறிய முயலுவதே அறிவுடைமையாகும்.

உலகம் தழீஇயது ஒட்பம் மலர்தலும்
கூம்பலும் இல்லது அறிவு.   *425*

உலகத்திலுள்ள உயர்ந்தோரை எல்லாம் நண்பர்களாக ஆக்கிக்கொள்வது ஒருவருக்குச் சிறந்த அறிவுடைமையாக அமையும்; பின்னர், அந்த நட்பு விரிசல் அடையாமலும் சுருங்காமலும் அதனை ஒரே சீரான நிலையில் வைத்துக்கொண்டிருக்கத் துணைபுரிவது அறிவுடைமையேயாகும்.

எவ்வது உறைவது உலகம் உலகத்தோடு
அவ்வது உறைவது அறிவு.   426

உலகில் உயர்ந்தோர் எவ்வாறு நடந்து வருகின்றனரோ, அவர்களோடு பொருந்தி நின்று, ஒருவன் தானும் அவ்வாறே நடந்துகொள்வதுதான் அறிவுடைமையாகும்.

அறிவுடையார் ஆவது அறிவார் அறிவிலார்
அஃதுஅறி கல்லா தவர்.   427

எதிர்காலத்தில் ஆகக்கூடியது எது என்பதை முன்கூட்டியே அறியக்கூடிய வல்லமை பெற்றவர்களே, அறிவுடையவர்கள் ஆவார்கள். அவ்வாறு முன்கூட்டியே அறியமாட்டாதவர்கள் அறிவில்லாதவர்கள் ஆவார்கள்.

அஞ்சுவது அஞ்சாமை பேதைமை அஞ்சுவது
அஞ்சல் அறிவார் தொழில்.   428

அஞ்ச வேண்டியவைகளுக்கு ஒருவர் அஞ்சாதிருத்தல் அறிவில்லாமை ஆகும்; அஞ்ச வேண்டியவைகளுக்கு அஞ்ச வேண்டும் என்பது அறிவுடையோரின் செயல் ஆகும்.

எதிரதாக் காக்கும் அறிவினார்க்கு இல்லை
அதிர வருவதோர் நோய்.   429

எதிர்காலத்தில் நேரிடக்கூடிய கேடுகளை முன்னரே அறிந்து, அதற்கு ஏற்றபடி தம்மைக் காத்துக்கொள்ளக்கூடிய அறிவுடையவர்களுக்கு, அவர்கள் நடுங்கும்படியாக வரக்கூடிய துன்பம் என்று ஏதொன்றும் இல்லை.

அறிவுடையார் எல்லாம் உடையார் அறிவிலார்
என்னுடைய ரேனும் இலர்.   430

அறிவுடையோர்கள், அறிவைத் தவிர வேறு ஏதொன்றையும் கொண்டிராதவர்களாக இருந்தபோதிலும், அவர்கள் எல்லாவற்றையும் உடையவர்களாகவே உயர்ந்தோரால் கருதப்படுவார்கள். அறிவில்லாதவர்கள், அறிவைத் தவிர பிற எல்லாவற்றையும் உடையவர்களாக இருந்தபோதிலும், அவர்கள் உண்மையில் ஏதொன்றும் இல்லாதவர்களாகவே உயர்ந்தோரால் கருதப்படுவார்கள்.

குற்றம் கடிதல்

செருக்கும் சினமும் சிறுமையும் இல்லார்
பெருக்கம் பெருமித நீர்த்து.   431

இறுமாப்பும் வெகுளியும் இழிவான தன்மையும் ஒருங்கே கொண்டிராதவர்களுடைய செல்வமானது, பிறரால் பெரிதும் மதிக்கப்படும் பெருந்தன்மையை உடையதாக விளங்கும்.

இவறலும் மாண்புஇறந்த மானமும் மாணா
உவகையும் ஏதம் இறைக்கு.   432

பொதுவாக ஈயாத தன்மையும், நன்னெறி நீங்கிய மானமற்ற தன்மையும், மிதமிஞ்சிய களியாட்டமும் அரசனுக்கு, அவனது பெருமையைக் குலைக்கும் குற்றங்களாக அமையக் கூடியனவாகும்.

தினைத்துணையாம் குற்றம் வரினும் பனைத்துணையாக்
கொள்வர் பழிநாணு வார்.   433

பழிசெய்ய நாணி, அது குறித்து அஞ்சி வாழ்பவர்கள், தினையளவு சிறியதான குற்றம் தம்மிடம் ஏற்பட்டாலும், அதனைப் பனையளவு பெரிதாகவே கருதிக்கொண்டு அஞ்சி வாழ்வார்கள்.

குற்றமே காக்க பொருளாகக் குற்றமே
அற்றம் தரூஉம் பகை.   434

ஒருவனுக்கு முடிவைத் தரும் பகையாக விளங்குவது, அவனது குற்றமேயாகும்; ஆதலால், எக்குற்றத்தையும் செய்யாமலிருப்பதையே நோக்கமாகக் கொண்டு, அவன் தன்னைத் தானே நன்கு காத்துக்கொள்ள வேண்டும்.

வருமுன்னர்க் காவாதான் வாழ்க்கை எரிமுன்னர்
வைத்தூறு போலக் கெடும்.   435

குற்றம் ஏற்படுவதற்கு முன்னதாகவே, அது தன்னை அண்டாமல் ஒருவன் தன்னைக் காத்துக்கொள்ள வேண்டும்; அப்படிக் காத்துக்கொள்ளாதவனுடைய வாழ்க்கையானது, எரிகின்ற நெருப்பின் முன்னர் வைக்கும் வைக்கோல் குவியல் போல் அழிந்து போய்விடும்.

தன்குற்றம் நீக்கிப் பிறர்குற்றம் காண்கிற்பின்
என்குற்றம் ஆகும் இறைக்கு. *436*

அரசனானவன், முதலில் தன்னிடமுள்ள குற்றத்தைத் தெளிவாகக் கண்டறிந்து, அதனை நீக்கிக்கொண்டு, பின்னர்ப் பிறருடைய குற்றத்தைக் காண முற்படுவானாயின், அவனிடம் ஏதொரு குற்றமும் இருக்க முடியாது.

செயற்பால செய்யாது இவறியான் செல்வம்
உயற்பால தன்றிக் கெடும். *437*

செய்யவேண்டிய நன்மைகளைச் செய்யாமல், செட்டாக இருந்து, பொருளையெல்லாம் சேர்த்து வைத்திருப்பவனுடைய பெருஞ் செல்வம், நிலைத்து நிற்காது என்பது மட்டுமல்லாமல், பயன் ஏதும் இல்லாமல் கெட்டொழிந்தும் போய்விடும்.

பற்றுள்ளம் என்னும் இவறன்மை எற்றுள்ளும்
எண்ணப் படுவதொன்று அன்று. *438*

பொருளினை எதற்கும் செலவிடாமல், பற்றி வைத்துக்கொண்டிருக்கும் மனப்பான்மையான ஈயாத் தன்மையானது, குற்றங்கள் எல்லாவற்றுள்ளும் ஒன்று என்று வைத்து எண்ணப்படாமல், தனியொரு பெருங்குற்றமாகவே கருதப்படும்.

வியவற்க எஞ்ஞான்றும் தன்னை நயவற்க
நன்றி பயவா வினை. *439*

ஒருவன், எந்த ஒரு காலத்திலும், தன்னை மிகமிக உயர்ந்தவனாக எண்ணிக்கொண்டு, வியந்து புகழ்ந்து பேசுதல் கூடாது. அதோடு அவன் ஒருபோதும் நன்மை பயக்காத செயல்களை விரும்பவும் கூடாது.

காதல காதல் அறியாமை உய்க்கிற்பின்
ஏதில ஏதிலார் நூல். *440*

ஒருவன் தான் விரும்பும் பொருள்களினிடத்துத் தனக்குள்ள விருப்பத்தைப் பகைவர் எவரும் அறியாதபடி, அவற்றை நுகரும் வல்லமையைத் தனியே கொண்டிருக்கவேண்டும்; அப்படிச் செய்வதன் மூலம் அவனை வஞ்சிக்கக் கருதும் பகைவரின் சூழ்ச்சியானது எவ்வகையிலும் பயன்படாமல் பழுதுபட்டு விடும்.

பெரியாரைத் துணைக்கோடல்

அறன்அறிந்து மூத்த அறிவுடையார் கேண்மை
திறன்அறிந்து தேர்ந்து கொளல். *441*

அறத்தின் சிறப்பை நன்கு அறிந்தவராயும், தன்னைவிட மூத்தவராயும் உள்ள அறிவுடையவர்களின் நட்பைப் பெறும் வகையினை ஆராய்ந்து அறிந்து, ஒருவன் அத்தகைய நட்பினைப் பற்றிக்கொள்ள முயலவேண்டும்.

உற்றநோய் நீக்கி உறாமை முற்காக்கும்
பெற்றியார்ப் பேணிக் கொளல். *442*

ஒருவன், தனக்கு நேர்ந்த துன்பங்களை நீக்கியும், இனிமேல் வரக்கூடிய துன்பங்களை வராமல் முன் அறிந்து காக்கும் வல்லமையையும் பெற்ற தன்மையுடையாரைப் போற்றி, அவர்களைத் தனக்குரிய பெருந்துணையாகக் கொள்ளவேண்டும்.

அரியவற்றுள் எல்லாம் அரிதே பெரியாரைப்
பேணித் தமராக் கொளல். *443*

அறிவாற்றல் மிகுந்த பெரியோர்களைப் போற்றி, அவர்களைத் தனக்கு உற்றாராகக் கொள்ளுதல், ஒருவன் பெறத்தக்க அரிய பேறுகள் எல்லாவற்றிலும் மிகச் சிறந்த அருமையான ஒரு பேறாகும்.

தம்மிற் பெரியார் தமரா ஒழுகுதல்
வன்மையுள் எல்லாம் தலை. *444*

அறிவாற்றலினால் தம்மைக் காட்டிலும் பெரியோராய் இருப்பவர்களைத் தமக்கு உற்றாராகக்கொண்டு, அவர் வழிநடத்தல், ஒருவருக்குக் கிட்டும் வலிமைகள் எல்லாவற்றையும் விடத் தலைசிறந்த வலிமையாக அமையும்.

சூழ்வார்கண் ணாக ஒழுகலான் மன்னவன்
சூழ்வாரைச் சூழ்ந்து கொளல். *445*

அரசனானவன், தன்னைச் சூழ உள்ள அறிவாற்றலிற் சிறந்த அமைச்சர்களைத் தன் கண்களாகக்கொண்டு, தன் ஆட்சியை நடத்தவேண்டி வருவதால், தனக்குரிய அமைச்சர்களை நன்கு ஆராய்ந்து பார்த்துத் தேர்ந்தெடுத்துத் தனக்கு உற்ற துணையாக அவர்களைக் கொள்ளவேண்டும்.

தக்கார் இனத்தனாய்த் தான்ஒழுக வல்லானைச்
செற்றார் செயக்கிடந்தது இல். 446

அரசனானவன், தக்க அறிவுடையோர் கூட்டத்தை உடன் கொண்டிருப்பவனாய் இருந்து, தானும் அறிவுத் திறனோடு ஒழுக வல்லவனாய் அமைந்தால், அவனுக்குப் பகைவர்கள் செய்யக்கூடிய துன்பம் என்று ஏதொன்றும் இல்லை.

இடிக்கும் துணையாரை ஆள்வாரே யாரே
கெடுக்கும் தகைமை யவர். 447

குற்றங் கண்டவிடத்துக் கடிந்து உரைக்கும் தகுதிபடைத்த அறிவுடைய பெரியோர்களைத் தனக்குத் துணையாகக்கொண்டு வாழ்பவனைக் கெடுக்கக்கூடிய வல்லமை படைத்தவர்கள் என்று கூறத்தக்கவர்கள் எவரொருவரும் இருக்க முடியாது.

இடிப்பாரை இல்லாத ஏமரா மன்னன்
கெடுப்பார் இலானும் கெடும். 448

தவறு கண்டவிடத்துக் கடிந்துரைத்து, அறிவுரைகளை வழங்கக் கூடிய பெரியோர்களின் துணையைப் பெறாத, பாதுகாவலற்ற ஓர் அரசனைக் கெடுக்கக்கூடிய பகைவர் என்று எவரும் இல்லாவிட்டாலும், அப்படிப்பட்ட ஒரு நிலையின் காரணமாகவே அவன் கெட்டொழிந்து போவான் என்பது உறுதி.

முதல்இலார்க்கு ஊதியம் இல்லை மதலையாம்
சார்புஇலார்க்கு இல்லை நிலை. 449

முதலீடு இல்லாத வணிகர்க்கு வணிகத்தால் கிடைக்கக்கூடிய மிகு வருவாய் எதுவும் ஏற்படுவதில்லை; அது போன்று கட்டடத்தைத் தாங்கும் தூண்போலத் தம்மைத் தாங்கக்கூடிய துணைவர் இல்லாதவர்க்கு உறுதியான நிலைபேறு என்பது இல்லை.

பல்லார் பகைகொளலின் பத்தடுத்த தீமைத்தே
நல்லார் தொடர்கை விடல். 450

ஒருவன், நல்லவராகிய பெரியோர்களின் அரிய நட்பைக் கைவிடுதல் என்பது, பல பேர்களுடைய பகையைத் தேடிக்கொள்வதைக் காட்டிலும், பத்து மடங்கு அதிகமான தீமையைப் பயப்பதாகும்.

சிற்றினம் சேராமை

சிற்றினம் அஞ்சும் பெருமை சிறுமைதான்
சுற்றமாச் சூழ்ந்து விடும். 451

பெரியோர்கள், பொதுவாகக் கீழ்மக்களின் கூட்டத்தைக் கண்டு அஞ்சவே செய்வார்கள்; ஆனால், சிறியோர்களோ கீழ்மக்களின் கூட்டத்தைத் தம் சுற்றமாகக் கருதி அவர்களைச் சூழ்ந்து கொள்வார்கள்.

நிலத்துஇயல்பான் நீர்திரிந்து அற்றாகும் மாந்தர்க்கு
இனத்துஇயல்பு அதுஆகும் அறிவு. 452

நீரானது, தான் சேரும் நிலத்தினுடைய தன்மைக்கு ஏற்ப, தனது தன்மையில் வேறுபட்டு அந்த நிலத்திற்கு உரிய தன்மையதாகி விடும். அதுபோலவே, மக்களின் அறிவும், அவர்கள் சேரும் இனத்தின் தன்மைக்கு ஏற்ப, அதன் தன்மையில் மாறுபட்டு, அந்த இனத்தின் தன்மையதாக ஆகிவிடும்.

மனத்தான்ஆம் மாந்தர்க்கு உணர்ச்சி இனத்தான்ஆம்
இன்னான் எனப்படும் சொல். 453

மக்களுக்கு இயற்கையான அறிவு, அவரவர் மனத்தின் இயல்பிற்கு ஏற்றவாறு அமையும்; இவன் இப்படிப்பட்டவன் என்று கூறப்படும் கூற்று, அவரவர் சேரும் இனத்தின் இயல்பிற்கு ஏற்றவாறு அமையும்.

மனத்து உளதுபோலக் காட்டி ஒருவற்கு
இனத்துஉளது ஆகும் அறிவு. 454

ஒருவனது அறிவு, அவனது மனத்திலிருந்து இயற்கையாகத் தோன்றியது போல் தென்பட்டாலும், உண்மையில், அவனது அந்த அறிவு, அவன் சேர்ந்த இனத்தின் வழி ஏற்பட்ட ஒன்றாகவே காணப்படும்.

மனம்தூய்மை செய்வினை தூய்மை இரண்டும்
இனம்தூய்மை தூவா வரும். 455

ஒருவனது மனத்தூய்மையும், செயலின் தூய்மையும் அவன் சேர்ந்துள்ள இனத்தின் தூய்மையைப் பற்றுக்கோடாகக் கொண்டே வருவனவாகும்.

மனம்தூயார்க்கு எச்சம்நன்று ஆகும் இனம்தூயார்க்கு
இல்லைநன்று ஆகா வினை.   456

மனம் தூய்மையானவர்களுக்கு வாழ்க்கையில் எஞ்சி நிற்பவை புகழ் முதலிய நன்மைகள் ஆகும்; நல்ல இனத்தோடு சேர்ந்த தூய்மையானவர்களுக்கு, நன்மை பயக்காத செயல் என்று ஏதொன்றும் இருப்பதில்லை.

மனநலம் மன்உயிர்க்கு ஆக்கம் இனநலம்
எல்லாப் புகழும் தரும்.   457

உலகில் நிலைபெற்று வாழும் மக்களுக்கு மனநலமானது நல்ல ஆக்கத்தை அளிக்கும். ஒருவருக்கு அவர் சேர்ந்த இனநலம், அத்தகைய மனநலத்தோடு எல்லா வகையான புகழையும் தரும்.

மனநலம் நன்குஉடையர் ஆயினும் சான்றோர்க்கு
இனநலம் ஏமாப்பு உடைத்து.   458

மனநலத்தை இயற்கையிலேயே உறுதியாகக் கொண்டிருந்தபோதிலும், சான்றோர்க்கு அவர் சேர்ந்த இனத்தின் நலம், மேலும் பாதுகாப்பான வலிமையைத் தரும்.

மனநலத்தின் ஆகும் மறுமைமற்று அஃதும்
இனநலத்தின் ஏமாப்பு உடைத்து.   459

ஒருவனது மனத்தின் நலத்தால், அவன் மறைந்த பிறகும் அவனது புகழ் நிலைத்து நிற்கும்; அவனது இனநலத்தின் மூலம் அவனது மனநலம், மிகவும் பாதுகாப்பான வலிமையைப் பெறும்.

நல்லினத்தின் ஊங்கும் துணைஇல்லை தீயினத்தின்
அல்லல் படுப்பதூஉம் இல்.   460

ஒருவனுக்கு நல்ல இனத்தைப் பார்க்கிலும் துணை செய்வது வேறு எதுவும் இல்லை; அவனுக்குத் தீய இனத்தைக் காட்டிலும் துன்பம் தருவது, வேறு எதுவும் இருக்க முடியாது.

தெரிந்து செயல்வகை

அழிவதூஉம் ஆவதூஉம் ஆகி வழிபயக்கும்
ஊதியமும் சூழ்ந்து செயல். *461*

ஒரு செயலைச் செய்யத் தொடங்குவதற்கு முன்பு அதற்கு ஆகக்கூடிய செலவின் தன்மையையும், அதனால் ஏற்படக்கூடிய ஆக்கத்தினையும் கணக்கிட்டுப் பார்த்து, அது பயக்கும் மிகு வருவாயையும் நன்கு ஆராய்ந்து பார்த்து, அந்தச் செயலைச் செய்ய முற்படவேண்டும்.

தெரிந்த இனத்தொடு தேர்ந்துஎண்ணிச் செய்வார்க்கு
அரும்பொருள் யாதொன்றும் இல். *462*

தக்கவர்கள் என்று தேர்ந்தெடுக்கப்பட்டுள்ள நண்பர்கள் குழுவைக் கலந்துகொண்டு, செய்ய வேண்டியதை நன்கு ஆராய்ந்து பார்த்து, தாமும் நன்றாகச் சிந்தித்துப் பார்த்து, ஒரு செயலைச் செய்ய முன்வருபவர்களுக்கு, செய்வதற்கு அருமையான செயல் என்று கூறுவதற்கு யாதொன்றும் இல்லை.

ஆக்கம் கருதி முதல்இழக்கும் செய்வினை
ஊக்கார் அறிவுடை யார். *463*

மேல் வரக்கூடிய மிகு வருவாயைக் கருத்தில்கொண்டு, முதலில் முடக்கப்பட்ட முதலையும் இழக்கும்படியான செயலை, அறிவுடையவர்கள் ஒருபோதும் செய்ய முன்வரமாட்டார்கள்.

தெளிவுஇல் அதனைத் தொடங்கார் இளிவுஎன்னும்
ஏதப்பாடு அஞ்சு பவர். *464*

தமக்கு இழிவு என்கின்ற குற்றம் எக்காரணங்கொண்டும் வந்து சேரக்கூடாது என்று அஞ்சுபவர்கள், நன்மை பயக்கக்கூடியது என்று தெளிவாகத் தெரியாத செயலை ஒருபோதும் செய்ய முற்படமாட்டார்கள்.

வகைஅறச் சூழாது எழுதல் பகைவரைப்
பாத்திப் படுப்பதோர் ஆறு. *465*

செய்யக்கூடிய செயல் வகைகளையெல்லாம் முற்றும் ஆராய்ந்து பார்க்காமல், பகைவர் மேல் ஒருவன் போரிடச் செல்வது என்பது, அந்தப் பகைவர்கள் வளரும் இடத்திலேயே அவர்களை நிலைபெற்று நிற்கும்படி செய்யக்கூடிய ஒருவழியாக அமைந்துவிடும்.

செய்தக்க அல்ல செயக்கெடும் செய்தக்க
செய்யாமை யானும் கெடும். 466

ஒருவன் செய்யத் தகாதவற்றை எல்லாம் செய்தாலும் கெட்டொழிவான்;
செய்யத் தக்கவற்றைச் செய்யாமல் விட்டாலும் கெட்டொழிவான்.

எண்ணித் துணிக கருமம் துணிந்தபின்
எண்ணுவம் என்பது இழுக்கு. 467

செய்யத் தகுந்த செயலையும், அதனைச் செய்து முடிக்கும் வழிவகைகளையும், அதனால் ஏற்படும் பயனையும் ஆராய்ந்தறிந்த பிறகே, அந்தச் செயலைச் செய்யத் தொடங்க வேண்டும். தொடங்கியபின் அவற்றை எல்லாம் ஆராய்ந்து பார்த்துக்கொள்ளலாம் என்று எண்ணுவது தவறாக அமைந்துவிடும்.

ஆற்றின் வருந்தா வருத்தம் பலர்நின்று
போற்றினும் பொத்துப் படும். 468

முறைப்படியான வழிகளில் தொடங்கிச் செய்யப்படாத முயற்சியானது, பலர் துணையாக நின்று அதனைப் பெரிதும் காப்பாற்ற முயன்றாலும், அது இறுதியில் குற்றங்குறையுடைய ஒன்றாகவே முடிவுறும்.

நன்றுஆற்றல் உள்ளும் தவறுஉண்டு அவரவர்
பண்பறிந்து ஆற்றாக் கடை. 469

அவரவரின் நற்பண்புகளையும் தீய பண்புகளையும் முறையாக நன்கு ஆராய்ந்து பார்த்து, அவற்றிற்கு ஏற்பச் செயல்களைச் செய்ய முற்படாவிட்டால், நல்லவற்றை எண்ணிச் செய்யும்போதுகூடத் தவறுகள் ஏற்பட்டுவிடும்.

எள்ளாத எண்ணிச் செயல்வேண்டும் தம்மொடு
கொள்ளாத கொள்ளாது உலகு. 470

தம்முடைய தன்மைகளுக்குப் பொருந்திவராத செயல்களை உயர்ந்தோர் ஒருபோதும் ஏற்றுக்கொள்ள மாட்டார்கள். ஆகையினாலே, ஒருவர் உயர்ந்தோர் இகழாத செயல்களை மட்டும் ஆராய்ந்து பார்த்துச் செய்ய முற்படவேண்டும்.

வலி அறிதல்

வினைவலியும் தன்வலியும் மாற்றான் வலியும்
துணைவலியும் தூக்கிச் செயல். 471

ஒருவன், தான் மேற்கொள்ளக் கருதும் செயலின் வலிமையையும், தனது சொந்த வலிமையையும், தனது பகைவனுடைய வலிமையையும், இரு சாரார்க்கும் துணையாக இருப்பவரின் வலிமையையும், சீர்தூக்கிப் பார்த்துத் தனக்குச் சேரும் மொத்த வலிமை எல்லா வகையிலும் மிகுமாயின், அவன் மேற்கொள்ள விரும்பும் செயலைப் பின்னர் செய்ய முயலவேண்டும்.

ஒல்வது அறிவது அறிந்துஅதன் கண்தங்கிச்
செல்வார்க்குச் செல்லாதது இல். 472

ஒருவர், செய்யக்கூடிய செயலைக் குறித்து முதலில் அறியவேண்டியவற்றை எல்லாம் அறிந்து, அவற்றிலே தமது முழுக் கவனத்தையும் செலுத்தி, மேற்கொண்டு செயலாற்ற முயலுபவருக்குச் செய்ய முடியாதது என்று ஏதொன்றும் இல்லை.

உடைத்தம் வலிஅறியார் ஊக்கத்தின் ஊக்கி
இடைக்கண் முரிந்தார் பலர். 473

தம்முடைய இயல்பான வலிமையை முழுவதும் அறியாமல், மன ஊக்கத்தினாலே ஒரு செயலைச் செய்யத் தொடங்கிப் பின்னர் அதனை முடிக்க முடியாமல் இடையிலேயே கெட்டழிந்தவர்கள் பலராவர்.

அமைந்துஆங்கு ஒழுகான் அளவுஅறியான் தன்னை
வியந்தான் விரைந்து கெடும். 474

பிறரோடு ஒத்து ஒழுகாமல், தன்னுடைய வலிமையின் அளவையும் அறிந்துகொள்ளாமல், தன்னைத் தானே புகழ்ந்துகொண்டும், பிறரைப் பகைத்துக்கொண்டும் வாழும் ஒருவன், விரைவில் கெட்டொழிந்து போவான் என்பது உறுதி.

பீலிபெய் சாகாடும் அச்சுஇறும் அப்பண்டம்
சால மிகுத்துப் பெயின். 475

மிக மெல்லியதான மயிலிறகுகள் ஏற்றப்பட்ட வண்டியேயானாலும்கூட அவ் இறகுகளை அளவுக்கு மீறிய வகையில் மிகுதியாக வண்டியில் ஏற்றினால், அந்த வண்டியின் அச்சு, ஒரு கட்டத்தில் பளுதாங்க முடியாமல் முறிந்துபோய் விடும்.

நுனிக்கொம்பர் ஏறினார் அஃதிறந்து ஊக்கின்
உயிர்க்குஇறுதி யாகி விடும்.   *476*

ஒரு மரக்கிளையின் நுனிவரை ஏறிச்சென்றவர், அதற்கு அப்பாலும் ஏற முயலுவாரேயானால், அம்முயற்சி, அவரது உயிருக்கு அழிவைத் தந்துவிடும்.

ஆற்றின் அளவுஅறிந்து ஈக அதுபொருள்
போற்றி வழங்கும் நெறி.   *477*

ஈதல் நெறியில் நிற்கக்கூடிய ஒருவன், தனது பொருள் வருவாயின் அளவினை அறிந்து, அதற்குத் தக்கபடி, பிறர்க்குக் கொடுக்க வேண்டும்; அதுதான் பொருளினைப் போற்றிப் பாதுகாத்து ஒழுகும் வழியாகும்.

ஆகாறு அளவுஇட்டிது ஆயினும் கேடில்லை
போகாறு அகலாக் கடை.   *478*

ஒருவனது பொருள் போகும் செலவு வழி அளவுக்கு மீறிய வகையில் விரிவடையாதிருந்தால், அவனது பொருள் வரும் வருவாய் வழி சுருங்கியதாக இருந்தாலும், அதனால் அவனுக்குக் கேடு எதுவும் ஏற்பட்டு விடாது.

அளவுஅறிந்து வாழாதான் வாழ்க்கை உளபோல
இல்லாகித் தோன்றாக் கெடும்.   *479*

தனக்குள்ள பொருளின் அளவைத் தெரிந்துகொண்டு, அதற்கு ஏற்ப வாழாதவனுடைய வாழ்க்கையானது, முதலில் வசதி உள்ளது போலத் தோற்றமளித்துப் பின்னர் அந்தத் தோற்றமும் இல்லாமல், கெட்டுப்போய் விடும்.

உளவரை தூக்காத ஒப்புரவு ஆண்மை
வளவரை வல்லைக் கெடும்.   *480*

ஒருவன் தனக்குள்ள பொருளின் அளவை எண்ணிப் பார்க்காமல் செய்த உதவியின் மிகுதிப்பாட்டால், அவனது செல்வத்தின் அளவு இயல்பாகவே விரைவில் குறைந்து போய்விடும்.

காலம் அறிதல்

பகல்வெல்லும் கூகையைக் காக்கை இகல்வெல்லும்
வேந்தர்க்கு வேண்டும் பொழுது. *481*

காக்கையானது, தன்னைவிட வலிமையுள்ள கோட்டானைப் பகற்பொழுதில் வென்றுவிடும். அதுபோல, பகைவர்களை எளிதில் வெல்லக் கருதும் வேந்தர்களுக்கு அதற்கு ஏற்ற காலம் இன்றியமையாது வேண்டப்படுவதாகும்.

பருவத்தோடு ஒட்ட ஒழுகல் திருவினைத்
தீராமை ஆர்க்கும் கயிறு. *482*

ஒருவன் ஒரு தொழிலை அதற்கு ஏற்ற காலத்தோடு பொருந்தி வருமாறு செய்வானேயானால், செல்வம் அவனை விட்டு நீங்காமல், அதனைப் பிணிக்கும் கயிறுபோல் விளங்குவதாகும்.

அருவினை என்ப உளவோ கருவியால்
காலம் அறிந்து செயின். *483*

தொழில் செய்வதற்குரிய தக்க கருவிகளோடு, ஏற்ற காலத்தையும் அறிந்து, ஒருவன் செயல்புரிவானேயானால், அவனால் செய்வதற்கு அரிய தொழில்கள் என்பன எவையும் இல்லை.

ஞாலம் கருதினும் கைகூடும் காலம்
கருதி இடத்தான் செயின். *484*

ஒருவன் தான் செய்ய முற்படும் தொழிலைத் தகுதியான காலத்தை அறிந்து, ஏற்றதொரு இடத்தோடு பொருந்தி வருமாறு செய்ய முயலுவானேயானால், அவன் இவ்வுலகத்தையே ஆளக் கருதினாலும், அது கைகூடுவதாகும்.

காலம் கருதி இருப்பர் கலங்காது
ஞாலம் கருது பவர். *485*

இவ்வுலகம் முழுவதையும் தமதாகக் கைப்பற்ற எண்ணுபவர்கள், அதனைக் கொள்ளுவதற்கு ஏற்ற காலத்தை எண்ணி மனக்கலக்கம் இல்லாது அது வருமளவும் காத்துக்கொண்டிருக்க வேண்டியவர்கள் ஆவார்கள்.

ஊக்கம் உடையான் ஒடுக்கம் பொருதகர்
தாக்கற்குப் பேரும் தகைத்து. *486*

ஊக்கம் உடையவன் பகைமேல் படையெடுத்துச் செல்லாது, காலம் பார்த்து ஒதுங்கியிருத்தலானது, போர் புரியும் ஆட்டுக்கடா, எதிர் ஆட்டின்மேல் நன்றாகப் பாய்வதற்காகப் பின்னே கால்வாங்கும் தன்மையை ஒத்ததாகும்.

பொள்ளென ஆங்கே புறம்வேரார் காலம்பார்த்து
உள்வேர்ப்பர் ஒள்ளி யவர். *487*

அறிவுடையோர்கள், அவர்களது பகைவர்கள் தீமை செய்தவுடனேயே விரைவில் வெளிப்படையாகச் சினங்கொள்ள மாட்டார்கள். அவர்களை வெல்லுவதற்குரிய காலத்தை எதிர்பார்த்திருந்து, அது வரையிலும் உள்ளுக்குள்ளேயே வெகுண்டு கொண்டிருப்பார்கள்.

செறுநரைக் காணின் சுமக்க இறுவரை
காணின் கிழக்காம் தலை. *488*

தமக்கு வெல்லுங்காலம் வரும் வரையிலும், பகைவரைக் கண்டால், மிகப் பணிவுடன் இருத்தல் வேண்டும்; அப்பகைவர்க்கு முடிவுகாலம் வரும்போது, அவர்கள் தாமாகவே தலைகீழாக விழுந்து கெட்டொழிவார்கள்.

எய்தற்கு அரியது இயைந்தக்கால் அந்நிலையே
செய்தற்கு அரிய செயல். *489*

ஒருவனுக்குக் கிடைத்தற்கு அரிய காலம் வந்து வாய்க்குமேயானால், அந்த நிலையிலேயே அவன் செய்வதற்கு அரிய செயல்களையெல்லாம் செய்து முடித்துவிடவேண்டும்.

கொக்குஒக்க கூம்பும் பருவத்து மற்றுஅதன்
குத்துஒக்க சீர்த்த இடத்து. *490*

ஒருவன் ஒடுங்கி இருக்க வேண்டிய காலத்தில், கொக்கினைப் போல் அடங்கி இருக்கவேண்டும்; ஏற்ற காலம் வாய்க்கும்போது, கொக்கு எவ்வாறு தப்பாது மீனைக் குத்துகிறதோ, அவ்வாறே குறிப்பிட்ட செயலைச் செய்து முடித்துவிடல் வேண்டும்.

இடனறிதல்

தொடங்கற்க எவ்வினையும் எள்ளற்க முற்றும்
இடம்கண்ட பின்அல் லது.   491

ஒருவர், பகைவரை முற்றுகை இடுவதற்கு ஏற்ற, தக்கதொரு இடத்தைக் கண்டபின் அல்லாமல், யாதொரு செயலையும் தொடங்காது இருக்க வேண்டும். அதே நேரம், பகைவரை இகழ்ந்து பேசாது இருக்கவும் வேண்டும்.

முரண்சேர்ந்த மொய்ம்பி னவர்க்கும் அரண்சேர்ந்துஆம்
ஆக்கம் பலவும் தரும்.   492

பிற அரசர்களோடு மாறுபாடு கொள்ளக்கூடிய வலிமையுடையவர்கள் ஆனாலும், அரணோடு பொருந்தி நின்று செய்யும் போரானது, பலவித நன்மைகளையும் தருவதாகும்.

ஆற்றாரும் ஆற்றி அடுப இடன்அறிந்து
போற்றார்கண் போற்றிச் செயின்.   493

தமக்கு ஏற்ற இடமறிந்து, தம்மைக் காத்துக்கொண்டு, பகைவர்மேல் ஒருவர் போர் தொடுப்பாரானால், அவர் வலிமையில்லாதவராக இருந்தபோதிலும், வலிமையுடையவராகி வெல்வார்.

எண்ணியார் எண்ணம் இழப்பர் இடன்அறிந்து
துன்னியார் துன்னிச் செயின்.   494

போர் செய்வதற்கு ஏற்ற இடத்தை ஆராய்ந்து அறிந்து, அந்த இடத்தைத் தேர்ந்தெடுத்துக் கொண்டவர்கள், அதனை விட்டுவிடாது வெற்றிபெறுவதற்கான முயற்சியை மேற்கொண்டால், அவர்களை எதிர்த்துப் போரிட்டு வெற்றிபெறக் கருதும் பகைவர்கள் தம் எண்ணத்தைக் கைவிட்டு விடுவார்கள்.

நெடும்புனலுள் வெல்லும் முதலை அடும்புனலின்
நீங்கின் அதனைப் பிற.   495

முதலையானது ஆழமுள்ள நீரில் இருக்கும்போது, அது பிற உயிர்களைக் கொன்று வென்று நிற்கும்; அது அந்த நீரைவிட்டு வெளியே வரும்போது, அதனை மற்ற உயிர்கள் எளிதில் கொன்றுவிடும்.

கடல்ஓடா கால்வல் நெடுந்தேர் கடல்ஓடும்
நாவாயும் ஓடா நிலத்து. *496*

நிலத்தின்கண் ஓடக்கூடிய நல்ல உருளைகளைக்கொண்ட வலிவான நெடிய தேர், கடலின்கண் ஓடாது; கடலின்கண் ஓடக்கூடிய மரக்கலம், நிலத்தின்கண் ஓடாது.

அஞ்சாமை அல்லால் துணைவேண்டா எஞ்சாமை
எண்ணி இடத்தால் செயின். *497*

வினை செய்வதற்குரிய வழிவகைகளை எல்லாம் குறைவில்லாதபடி எண்ணிப் பார்த்து, இடத்தோடு பொருந்திவரக் குறிப்பிட்ட வினையை ஒருவர் செய்ய முற்பட்டால், அவ்வினையில் வெற்றிபெற, அஞ்சாமையைத் தவிர, அவருக்கு வேறு துணை எதுவும் வேண்டுவதில்லை.

சிறுபடையான் செல்இடம் சேரின் உறுபடையான்
ஊக்கம் அழிந்து விடும். *498*

ஒருவன் சிறிய படையை உடையவன்தான் என்றாலும், அவனுக்குச் செல்வாக்கு மிகுந்த இடத்திற்குப் பெரிய படையை உடைய ஒருவன் சென்றால், அவனது முயற்சி அழிந்து, அவன் அடியோடு கெட்டொழிவான் என்பது உறுதி.

சிறைநலனும் சீரும் இலர்எனினும் மாந்தர்
உறைநிலத்தோடு ஒட்டல் அரிது. *499*

மக்கள் கோட்டைப் பாதுகாப்பும், பிற சிறப்புகளும் இல்லாதவர்களாக இருந்தாலும், அவர்கள் நிலைத்து வாழுகின்ற இடத்திற்குப் பகைவர் சென்று, அவர்களைத் தாக்குதல் என்பது கடினமான ஒரு செயலாகும்.

கால்ஆழ் களரில் நரிஅடும் கண்அஞ்சா
வேலாள் முகத்த களிறு. *500*

பாகருக்கு அஞ்சி அடங்காமல், வேல்கொண்டு எதிர்க்கும் ஆட்களைக் கொம்பால் குத்தியெடுக்கும் யானையானது, அதன் கால்கள் அழுந்தி அமிழத்தக்க சேற்று நிலத்தில் அகப்பட்டுக்கொண்டால், அதனை நரியானது எளிதில் கொன்றுவிடும்.

தெரிந்து தெளிதல்

அறம்பொருள் இன்பம் உயிர்அச்சம் நான்கின்
திறம்தெரிந்து தேறப் படும்.   501

அறம், பொருள், இன்பம், உயிர் காரணமாக ஏற்படும் அச்சம் என்னும் இந்த நான்கு வகைகளாலும், ஆராய்ந்து பார்த்த பின்னரே, ஒருவனை ஒரு வினைக்கு உரியவனாகத் தெளியவேண்டும்.

குடிப்பிறந்து குற்றத்தின் நீங்கி வடுப்பரியும்
நாணுடையான் கட்டே தெளிவு.   502

உயர்குடியில் பிறந்து, குற்றங்களினின்றும் நீங்கி, பழிதரும் செயல்களைச் செய்வதற்கு அஞ்சும் நாணமுடையவனை நம்பியே ஒருவன் தெளிவு பெற வேண்டும்.

அரியகற்று ஆசுஅற்றார் கண்ணும் தெரியுங்கால்
இன்மை அரிதே வெளிறு.   503

கற்றற்கு அரிய நூல்களைக் கற்றுத் தேர்ந்து, எவ்விதக் குற்றமும் இல்லாதவர்கள் என்று கருதப்படுவோரிடத்தும்கூட, ஆராயும்போது அறியாமை முற்றிலும் இல்லாதிருத்தல் என்பது அருமையாகவே இருக்கும்.

குணம்நாடிக் குற்றமும் நாடி அவற்றுள்
மிகைநாடி மிக்க கொளல்.   504

ஒருவனுடைய குணங்களையும் ஆராய்ந்து, அவனுடைய குற்றங்களையும் ஆராய்ந்து, அவற்றுள் மிகுதியாக இருப்பவை எவை என்று கண்டறிந்து அதன் பின்னர் அப்படி மிகுதியாக இருப்பதை மட்டும் வைத்துக்கொண்டு, அதன் மூலம் அவன் எப்படிப்பட்டவன் என்பதைத் தெரிந்து தெளிவுகொள்ளுதல் வேண்டும்.

பெருமைக்கும் ஏனைச் சிறுமைக்கும் தத்தம்
கருமமே கட்டளைக் கல்.   505

மக்களின் நற்பண்புகளால் ஏற்படும் பெருமைக்கும், தீய பண்புகளால் ஏற்படும் சிறுமைக்கும் உரிய காரணங்களை அளந்து காட்டக்கூடிய உரைகல்லாக இருப்பவை, அவரவர்களுடைய செயல்களே ஆகும்.

அற்றாரைத் தேறுதல் ஓம்புக மற்றுஅவர்
பற்றுஇலர் நாணார் பழி.   506

சுற்றத்தார் இல்லாதவர்களை நம்பி, ஒருவர் எதிலும் தெளிவு அடையக்கூடாது; அவர்கள் உலகத்தாரோடு எந்தவிதத் தொடர்பும் இல்லாதவராவார்கள்; மேலும் பழிக்கு நாணவும் மாட்டார்கள்.

காதன்மை கந்தா அறிவுஅறியார்த் தேறுதல்
பேதைமை எல்லாம் தரும்.   507

அன்பு காரணமாக, அறிய வேண்டுவனவற்றை எல்லாம் அறிந்து கொள்ளாமலிருப்பவரை நம்புதல் அறியாமையாகும்; அவ்வறிவின்மையால் அவர் செய்யும் செயல்கள் எந்தவித நன்மையையும் பயக்கா.

தேரான் பிறனைத் தெளிந்தான் வழிமுறை
தீரா இடும்பை தரும்.   508

அயலானை நன்கு ஆராய்ந்து பார்க்காமல், ஒருவன் தெளிந்தானேயானால், அதனால் ஏற்படும் விளைவு, அவனுக்கு மட்டுமேயல்லாமல், அவன் வழிவழித் தலைமுறையினராக வருவோர்க்கும், தீராத துன்பத்தைக் கொடுக்கும்.

தேறற்க யாரையும் தேராது தேர்ந்தபின்
தேறுக தேறும் பொருள்.   509

யாரையும் ஆராய்ந்து பார்க்காமல், ஒருவர் அப்படியே நம்பிவிடக் கூடாது; அவ்வாறு ஆராய்ந்து பார்த்தபின், நம்பத் தக்கவைகள் எவையோ அவற்றை மட்டும் ஐயுறாது நம்புதல் வேண்டும்.

தேரான் தெளிவும் தெளிந்தான்கண் ஐயுறவும்
தீரா இடும்பை தரும்.   510

ஒருவனை நன்கு ஆராய்ந்து பார்க்காமல் நம்புவதும், ஆராய்ந்து பார்த்த பிறகு நம்பிக்கையுடையவனிடத்து ஐயப்படுதலும், நீங்காத துன்பத்தைக் கொடுக்கும்.

தெரிந்து வினையாடல்

நன்மையும் தீமையும் நாடி நலம்புரிந்த
தன்மையான் ஆளப் படும்.   511

நன்மையையும் தீமையையும் ஆராய்ந்து பார்த்து, நன்மை பயக்கின்றவற்றை மட்டுமே விரும்புகின்ற இயல்புடையவனே, வினைக்கு உரியவனாக ஆளாக்கப்பட வேண்டும்.

வாரி பெருக்கி வளம்படுத்து உற்றவை
ஆராய்வான் செய்க வினை.   512

பொருள் வரும் வழிகளையெல்லாம் விரிவுபடுத்தி, அப்பொருளால் பயன்படக்கூடிய செல்வங்களையெல்லாம் வளர்த்து, அவைகளுக்கு நேரக்கூடிய இடையூறுகளையெல்லாம் ஆராய்ந்து பார்த்து, அவற்றை நீக்க வல்லவனே செயல் செய்ய முற்படவேண்டும்.

அன்பு அறிவு தேற்றம் அவாஇன்மை இந்நான்கும்
நன்குடையான் கட்டே தெளிவு.   513

அன்புடைமை, அறிவுடைமை, மனங்கலங்காத தன்மை, அவா இல்லாமை ஆகிய நான்கு நலன்களையும் செம்மையாக உடையவனிடத்தில் மட்டுமே, வினையை ஒப்படைக்கும் தெளிவு ஒருவருக்கு இருத்தல் வேண்டும்.

எனைவகையால் தேறியக் கண்ணும் வினைவகையால்
வேறாகும் மாந்தர் பலர்.   514

எல்லாவிதமான வகைகளினாலும் ஆராய்ந்து தெளிந்த பிறகும், செயலை முறையாகச் செய்யும்போது, அச்செயலின் இயல்பால், மனம் வேறுபடும் மக்கள் உலகத்தில் பலராகவே இருந்து வருகிறார்கள்.

அறிந்துஆற்றிச் செய்கிற்பாற்கு அல்லால் வினைதான்
சிறந்தான்என்று ஏவற்பாற் றன்று.   515

செயல் செய்யும் வழிமுறைகளை எல்லாம் அறிந்து, எதிர்வரும் இடையூறுகளை எல்லாம் தாங்கிக்கொண்டு, ஒரு செயலைச் செய்து முடிக்கக்கூடிய வல்லமையுடையவனை அல்லாமல், அன்பில் சிறந்தவன் என்று கருதி வேறொருவனிடத்தில், அச்செயலைச் செய்யுமாறு சொல்லி, அவனை ஏவக்கூடாது.

செய்வானை நாடி வினைநாடிக் காலத்தோடு
எய்த உணர்ந்து செயல்.   516

செயல் செய்பவனது திறத்தையும் ஆராய்ந்து, செய்யப்படும் செயலையும் ஆராய்ந்து, காலத்தின் இயல்பையும் அவற்றோடு பொருந்துமாறு ஆராய்ந்து அதன் பிறகு ஒருவனைச் செயல் செய்ய ஏவுதல் வேண்டும்.

இதனை இதனால் இவன்முடிக்கும் என்றுஆய்ந்து
அதனை அவன்கண் விடல்.   517

இந்தச் செயலை, இன்ன வழிவகைகளைக் கொண்டு, இந்த அறிவாற்றலிற் சிறந்த இன்னவன் முடிப்பான் என்று ஆராய்ந்து பார்த்து, அதன் பின்னர், அந்தச் செயலை அன்னவனிடம் மட்டுமே ஒப்படைக்க வேண்டும்.

வினைக்குஉரிமை நாடிய பின்றை அவனை
அதற்குரியவன் ஆகச் செயல்.   518

ஒருவன் ஒரு செயலைச் செய்வதற்கு உரியவனாக இருப்பதை நன்கு ஆராய்ந்து அறிந்த பிறகு, அவனை அச்செயலுக்கு உரிமையுடையவனாக ஆக்க வேண்டும்.

வினைக்கண் வினையுடையான் கேண்மைவே றாக
நினைப்பானை நீங்கும் திரு.   519

தான் மேற்கொண்ட செயலில் எப்பொழுதும் விடா முயற்சியை உடைய ஒருவனது உறவை, வேறுபாடாக நினைக்கும் தலைவனை விட்டுச் செல்வமானது நீங்கிவிடும் என்பது உறுதி.

நாடோறும் நாடுக மன்னன் வினைசெய்வான்
கோடாமை கோடாது உலகு.   520

அரசப் பணியில் அமர்ந்தோர் மனங்கோணாது கடமை ஆற்றிவருவாரேயானால், குடிமக்களும் மனங்கோணாமல் வாழ்வார்கள்; ஆதலால், அரசன் அவர்களது நிலையை நாள்தோறும் ஆராய்ந்து பார்க்க வேண்டியது இன்றியமையாததாகும்.

சுற்றம் தழால்

பற்றற்ற கண்ணும் பழைமைபா ராட்டுதல்
சுற்றத்தார் கண்ணே உள. 521

ஒருவன் செல்வமெல்லாம் இழந்து, வறியவனாக ஆன நிலையிலும்கூட, அவனுக்கும் தமக்கும் இருந்து வந்த பழைய உறவை நினைவுபடுத்திப் பார்த்துப் பாராட்டிப் பேசும் பண்பு, சுற்றத்தாரிடம் மட்டுமே காணப்படும்.

விருப்புஅறாச் சுற்றம் இயையின் அருப்புஅறா
ஆக்கம் பலவும் தரும். 522

எவ்வகையிலும் அன்பு நீங்காத சுற்றம் ஒருவனுக்கு அமைந்து விடுமேயானால், அதுவே அவனுக்கு வளர்ச்சி குன்றாத செல்வங்கள் பலவற்றையும் மேலும் மேலும் கொடுக்கும்.

அளவளாவு இல்லாதான் வாழ்க்கை குளவளாக்
கோடுஇன்றி நீர்நிறைந் தற்று. 523

சுற்றத்தாரோடு மனங்கலந்து இனிமையாகப் பழகி வாழ முடியாதவன் வாழ்க்கையானது, ஒரு குளத்தின் பரப்பு கரையில்லாமலேயே, நீர் நிறைந்தது போன்றதாகும்.

சுற்றத்தால் சுற்றப்பட ஒழுகல் செல்வம்தான்
பெற்றத்தாற் பெற்ற பயன். 524

ஒருவன் செல்வம் பெற்றதனால் பெறும் பெரும்பயன் என்னவென்றால், அவன் தன் சுற்றத்தால் சூழப்படுமாறு, அவர்களைத் தழுவி நின்று வாழ்தலேயாகும்.

கொடுத்தலும் இன்சொலும் ஆற்றின் அடுக்கிய
சுற்றத்தால் சுற்றப் படும். 525

ஒருவன் சுற்றத்தார்க்கு வேண்டுவன கொடுத்தலும், இனிய சொற்களை அவர்களிடம் பகர்தலும் ஆகிய இரண்டையும் செய்யும் ஆற்றல் உடையவனானால், அடுத்தடுத்துத் தொடர்ந்து பெருகிவரும் சுற்றத்தார் பலராலும், அவன் சூழப்படுவான்.

பெருங்கொடையான் பேணான் வெகுளி அவனின்
மருங்குடையார் மாநிலத்து இல்.   526

ஒருவன் பெருங்கொடையாளியாகவும் சினமற்றவனாகவும் இருப்பானேயானால், அவனைப் போல மிகுந்த சுற்றத்தாரை உடையவர்கள், இந்த மிகப் பெரிய உலகத்தில் வேறு எவரும் இருக்க மாட்டார்கள்.

காக்கை கரவா கரைந்துஉண்ணும் ஆக்கமும்
அன்னநீ ரார்க்கே உள.   527

காக்கைகள் தமது இரையை மறைத்து வைக்காமல், தம் இனத்தைக் கூவி அழைத்து, அவ்வினத்துடன் சேர்ந்திருந்து உண்ணும்; அப்படிப்பட்ட இயல்பினை உடையவர்களுக்கே, ஆக்கம் பலவும் ஏற்படும்.

பொதுநோக்கான் வேந்தன் வரிசையா நோக்கின்
அதுநோக்கி வாழ்வார் பலர்.   528

அரசனானவன் எல்லோரையும் ஒரே தன்மையினராக நோக்காமல், அவரவர் தகுதிக்கு ஏற்ப நோக்கிச் செய்ய வேண்டுவனவற்றைச் செய்தால், அந்தச் சிறப்பினைக் கருதி, அவனை விட்டுப்பிரியாமல், அவனைச் சூழ்ந்து வாழுகின்ற சுற்றத்தார் பலராக ஆவார்கள்.

தமர்ஆகித் தன்துறந்தார் சுற்றம் அமராமைக்
காரணம் இன்றி வரும்.   529

முன்பு சுற்றத்தாராய் இருந்து, பின்னர் ஏதோ ஒரு காரணம் பற்றிப் பிரிந்து போனவர்கள், அப்படிப் பிரிந்து போனதற்கான காரணம் நீங்கி விட்டால், மீண்டும் அவர்கள் தாமாகவே வந்து உறவினராவார்கள்.

உழைப்பிரிந்து காரணத்தின் வந்தானை வேந்தன்
இழைத்திருந்து எண்ணிக் கொளல்.   530

தன்னிடமிருந்து ஒரு காரணமுமில்லாமல் பிரிந்து சென்று, மீண்டும் ஒரு காரணம் பற்றி வந்தவனை, அரசனானவன் அவன் விரும்பிய உதவியை அவனுக்குச் செய்து, பின் அவனது நிலையை ஆராய்ந்து பார்த்து, அவனை ஏற்றுக்கொள்ள வேண்டும்.

பொச்சாவாமை

இறந்த வெகுளியின் தீதே சிறந்த
உவகை மகிழ்ச்சியின் சோர்வு. 531

செல்வ மிகுதி, பதவி ஏற்றம் போன்றவற்றால் ஏற்படும் பெருமிதக் களிப்பால், ஒருவனுக்கு ஏற்படும் மறதியானது, அவனுக்கு ஏற்படக்கூடிய அளவு கடந்த சினத்தைக் காட்டிலும் மிகவான தீமையைப் பயப்பதாகும்.

பொச்சாப்புக் கொல்லும் புகழை அறிவினை
நிச்ச நிரப்புக்கொன் றாங்கு. 532

நாள்தோறும் தொடர்ந்து வாட்டிவரும் வறுமையானது, ஒருவனுடைய அறிவை அழிப்பது போன்று, ஒருவனுடைய புகழை அவனுடைய மறதியானது அழித்துவிடும்.

பொச்சாப்பார்க்கு இல்லை புகழ்மை அதுஉலகத்து
எப்பால்நூ லோர்க்கும் துணிவு. 533

எப்பொழுதும் மறதி உடையவர்களுக்குப் புகழுடைமை இல்லை; அந்த உண்மையானது, உலகத்தில் உள்ள எப்படிப்பட்ட நூற்கொள்கை உடையோர்க்கும் ஒப்பமுடிந்த முடிவாகும்.

அச்சம் உடையார்க்கு அரண்இல்லை ஆங்குஇல்லை
பொச்சாப்பு உடையார்க்கு நன்கு. 534

அகத்திலே அச்சம் உடையவர்களுக்குப் புறத்திலே பாதுகாவற்கோட்டை இருந்தாலும், அதனால் பயன் எதுவும் இல்லை; அதுபோல, அகத்திலே மறதி உடையவர்களுக்குப் புறத்திலே நல்ல நிலைமைகள் வாய்த்திருந்தாலும் அவற்றால் பயன் எதுவும் ஏற்படுவதில்லை.

முன்னுறக் காவாது இழுக்கியான் தன்பிழை
பின்ஊறு இரங்கி விடும். 535

துன்பம் வருவதை முன்கூட்டியே அறிந்து தன்னைக் காத்துக்கொள்ளாமல் மறந்து சோர்வு அடைந்தவன், பின்பு துன்பம் வந்துசேரும் போது, தன் பிழையை எண்ணி மனம் வருந்திக் கவலைப்படுவான்.

இழுக்காமை யார்மாட்டும் என்றும் வழுக்காமை
வாயின் அஃதொப்பது இல். *536*

மறவாமை என்னும் பண்பு யாரிடத்திலும், எக்காலத்திலும் தவறாது வாய்த்திருக்குமேயானால், அதற்கு ஒப்ப அவர்க்கு நன்மை தருவது வேறொன்றும் இல்லை

அரியஎன்று ஆகாத இல்லைபொச் சாவாக்
கருவியால் போற்றிச் செயின். *537*

மறதியில்லாத மனத்தால் எதையும் எண்ணிச் செயலாற்றினால், ஒருவருக்குச் செய்து முடிக்க அருமையானது என்று சொல்லக்கூடிய செயல், யாதொன்றும் இருக்க முடியாது.

புகழ்ந்தவை போற்றிச் செயல்வேண்டும் செய்யாது
இகழ்ந்தார்க்கு எழுமையும் இல். *538*

சான்றோர்கள், சிறந்த கடமைகள் என்று புகழ்ந்து சொல்லியவைகளைப் போற்றிச் செய்யவேண்டும்; அப்படிச் செய்யாமல் மறந்திருப்பவர்க்கு, வாழ்க்கையின் எல்லா நிலைகளிலும் நன்மை என்பது ஏற்படுவது இல்லை.

இகழ்ச்சியின் கெட்டாரை உள்ளுக தாம்தம்
மகிழ்ச்சியின் மைந்துறும் போழ்து. *539*

ஒருவர், தமக்குண்டான மகிழ்ச்சியினாலே செருக்குக் கொண்டு, தம் கடமைகளை மறந்திருக்கும்போது, முன்னர் அப்படிப்பட்ட மிகுந்த மகிழ்ச்சியால் ஏற்பட்ட மறதியால் அழிந்துபோனவர்களை நினைத்துப் பார்க்க வேண்டும்.

உள்ளியது எய்தல் எளிதுமன் மற்றுந்தான்
உள்ளியது உள்ளப் பெறின். *540*

ஒருவன், தான் அடையக் கருதும் பொருளைச் சோர்வில்லாமல் நினைத்துக்கொண்டே இருப்பானாகில், அவன் கருதிய அப்பொருளை அடைதல் என்பது எளிதான ஒரு செயலாகும்.

செங்கோன்மை

ஓர்ந்துகண் ணோடாது இறைபுரிந்து யார்மாட்டும்
தேர்ந்துசெய் வஃதே முறை.   541

குற்றம் யாதென்று நன்கு ஆராய்ந்து பார்த்து, ஒருவர் பக்கமும் சாயாமல், நடுவுநிலைமையில் பொருந்தி நின்று, குற்றம் புரிந்தவர் யாராக இருந்தாலும், குற்றத்திற்குரிய தண்டனையை ஆராய்ந்து பார்த்து, அதற்கு ஏற்றபடி நீதி வழங்குவதே, அரசனது செங்கோல் முறையாகும்.

வானோக்கி வாழும் உலகுஎல்லாம் மன்னவன்
கோல்நோக்கி வாழும் குடி.   542

உலகத்திலுள்ள உயிர்களெல்லாம் மழையை எதிர்பார்த்தே வாழும்; அதுபோல, குடிமக்கள் எல்லோரும் அரசனது செங்கோல் ஆட்சியை எதிர்பார்த்தே வாழ்வர்.

அந்தணர் நூற்கும் அறத்திற்கும் ஆதியாய்
நின்றது மன்னவன் கோல்.   543

செந்தண்மை பூண்ட அறவோர்கள் போற்றிடும் அறநூல்களும் அறநெறிகளும் நிலைபெற அடிப்படைக் காரணமாக இருக்க வேண்டியது அரசனது செங்கோல் ஆட்சி முறையேயாகும்.

குடிதழீஇக் கோலோச்சும் மாநில மன்னன்
அடிதழீஇ நிற்கும் உலகு.   544

மன்னன் தன் குடிமக்களையெல்லாம் அரவணைத்துத் தழுவிக்கொண்டு, செங்கோல் ஆட்சி செலுத்துவானேயானால், அப்பெருநில மன்னனுக்கு ஆதரவாக, இவ்வுலகத்தார் என்றும் அவனைத் தழுவி நிற்பார்கள்.

இயல்புளிக் கோல்ஓச்சும் மன்னவன் நாட்ட
பெயலும் விளையுளும் தொக்கு.   545

நீதி நூல் நெறிமுறையின்படி செங்கோல் செலுத்தும் அரசன் ஒருவன், ஒரு நாட்டில் இருப்பதானது, பருவக் காலத்தே பெய்யும் மழையும், குறையாத விளைச்சலும் ஒருசேர இருப்பது போன்றதாகும்.

வேல்அன்று வென்றி தருவது மன்னவன்
கோல்அதூஉம் கோடாது எனின்.   546

ஓர் அரசனது நல்லாட்சி முறைக்கு வெற்றி தேடித் தருவது, அவனது வேற்படை அல்ல; அவனது ஆட்சிக் கோல் கோணாமல், செம்மையானதாக இருக்குமேயானால், அதுவே, அவனது ஆட்சி முறைக்கு வெற்றியைத் தேடித் தருவதாகும்.

இறைகாக்கும் வையகம் எல்லாம் அவனை
முறைகாக்கும் முட்டாச் செயின்.   547

உலகத்தையெல்லாம் காப்பாற்றுபவன் அரசன் ஆவான். அவன் தன் செங்கோலை முறைதவறாமல் செலுத்தி வருவானேயானால், அவனை அந்தச் செங்கோலே காப்பாற்றும்.

எண்பதத்தான் ஓரா முறைசெய்யா மன்னவன்
தண்பதத்தான் தானே கெடும்.   548

முறையிட வேண்டி வரும் குடிமக்கள், தன்னை எளிதில் பார்க்க முடியாதபடி இருந்துகொண்டு, அவர்கள் கூறுபவற்றை நன்கு ஆராயாமல் முறையான நீதி வழங்காத அரசன் இறுதியில் தாழ்ந்த நிலையை எய்தித் தானே கெட்டொழிவான்.

குடிபுறங் காத்துஓம்பிக் குற்றம் கடிதல்
வடுஅன்று வேந்தன் தொழில்.   549

அரசனானவன், தன் குடிமக்களைப் பிறர் வருத்தாமல் பேணிக்காத்து, தானும் அவர்களுக்கு வேண்டுவன அளித்து, அவர்கள் குற்றம் செய்தால், அதற்காக அவர்களைத் தண்டித்துக் குற்றம் எதிர்காலத்தில் ஏற்படாமல் தடுத்தல் வேண்டும்; அப்படித் தண்டித்தல் அரசனுக்கு இழுக்கு ஆகாது; அது அவனது கடமையாகும்.

கொலையின் கொடியாரை வேந்துஒறுத்தல் பைங்கூழ்
களைகட் டதனொடு நேர்.   550

குடிமக்களைக் காப்பாற்ற அரசனானவன், கொலைக் குற்றம் புரியும் கொடியவர்களைக் கொலைத் தண்டம் மூலம் தண்டித்தல் என்பது, உழவன் தன் பயிர்களைக் காப்பாற்ற, களையைக் களைவதற்கு ஒப்பான செயலாகும்.

கொடுங்கோன்மை

கொலைமேற்கொண் டாரின் கொடிதே அலைமேற்கொண்டு
அல்லவை செய்துஒழுகும் வேந்து. *551*

மிகுபொருளை விரும்பிக் குடிமக்களை வாட்டிவருத்தும் தொழிலை மேற்கொண்டு, அறமல்லாத செயல்களைச் செய்யும் நாடாளக்கூடிய அரசனானவன், பகைமை பற்றிக் கொலைத் தொழிலை மேற்கொண்டு ஒழுகுவாரைக் காட்டிலும், மிகவும் கொடியவனாவான்.

வேலொடு நின்றான் இடுஎன் றதுபோலும்
கோலொடு நின்றான் இரவு. *552*

ஆட்சிக் கோல் ஏந்தி நிற்கும் அரசன், வரைமுறையின்றிக் குடிமக்களிடம் வரிப்பொருளைப் பெறுதல் என்பது, வேலைத் தாங்கி நின்று வழிப்பறி செய்யும் கள்வன், வழிப்போக்கரிடம், அவர்கள் கையிலுள்ள பொருள்களை எல்லாம் கொடு என்று கேட்பது போன்றதாகும்.

நாள்தொறும் நாடி முறைசெய்யா மன்னவன்
நாள்தொறும் நாடு கெடும். *553*

நாள்தோறும் நிகழும் குற்றங்குறைகளை ஆராய்ந்து பார்த்து, அவற்றிற்குத் தக்கபடி நீதி வழங்காத அரசனுடைய நாடானது, நாளுக்கு நாள் கெட்டொழிந்து போய்விடும்.

கூழும் குடியும் ஒருங்குஇழக்கும் கோல்கோடிச்
சூழாது செய்யும் அரசு. *554*

பின்விளைவுகளை எண்ணிப் பாராமல் செங்கோல் ஆட்சி முறையானது தவறும்படி ஆராய்ந்து பார்க்காமல் எதையும் செய்ய முனையும் அரசனானவன், தன் செல்வத்தோடு, தன் குடிமக்களையும் ஒருசேர இழப்பான் என்பது உறுதி.

அல்லற்பட்டு ஆற்றாது அழுதகண் ணீர்அன்றே
செல்வத்தைத் தேய்க்கும் படை. *555*

அரசனது கொடுங்கோன்மையின் காரணமாக, மிகவும் துன்பப்பட்டுப் பொறுக்க முடியாமல், குடிமக்கள் அழுது சிந்திய கண்ணீர்த் துளிகளே அவனது செல்வச் செழிப்புமிக்க ஆட்சியை அழிக்கும் கருவியாக அமையும்.

மன்னர்க்கு மன்னுதல் செங்கோன்மை அஃதுஇன்றேல்
மன்னாவாம் மன்னர்க் கொளி.					556

அரசர்களுக்குப் புகழானது நிலைபெற்று நிற்பது என்பது, அவர்கள் செங்கோல் செலுத்தும் முறையைப் பொறுத்ததாகும். அச்செங்கோல் முறை இல்லாமற் போகுமேயானால், பிறவற்றால் அம்மன்னர்க்கு வரக்கூடிய புகழும்கூட நிலை பெறாமல் போய்விடும்.

துளிஇன்மை ஞாலத்திற்கு எற்றுஅற்றே வேந்தன்
அளிஇன்மை வாழும் உயிர்க்கு.					557

மழை இல்லாத நிலைமையானது உலகத்தில் வாழும் உயிரினங்களுக்கு எல்லாம் எத்தகைய துன்பத்தைத் தருமோ, அத்தகைய துன்பத்தை அரசனது அருளில்லாத் தன்மையானது, குடிமக்களுக்குத் தரும்.

இன்மையின் இன்னாது உடைமை முறைசெய்யா
மன்னவன் கோற்கீழ்ப் படின்.					558

முறைப்படி ஆட்சி செய்யாத அரசனின் கொடுங்கோல் ஆட்சியின் கீழ் வாழ்ந்தால், அப்படி வாழ்பவர்க்குச் செல்வம் உடைமைகூட, பொருளில்லா வறுமை நிலையைவிட, மிகவான துன்பத்தைத் தருவதாக ஆகிவிடும்.

முறைகோடி மன்னவன் செய்யின் உறைகோடி
ஒல்லாது வானம் பெயல்.					559

அரசனானவன் செங்கோல் நெறிமுறை தவறி ஆட்சி நடத்துவானேயானால், அவனது நாட்டில் பருவமழை தவறி, மேகம் மழை பொழியாதபோது மக்களுக்கு ஏற்படும் துன்பநிலை உண்டாகும்.

ஆபயன் குன்றும் அறுதொழிலோர் நூல்மறப்பர்
காவலன் காவான் எனின்.					560

அரசன் முறைப்படி நாட்டைப் பாதுகாக்கத் தவறுவானேயானால், குடிமக்களின் முயற்சியால் ஆகக்கூடிய பயன்கள் அனைத்தும் குன்றிப் போய்விடும். அறுதியிட்டுக் கூறக்கூடிய முக்கியத் தொழிலுடையோர் அனைவரும், தம் தொழிலுக்குரிய நூல் அறிவையெல்லாம் மறந்து விடுவார்கள்.

வெருவந்த செய்யாமை

தக்காங்கு நாடித் தலைச்செல்லா வண்ணத்தால்
ஒத்தாங்கு ஒறுப்பது வேந்து. *561*

ஒருவன் குற்றம் செய்தால், அதனை நடுநிலைமையோடு இருந்து ஆராய்ந்து அறிந்து, மேலும் தொடர்ந்து அவன் அப்படிப்பட்ட குற்றத்தைச் செய்யாமலிருக்கும் பொருட்டுக் குற்றத்திற்கு ஏற்றபடி அவனைத் தண்டிப்பவனே சிறந்த வேந்தனாவான்.

கடிதுஓச்சி மெல்ல எறிக நெடிதுஆக்கம்
நீங்காமை வேண்டு பவர். *562*

தம் ஆட்சியின் ஆக்கம் மிக நெடுங்காலம் இருக்கவேண்டும் என்பதை விரும்பும் அரசர்கள், குற்றவாளிகளைத் தண்டிக்கும்போது, மிகக் கடுமையாக இருப்பதுபோல் தொடங்கித் தண்டனை வழங்கிடும்போது, அளவு கடந்துவிடாமல், மென்மையான போக்கில் அதனை நிறைவேற்ற வேண்டும்.

வெருவந்த செய்தொழுகும் வெங்கோலன் ஆயின்
ஒருவந்தம் ஒல்லைக் கெடும். *563*

அரசனானவன், குடிமக்கள் அஞ்சத்தக்க கொடுமைகளைச் செய்யும் கொடுங்கோலனாக இருப்பானேயானால், அவன் மிக விரைவில் கெட்டொழிவான் என்பது உறுதி.

இறைகடியன் என்றுரைக்கும் இன்னாச்சொல் வேந்தன்
உறைகடுகி ஒல்லைக் கெடும். *564*

“எம் அரசன் கொடியவன் ஆவான்” என்று, தன் குடிமக்களாலேயே தூற்றப்படும் பழிச் சொற்களை உடைய அரசன், தன் வாழ்நாள் குறைந்து மிக விரைவில் கெட்டொழிவான் என்பது மட்டும் உறுதி.

அருஞ்செவ்வி இன்னா முகத்தான் பெருஞ்செல்வம்
பேஎய்கண்டு அன்னது உடைத்து. *565*

தன்னைக் காணவேண்டி வருவோர்க்குக் காணமுடியாதபடி அருமையுடையவனாகவும், காண்பவர்க்கு இனிமையில்லாத முகத்தைக் கொண்டவனாகவும் இருப்பவனது பெருஞ்செல்வம், பிறர்க்கு, அச்சந்தரும் பொருளைக் காண்பது போன்றதொரு பேரச்சத்தைத் தருவதாகவே அமையும்.

கடுஞ்சொல்லன் கண்இலன் ஆயின் நெடுஞ்செல்வம்
நீடுஇன்றி ஆங்கே கெடும். *566*

கடுமையான சொற்களை உடையவனும் இரக்கப் பண்பு சிறிதும் இல்லாதவனும் ஆன அரசனது, பெரிய வளமான ஆட்சி என்பதுகூட, நீடித்த வாழ்வு இன்றி, அப்பொழுதே விரைந்து அழிந்து போய்விடும்.

கடுமொழியும் கையிகந்த தண்டமும் வேந்தன்
அடுமுரண் தேய்க்கும் அரம். *567*

மிகக் கடுமையான சொல்லும், அளவு கடந்த தண்டனையும், அரசனது பகைவரை வெல்லக்கூடிய வெற்றிக்குக் காரணமான வலிமையைக்கூடத் தேய்த்து ஒழிக்கும் அரமாக ஆகிவிடும்.

இனத்துஆற்றி எண்ணாத வேந்தன் சினத்துஆற்றிச்
சீறின் சிறுகும் திரு. *568*

அமைச்சர் முதலான தன் ஆட்சி, சுற்றத்துடன் பொருந்தியிருந்தும், அவர்களைக் கலக்காமலும் ஆராயாமலும் எதனையும் செய்யும் அரசனானவன், தவறு நேரிடும்போது, அச்சுற்றத்தின் மீது சினங்கொண்டு சீறுவானேயானால், அவனது வளம் பொருந்திய அரசுங்கூடச் சுருங்கித் துவண்டு விடும்.

செருவந்த போழ்தின் சிறைசெய்யா வேந்தன்
வெருவந்து வெய்து கெடும். *569*

போர் வருவதற்கு முன்பே, தக்க பாதுகாப்பினைத் தேடிக்கொள்ளாத அரசன், போர் நேரிடும்போது, தற்காப்பு எதுவும் இல்லாமல் போருக்கு அஞ்சி ஓடவேண்டிய நிலையில் விரைவில் கெட்டொழிவான்.

கல்லார்ப் பிணிக்கும் கடுங்கோல் அதுஅல்லது
இல்லை நிலக்குப் பொறை. *570*

கொடுங்கோல் மன்னன், எப்பொழுதும் கல்லாத முரடர்களையே தனக்குத் துணையாக வைத்துக் கொண்டிருப்பான்; நிலத்துக்குப் பெருஞ் சுமையாக, அப்படிப்பட்ட அரசன்தான் காணப்படுவானேயானால், வேறு யாராகவும் இருக்க மாட்டார்கள்.

கண்ணோட்டம்

கண்ணோட்டம் என்னும் கழிபெருங் காரிகை
உண்மையான் உண்டுஇவ் வுலகு. 571

அன்பால் இரக்கங்கொள்ளுகின்ற கண்ணோட்டம் என்று சொல்லப்படும் மிகச் சிறப்பு வாய்ந்த அழகு என்னும் தன்மை, நின்று நிலவுவதால்தான், இந்த உலகமானது அழியாமல் நின்று நிலைபெற்று வருகிறது.

கண்ணோட்டத்து உள்ளது உலகியல் அஃதிலார்
உண்மை நிலக்குப் பொறை. 572

உலகியல் நடைமுறையானது, கண்ணோட்டம் என்னும் பண்பு இருப்பதால்தான் நடைபெறுகின்றது. கண்ணோட்டமில்லாதவர்கள் உயிரோடு இருப்பது என்பது, நிலத்திற்குப் பெருஞ் சுமையாகுமேயல்லாமல், வேறு இல்லை.

பண்என்னாம் பாடற்கு இயைபுஇன்றேல் கண்என்னாம்
கண்ணோட்டம் இல்லாத கண். 573

பாட்டோடு பொருந்தி இயைந்து வராவிட்டால், இசையினால் என்ன பயன்தான் ஏற்பட முடியும்? ஒரு பயனும் இல்லை என்பதாகும்! அதுபோலக் கண்ணோட்டம் என்னும் பண்பு கண்ணுக்கு அமையாவிட்டால், கண்களால் என்ன பயன்தான் ஏற்பட இயலும்? ஒரு பயனும் இல்லை.

உளபோல் முகத்துஎவன் செய்யும் அளவினால்
கண்ணோட்டம் இல்லாத கண். 574

பிறரால் வேண்டப்படும் அளவுக்குக் கண்ணோட்டத்தோடு பொருந்திவராத கண்கள், முகத்தில் இருப்பவைபோலத் தோன்றினாலும், அந்தத் தன்மையைத் தவிர அவை வேறு என்ன பயனைச் செய்துவிட முடியும்? ஒரு பயனையும் அவற்றால் செய்ய முடியாது.

கண்ணிற்கு அணிகலம் கண்ணோட்டம் அஃதுஇன்றேல்
புண்என்று உணரப் படும். 575

ஒருவரது கண்களுக்கு அழகினைத் தரக்கூடிய இயற்கையான அணிகலன் எதுவென்றால், கண்ணோட்டமேயாகும். அத்தகைய கண்ணோட்டப் பண்பு இல்லை என்றால், அந்தக் கண்கள், வெறும் புண்கள் என்றே கருதப்படும்.

மண்ணோடு இயைந்த மரத்துஅனையர் கண்ணோடு
இயைந்துகண் ணோடா தவர்.   576

இரக்க அன்போடு பொருந்திக் காணுவதற்குரிய கண்களை ஒருவர் கொண்டிருந்தபோதிலும், அவற்றிற்கு இயல்பாகவே உரிய கண்ணோட்டத்தைக் கொண்டிராதவர்கள் மண்ணோடு பொருந்தி நிற்கும் மரத்திற்கே ஒப்பானவர்கள் ஆவார்கள்.

கண்ணோட்டம் இல்லவர் கண்ணிலர் கண்ணுடையார்
கண்ணோட்டம் இன்மையும் இல்.   577

கண்ணோட்டம் என்னும் பண்பு இல்லாதவர்கள், நல்ல கண்ணுடையர் என்று கருதப்பட மாட்டார்கள்; கண்ணுடையர் என்று கருதப்படுபவர்கள், கண்ணோட்டம் என்னும் பண்பு அற்றவராக இருக்க மாட்டார்கள்.

கருமம் சிதையாமல் கண்ணோட வல்லார்க்கு
உரிமை உடைத்துஇவ் வுலகு.   578

நீதிமுறை செய்தலாகிய தன்னுடைய கடமை எக்காரணங்கொண்டும் கெடாமல் கண்ணோட்டம் செலுத்தும் வல்லமையையுடைய அரசனுக்கு, இந்த உலகமே உரிமையுடையதாக ஆகிவிடும்.

ஒறுத்துஆற்றும் பண்பினார் கண்ணும்கண் ணோடிப்
பொறுத்துஆற்றும் பண்பே தலை.   579

தமக்குத் துன்பம் இழைத்துத் தம்மை வருத்துகின்ற இயல்பு உடையவர்களிடத்திலும் கண்ணோட்டம் செலுத்தி, அவர்களின் குற்றங்களைப் பொறுத்துக்கொள்ளும் பண்புடைமையே மிக உயர்ந்ததாகக் கருதப்படும்.

பெயக்கண்டும் நஞ்சுஉண்டு அமைவர் நயத்தக்க
நாகரிகம் வேண்டு பவர்.   580

தம்முடைய நண்பரிடம் உள்ளது நைந்துபோன பழந்தான் என்றாலும், அதனை உண்ணுமாறு, அவர் அன்பின் காரணமாக வழங்குவதைக் கண்டுகொண்ட பிறகும், விரும்பத்தக்க நாகரிகம் என்னும் கண்ணோட்டத்தை விரும்புபவர்கள் அதனை உதறித் தள்ளிவிடாமல் உண்டு, மனநிறைவே கொள்வார்கள்.

ஒற்றாடல்

ஒற்றும் உரைசான்ற நூலும் இவைஇரண்டும்
தெற்றென்க மன்னவன் கண். 581

உளவு அறிதல், புகழ்மிக்க அரசியல் அறநூலை ஆராய்ந்து அறிதல் ஆகிய இரண்டும், தனக்குரிய சிறந்த இரண்டு கண்களாகும் என்பதை அரசனானவன் நன்கு தெரிந்து வைத்துக்கொள்ள வேண்டும்.

எல்லார்க்கும் எல்லாம் நிகழ்பவை எஞ்ஞான்றும்
வல்லறிதல் வேந்தன் தொழில். 582

எல்லோரிடத்திலும் நிகழக்கூடிய எல்லாவற்றையும், எல்லாக் காலங்களிலும், ஒற்றரைக் கொண்டு விரைவாக அறிந்துவைத்துக் கொள்ளுதல், அரசனுக்குரிய இன்றியமையாத தொழில்களில் ஒன்றாகும்.

ஒற்றினால் ஒற்றிப் பொருள்தெரியா மன்னவன்
கொற்றம் கொளக்கிடந்தது இல். 583

ஒற்றர்களைக் கொண்டு எல்லோரிடத்திலும் நிகழ்வனவற்றை எல்லாம் தெரிந்துகொண்டு, அவற்றால் அறியக்கூடிய பயனையெல்லாம் ஆராய்ந்தறியாத அரசனுக்கு, எதிலும் வெற்றி பெறுவதற்குரிய வழியே ஏற்படுவதில்லை.

வினைசெய்வார் தம்சுற்றம் வேண்டாதார் என்றாங்கு
அனைவரையும் ஆராய்வது ஒற்று. 584

உளவு வேலையை மேற்கொள்ளும் ஒற்றர், அரசருடைய சுற்றத்தார், அரசருடைய பகைவர் என்று சொல்லப்படக்கூடிய எல்லோரையும், வேறுபாடு பார்க்காமல், உளவை மட்டும் ஆராய்ந்து அறியவேண்டும்; அப்படிப்பட்டவர்கள்தான் ஒற்றர் என்று கூறப்படுவதற்கு உரியர்.

கடாஅ உருவொடு கண்அஞ்சாது யாண்டும்
உகாஅமை வல்லதே ஒற்று. 585

பிறர் ஐயப்படாத உருவத்துடன் அமைந்து, ஒருகால் யாரேனும் ஐயப்பட்டு நோக்கினால், அந்த நோக்குக்கு அஞ்சாது நின்று, பிறர் எவ்வளவு வருத்தினாலும், எப்பொழுதும் நெஞ்சில் உள்ளவற்றை வெளிப்படுத்தாத வல்லமை உடையவனே ஒற்றனாவான்.

துறந்தார் படிவத்தர் ஆகி இறந்துஆராய்ந்து
என்செயினும் சோர்விலது ஒற்று. 586

துறவிக்கோலம் தாங்கியவனாகிப் புகுவதற்கு அரிய இடங்களையெல்லாம் கடந்து, உட்புகுந்து, எல்லாவற்றையும் ஆராய்ந்து அறிபவனாய், பிறர் எவ்வளவு நயப்படுத்தினாலும் துன்பப்படுத்தினாலும், அதனால் சோர்வடையாது தன்னை இன்னாரென்று வெளிப்படுத்திக் கொள்ளாதவனே சிறந்த ஒற்றனாவான்.

மறைந்தவை கேட்கவற்று ஆகி அறிந்தவை
ஐயப்பாடு இல்லதே ஒற்று. 587

பிறர் மறைவாகச் செய்யும் செயல்களை அவர்களுக்கு வேண்டியவர்களைக் கொண்டு கேட்டறிவதில் வல்லவனாய் அமைந்து, அவ்வாறு அறிந்தவைகளை, ஐயப்பாட்டிற்கு இடமின்றித் தீரத் தெரிந்துகொள்வதில் வல்லமையுடையவனே சிறந்த ஒற்றனாவான்.

ஒற்றுஒற்றித் தந்த பொருளையும் மற்றும்ஓர்
ஒற்றினால் ஒற்றிக் கொளல். 588

ஓர் ஒற்றன் உளவாக அறிந்து வந்து அறிவித்த செய்தியினைப் பின்னும் வேறொரு ஒற்றனைக் கொண்டு மேலும் அறிந்து வரச்செய்து, இரண்டையும் பின்னர் ஒப்பிட்டுப் பார்த்து, அரசனானவன், உண்மை நிலையை உணர்ந்துகொள்ள வேண்டும்.

ஒற்றுஒற்று உணராமை ஆள்க உடன்மூவர்
சொல்தொக்க தேறப் படும். 589

ஓர் ஒற்றனை, மற்றோர் ஒற்றன் அறியாதபடி கண்காணிக்க வேண்டும்; அப்படிப்பட்ட ஒற்றர்கள் மூவர் தனித்தனியாகக் கூறும் செய்திகள் ஒத்திருக்குமேயானால், அவை உண்மையானவையாக இருக்கவேண்டும் என்று தெளிவுபெற வேண்டும்.

சிறப்புஅறிய ஒற்றின்கண் செய்யற்க செய்யின்
புறப்படுத்தான் ஆகும் மறை. 590

அரசன் ஒற்றனுக்குச் செய்யும் தனிச் சிறப்பினைப் பிறர் அறியுமாறு செய்யக்கூடாது; அப்படிச் செய்தால், மறைத்து வைக்கவேண்டிய ஒன்றை அவனே வெளிப்படுத்திவிட்டான் என்ற குற்றம், அவனை வந்து சேரும்.

ஊக்கம் உடைமை

உடையர் எனப்படுவது ஊக்கம் அஃதுஇல்லார்
உடையது உடையரோ மற்று.   591

ஒருவர், ஓர் உடைமையைப் பெற்றிருக்கின்றார் என்று சொல்லுவதற்குரிய சிறப்புடையது, ஊக்கம் உடைமையேயாகும்; அவ்வூக்கம் உடைமையைப் பெறாதவர்கள், பிற உடைமைகள் பலவற்றைப் பெற்றிருந்தாலும், அவர்கள் உடையர் என்று சிறப்பித்துச் சொல்லத்தக்கவர்கள் ஆகமாட்டார்கள்.

உள்ளம் உடைமை உடைமை பொருள்உடைமை
நில்லாது நீங்கி விடும்.   592

ஒருவருக்கு ஊக்கமுடைமையே நிலைபெற்று நிற்கும் உடைமையாகும்; மற்ற வகையான பொருளுடைமைகள் எல்லாம் அதனைப்போல் நிலைபெற்று நிற்க முடியாமல், அகன்று அழிந்து போய்விடுவனவாகும்.

ஆக்கம் இழந்தேம்என்று அல்லாவார் ஊக்கம்
ஒருவந்தம் கைத்துடை யார்.   593

உறுதியான ஊக்கத்தைத் தம் கைப்பொருளாகக் கொண்டிருப்பவர்கள் தம்முடைய பெருஞ் செல்வத்தை இழக்க நேர்ந்தாலும், அச் செல்வத்தை இழந்து விட்டோமே என்று எண்ணி, ஒருபோதும் மனங்கலங்கவே மாட்டார்கள்.

ஆக்கம் அதர்வினாய்ச் செல்லும் அசைவுஇலா
ஊக்கம் உடையான் உழை.   594

சிறிதும் தளர்ச்சி என்பது இல்லாத ஊக்கமுடையவன் இருக்கும் இடந்தேடிச் செல்வமானது; தானே வழிகேட்டுக் கொண்டு போய்ச் சேரும்.

வெள்ளத்து அனைய மலர்நீட்டம் மாந்தர்தம்
உள்ளத்து அனையது உயர்வு.   595

நீரில் பூக்கும் பூக்களின் தண்டுகளின் நீளமானது, அந்தப் பூக்கள் நிற்கும் நீரின் ஆழத்தின் அளவை ஒத்திருக்கும்; அதுபோல மக்களின் உயர்ந்த தன்மையானது, அவர்கள் கொண்டிருக்கும் ஊக்கத்தின் அளவை ஒத்திருக்கும்.

உள்ளுவது எல்லாம் உயர்வுஉள்ளல் மற்றஅது
தள்ளினும் தள்ளாமை நீர்த்து. *596*

ஒருவர் நினைப்பது எல்லாம் உயர்வானவற்றைப் பற்றியே நினைக்க வேண்டும்; அவ்வாறு உயர்வானவையாக நினைத்தவைகள் எல்லாம் கைக்கூடாமல் போனாலும்கூட, அப்படி உயர்வாக நினைப்பதை ஒருபோதும் கைவிடக்கூடாது.

சிதைவிடத்து ஒல்கார் உரவோர் புதைஅம்பின்
பட்டுப்பாடு ஊன்றும் களிறு. *597*

தன் உடலை மறைக்கும் அளவுக்கு அம்புகள் பாய்ந்து உடல் புண்பட்டபோதிலும், யானையானது, தன் பெருமிதத்தை நிலைநிறுத்தவே செய்யும்; அதுபோல, ஊக்கமுடையவர்கள், தமது உயர்வுக்கு எதிர்பாராத வகையில் சிதைவு வந்தபோதிலும், மனம் தளராது தம் பெருமையை நிலைநிறுத்தவே செய்வார்கள்.

உள்ளம் இலாதவர் எய்தார் உலகத்து
வள்ளியம் என்னும் செருக்கு. *598*

ஊக்கப் பண்பு இல்லாதவர்கள், “இவ்வுலகத்தில் யாம் ஈகைப் பண்பு உடையேம்” என்று, தம்மைத் தாமே மதித்து மகிழும் மகிழ்ச்சியை, ஒருபோதும் அடைய மாட்டார்கள்.

பரியது கூர்ங்கோட்டது ஆயினும் யானை
வெரூஉம் புலிதாக் குறின். *599*

யானையானது, மற்ற விலங்குகளைக் காட்டிலும் பருத்த உடம்பினையும் கூர்மையான கொம்புகளையும் உடையது என்றாலும், புலியானது, தன்னைத் தாக்க வரும்போது ஊக்கமின்மையால் அது பெரிதும் அஞ்சி நடுங்கவே செய்யும்.

உரம்ஒருவற்கு உள்ள வெறுக்கை அஃதுஇல்லார்
மரம்மக்கள் ஆதலே வேறு. *600*

ஒருவற்கு வலிமை என்பது ஊக்க மிகுதியேயாகும்; அவ்வூக்கம் இல்லாதவர்கள் மரங்கள் என்றே கருதப்படுவார்கள்; மரங்களுக்கும் மக்களுக்கும் உள்ள வேறுபாடு என்னவென்றால், மக்களுக்குள்ள தனித்தோற்ற வடிவில் காணப்படும் வேற்றுமையேயாகும்.

மடியின்மை

குடிஎன்னும் குன்றா விளக்கம் மடிஎன்னும்
மாசூஊர மாய்ந்து கெடும். *601*

ஒருவனது பிறந்த குடி என்னும் அணையாத விளக்கு, அவனது சோம்பல் என்னும் மாசு அதன்மீது அடர்த்தியாகப் படிந்துவிடுமேயானால், அந்த விளக்கின் ஒளிமங்கி, அணைந்து இறுதியில் பாழ்பட்டுப் போய்விடும்.

மடியை மடியா ஒழுகல் குடியைக்
குடியாக வேண்டு பவர். *602*

தாம் பிறந்த குடியை, மேலும் மேலும் உயரக்கூடிய சிறந்த குடியாக உருவாக்க விரும்புபவர்கள், சோம்பலை அடியோடு அழித்துவிட்டுப் பெருமுயற்சியோடு வாழ வேண்டும்.

மடிமடிக் கொண்டொழுகும் பேதை பிறந்த
குடிமடியும் தன்னினும் முந்து. *603*

அழிவிற்கு வழிவகுக்கும் ஆற்றலையுடைய சோம்பலைத் தன்னிடத்திலே கொண்டிருக்கும் அறிவில்லாதவன் பிறந்த குடியானது, அவன் அழிவதற்கு முன்பே, தானே அழிந்து ஒழிந்துவிடும்.

குடிமடிந்து குற்றம் பெருகும் மடிமடிந்து
மாண்ட உஞற்றுஇ லவர்க்கு. *604*

சோம்பலிலே வீழ்ந்து, அழுந்தி, சிறந்த முயற்சி சிறிதுகூட இல்லாதவர்களின் குடியின் பெருமையும் அழிந்துபோகும்; அந்தக் குடியின் குற்றங்களும் நாளடைவில் அளவுக்கு மீறிப் பெருகிவிடும்.

நெடுநீர் மறவி மடிதுயில் நான்கும்
கெடுநீரார் காமக் கலன். *605*

காலந்தாழ்த்துதல், மறதி எய்துதல், சோம்பல் அடைதல், அளவுக்கு மீறிய தூக்கம் கொள்ளுதல் ஆகிய நான்கு தீய பண்புகளும், உறுதியாக அழியக்கூடிய இயல்புடையார், தாமே விரும்பி ஏறிச்செல்லும் மரக்கலன்களாக ஆகிவிடும்.

படிஉடையார் பற்றஅமைந்தக் கண்ணும் மடியுடையார்
மாண்பயன் எய்தல் அரிது. *606*

இவ்வுலகத்தைக் கட்டி ஆளும் பேரரசர்க்குச் சிறந்த செல்வமெல்லாம் தாமாகவே வந்து சேர்ந்தாலும்கூட, அவர் சோம்பலை உடையவராக இருப்பாரேயானால், அந்தச் செல்வத்தால் அவர் சிறந்த பயனை அடைதல் என்பது இயலாத ஒரு செயலாகும்.

இடிபுரிந்து எள்ளுஞ்சொல் கேட்பர் மடிபுரிந்து
மாண்ட உஞற்றுஇ லவர். *607*

சோம்பலைத் தாமே விரும்பி மேற்கொண்டு, சிறந்த முயற்சி ஒரு சிறிதும் இல்லாதவர்களாய் வாழ்கின்றவர்கள், பிறர் கண்டித்தும் இழித்தும் பேசக்கூடிய இழிசொற்களைக் கேட்க வேண்டிய தாழ்நிலையை அடைவார்கள் என்பது உறுதி.

மடிமை குடிமைக்கண் தங்கின்தன் ஒன்னார்க்கு
அடிமை புகுத்தி விடும். *608*

சோம்பல் தன்மையானது, ஒரு நல்ல குடியில் பிறந்தவனிடம் வந்து நிலைபெற்று நின்றுவிடுமாயின், அப்படிப்பட்ட நிலையே அவனை அவனுடைய பகைவர்களிடம் அடிமையாக்கிவிடும்.

குடியாண்மை யுள்வந்த குற்றம் ஒருவன்
மடியாண்மை மாற்றக் கெடும். *609*

சோம்பலானது தன்னை ஆட்கொண்டிருப்பதை, ஒருவன் நன்கு அறிந்து அதனை அகற்றிவிடுவானேயானால், அவனது குடியைப் பொறுத்தும், அவனைப் பொறுத்தும் ஏற்படக்கூடிய குற்றங்கள் அனைத்தும், அவனை விட்டு அறவே நீங்கிவிடும்.

மடிஇலா மன்னவன் எய்தும் அடிஅளந்தான்று
ஆஅயது எல்லாம் ஒருங்கு. *610*

சோம்பல் அடைந்ததன் காரணமாகவே, மற்ற அரசர்கள் பலரையும் முன்புவிட்டு நீங்கிய பெரும் செல்வத்தை எல்லாம்கூடச் சோம்பல் இல்லாமல் வாழும் அரசன் ஒருவனே ஒருங்கே அடைவான் என்பது திண்ணம்.

ஆள்வினை உடைமை

அருமை உடைத்துஎன்று அசாவாமை வேண்டும்
பெருமை முயற்சி தரும். *611*

ஒரு குறிப்பிட்ட செயலைச் செய்து முடித்தல் என்பது கடினமானது என்று எண்ணி, ஒருவர் மனந்தளர்ந்துவிடக் கூடாது; அவரே இடைவிடாத முயற்சியில் ஈடுபடுவாரேயானால், அச்செயலைச் செய்து முடித்தற்கேற்ற பெருமைக்குரிய வலிமையை, அவருக்கு அந்த முயற்சி தரும்.

வினைக்கண் வினைகெடல் ஓம்பல் வினைக்குறை
தீர்ந்தாரின் தீர்ந்தன்று உலகு. *612*

முயற்சியினை மேற்கொள்ளாமல், ஒரு வினையை அரைகுறையாக விட்டவரை, இவ்வுலகமானது கைவிட்டுவிடவே செய்யும்; ஆகவே, செய்யப்படக்கூடிய வினையானது கெடுவதற்குக் காரணமான முயற்சியின்மையை, இல்லாமல் நீக்கவேண்டும்.

தாளாண்மை என்னும் தகைமைக்கண் தங்கிற்றே
வேளாண்மை என்னும் செருக்கு. *613*

பிறர்க்கு உதவி செய்தல் என்னும் பெருமித மேம்பாடு, முயற்சி என்னும் உயர்ந்த பண்பினை உடையவரிடத்தே மட்டும் நிலைபெற்றிருப்பதாகும்.

தாளாண்மை இல்லாதான் வேளாண்மை பேடிகை
வாளாண்மை போலக் கெடும். *614*

முயற்சியுடைமை இல்லாதவன், பிறர்க்கு உதவிசெய்யக் கூடியவனாக ஆதல் என்பது, போர்ப்படையைக் கண்டால் அஞ்சுகின்ற பேடியானவன், தன் கையில் வாளேந்தி வீசுதலைப்போல, வெற்றி பெறாமல் போய்விடக் கூடியதாகும்.

இன்பம் விழையான் வினைவிழைவான் தன்கேளிர்
துன்பம் துடைத்துஊன்றும் தூண். *615*

ஒருவன் தன்னுடைய தன்னல இன்பத்தை விரும்பாதவனாய், தான் மேற்கொண்ட வினையை முயற்சியுடன் செய்துமுடிக்க விரும்புவானேயானால், அவன் தன் சுற்றத்தாரின் துன்பங்களை நீக்கி, அவர்களை நிலைபெறவைக்கும் தூணாக விளங்குபவன் ஆவான்.

முயற்சி திருவினை ஆக்கும் முயற்றின்மை
இன்மை புகுத்தி விடும். 616

ஒருவனது முயற்சி, அவனது செல்வத்தை மேலும் மேலும் பெருக்க வைக்கும்; அப்படிப்பட்ட முயற்சியில்லாமை, அவனுக்கு வறுமையைக் கொண்டுவந்து சேர்த்துவிடும்.

மடியுளாள் மாமுகடி என்ப மடியிலான்
தாளுளாள் தாமரையி னாள். 617

கரிய மூத்தவள் என்று கற்பனை உருவகப் பொருளாகக் கூறப்படும் வறுமை என்பது, சோம்பல் உடையவனிடம் படிந்திருக்கும்; செவ்விய இளையவள் என்று கற்பனை உருவகப் பொருளாகக் கூறப்படும் செல்வம், முயற்சி உடையவனிடத்தில் சேர்ந்திருக்கும் என்று உயர்ந்தோர் கூறுவார்கள்.

பொறிஇன்மை யார்க்கும் பழியன்று அறிவுஅறிந்து
ஆள்வினை இன்மை பழி. 618

பயனைத் தரும் விதி என்னும் கற்பனை நம்பிக்கை ஒருவருக்கு இல்லாமலிருப்பது பழியாகும் என்று, சில வைதிகச் சமயத்தார் கூறுவது சரியான கூற்று அல்ல; அத்தகைய கற்பனைக் கருத்துப்படி எவர்க்கும் பழி என்பது ஏற்படுவதில்லை; அறிய வேண்டியவற்றை அறிந்து, முயன்று வினை செய்யாதிருத்தலே ஒருவருக்குப் பெரும் பழியாக அமையும்.

தெய்வத்தான் ஆகாது எனினும் முயற்சிதன்
மெய்வருத்தக் கூலி தரும். 619

வைதிகர்களின் கற்பனைக் கூற்றுப்படி, தெய்வம் விதித்த விதியானது, கருதிய பயனைத் தரவில்லையே என்று ஒருவன் கவலைப்பட வேண்டியதில்லை; ஏனெனில், முயற்சியில் ஈடுபடுவது ஒருவன் தன் உடலை வருத்திய வருத்தத்தின் அளவுக்கு அவனுக்குக் கூலியைக் கொடுக்கும்.

ஊழையும் உப்பக்கம் காண்பர் உலைவுஇன்றித்
தாழாது உஞற்று பவர். 620

தளர்வு இல்லாமலும், தாழ்வுமனப்பான்மை இல்லாமலும், தாம் மேற்கொண்ட வினையில் தொடர்ந்து விடா முயற்சியில் ஈடுபடுபவர்கள், இயற்கைப் பண்பறிவின் அடிப்படையில் வெளிப்படும் வல்லமைமிக்க முனைப்புத் தன்மையையும், புறங்காட்டி ஓடச் செய்யும் வல்லமை படைத்தவராவர்.

இடுக்கண் அழியாமை

இடுக்கண் வருங்கால் நகுக அதனை
அடுத்தூர்வது அஃதொப்பது இல்.   621

ஒருவருக்குத் துன்பம் வரும்போது, அவர் உள்ளுக்குள் சிரித்து மகிழவேண்டும்; அத்துன்பத்தை நெருங்கி நின்று அதனைக் கடுமையாக எதிர்க்க வல்லது, அம்மகிழ்ச்சியைப் போன்று வேறு எதுவும் இருக்கமுடியாது.

வெள்ளத்து அனைய இடும்பை அறிவுடையான்
உள்ளத்தின் உள்ளக் கெடும்.   622

வெள்ளம் போன்று அளவுக்கு மீறியவகையில், துன்பம் பெருகிவந்தாலும், அறிவுடைய ஒருவன், அதனை நீக்கக்கூடிய எளிய வழியைத் தன் உள்ளத்தால் எண்ணிய அளவிலே, அத்துன்பமானது கெட்டொழிந்து போய்விடும்.

இடும்பைக்கு இடும்பை படுப்பர் இடும்பைக்கு
இடும்பை படாஅ தவர்.   623

துன்பம் வரும்போது, அதற்காக மனங்கலங்கித் துன்பப்படாதவர்கள், அந்தத் துன்பத்திற்கே துன்பத்தை உண்டாக்கி விடுவார்கள்.

மடுத்தவாய் எல்லாம் பகடன்னான் உற்ற
இடுக்கண் இடர்ப்பாடு உடைத்து.   624

தடங்கல் ஏற்படக்கூடிய இடங்களிலெல்லாம்கூடத் தளர்வில்லாமல் வண்டியை இழுத்துச் செல்லும் எருதினைப்போல, வினை முயற்சியை விடாது மேற்கொள்ளும் வல்லவனை அடையக்கூடிய துன்பமானது, தானே துன்பத்திற்கு உள்ளாகி அழிந்துவிடும்.

அடுக்கி வரினும் அழிவிலான் உற்ற
இடுக்கண் இடுக்கண் படும்.   625

ஒன்றன்மேல் ஒன்றாக அடுக்கிய வகையில் துன்பங்கள் பல நேர்ந்த போதிலும், அவற்றைக் கண்டு மனங்கலங்காதவனை அடையக்கூடிய துன்பம், தானே துன்பப்பட்டு மறைந்தொழிந்துவிடும்.

அற்றேம்என்று அல்லற் படுபவோ பெற்றேம்என்று
ஓம்புதல் தேற்றா தவர். *626*

செல்வம் வந்து சேருங்காலத்தில், 'பொருள் பெற்றோம்' என்று போற்றிப் பாதுகாத்து வைத்தலில் மிகுந்த ஆர்வங்காட்டாதவர்கள், வறுமை ஏற்படக்கூடிய காலத்தில், 'பொருள் அற்றோம்' என்று எண்ணித் துன்பப்பட மாட்டார்கள்.

இலக்கம் உடம்புஇடும்பைக்கு என்று கலக்கத்தைக்
கையாறாக் கொள்ளாதாம் மேல். *627*

உடம்பானது இயற்கையிலேயே துன்பத்திற்கு ஆளாகக்கூடியது என்பதை உணர்ந்த அறிவுடையவர்கள், தாம் அடையக்கூடிய துன்பத்தையெல்லாம் எப்போதும் துன்பமாகக் கொள்ளமாட்டார்கள்.

இன்பம் விழையான் இடும்பை இயல்புஎன்பான்
துன்பம் உறுதல் இலன். *628*

இன்பத்தை வெறியுணர்வோடு விரும்பாதவனாய்த் துன்பமானது இயல்பாகவே நேரக்கூடியது என்பதைத் தெளிவாக அறிபவன், துன்பம் வரும் போதெல்லாம் அதனால் துன்பம் அடைவது என்பது இல்லை.

இன்பத்துள் இன்பம் விழையாதான் துன்பத்துள்
துன்பம் உறுதல் இலன். *629*

இன்பம் வரும் காலத்தில், அந்த இன்பத்தைப் பெரிதும் விரும்பிப் பொருட்படுத்தாதவன், துன்பம் ஏற்படும் காலத்தில், அந்தத் துன்பத்திற்காக மிகவும் வருந்தமாட்டான்.

இன்னாமை இன்பம் எனக்கொளின் ஆகும்தன்
ஒன்னார் விழையும் சிறப்பு. *630*

இன்பமாகவே தனக்கு ஏற்படும் துன்பத்தைக்கூட ஒருவன் கருதிக்கொள்வானேயானால், அவனுடைய பகைவர்கள்கூட விரும்பிப் போற்றக்கூடிய அரிய சிறப்பு அவனுக்கு ஏற்படும்.

அமைச்சு

கருவியும் காலமும் செய்கையும் செய்யும்
அருவினையும் மாண்டது அமைச்சு.   631

வினை செய்வதற்குரிய கருவிகளையும், ஏற்ற காலத்தையும், செய்து முடிப்பதற்கான வழிமுறைகளையும், செய்யவேண்டிய அரிய செயல்களையும் நன்கு ஆராய்ந்து, மாட்சிமைப்படும் வகையில் அறிய வல்லவனே சிறந்த அமைச்சனாவான்.

வன்கண் குடிகாத்தல் கற்றுஅறிதல் ஆள்வினையோடு
ஐந்துடன் மாண்டது அமைச்சு.   632

வீரத்தன்மையும், குடிமக்களை நன்கு பாதுகாத்தலும், நீதிநூல்களைக் கற்றலும், செய்யத்தக்கதை அறிதலும், விடாமுயற்சியும் ஆகிய ஐந்து பண்புகளுடனே மாட்சிமைப்பட்டு விளங்குபவனே அமைச்சனாவான்.

பிரித்தலும் பேணிக் கொளலும் பிரிந்தார்ப்
பொருத்தலும் வல்லது அமைச்சு.   633

பகைவர்களுக்குத் துணையாய் இருப்பவர்களை அவர்களிடமிருந்து பிரித்தலும், தமக்குத் துணையாய் இருப்பவர்கள், தம்மைவிட்டுப் பிரிந்து போகாமல் அவர்களைக் காத்துக்கொள்ளுதலும், தம்மைவிட்டு முன்பு பிரிந்து போனவர்களை மீண்டும் தம்மோடு சேர்த்துக்கொள்ளுதலும் ஆகியவற்றைச் செய்வதில் வல்லமையுடையவனே அமைச்சனாவான்.

தெரிதலும் தேர்ந்து செயலும் ஒருதலையாச்
சொல்லலும் வல்லது அமைச்சு.   634

செய்யவேண்டிய செயல்களைப் பற்றி ஆராய்தலும், அவற்றிற்குரிய வழிமுறைகளைக் கண்டறிந்து செய்தலும், துணிவோடு அறிவுரைகளையும் கருத்துரைகளையும் சொல்லுதலும் ஆகிய இவற்றில் வல்லமையுடையவனே அமைச்சனாவான்.

அறன் அறிந்து ஆன்றுஅமைந்த சொல்லான்எஞ் ஞான்றும்
திறன் அறிந்தான் தேர்ச்சித் துணை.   635

அறங்களை நன்கு அறிந்தவனாய், அறிவால் நிறைந்து அமைந்த சொல்லை உடையவனாய் இருந்து, எப்பொழுதும் வினை செய்வதற்கான திறன்களை அறிந்த அமைச்சனே, மன்னனுக்கு எதையும் ஆராய்ந்து கூறக்கூடிய துணையாவான்.

மதிநுட்பம் நூலோடு உடையார்க்கு அதிநுட்பம்
யாவுள முன்நிற் பவை.   636

இயற்கையான அறிவு நுட்பத்தோடு, நூலறிவையும் ஒருங்கே உடைய அமைச்சர்களுக்கு, எதிராக நிற்கக்கூடிய மிகநுட்பமான சூழ்ச்சிகளை உடையனவாக உள்ளவை எவையும் இருக்கமுடியாது.

செயற்கை அறிந்தக் கடைத்தும் உலகத்து
இயற்கை அறிந்து செயல்.   637

அமைச்சனானவன், வினைகளைச் செய்துமுடிக்கும் முறைகளை, நூல்களின் வாயிலாகத் தெளிவாக அறிந்திருந்தபோதிலும், அவற்றைச் செய்யுங்காலத்தில், அவ்வப்போது நடைபெறும் உலக நடைமுறைகளையும் அறிந்து, அவற்றிற்கு ஏற்றவாறு செய்யவேண்டும்.

அறிகொன்று அறியான் எனினும் உறுதி
உழையிருந்தான் கூறல் கடன்.   638

அறிவுடையோர் கூறும் அறிவுரைகளை ஏற்காமலும், தானும் எதையும் தெளிவாக அறிந்துகொள்ள முடியாதவனாயும் அரசன் ஒருவன் இருக்கிறான் என்றாலும், அவனுக்கு உறுதி பயக்கக்கூடிய நன்மைகளை எடுத்துக் கூறுதல் என்பது, பக்கத்திலிருக்கும் அமைச்சனின் நீங்காக் கடமையாகும்.

பழுதெண்ணும் மந்திரியின் பக்கத்துள் தெவ்வோர்
எழுபது கோடி உறும்.   639

அரசனுக்கு அருகில் இருந்துகொண்டே அவனுக்குத் தீங்கு செய்ய நினைக்கும் அமைச்சனைக் காட்டிலும், எழுபது கோடிப் பகைவர்கள் பக்கத்தில் இருப்பதுகூடப் பொறுத்துக்கொள்ளக் கூடியதாகும்.

முறைப்படச் சூழ்ந்தும் முடிவிலவே செய்வர்
திறப்பாடு இலாஅ தவர்.   640

எடுத்துக்கொண்ட செயல்களை முறைப்படி முடித்தற்குரிய திறனில்லாத அமைச்சர்கள், அவற்றைச் செய்யும் முறைகளை ஓரளவுக்குத் தெரிந்து வைத்திருந்தாலும்கூட, செய்யும்போது செய்துமுடிக்க முடியாமல், அரைகுறையாகவே செய்து, விட்டுவிடுவார்கள்.

சொல்வன்மை

நாநலம் என்னும் நலனுடைமை அந்நலம்
யாநலத்து உள்ளதூஉம் அன்று.   641

நாவன்மை என்று சிறப்பித்துச் சொல்லப்படும் நலச்சிறப்பு, ஒருவருக்கு உண்மையான உடைமையாகும். அந்நலச் சிறப்பு, எல்லா நலங்களினுள்ளும் அடங்கிக் காணப்படுகின்ற ஒன்று அல்ல; அவற்றையெல்லாம்விட மேலான ஒன்று ஆகும்.

ஆக்கமும் கேடும் அதனால் வருதலான்
காத்தோம்பல் சொல்லின்கண் சோர்வு.   642

ஒருவனுக்கு, ஆக்கமும் கேடும் அவன் சொல்லுகின்ற சொல்லின் மூலமாக ஏற்படுவதால், தன்னுடைய சொல்லில் தவறுதல் ஏதும் ஏற்படாமல், அவன் தன்னைப் போற்றிக் காத்துக்கொள்ள வேண்டும்.

கேட்டார்ப் பிணிக்கும் தகையவாய்க் கேளாரும்
வேட்ப மொழிவதாம் சொல்.   643

நேரில் இருந்து கேட்பவர்களின் மனத்தைக் கவர்ந்துகொள்ளும் தன்மையை உடையதாய், நேரில் இருந்து கேட்காதவரும் விரும்பிக் கேட்குமாறு சொல்லப்படுவதே, சிறந்த சொல்வன்மையாகும்.

திறன்அறிந்து சொல்லுக சொல்லை அறனும்
பொருளும் அதனின்ஊங்கு இல்.   644

கேட்பவரது மனநிலை அறிந்து, ஒருவர் சொல்லக்கருதும் சொல்லை, முறையாகச் சொல்லவேண்டும்; அவ்வாறு சொல்லுவதைக் காட்டிலும், சிறந்த அறமோ பொருளோ வேறொன்றும் இல்லை.

சொல்லுக சொல்லைப் பிறிதோர்சொல் அச்சொல்லை
வெல்லும்சொல் இன்மை அறிந்து.   645

ஒருவர், தாம் சொல்லக் கருதும் சொல்லை, வெல்லக்கூடிய சொல் வேறொன்றும் இல்லை என்பதைத் தெளிவாக அறிந்த பிறகே, அவர் அந்தச் சொல்லைச் சொல்ல முயலவேண்டும்.

வேட்பத்தாம் சொல்லிப் பிறர்சொல் பயன்கோடல்
மாட்சியின் மாசற்றார் கோள். 646

தாம் சொல்லுவதைப் பிறர் மேலும் கேட்க விரும்பும்படியாகச் சொல்லிப் பிறர் சொல்லும்போது, அவர்களது சொல்லின் பயனை ஆராய்ந்து தெரிந்துகொள்ளுதல், சிறந்த பண்புகளைக்கொண்ட மாசற்றவர்களின் கொள்கையாகும்.

சொலல்வல்லன் சோர்விலன் அஞ்சான் அவனை
இகல்வெல்லல் யார்க்கும் அரிது. 647

ஒருவன், தான் எண்ணுவதைப் பிறர்க்குத் தக்கமுறையில் எடுத்துக் கூறுவதில் வல்லவனாகி, அப்படிச் சொல்லுவதில் தளர்ச்சி இல்லாதவனாய், யார்க்கும் எதற்கும் அஞ்சாதவனாய் இருப்பானேயானால், அவனைச் சொற்போரில் மாறுபட்டு நின்று வெல்லுவது என்பது, எவர்க்கும் முடியாததாகும்.

விரைந்து தொழில்கேட்கும் ஞாலம் நிரந்துஇனிது
சொல்லுதல் வல்லார்ப் பெறின். 648

சொல்லுகின்ற கருத்துக்களை வகுத்துத் தொகுத்து, வரிசைப்படுத்தி, அவற்றை இனிமையாகச் சொல்லக்கூடிய வல்லமையை ஒருவர் பெற்றிருந்தால், உலகத்தார் அவரது ஏவலைக் கேட்டு, அதனை விரைவாக நிறைவேற்ற முன்வருவார்கள்.

பலசொல்லக் காமுறுவர் மன்றமாசு அற்ற
சிலசொல்லல் தேற்றா தவர். 649

குற்றமற்ற வகையில் சில சொற்களைக்கூடத் தெளிவாக எடுத்துரைக்க இயலாதவர்கள், பல பயனற்ற சொற்களைத் திரும்பத் திரும்பச் சொல்லிக்கொண்டு இருக்கவே விரும்புவார்கள்.

இணர்ஊழ்த்தும் நாறா மலர்அனையர் கற்றது
உணர விரித்துரையா தார். 650

தாம் கற்ற நூல்களின் பொருள்களைப் பிறர் அறிந்துகொள்ளுமாறு, விரிவாகவும் விளக்கமாகவும் தெளிவாகவும் எடுத்துரைக்க முடியாதவர்கள், கொத்துக்கொத்தாக மலர்ந்தும், மணங்கமழாத மலர்களைப் போன்றவர்கள் ஆவார்கள்.

வினைத்தூய்மை

துணைநலம் ஆக்கம் தரூஉம் வினைநலம்
வேண்டிய எல்லாம் தரும். *651*

ஒருவருக்குத் துணைவர்களால் உண்டாகும் நன்மை செல்வத்தை மட்டுமே கொடுக்கக்கூடியதாகும். ஆனால், அவர் செய்யும் நல்ல செயல்களால் உண்டாகும் நன்மை, அவர் விரும்பக்கூடிய எல்லாவற்றையும் கொடுக்கக் கூடியதாகும்.

என்றும் ஒருவுதல் வேண்டும் புகழொடு
நன்றி பயவா வினை. *652*

ஒருவன், தனக்குப் புகழையும் நன்மையையும் பயக்காத, தூய்மை அற்ற செயல்களை, எந்த ஒரு காலத்திலும் செய்யாமல், அவற்றை அடியோடு விட்டொழித்துவிட வேண்டும்.

ஓஒதல் வேண்டும் ஒளிமாழ்கும் செய்வினை
ஆஅதும் என்னு மவர். *653*

மேலாக உயரவேண்டும் என்ற எண்ணத்துடன் அதற்காகப் பெரிதும் முயலுபவர்கள், தம்முடைய புகழ் கெடுவதற்குக் காரணமான செயல்களை எப்போதும் செய்யாதிருக்க வேண்டும்.

இடுக்கண் படினும் இளிவந்த செய்யார்
நடுக்குஅற்ற காட்சி யவர். *654*

எவ்விதத்திலும் கலக்கமில்லாத தெளிந்த அறிவுடையவர்கள், துன்பத்தில் உழல நேரிட்டாலும், அதிலிருந்து தப்பித்துக்கொள்வதற்காக, இழிவான செயல்களை ஒருபோதும் செய்யமாட்டார்கள்.

எற்றென்று இரங்குவ செய்யற்க செய்வானேல்
மற்றுஅன்ன செய்யாமை நன்று. *655*

என்ன தவறு செய்துவிட்டோம் என்று எண்ணிக் கவலைப்படுவதற்குக் காரணமான செயல்களை, ஒருவன் செய்யவே கூடாது; ஒருகால் தப்பித் தவறி அப்படிப்பட்ட செயலை அவன் செய்துவிட்டாலும், அதுபோன்ற செயல்களை, அவன் மீண்டும் செய்யாதிருத்தல், அவனுக்கு நல்லது பயக்கும்.

ஈன்றாள் பசிகாண்பான் ஆயினும் செய்யற்க
சான்றோர் பழிக்கும் வினை.   656

தன்னைப் பெற்றெடுத்த தாயின் பசி மிகுதியைக் கண்டு, ஒருவன் வருந்த வேண்டிய கொடிய நிலைமை ஏற்பட்டாலும், அறிவுடைய சான்றோர்கள் பழிப்பதற்குக் காரணமான இழிவான செயல்களை ஒருபோதும் அவன் செய்யக்கூடாது.

பழிமலைந்து எய்திய ஆக்கத்தின் சான்றோர்
கழிநல் குரவே தலை.   657

பழிகளை மேற்கொண்டு, இழிசெயல்களைச் செய்து பெறக்கூடிய பெருஞ்செல்வத்தைக் காட்டிலும், தூய்மையாக இருந்து பெறக்கூடிய கொடிய வறுமை நிலையேகூடச் சான்றோர்க்கு மேலானதாகவே அமையும்.

கடிந்த கடிந்துஒரார் செய்தார்க்கு அவைதாம்
முடிந்தாலும் பீழை தரும்.   658

சான்றோர்கள் செய்யத்தகாத செயல்கள் என்று விலக்கி வைத்தவைகளை, ஒதுக்கிவைக்க நினைக்காமல் பொருள் கருதிச் செய்ய நினைப்பவர்க்கு, அவை ஒருகால் நிறைவேறினாலும், பின்னர் அவை துன்பத்தையே கொடுக்கும் என்பது உறுதி.

அழக்கொண்ட எல்லாம் அழப்போம் இழப்பினும்
பிற்பயக்கும் நற்பா லவை.   659

பிறர் அழ அழ, ஒருவன் தானே சேர்த்து வைத்துக்கொண்ட பொருள்களெல்லாம், அவன் அழ அழ, அவனைவிட்டுப் போய்விடவே செய்யும்; நல்ல செயல்களின் மூலம் பெற்ற பொருள்களை ஒருவன் இழக்கும்படி நேரிட்டாலும், அவை பின்பு வந்து அவனிடமே சேர்ந்து, அவனுக்குப் பயனைத் தரும்.

சலத்தால் பொருள்செய்துஏ மார்த்தல் பசுமட்
கலத்துள்நீர் பெய்துஇரீஇ யற்று.   660

தீயசெயல்களால் பொருள் சேர்த்து, அதனைக்கொண்டு ஒருவன் தனக்குப் பாதுகாப்புத் தேடிக்கொள்ளுதல் என்பது, பச்சை மண்ணால் செய்யப்பட்ட பானைக்குள், நீரை ஊற்றி வைத்து அதனைக் காப்பதுபோன்ற செயலோடு ஒக்கும்.

வினைத்திட்பம்

வினைத்திட்பம் என்பது ஒருவன் மனத்திட்பம்
மற்றைய எல்லாம் பிற.   661

ஒருவன் செய்யும் செயலில் ஏற்படும் திண்மை என்பது, அவனது மனத்தின்கண் உள்ள திண்மையைப் பொறுத்ததேயாகும்; மற்றவை எல்லாம், அச்செயலை முடித்தற்குரிய திண்மையாகா.

ஊறொரால் உற்றபின் ஒல்காமை இவ்விரண்டின்
ஆறென்பர் ஆய்ந்தவர் கோள்.   662

ஒருவருக்கு இடையூறு ஏற்படுவதற்கு முன்பே அதனை நீக்குதல், அவ் இடையூறு ஏற்பட்ட இடத்து அது குறித்து மனந்தளராது இருத்தல் ஆகிய இரண்டின் வழியே நடத்தல் என்பதானது, வினைத்திட்பம் பற்றி நன்கு ஆராய்ந்தறிந்தவர்களின் கொள்கையாகும்.

கடைக்கொட்கச் செய்தக்கது ஆண்மை இடைக்கொட்கின்
எற்றா விழுமம் தரும்.   663

ஒருவன் செய்யும் வினையை, முடிவில் மட்டுமே வெளிப்படும்படியாகச் செய்யும் தன்மையே ஆண்மையாகும்; அது இடையிலேயே வெளிப்பட்டு விட்டால், அவனுக்கு அந்த நிலை நீங்காத துன்பத்தைத் தரும்.

சொல்லுதல் யார்க்கும் எளிய அரியவாம்
சொல்லிய வண்ணம் செயல்.   664

ஒரு வினையை இவ்வாறு செய்து முடிக்கலாம் என்று சொல்லுதல், எவர்க்கும் எளிமையான ஒரு செயலாகும்; ஆனால், சொல்லியபடி செய்து முடித்தல் என்பது அருமையானதொரு செயலாகும்.

வீறுஎய்தி மாண்டார் வினைத்திட்பம் வேந்தன்கண்
ஊறுஎய்தி உள்ளப் படும்.   665

செயல் திறமையால் பெருமையுற்று மாட்சிமை பெற்றவனின் வினைத்திட்பமானது, நாட்டை ஆளக்கூடிய அரசனுக்கு எட்டுகின்ற நிலையைப் பெற்று, அவனாலும் பெரிதும் மதிக்கப்பட்டுத் திகழ்வதாகும்.

எண்ணிய எண்ணியாங்கு எய்துப எண்ணியார்
திண்ணிய ராகப் பெறின்.   666

நல்லவற்றைச் செய்ய எண்ணுபவர்கள், தாம் செய்ய நினைக்கும் செயல்களைச் செய்து முடிப்பதில், உறுதியுடையவர்களாக இருந்தால், அவர்கள் எண்ணியவற்றை எண்ணியபடியே செய்து முடிப்பார்கள்.

உருவுகண்டு எள்ளாமை வேண்டும் உருள்பெருந்தேர்க்கு
அச்சாணி அன்னார் உடைத்து.   667

ஒருவரது உருவத் தோற்றத்தைக் கண்டு மற்றவர்கள் அவரை இகழாது இருக்கவேண்டும்; ஏனெனில், உருண்டோடுகின்ற பெரிய தேருக்கு அமைந்துள்ள அச்சாணி சிறியதாக இருப்பதைப்போல, உருவில் சிறியராய் அமைந்திருந்தாலும், செயலைச் செய்து முடிப்பதில் மிக வல்லவராய் இருப்பவர்களை இவ்வுலகம் பெரிதும் பெற்றிருக்கிறது.

கலங்காது கண்ட வினைக்கண் துளங்காது
தூக்கம் கடிந்து செயல்.   668

நன்கு ஆராய்ந்து தெளிந்து செய்யத் துணியும் வினையை, மனக்கலக்கம் இல்லாமலும், சோர்வில்லாமலும், காலத்தாழ்வு ஏற்படுவதை நீக்கியும், விரைந்து செய்து முடிக்க முயலவேண்டும்.

துன்பம் உறவரினும் செய்க துணிவுஆற்றி
இன்பம் பயக்கும் வினை.   669

முதலில் துன்பம் ஏற்பட்ட போதிலும், முடிவில் இன்பத்தைப் பயக்கக்கூடிய வினையை, ஒருவன், தனக்குரிய துணிவைப் பெரிதும் பயன்படுத்திக்கொண்டு செய்து முடிக்க வேண்டும்.

எனைத்திட்பம் எய்தியக் கண்ணும் வினைத்திட்பம்
வேண்டாரை வேண்டாது உலகு.   670

தாம் செய்யக்கூடிய வினையிடத்துத் திண்மையை விரும்பி மேற்கொள்ளாதவர்கள், வேறு எப்படிப்பட்ட வலிமைகள் பலவற்றையும் மேற்கொண்டிருந்த போதிலும், அப்படிப்பட்டவர்களை, உயர்ந்தோர் எனப்படுபவர்கள் ஒருபோதும் மதிக்கவே மாட்டார்கள்.

வினைசெயல் வகை

சூழ்ச்சி முடிவு துணிவுஎய்தல் அத்துணிவு
தாழ்ச்சியுள் தங்குதல் தீது. *671*

ஒன்றினை ஆய்வு செய்வதன் முடிவான தன்மை என்பது, ஒருவன் உறுதிப்பாட்டைப் பெறுதலாகும். அவ்வாறான உறுதிப்பாட்டைப் பெற்றபின், வினையைச் செய்யாமல் காலந்தாழ்த்தி நிற்பது குற்றமாகும்.

தூங்குக தூங்கிச் செயற்பால தூங்கற்க
தூங்காது செய்யும் வினை. *672*

காலந்தாழ்த்திச் செய்யவேண்டிய செயல்களைக் காலந்தாழ்த்தியே செய்ய வேண்டும்; காலந்தாழ்த்தாது செய்யவேண்டிய செயல்களைக் காலந்தாழ்த்தாது விரைந்து செய்து முடிக்க வேண்டும்.

ஒல்லும்வாய் எல்லாம் வினைநன்றே ஒல்லாக்கால்
செல்லும்வாய் நோக்கிச் செயல். *673*

இயலும் இடங்களிலெல்லாம் சூழ்நிலையைப் பயன்படுத்திக்கொண்டு, வினையைச் செய்து முடிப்பது நல்லது; அப்படி இயலாத இடங்களில், செய்து முடிக்கக்கூடிய வேறு வழிகளைக் கடைப்பிடித்துக் கருதிய வினையைச் செய்து முடிக்கவேண்டும்.

வினைபகை என்றிரண்டின் எச்சம் நினையுங்கால்
தீயெச்சம் போலத் தெறும். *674*

ஒருவன் செய்யத் தொடங்கும் வினை, களையத் தொடங்கும் பகை ஆகிய இரண்டினையும் அரைகுறையாக விடுவதன் மூலம் ஏற்படும் குறைபாடானது, ஆராய்ந்து பார்க்கும்போது, சுடர் அணைந்த பின்னும் அவியாமல் இருக்கும் நெருப்பின் குறையைப் போல, பிறகு அவனுக்குத் தெரியாமல் வளர்ந்து அவனையே கெடுத்து விடுவதாகிவிடும்.

பொருள்கருவி காலம் வினைஇடனொடு ஐந்தும்
இருள்தீர எண்ணிச் செயல். *675*

வேண்டப்படும் பொருள், ஏற்ற கருவி, தக்க காலம், மேற்கொள்ளும் வினை, உரிய இடம் ஆகிய ஐந்தினையும் குற்றமற ஆராய்ந்தறிந்த பிறகே கருதிய செயலை ஒருவன் செய்ய முற்படவேண்டும்.

முடிவும் இடையூறும் முற்றியாங்கு எய்தும்
படுபயனும் பார்த்துச் செயல். *676*

ஒருவன், ஒரு வினையைச் செய்து முடிப்பதற்குரிய முயற்சி, அதனைச் செய்ய முற்படும்போது எதிர் வரும் இடையூறு, வினை முடிவதன் மூலம் ஏற்படக்கூடிய பெரும்பயன் ஆகியவற்றையெல்லாம் ஆராய்ந்து கணக்கிட்டுப் பார்த்த பிறகு, குறிப்பிட்ட வினையைச் செய்ய முற்படவேண்டும்.

செய்வினை செய்வான் செயல்முறை அவ்வினை
உள்ளறிவான் உள்ளங் கொளல். *677*

செய்யவேண்டிய செயலை முதன்முதலாகச் செய்ய முயல்பவன், அதனைச் செய்து முடிக்கக் கடைப்பிடிக்க வேண்டிய முறை என்னவென்றால், அப்படிப்பட்ட செயலை முன்பே செய்து அதன் மூலம் உண்மை நிலையை நன்கு அறிந்தவனது கருத்தினைத் தெளிவாகத் தெரிந்துகொள்ளுதலே ஆகும்.

வினையான் வினைஆக்கிக் கோடல் நனைகவுள்
யானையால் யானையாத் தற்று. *678*

ஒரு வினையைச் செய்யும்போதே அதனோடு ஒத்துவரக்கூடிய மற்றொரு வினையையும் சேர்த்துச் செய்து முடித்துக்கொள்ளுதல் வேண்டும், அவ்வாறு செய்வது, வெறிநீர் ஒழுகக்கூடிய கன்னத்தையுடைய ஒரு யானையைக்கொண்டு, மற்றொரு யானையைக் கட்டுக்குள் பிடிப்பது போன்றதாகும்.

நட்டார்க்கு நல்ல செயலின் விரைந்ததே
ஒட்டாரை ஒட்டிக் கொளல். *679*

ஒருவர், தம் பகைவரோடு சேராதவரைத் தம்மோடு சேர்த்துக்கொள்ளுதல் என்பது, தம் நண்பர்களுக்கு நல்லவற்றைச் செய்தலைக் காட்டிலும், விரைவாகச் செய்வதற்குரிய சீரிய பணியாகும்.

உறைசிறியார் உள்நடுங்கல் அஞ்சிக் குறைபெறின்
கொள்வர் பெரியார்ப் பணிந்து. *680*

ஆட்சிப் பகுதியைச் சிறியதாகக்கொண்ட வலிமை குறைந்தவர்கள், தம்மைவிட வலிமை மிக்கவர்கள் எதிர்த்து வரும்போது, தம்மவர் நடுங்குவது கண்டு அஞ்சி அந்நிலையில், வலியவர்களைப் பணிந்து ஏற்றுக்கொள்வதன் மூலம், தாம் கருதுகின்ற பலன் கிடைக்குமேயானால், அதனைச் செய்ய ஒருப்படுவர்.

தூது

அன்புடைமை ஆன்ற குடிப்பிறத்தல் வேந்துஅவாம்
பண்புடைமை தூதுரைப்பான் பண்பு. *681*

தன்னைச் சார்ந்தவர்களிடத்தில் அன்புடையவனாக இருத்தலும், சிறந்த நற்குடியில் பிறந்தவனாக இருத்தலும், அரசனால் விரும்பக்கூடிய பண்புடையவனாக இருத்தலும் ஆகிய இவை, தூது சென்று செய்தி சொல்லுவோனுக்கு இருக்கவேண்டிய தகுதிகளாகும்.

அன்புஅறிவு ஆராய்ந்த சொல்வன்மை தூதுஉரைப்பார்க்கு
இன்றி யமையாத மூன்று. *682*

தன்னரசனிடத்தில் அன்புடைமையும், தான் ஆவன அறியும் அறிவுடைமையும், தான் ஆராய்ந்து அறிந்து சொல்லும் சொல்வன்மையும் ஆகிய மூன்றும், தூது சென்று உரைப்பார்க்கு, இருக்கவேண்டிய இன்றியமையாத பண்புகளாகும்.

நூலாருள் நூல்வல்லன் ஆகுதல் வேலாருள்
வென்றி வினையுரைப்பான் பண்பு. *683*

வேலைத் தாங்கி நிற்கும் வேற்றரசனிடம் சென்று, தன்னரசனுக்கு வெற்றியைத் தேடித்தரக்கூடிய செய்தியை உரைக்கும் தூதுவனது இலக்கணமானது, நீதி நெறிமுறை நூல்களை அறிந்தவர்களுள், தான் மிகுந்த வல்லவனாக விளங்குதல் ஆகும்.

அறிவுரு ஆராய்ந்த கல்விஇம் மூன்றன்
செறிவுடையான் செல்க வினைக்கு. *684*

இயற்கையான அறிவுச் செறிவும், கண்டார் விரும்பக்கூடிய தோற்றப் பொலிவும், ஆராய்ந்தறிந்து கற்றுணர்ந்த கல்வியும் ஆகிய இந்த மூன்றும் நிறைந்திருக்கும் தன்மையை உடையவனே, தூது உரைக்கும் வினைக்குச் செல்லுதல் வேண்டும்.

தொகச்சொல்லித் தூவாத நீக்கி நகச்சொல்லி
நன்றி பயப்பதாம் தூது. *685*

சொல்லுவதைத் தொகுத்து வகுத்துச் சுருங்கச் சொல்லியும், கடுஞ் சொற்களை விலக்கியும், கேட்போர் மனம் மகிழுமாறு நயம்படச் சொல்லியும், தனது அரசனுக்கு நன்மையை உண்டாக்குபவனே, தூதுவனாவான்.

கற்றுக்கண் அஞ்சான் செலச்சொல்லிக் காலத்தால்
தக்கது அறிவதாம் தூது. 686

சொல்லவேண்டியதை நன்கு அறிந்து, பகைவரின் சினப்பார்வைக்கு அஞ்சாது, சொல்லுவதை அவர் மனத்தில் பதியும்படியாகச் சொல்லிக் கால நிலைமைக்குத் தக்கபடி பேசிச் செயலை முடிக்கத்தக்க வழியினை நன்கு அறிபவனே, தூதுவன் ஆவான்.

கடன்அறிந்து காலம் கருதி இடன்அறிந்து
எண்ணி உரைப்பான் தலை. 687

வேற்று அரசரிடம், தான் நடந்துகொள்ள வேண்டிய முறையைத் தெளிவாக அறிந்தும், அவருடைய எளிய செவ்வியை எதிர்பார்த்தும், அவரிடம் சொல்லுவதற்கு ஏற்ற இடத்தை நன்கு அறிந்தும், முன்கூட்டியே நன்கு சிந்தித்துச் சொல்ல வேண்டியதைத் தெளிவாகச் சொல்லக்கூடிய வல்லமை உடையவனே, தூதுவர்களில் மிகச் சிறந்தவனாகக் கருதப்படுவான்.

தூய்மை துணைமை துணிவுடைமை இம்மூன்றின்
வாய்மை வழியுரைப்பான் பண்பு. 688

மனத்தூய்மை பெறுதல், தக்கபடி அரசனுக்குத் துணையாக இருத்தல், உள்ளத்தில் துணிவுடைமையைக் கொள்ளுதல் ஆகிய மூன்று பண்புகளையும் உண்மையாகக் கொண்டிருத்தல், தூது சென்று உரைப்பவனுக்கு உரிய தகுதிகளாகும்.

விடுமாற்றம் வேந்தர்க்கு உரைப்பான் வடுமாற்றம்
வாய்சோரா வன்க ணவன். 689

குற்றம் குறையுடைய சொற்களை, வாய் தவறியும் சொல்லாத மனவுறுதி படைத்தவனே, தன்னரசன் சொல்லியனுப்பிய சொல்லை, வேற்றரசனிடம் சென்று உரைக்கும் தூதுவன் ஆவான்.

இறுதி பயப்பினும் எஞ்சாது இறைவற்கு
உறுதி பயப்பதாம் தூது. 690

தான் சொல்லும் செய்தி, தன்னுயிருக்கே முடிவைத் தருவதாக இருந்தாலும், அதற்காக அஞ்சி, அதனை விட்டுவிடாமல் தன் அரசனுக்கு நன்மை பயக்கும் வகையில், அந்தச் செய்தியை வேற்றரசனிடம் சொல்லுபவனே தூதுவன் ஆவான்.

மன்னரைச் சேர்ந்து ஒழுகுதல்

அகலாது அணுகாது தீக்காய்வார் போல்க
இகல்வேந்தர்ச் சேர்ந்தொழுகு வார்.   691

மாறுபாடுடைய மன்னரோடு சேர்ந்து பணிபுரியும் அமைச்சர்கள், அவரை விட்டு அறவே அகன்று போய்விடாமலும், அவரிடம் மிக நெருங்கிவிடாமலும் தீயினிடத்துக் குளிர்காய்பவர்கள் போன்று இருத்தல் வேண்டும்.

மன்னர் விழைப விழையாமை மன்னரால்
மன்னிய ஆக்கந் தரும்.   692

தமது அரசர் விரும்புபவற்றை எல்லாம் அமைச்சராக இருப்பவர்கள் தாமும் விரும்பாமல் இருப்பார்களேயானால், அந்த நிலைமை அமைச்சர்களுக்கு அரசரால் நிலையான ஆக்கத்தைப் பெற்றுத் தரும்.

போற்றின் அரியவை போற்றல் கடுத்தபின்
தேற்றுதல் யார்க்கும் அரிது.   693

அமைச்சரானவர்கள், தம்மைக் காத்துக்கொள்ள விரும்புவார்களேயானால், அரசன் பொறுத்தற்கரிய குற்றங்கள் தம்மிடம் ஏற்படாமல், தம்மைத் தாமே காத்துக்கொள்ள வேண்டும்; அவை தம்மிடம் ஏற்பட்டு அரசன் சினந்துகொண்ட பின், அவனைத் தெளிவுபடுத்துதல் என்பது, யார்க்கும் கடினமான ஒரு செயலாகவே அமையும்.

செவிச்சொல்லும் சேர்ந்த நகையும் அவித்தொழுகல்
ஆன்ற பெரியா ரகத்து.   694

அமைச்சரானவர்கள், சிறப்பு மிகுந்த பேரரசர்களின்முன் இருக்கும்போது, அவர் முன்பாக மற்றொருவரின் செவியினுள் ஏதாவது ஒன்றை மறைவாகச் சொல்லுவதையும், அவரோடு சேர்ந்து சிரிப்பதையும் தவிர்க்க வேண்டும்.

எப்பொருளும் ஓரார் தொடரார்மற்று அப்பொருளை
விட்டக்கால் கேட்க மறை.   695

அமைச்சரானவர்கள், அரசன் பிறரோடு மறைவாகப் பேசிக்கொண்டிருக்கும் போது, யாதொரு பொருளையும் செவிகொடுத்து உற்றுக் கேட்காமலும், அது பற்றி அவனிடம் வினவாமலும் இருந்து, அம்மறைபொருளைப் பற்றி அவனே சொன்னால் மட்டுமே கேட்டுக்கொள்ள வேண்டும்.

குறிப்புஅறிந்து காலம் கருதி வெறுப்பில
வேண்டுப வேட்பச் சொலல். 696

அமைச்சர்கள், அரசனது மனக்குறிப்பை அறிந்துகொண்டு, ஏற்ற காலத்தைத் தெரிந்து வைத்துக்கொண்டு, அவனுக்கு வெறுப்பினை விளைவிக்காதனவாயும், அவனால் விரும்பத் தக்கனவாயும் உள்ள செய்திகளை மட்டுமே, அவன் விரும்பத்தக்க வகையில் சொல்லவேண்டும்.

வேட்பன சொல்லி வினையில எஞ்ஞான்றும்
கேட்பினும் சொல்லா விடல். 697

அரசன் விரும்புகின்ற பயனுள்ளவற்றை மட்டும் சொல்லிப் பயனில்லாதவற்றை அவனே விரும்பிக் கேட்டபோதிலும், அமைச்சர்கள் எப்பொழுதும் சொல்லாமல் விட்டு விடுதல் வேண்டும்.

இளையர் இனமுறையர் என்றுஇகழார் நின்ற
ஒளியோடு ஒழுகப் படும். 698

அமைச்சரானவர்கள், அரசர் தமக்கு இளையராவார் என்றும், தமக்கு இன்ன முறையினையுடையவர் என்றும் கூறி, அவரை இகழாமல், அவருடைய நிலைக்கு ஏற்றவாறும், அவரது புகழுக்கு ஏற்றவாறும் பொருத்தமான முறையில் நடந்துகொள்ள வேண்டும்.

கொளப்பட்டேம் என்றுஎண்ணிக் கொள்ளாத செய்யார்
துளக்குஅற்ற காட்சி யவர். 699

மாறுபாடு கொள்ளாத, தெளிந்த அறிவினையுடைய அமைச்சர்கள், தாம் அரசரால் பெரிதும் விரும்பப்பட்டவர்கள் ஆவோம் என்று எண்ணி, அவர் விரும்பாதவற்றை ஒருகாலும் செய்யக்கூடாது.

பழையம் எனக்கருதிப் பண்புஅல்ல செய்யும்
கெழுதகைமை கேடு தரும். 700

நாம் அரசனுக்கு நெடுங்காலமாகவே வேண்டியவர்களாக இருக்கிறோம் என்று கருதி, அமைச்சரானவர்கள், தகாதனவற்றைச் செய்யும்போது, பழைமை வாய்ந்த உரிமையும் உறவும்கூட, அவர்களுக்குக் கேட்டினையே பயக்கும்.

குறிப்பு அறிதல்

கூறாமை நோக்கிக் குறிப்புஅறிவான் எஞ்ஞான்றும்
மாறாநீர் வையக்கு அணி. *701*

பிறருடைய மனக் கருத்தினை, அவர் கூறாமலேயே அவரது முகத்தை நோக்கி ஆராய்ந்து அறியவல்லவன், வற்றாத நீரையுடைய கடலால் சூழப்பெற்ற இவ்வுலகிற்கு எப்பொழுதும் ஓர் அணிகலன் போன்றவன் ஆவான்.

ஐயப் படாஅது அகத்தது உணர்வானைத்
தெய்வத்தோடு ஒப்பக் கொளல். *702*

பிறருடைய மனத்திலுள்ளதை ஐயப்பாட்டிற்கு இடமில்லாமல் அறியக்கூடிய வல்லவனை, போற்றத்தக்க மேன்மையானவருக்கு ஈடாக வைத்து மதிக்க வேண்டும்.

குறிப்பின் குறிப்பு உணர்வாரை உறுப்பினுள்
யாது கொடுத்தும் கொளல். *703*

மற்றவரின் முகம், கண் போன்றவற்றின் குறிப்புகளைக் கொண்டு அவர்களின் உள்ளக் குறிப்பை அறிய வல்லாரை அரசனானவன், அவர் விரும்பி ஏற்றுக்கொள்வதொன்றை அவருக்குக் கொடுத்தாவது, அவரைத் தனக்குத் துணையாக, அரசு உறுப்புக்களில் ஒருவராக ஏற்றுக்கொள்ள வேண்டும்.

குறித்தது கூறாமைக் கொள்வாரோடு ஏனை
உறுப்புஓர் அனையரால் வேறு. *704*

மற்றவர்கள் மனத்தில் கருதியதை அவர் சொல்லாமலேயே அறிய வல்லவர்களோடு ஒப்பிடும்போது, அவ்வாறான குறிப்புணர மாட்டாதவர்கள், கை, கால் முதலிய உடலுறுப்புக்களினால், ஒரே தன்மையாக வெளித்தோற்றத்தில் காணப்பட்டாலும், இரு சாராரும் அறிவால் வேறுபட்டவரே ஆவார்கள்.

குறிப்பின் குறிப்புஉணரா ஆயின் உறுப்பினுள்
என்ன பயத்தவோ கண். *705*

ஒருவரது உடல் உறுப்புக்களுள் சிறந்து விளங்கும் கண்களானவை, பிறரின் முகம், கண் போன்றவற்றின் குறிப்புக்களைக் கொண்டு அவர்களின் மனக் கருத்தை உணர்ந்தறிய முடியாவிட்டால், அவற்றால் வேறு எந்த ஒரு பயனையும் அளிக்க இயலாது.

அடுத்தது காட்டும் பளிங்குபோல் நெஞ்சம்
கடுத்தது காட்டும் முகம். *706*

தன்னையடுத்துக் காணப்படும் பொருளின் உருவத்தைத் தானே கொண்டு வந்து காட்டக்கூடிய பளிங்குக் கண்ணாடி போல், ஒருவனது நெஞ்சில் இருந்து காணப்படும் எண்ணத்தை அவனது முகமானது, தானே வெளிக்கொண்டு வந்து காட்டிவிடும்.

முகத்தின் முதுக்குறைந்தது உண்டோ உவப்பினும்
காயினும் தான்முந் துறும். *707*

ஒருவன் ஒன்றை விரும்பினாலும் வெறுத்தாலும், அவனுடைய முகம் முற்பட்டு அந்த உணர்வை வெளிப்படுத்தி விடும்; அம்முகத்தைவிடத் தெளிவுடையது வேறு எதுவும் இல்லை.

முகம்நோக்கி நிற்க அமையும் அகம்நோக்கி
உற்றது உணர்வார்ப் பெறின். *708*

அரசனானவன், அவனது மனத்திலுள்ள குறையினைக் குறிப்பால் அறிந்து, அதனைக் காக்கவல்ல அமைச்சரைப் பெற்றால் அவன் அத்தகையோரின் முகத்தை நோக்கி, எதிரில் நின்றாலே, அதுவே அவனது இடர்களை ஒழித்தற்குப் போதுமான வாய்ப்பாக அமையும்.

பகைமையும் கேண்மையும் கண்உரைக்கும் கண்ணின்
வகைமை உணர்வார்ப் பெறின். *709*

அரசனானவன், பார்வையின் வேறுபாட்டுத் தன்மைகளை நன்கு அறியவல்ல அமைச்சர்களைப் பெற்றிருந்தால், வேற்றரசரின் பகைமையையும் நட்பையும் அவர்களது கண்களே அறிவிக்க, அதன் மூலம் தெரிந்துகொள்ளலாம்.

நுண்ணியம் என்பார் அளக்குங்கோல் காணுங்கால்
கண்அல்லது இல்லை பிற. *710*

தாம் நுண்ணறிவுடையவர்கள் என்று தம்மைக் கருதிக்கொள்ளும் அமைச்சர்கள், பிறரின் மனக் கருத்தை அளந்தறிவதற்குரிய கோலாகப் பயன்படுத்துவன எவை என்று ஆராய்ந்து பார்த்தால், அவை அவர்களுடைய கண்களைத் தவிர வேறில்லை.

அவை அறிதல்

அவைஅறிந்து ஆராய்ந்து சொல்லுக சொல்லின்
தொகைஅறிந்த தூய்மை யவர். *711*

சொற்களைத் தொகுத்துரைப்பதன் மூலம் ஏற்படக்கூடிய பயனை, நன்கு அறிந்த தூய்மையானவர்கள், அவையின் நன்மையினை அறிந்து, அதற்கு ஏற்றவாறு ஆராய்ந்து சொல்ல வேண்டும்.

இடைதெரிந்து நன்குணர்ந்து சொல்லுக சொல்லின்
நடைதெரிந்த நன்மை யவர். *712*

சொற்களின் நடைமுறைப் போக்கினை ஆராய்ந்தறிந்த நல்லறிவாளர்கள், அவையின் இடம் – காலம் – நிலைமை ஆகியவற்றை ஆராய்ந்து, தெளிந்து தேர்ந்த பிறகு நன்றாக உணர்ந்து சொல்லவேண்டும்.

அவையறியார் சொல்லல்மேற் கொள்பவர் சொல்லின்
வகையறியார் வல்லதூஉம் இல். *713*

அவையின் தன்மையினை அறியாமல், ஏதோ ஒன்றினைச் சொல்லத் தொடங்குவோர், சொற்களின் வகைமுறையினை நன்கு அறியமாட்டாதவர்கள் ஆவார்கள்; அது மட்டுமல்லாமல், கற்றுத் தேறிய கலையிலும் வல்லமையுடையவர் ஆகமாட்டார்கள்.

ஒளியார்முன் ஒள்ளியர் ஆதல் வெளியார்முன்
வான்சுதை வண்ணம் கொளல். *714*

அறிவில் மிக்கவர் கூடியுள்ள அவையில் பேசுவோர், தாமும் அறிவிற் சிறந்தவராய்க் காட்டிக்கொள்ள வேண்டும்; அறிவில்லாதவர்கள் கூடியுள்ள அவையில், வெண்மை நிறங்கொண்ட சுண்ணாம்பைப்போல், தாமும் வெள்ளை மனத்தினராய் அறிவில்லாதவர்போல் இருந்துவிட வேண்டும்.

நன்றுஎன்ற வற்றுள்ளும் நன்றே முதுவருள்
முந்து கிளவாச் செறிவு. *715*

தம்மைக் காட்டிலும் சிறந்த அறிஞர்கள் கூடியுள்ள அவையில், அவர்களுக்கு முன் அமர்ந்துகொண்டு, வாய் திறவாமல் அடக்கமாக இருந்துவிடுவது நல்ல பண்புகள் என்று சொல்லப்படும் எல்லாவற்றுள்ளும் மிகச் சிறந்த ஒரு பண்பாகப் போற்றப்படும்.

ஆற்றின் நிலைதளர்ந் தற்றே வியன்புலம்
ஏற்றுஉணர்வார் முன்னர் இழுக்கு.   716

பரவலாகப் பல நூல்களையும் கற்று உணர்ந்தோர் முன்னிலையில், ஒருவர் குற்றம் உண்டாகும் வகையில் சொற்களைச் சொல்லுதலானது, நல்ல ஒழுக்க நெறியில் நிற்கக்கூடிய ஒருவன், அதினின்றும் நிலை தளர்ந்து வழுக்கி வீழ்வது போன்றதாகும்.

கற்றறிந்தார் கல்வி விளங்கும் கசடுஅறச்
சொல்தெரிதல் வல்லா ரகத்து.   717

வழுவில்லாமல் சொற்களின் பொருளை நன்கு அறிய வல்லவர்கள் நிறைந்துள்ள அவையின்கண், பல நூல்களையும் கற்றறிந்த ஒருவர் பேசுவாரேயானால், அவரது கல்வியின் தேர்ச்சி நல்ல விளக்கம் பெறும்.

உணர்வது உடையார்முன் சொல்லல் வளர்வதன்
பாத்தியுள் நீர்சொரிந் தற்று.   718

தாமே நற்கருத்துக்களை ஆராய்ந்து அறியவல்ல அறிவுடையவர்களின் முன்னிலையில், கற்றறிந்தவர் மேலும் ஒன்றைச் சொல்லுதல் என்பது பயிர் தானாக வளரக்கூடிய பாத்தியில், மேலும் தண்ணீர் ஊற்றி வளர்ப்பது போன்றதாகும்.

புல்லவையுள் பொச்சாந்தும் சொல்லற்க நல்லவையுள்
நன்கு செலச்சொல்லு வார்.   719

நல்லவர்கள் கூடியுள்ள அவையில், நல்ல கருத்துக்களை, அவரது மனத்திற் பதியுமாறு நல்லமுறையில் சொல்லக்கூடிய வல்லமை படைத்தவர்கள், அற்பர்கள் கூடியுள்ள அவையில், அவற்றை மறந்தும் சொல்லாது இருக்கவேண்டும்.

அங்கணத்துள் உக்க அமிழ்தற்றால் தம்கணத்தர்
அல்லார்முன் கோட்டி கொளல்.   720

நல்லறிவுடையவர்கள், அறிவில்லாதவர்கள் அடங்கியுள்ள கூட்டத்தில், ஏதொன்றையும் கூறுவதை மேற்கொள்ளாதிருக்க வேண்டும்; அப்படியில்லாமல், ஏதேனும் ஒன்றைக் கூறினால், அது, தூய்மையற்ற முற்றத்தில் சிந்திய அமிழ்தத்தைப் போன்று பழுது அடைந்துவிடும்.

அவை அஞ்சாமை

வகைஅறிந்து வல்லவை வாய்சோரார் சொல்லின்
தொகையறிந்த தூய்மை யவர்.   721

சொற்களைத் தொகுத்துரைக்கும் முறையினை நன்கு அறிந்த தூய்மையான அறிவுடையவர்கள், கற்றவர் அவை – கல்லாதவர் அவை என்ற வேறுபாட்டினை நன்கு உணர்வார்கள்; கல்வியறிவில் வல்லவர்கள் நிறைந்த அவையில் அவர்கள் பேசும்போது, ஒருகாலும் பிழைபடப் பேச மாட்டார்கள்.

கற்றாருள் கற்றார் எனப்படுவர் கற்றார்முன்
கற்ற செலச்சொல்லு வார்.   722

கற்றவர்கள் முன்னிலையில், அவர்கள் நிறைந்த அவையின்கண், தாம் கற்றவற்றை அவர்கள் ஏற்றுக் கொள்ளுமாறு சொல்ல வல்லவர்கள், கற்றவர்கள் எல்லோரைக் காட்டிலும், நன்கு கற்றவர்கள் என்று பெரியோர்களால் புகழ்ந்து சொல்லப்படுவார்கள்.

பகையகத்துச் சாவார் எளியர் அரியர்
அவையகத்து அஞ்சா தவர்.   723

பகைவர் இருக்கும் போர்க்களத்திறகுச் சென்று, அஞ்சாது போரிட்டு இறக்கக் கூடியவர்கள் பலராக இருப்பார்கள்; ஆனால், கற்றவர்கள் நிறைந்த அவைக்களத்தில் நின்று பேசக்கூடியவர்கள் மிகச் சிலராகவே இருப்பார்கள்.

கற்றார்முன் கற்ற செலச்சொல்லித் தாம்கற்ற
மிக்காருள் மிக்க கொளல்.   724

கற்றவர்கள் நிறைந்த அவையின்கண், தாம் கற்றவற்றை, அவர்கள் ஏற்குமாறு எடுத்துச் சொல்லித் தம்மைக் காட்டிலும் மிகுதியாகக் கற்றவர்களிடமிருந்து, நிரம்பத் தெரியவேண்டியவைகளைக் கற்றுக் கொள்ள வேண்டும்.

ஆற்றின் அளவுஅறிந்து கற்க அவைஅஞ்சா
மாற்றம் கொடுத்தற் பொருட்டு.   725

கற்றோர்கள் கூடியுள்ள அவையில் பேசும்போது, கேட்கப்படும் கேள்விகளுக்கு அஞ்சாமல் மறுமொழி சொல்லுவதற்கு ஏற்றவகையில் பேசுபவர், சொற்பொருள் இலக்கண நெறியில் நின்று, அளவை நூல்களை நன்கு கற்றறிந்து உணர்ந்திருக்க வேண்டும்.

**வாளொடுஎன் வன்கண்ணர் அல்லார்க்கு நூலொடுஎன்
நுண்அவை அஞ்சு பவர்க்கு. 726**

மனத்திண்மை இல்லாதவர்களுக்குப் போர் செய்வதற்கு உரிய வாளுடன் என்ன தொடர்பு இருந்துதான் என்ன பயன்? ஒரு பயனுமில்லை! அதுபோல, நுண்ணறிவு படைத்தோர் நிறைந்த அவையைக் கண்டு அஞ்சுபவர்களுக்கு, நூற்களுடன் என்ன தொடர்பு இருந்துதான் என்ன பயன்? ஒன்றுமில்லை.

**பகையகத்துப் பேடிகை ஒள்வாள் அவையகத்து
அஞ்சு மவன்கற்ற நூல். 727**

பகைவரின் போர்க்களத்தில் நிற்கும்போது, அதனைக் கண்டு நடுங்கும் பேடியின் கையிலுள்ள கூரிய வாள் எப்படிப் பயன்படாமல் போகுமோ, அப்படியே, கற்றோர் அவைக் களத்தில் நிற்கும்போது, அதனைக் கண்டு அஞ்சுபவன், கற்ற நூலறிவும் பயன்படாமல் போய்விடும்.

**பல்லவை கற்றும் பயம்இலரே நல்லவையுள்
நன்கு செலச்சொல்லா தார். 728**

நல்லோர் நிறைந்துள்ள அவையில், நல்ல கருத்துக்களை அவர்கள் ஏற்குமாறு சொல்ல முடியாதவர்கள், பல நூல்களைக் கற்றறிந்திருந்த போதிலும், அவர்கள் எந்த வகையிலும் உலகிற்குப் பயன்படாதவர்களாகவே இருப்பார்கள்.

**கல்லா தவரின் கடைஎன்ப கற்றறிந்தும்
நல்லார் அவைஅஞ்சு வார். 729**

நூல்களைக் கற்று அவற்றின் பயன்களை நன்கு தெரிந்திருந்த போதிலும், நல்லறிவுடையோர் நிறைந்துள்ள அவையைக் கண்டு அஞ்சுபவர்கள், கல்லாதவர்களைக் காட்டிலும் மிக இழிந்தவர்களாகவே மேலோரால் கருதப்படுவார்கள்.

**உளர்எனினும் இல்லாரோடு ஒப்பர் களன்அஞ்சிக்
கற்ற செலச்சொல்லா தார். 730**

கற்றார் அவைக்கு அஞ்சி, தாம் கற்றவற்றை அவர்கள் ஏற்குமாறு சொல்ல முடியாதவர்கள், உயிரோடு வாழ்பவர்கள்தான் என்றாலும், அவர்கள், உண்மையில் இறந்தவர்களுக்கு ஒப்பாகவே கருதப்படுவார்கள்.

நாடு

தள்ளா விளையுளும் தக்காரும் தாழ்வுஇலாச்
செல்வரும் சேர்வது நாடு. ***731***

தவறாது எப்பொழுதும் விளையக்கூடிய விளை நிலங்களையும், பொதுநலம் பேணக்கூடிய சான்றோர்களையும், எந்த ஒரு குறைபாடும் இல்லாத செல்வர்களையும் ஒருங்கே கொண்டிருப்பதுதான், நாடு என்று சிறப்பித்துச் சொல்லப்படும்.

பெரும்பொருளால் பெட்டக்கது ஆகி அருங்கேட்டால்
ஆற்ற விளைவது நாடு. ***732***

மிகுந்த பொருள் வளம் பொருந்தியதாகவும், பிற நாட்டினரால் விரும்பப்படத் தக்கதாகவும், எந்தவிதமான கேடும் இல்லாததாகவும், மிகுந்த விளைச்சல் உடையதாகவும் அமைந்திருப்பதே சிறந்த நாடாகும்.

பொறைஒருங்கு மேல்வருங்கால் தாங்கி இறைவற்கு
இறைஒருங்கு நேர்வது நாடு. ***733***

தான் தாங்கித் தீரவேண்டிய அளவுக்குப் புதிய சுமைகள் தன்னிடம் வந்து சேருமேயானால், அவற்றையெல்லாம் தாங்கிக்கொண்டு, தன் அரசனுக்குச் செலுத்தவேண்டிய வரிவகைகள் முழுவதையும் செலுத்தும் திறம் படைத்ததே நாடு ஆகும்.

உறுபசியும் ஓவாப் பிணியும் செறுபகையும்
சேராது இயல்வது நாடு. ***734***

வாட்டி வதைக்கின்ற கொடிய பசியும், நீக்கப்பட முடியாத நோயும், தாக்கி அழிவை ஏற்படுத்தக்கூடிய பகையும் ஆகிய இம்மூன்றும் தன்னிடம் வந்து சேராமல் பார்த்துக்கொண்டு, இனிதே நடைபெறுவதுதான் நாடு ஆகும்.

பல்குழுவும் பாழ்செய்யும் உட்பகையும் வேந்துஅலைக்கும்
கொல்குறும்பும் இல்லது நாடு. ***735***

மாறுபட்ட கருத்துக்களைக்கொண்ட பல்வேறு வகைப்பட்ட குழுக்களும், உடன் இருந்தே அரசனைக் கெடுக்கக்கூடிய உட்பகைவர்களும், அரசனைத் துன்புறுத்தக்கூடிய கொலைத் தொழிலைக்கொண்ட குறுநில மன்னர்களும் இல்லாமலிருப்பதே நாடாகும்.

கேடுஅறியாக் கெட்ட இடத்தும் வளங்குன்றா
நாடுஎன்ப நாட்டின் தலை. *736*

பகைவரால் இழைக்கப்படும் கெடுதலை அறியாததாகவும், அப்படியே ஒருகால் கெட்டாலும், தன் வளத்தில் எப்படியும் குறையாததாகவும் இருக்கின்ற நாடே, எல்லா நாடுகளிலும் முதன்மையானதென்று அறிவுடையோர் கூறுவார்கள்.

இருபுனலும் வாய்ந்த மலையும் வருபுனலும்
வல்அரணும் நாட்டிற்கு உறுப்பு. *737*

நிலத்தின் அடியில் ஊறும் ஊற்றும், வானிலிருந்து பொழியும் மழையும், செழிப்பு மிகுந்த மலைகளும், அம்மலைகளிலிருந்து வழிந்தோடி வரும் ஆறுகளும், வலிமை மிக்க கோட்டையும் ஒரு நாட்டிற்குச் சிறந்த உறுப்புக்களாகும்.

பிணிஇன்மை செல்வம் விளைவுஇன்பம் ஏமம்
அணிஎன்ப நாட்டிற்குஇவ் வைந்து. *738*

நோய் இல்லாமையும், பொருள் வளமும், விளைவு மிகுதியும், இன்ப வாழ்வும், நல்ல பாதுகாப்பும் ஆகிய இந்த ஐந்தும், நாட்டிற்கு நல்ல அழகு பயப்பனவாகும் என்று அறிவுடைச் சான்றோர் கூறுவார்கள்.

நாடுஎன்ப நாடா வளத்தன நாடுஅல்ல
நாட வளந்தரும் நாடு. *739*

முயற்சி செய்து திரட்டாமலேயே, இயற்கையாகவே நல்ல வளத்தைத் தரும் நாடுகளே, சிறந்த நாடுகள் ஆகும் என்று அறிவுடையோர் கூறுவார்கள்; முயற்சி செய்தால் மட்டுமே வளத்தைத் தரக்கூடிய நாடுகள், நல்ல நாடுகள் என்று சொல்லப்படமாட்டா.

ஆங்குஅமைவு எய்தியக் கண்ணும் பயம்இன்றே
வேந்துஅமைவு இல்லாத நாடு. *740*

அரசனோடு பொருந்தி இருக்கக்கூடிய நல்ல வாழ்வினைப் பெறாத நாடு, சிறப்பித்துச் சொல்லப்படும் நற்பண்புகள் எல்லாவற்றையும் அடைந்திருந்த போதிலும், அவற்றால் பயன் ஏதும் ஏற்படாமல் போகும்.

அரண்

ஆற்று பவர்க்கும் அரண்பொருள் அஞ்சித்தற்
போற்று பவர்க்கும் பொருள். 741

வலிமையோடு பகைவர் மேல் படையெடுத்துச் செல்பவர்க்குக் கோட்டையானது சிறந்த பொருளாகப் பயன்படும் உறுப்பாகும்; பகைவர்க்கு அஞ்சித் தம்மைப் பாதுகாத்துக்கொள்ளப் புகலிடம் புகுபவர்க்கும், அது சிறந்த உறுப்பாகவே பயன்படுவதாகும்.

மணிநீரும் மண்ணும் மலையும் அணிநிழல்
காடும் உடையது அரண். 742

நீர் நிறைந்த ஆழமான அகழியும், வெட்ட வெளியான பரந்த நிலப்பரப்பும், உயர்ந்து அகன்ற மலையும், குளிர்ந்த அழகிய நிழல்களும் அடர்ந்த காடும் ஆகிய இந்நான்கினையும் உடையதே சிறந்த அரணாகும்.

உயர்வுஅகலம் திண்மை அருமைஇந் நான்கின்
அமைவுஅரண் என்றுஉரைக்கும் நூல். 743

நல்ல உயரத்தையும், பரந்த அகலத்தையும், சிறந்த வலிமையையும், பகைவர்கள் நெருங்க முடியாத அளவுக்கு அருமையையும் நிறைவாக உடையதே கோட்டை என்று சிறப்பித்துச் சொல்லப்படும் என்று நூலறிவுடையோர் கூறுவார்கள்.

சிறுகாப்பின் பேர்இடத்தது ஆகி உறுபகை
ஊக்கம் அழிப்பது அரண். 744

பகைவரை எதிர்த்து நின்று காக்கவேண்டிய பகுதி சிறியதாகவும், உள்ளே அகன்ற இடத்தை உடையதாகவும், தன்னை நெருங்கும் பகைவரது மன எழுச்சியை அழிப்பதாகவும் உள்ளதே கோட்டை ஆகும்.

கொளற்குஅரிதாய்க் கொண்டகூழ்த்து ஆகி அகத்தார்
நிலைக்குஎளிதாம் நீரது அரண். 745

பகைவர்கள் கைப்பற்றுவதற்கு அரியதாகவும், பல்வகை உணவுப் பொருள்களையும் தன்னகத்தே கொண்டதாகவும், உள்ளிருந்து போர் புரிவதற்கு ஏற்ற தன்மையை உடையதாகவும் அமைந்திருப்பதே கோட்டையாகும்.

எல்லாப் பொருளும் உடைத்தாய் இடத்துஉதவும்
நல்லாள் உடையது அரண்.   746

அகத்தே உள்ளவர்களுக்குத் தேவைப்படும் எல்லாப் பொருள்களையும் உடையதாகவும், புறத்தேயுள்ள பகைவரால் போர் நெருக்கடி ஏற்படும்போது, அதனை எதிர்த்துப் போரிடக்கூடிய வல்லமை வாய்ந்த நல்ல வீரர்களை உடையதாகவும் இருப்பதே கோட்டையாகும்.

முற்றியும் முற்றாது எறிந்தும் அறைப்படுத்தும்
பற்றற்கு அரியது அரண்.   747

பகைவர்கள் முற்றுகையிட்டுச் சூழ்ந்துகொண்டும், அவர்கள் முற்றுகை யிடாமலேயே போர்புரிந்தும், வஞ்சனையால் கீழறையுண்டாக்கும் போதும், கைப்பற்றுவதற்கு இயலாமல் அமைந்து இருப்பதே கோட்டையாகும்.

முற்றுஆற்றி முற்றி யவரையும் பற்றுஆற்றிப்
பற்றியார் வெல்வது அரண்.   748

படைப் பெருமையால் முற்றுகையிட முனைந்து முற்றுகை யிடுவோரை, தன்னைப் பற்றி நிற்கும் அகத்தவர்கள், தாம் இருக்கும் இடத்தைவிட்டு அகலாமல், எதிர்த்து நின்று போர் செய்வதற்கு ஏற்றவாறு அமைந்திருப்பது கோட்டையாகும்.

முனைமுகத்து மாற்றலர் சாய வினைமுகத்து
வீறுஎய்தி மாண்டது அரண்.   749

போரின் தொடக்கத்திலேயே, பகைவர்கள் அழியும்படியாக, உள்ளிருப்போர் போர்செய்யும் திறன்களினால், தனிச் சிறப்புப் பெற்று விளங்கும் பெருமையுடையது கோட்டையாகும்.

எனைமாட்சித்து ஆகியக் கண்ணும் வினைமாட்சி
இல்லார்கண் இல்லது அரண்.   750

ஒரு கோட்டையானது, எவ்வளவு சிறப்புக்களை உடையதாக இருந்தபோதிலும், உள்ளிருப்போர், போர்த் திறமை இல்லாதவர்களாக இருந்தால், அவர்களுக்கு அந்தக் கோட்டை பயனில்லாததாகவே அமையும்.

பொருள் செயல்வகை

பொருளல் லவரைப் பொருளாகச் செய்யும்
பொருள்அல்லது இல்லை பொருள். *751*

ஒரு பொருட்டாக மதிக்கத் தகாவதர்களையும்கூட, ஒரு பொருளாக மதிக்கத்தக்கவராகச் செய்யக்கூடியது, பொருள் அல்லாமல், சிறப்புடைய ஒன்று என்று சொல்லுவதற்கு வேறொன்றுமில்லை.

இல்லாரை எல்லாரும் எள்ளுவர் செல்வரை
எல்லாரும் செய்வர் சிறப்பு. *752*

நல்லவர்களாக இருந்தபோதிலும்கூட, பொருளில்லாத வறியவர்களை எல்லோரும் இகழவே செய்வார்கள்; தீயவர்களாக இருந்தபோதிலும், பொருள் மிகுந்த செல்வர்களை எல்லோரும் போற்றிப் புகழவே செய்வார்கள். (இது உலக மக்களின் இயல்பாகும்).

பொருள்என்னும் பொய்யா விளக்கம் இருள்அறுக்கும்
எண்ணிய தேயத்துச் சென்று. *753*

செல்வம் என்று சிறப்பித்துச் சொல்லப்படும் தூங்கா மணிவிளக்கானது; தன்னை ஏந்திக் கொண்டிருப்பவர்கள் நினைக்கும் இடத்திற்குச் சென்று, அங்கு ஒருவனுக்கு ஏற்படக்கூடிய இடுக்கண்களை அழிக்கக்கூடியதாகும்.

அறன்ஈனும் இன்பமும் ஈனும் திறன்அறிந்து
தீதுஇன்றி வந்த பொருள். *754*

பொருளைத் திரட்டுவதற்குரிய வழிவகைகளை நன்கு அறிந்து, யாரொருவருக்கும் கேடு விளைவிக்காமல், நல்ல வழியில் பெற்ற பொருளானது, நல்ல விதமான அறத்தையும் அளிக்கும்; சிறந்த இன்பத்தையும் நல்கும்.

அருளொடும் அன்பொடும் வாராப் பொருளாக்கம்
புல்லார் புரள விடல். *755*

அறநெறியின் மூலமும், அன்பு நெறியின் மூலமும் வந்துசேராத செல்வக் குவியலை ஒருவர் ஏற்று அதன் மூலம் இன்புறுதல் கூடாது; அவர் அதைத் தீமை பயக்கக்கூடிய ஒன்று என்று எண்ணி, அறவே நீக்கிவிட வேண்டும்.

உறுபொருளும் உல்கு பொருளும்தன் ஒன்னார்த்
தெறுபொருளும் வேந்தன் பொருள். *756*

முறைப்படி அரசுக்கு வந்துசேரும் இறைபொருளும், சுங்கவரியாக வரும் பொருளும், பகையரசர்களை வெல்லுவதன் மூலம் திறையாகக் கொள்ளும் பொருளும், அரசன் ஏற்று ஆட்சிபுரிவதற்கு உரிய பொருள்களாகும்.

அருள்என்னும் அன்புஈன் குழவி பொருள்என்னும்
செல்வச் செவிலியால் உண்டு. *757*

அன்பினால் பெறப்படும் அருள் என்னும் குழந்தையானது, பொருள் என்று சிறப்பித்துச் சொல்லப்படும் செல்வமாகிய செவிலித்தாயால், போற்றி வளர்க்கப்படுவதாகும்.

குன்றுஏறி யானைப்போர் கண்டற்றால் தன்கைத்துஒன்று
உண்டாகச் செய்வான் வினை. *758*

தன் கையில் ஏற்ற பொருளைத் தங்க வைத்துக்கொண்டு, அதன் மூலம் ஒருவன் ஒரு வினையை மேற்கொள்ளுதல் என்பது, குன்றின் மீது ஏறி ஒளிந்துகொண்டிருக்கும் எதிரியை, நாற்புறமும் சூழ்ந்துநின்று அவனை எதிர்த்துப் போரில் எளிதில் வென்றுவிடுவது போன்றதொரு செயலாகும்.

செய்க பொருளைச் செறுநர் செருக்குஅறுக்கும்
எஃகுஅதனிற் கூரியது இல். *759*

சிறப்பான நிலையை விரும்புவோர், அதற்கான பொருளை உருவாக்கிக் கொள்ளவேண்டும்; பகைவர்களின் செருக்கை அழிக்கக்கூடிய படைக்கலம், அதுவேயாகும்; அதனைப்போல கூர்மை மிக்க ஒன்று என்று சொல்லக்கூடியது வேறெதுவும் இல்லை.

ஒண்பொருள் காழ்ப்ப இயற்றியார்க்கு எண்பொருள்
ஏனை இரண்டும் ஒருங்கு. *760*

நன்னெறியின் மூலம் வரக்கூடிய பொருளை மிகுதியாகத் திரட்டக்கூடியவர்களுக்கு ஏனைய அறமும் இன்பமுமாகிய இரண்டும் ஒருசேர எளிதாக வந்துசேரும் என்பது உறுதி.

படைமாட்சி

உறுப்பு அமைந்து ஊறுஅஞ்சா வெல்படை வேந்தன்
வெறுக்கையுள் எல்லாம் தலை. *761*

நால்வகைப் படைகள் என்னும் உரிய உறுப்புக்களால் நிறைந்திருந்து, போரின்கண் ஏற்படும் துன்பங்களுக்கு அஞ்சாது எதிர்த்து நின்று, பகைவர்களை வெல்லக்கூடிய போர்ப்படையானது, அரசனுடைய செல்வங்கள் எல்லாவற்றுள்ளும் தலையாய செல்வமாகும்.

உலைவிடத்து ஊறுஅஞ்சா வன்கண் தொலைவிடத்துத்
தொல்படைக்கு அல்லால் அரிது. *762*

தனது வலிமை குன்றியபோதும், போரின்கண் அழிவு நேர்ந்துவிட்டால், இடையூறுகளுக்குச் சிறிதும் அஞ்சாது போர் புரியக்கூடிய வீரம், தொன்று தொட்டு இருந்துவரும் மூலப்படைக்கு மட்டும் அல்லாமல், பிற படைகளுக்கு ஏற்படுவது என்பது அரிதாகும்.

ஒலித்தக்கால் என்னாம் உவரி எலிப்பகை
நாகம் உயிர்ப்பக் கெடும். *763*

பகை மிகுதியால் எலிகள் எல்லாம் ஒன்றுதிரண்டு கடல்போல் ஒலித்துப் பெரும் ஓசையை எழுப்பினாலும், நாகப் பாம்புக்கு ஒரு துன்பமும் ஏற்பட்டுவிடாது. அந்த நாகப் பாம்பு சிறு பெருமூச்சுவிட்ட அளவிலேயே அவ் எலிகளெல்லாம், கெட்டொழிந்து போய்விடும்.

அழிவின்று அறைபோகாது ஆகி வழிவந்த
வன்கண் அதுவே படை. *764*

போரின்கண் அழிவு ஏற்படாததாகவும், பகைவரால் வஞ்சித்துப் பிரிக்க முடியாததாகவும், தொன்றுதொட்டு வீரத்தோடு கூடியதாகவும் விளங்கும் படையே சிறந்த படையாகும்.

கூற்றுஉடன்று மேல்வரினும் கூடி எதிர்நிற்கும்
ஆற்ற லதுவே படை. *765*

சாவே படையுருக்கொண்டு வெகுண்டு எதிர்த்துப் போர் புரிய முன்வந்தாலும், ஒன்றாகத் திரண்டு, எதிர்கொண்டு நின்று, போர் செய்யக்கூடிய வல்லமையைப் படைத்ததே சிறந்த போர்ப்படையாகும்.

மறமானம் மாண்ட வழிச்செலவு தேற்றம்
எனநான்கே ஏமம் படைக்கு. 766

வீரமுடைமையும், மானமுடைமையும், புகழ்பெற்ற வீரர்களாகத் திகழ்ந்த முன்னோர்கள் சென்ற நல்வழியைப் பின்பற்றுதலும், அரசனுடைய நன்னம்பிக்கையைப் பெறுதலும் ஆகிய நான்கு பண்புகளும், ஒரு போர்ப்படைக்குச் சிறந்த பாதுகாப்பாக அமைந்தனவாகும்.

தார்தாங்கிச் செல்வது தானை தலைவந்த
போர்தாங்கும் தன்மை யறிந்து. 767

தன்னை எதிர்த்து வந்த பகைவரின் போரைத் தாங்கி நின்று, அதனை வெல்லக்கூடிய தன்மையை நன்கு அறிந்து, பகைவரின் முன்னணிப்படை தன்மேல் வராமல் தடுத்து நின்று, அதனை உறுதியுடன் எதிர்த்துப் போரிட வல்லதே சிறந்த போர்ப்படையாகும்.

அடல்தகையும் ஆற்றலும் இல்எனினும் தானை
படைத்தகையால் பாடு பெறும். 768

போர்ப்படையானது, போர் புரிவதற்குரிய சிறந்த வீரத்தையும், பகைவர் தன்மேல் படையெடுத்து வந்தால் எதிர்த்து நிற்கும் வலிமையையும் பெற்றிருக்கவில்லை என்றாலும், தனது தோற்றப் பொலிவினாலேயேகூடப் பெருமையினைப் பெற்றுவிட முடியும்.

சிறுமையும் செல்லாத் துனியும் வறுமையும்
இல்லாயின் வெல்லும் படை. 769

தன் அளவில் சிறுமையினையும், அரசரிடம் நீங்காத வெறுப்பினையும், வாடும் வறுமையினையும் கொண்டிருக்காது நல்ல முறையில் அமையுமேயானால், போர்ப்படையானது பகைவரை வெல்லும் ஆற்றலுடையதாகத் திகழும்.

நிலைமக்கள் சால உடைத்துஎனினும் தானை
தலைமக்கள் இல்வழி இல். 770

போர்ப்படையானது, போரில் நிலைத்து நின்று போரிடும் வீரர்களை மிகுதியாகக் கொண்டிருந்தபோதிலும், சிறப்பாகத் தலைமை தாங்கி நடத்தக்கூடிய படைத் தலைவர்கள் இல்லாவிட்டால், படையானது நிலைபெறாது.

படைச் செருக்கு

என்ஐமுன் நில்லன்மின் தெவ்வீர் பலர்என்ஐ
முன்நின்று கல்நின் றவர். 771

பகைவர்களே! என்னுடைய தலைவன் எதிரே நின்று போர்செய்து தோற்றுப்போய், வீழ்ந்துபட்டு, நடுகற்களாக மாறி நின்றவர்கள் பலராவார்கள்; ஆதலால், என்னுடைய தலைவன் எதிரே எவரும் எதிர்த்து நிற்காதீர்கள்! நீங்கிவிடுவீர்களாக!

கான முயல்எய்த அம்பினில் யானை
பிழைத்தவேல் ஏந்தல் இனிது. 772

காட்டின்கண் ஓடித் திரியும் முயலைக் குறிதவறாமல் எய்து அழிக்கும் அம்பைக் காட்டிலும் வெட்டவெளியில் நிற்கக்கூடிய யானையின் மீது எய்யும் வேல் குறிதவறிப் போனாலும், அப்படிப்பட்ட வேலை ஏந்தி நிற்றலே இனிய செயலாகும்.

பேராண்மை என்ப தறுகண்ஒன்று உற்றக்கால்
ஊராண்மை மற்றுஅதன் எஃகு. 773

பகைவரைக் கண்ணோடாது எதிர்க்கக்கூடிய வீரமே, மிக்க ஆண்மையாகும் என்று உயர்ந்தோர் கூறுவார்கள்; பகைவர்க்கு ஒரு தாழ்வு ஏற்படும்போது, கண்ணோட்டங் கொண்டு அத்தாழ்வு நீங்க உதவி செய்தலை, அந்தப் பேராண்மையைக் காட்டிலும் உயர்வானது என்று சொல்லுவர்.

கைவேல் களிற்றொடு போக்கி வருபவன்
மெய்வேல் பறியா நகும். 774

தன் கையிலிருக்கும் ஒரு வேலினைத் தன்னை எதிர்த்து வந்த யானையின் மேல் எறிந்துவிட்டு, வேறு வேலைத் தேடி வருகின்ற நிலையில், வீரன் தன் மார்பில் பாய்ந்திருக்கும் வேலைப் பறித்தெடுத்து, அப்பொழுது அந்த வேல் கிடைத்திருப்பதை எண்ணிப் பெரிதும் மகிழ்வான்.

விழித்தகண் வேல்கொண்டு எறிய அழித்துஇமைப்பின்
ஓட்டன்றோ வன்க ணவர்க்கு. 775

தாம் பகைவரை வெகுண்டு நோக்கிய தம் விழித்த விழிகள், அப்பகைவர் வேலினை எதிர்த்து நின்று எறியும்போது, அதற்கு அஞ்சி இமை மூடித் திறக்குமேயானால், அதுவே, ஆண்மை நிறைந்த வீரர்கள் புறங்கொடுத்து ஓடுவதைப் போன்றதாகக் கொள்ளப்படும்.

விழுப்புண் படாதநாள் எல்லாம் வழுக்கினுள்
வைக்கும்தன் நாளை எடுத்து. *776*

சிறந்த வீரனானவன், கழிந்த தன் வாழ்நாட்களையெல்லாம் எடுத்துப் பார்த்து, அவற்றுள் தன் முகத்திலும் மார்பிலும் புண்படாத நாட்களை எல்லாம், வீணே கழிந்த நாட்களாகும் என்று எண்ணி, அவற்றைத் தனியே எண்ணிப் பார்த்து வருந்துவான்.

சுழலும் இசைவேண்டி வேண்டா உயிரார்
கழல்யாப்புக் காரிகை நீர்த்து. *777*

உயிர்வாழ்தலை ஒரு பொருட்டாக விரும்பாத வீரர்கள், எங்கும் பரவி நிற்கக்கூடிய புகழை மட்டுமே விரும்பி, வீரக் கழலைக் காலில் கட்டிக்கொண்டு வாழ்தல் என்பதே அவர்க்குத் தனி அழகினைத் தரும் தன்மையாகும்.

உறின்உயிர் அஞ்சா மறவர் இறைவன்
செறினும்சீர் குன்றல் இலர். *778*

போர் மூளுமாயின், தம் உயிர்க்கும் அஞ்சாமல் போர் புரியக்கூடிய வீர மறவர்கள், தம் தலைவனான அரசன் போர் வேண்டாம் என்று சினந்து கூறினாலும், வீரத்தில் சிறிதும் குறையாது முனைந்தே நிற்பார்கள்.

இழைத்தது இகவாமைச் சாவாரை யாரே
பிழைத்தது ஒறுக்கிற் பவர். *779*

தாம் கூறிய சூளுரையிலிருந்து தவறாமல் இருக்கவேண்டிப் போருக்குச் சென்று, போரிட்டு மடியும் வீர மறவர்களைப் பழித்துப் பேசக் கூடியவர்கள் என்று எவரொருவரும் இருக்க மாட்டார்கள்.

புரந்தார்கண் நீர்மல்கச் சாகிற்பின் சாக்காடு
இரந்துகோள் தக்கது உடைத்து. *780*

தம்மைப் போற்றிக் காப்பாற்றிவரும் அரசரின் கண்களில் நீர்த்துளிகள் பெருகும்படியாகப் போரிலே வீரர் சாக நேர்ந்தால், அத்தகைய சாவானது, அவரால் இரந்தும் கொள்ளத்தக்க சிறப்புடையதாகும்.

நட்பு

செயற்குஅரிய யாவுள நட்பின் அதுபோல்
வினைக்குஅரிய யாவுள காப்பு. ***781***

நட்பைப்போல, ஒருவன் தனக்குச் செய்துகொள்ளுவதற்கு அருமையான செயல்கள் என்று வேறு எவையும் இல்லை. அந்நட்பினைப் போல, எதிரிகளின் செயல்களைத் தடுப்பதற்குரிய அருமையான பாதுகாப்பு நடவடிக்கைகள் என்று வேறு எவற்றையும் சொல்லுவதற்கு இல்லை.

நிறைநீர நீரவர் கேண்மை பிறைமதிப்
பின்நீர பேதையார் நட்பு. ***782***

அறிவுடையோர்களுடன் கொள்ளும் நட்பு, பிறைமதி வளருவதைப்போல அன்றாடம் வளரக்கூடிய தன்மையை உடையதாகும்; அறிவில்லாதவர்களுடன் கொள்ளும் நட்பு முழுமதி குறைவதைப்போல, அன்றாடம் குறையக்கூடிய தன்மையை உடையதாகும்.

நவில்தொறும் நூல்நயம் போலும் பயில்தொறும்
பண்புடை யாளர் தொடர்பு. ***783***

நல்ல நூல்களின் இனிய பொருள் நுட்ப நயங்களைப் படிக்கப் படிக்க அவை இன்பம் பயத்தலைப்போன்றே, நற்பண்புடையோர்களுடன் கொள்ளும் நட்பும் பழகப் பழக இன்பம் பயப்பதாகும்.

நகுதற் பொருட்டன்று நட்டல் மிகுதிக்கண்
மேற்சென்று இடித்தல் பொருட்டு. ***784***

ஒருவரோடொருவர் நட்பு கொள்ளுதல் என்பது, சிரித்துப் பேசி மகிழ்வதன் பொருட்டு மட்டும் அல்ல; நண்பர் தகாத செயலைச் செய்யத் தொடங்கும்போது, முற்படச் சென்று அதனைக் கண்டித்து அவருக்கு அறிவுரை கூறுவதற்கும் ஆகும்.

புணர்ச்சி பழகுதல் வேண்டா உணர்ச்சிதான்
நட்பாம் கிழமை தரும். ***785***

ஒருவரோடொருவர் நட்பு கொள்ளுவதற்குக் கூடிவாழும் தொடர்பும், நெருங்கிய பழக்கமும் மட்டுந்தான் வேண்டும் என்பதில்லை; இருவர்க்கும் இயல்பாக ஏற்படும் மனம் பொருந்திய உணர்ச்சியேகூட நட்பு என்னும் உரிமையைப் பயப்பதாகும்.

முகநக நட்பது நட்புஅன்று நெஞ்சத்து
அகநக நட்பது நட்பு. 786

அகம் மலராமல் முகம் மட்டும் மலரும்படி ஒப்புக்காக நட்புச் செய்வது என்பது உண்மையான நட்பு ஆகாது; அகமும் முகமும் மலரும்படி உள்ளன்போடு நெஞ்சார நட்புச் செய்வதே, உண்மையான நட்பாகும்.

அழிவி னவைநீக்கி ஆறுஉய்த்து அழிவின்கண்
அல்லல் உழப்பதாம் நட்பு. 787

அழிவைத் தருகின்ற தீய வழிகளிலிருந்து தன் நண்பனை அகற்றி, அவனை நல்ல நெறியில் இயங்கும்படி செய்து, கேடு வருங்காலத்தில், அவன் உடனிருந்து அவனது துன்பத்தைத் தானும் நுகர்வதே, ஒருவன் கொள்ளக்கூடிய நட்புக்குரிய சிறந்த தன்மையாகும்.

உடுக்கை இழந்தவன் கைபோல ஆங்கே
இடுக்கண் களைவதாம் நட்பு. 788

ஒருவனின் இடுப்பிலிருந்து ஆடை அவிழ்ந்து நெகிழ்ந்து விழும்போது, அவனது கை, அதனைச் சீர்செய்வதற்கு எவ்வளவு விரைவாகச் சென்று உதவுகிறதோ, அதைப்போல ஒருவன் தன் நண்பனுக்குத் துன்பம் ஏற்படும்போது, அந்த நொடியே சென்று அத்துன்பத்தைக் களைவதே, நல்ல நட்புக்கு அறிகுறியாகும்.

நட்பிற்கு வீற்றிருக்கை யாதெனின் கொட்புஇன்றி
ஒல்லும்வாய் ஊன்றும் நிலை. 789

நட்புக்குரிய சிறந்த இருப்பிடம் எது என்றால், எப்பொழுதும் மன வேறுபாடில்லாமல், ஒருவன் தன்னால் இயலும் வழிகளிலெல்லாம் உதவி புரிந்து தன் நண்பனைத் தாங்கும் மனவலிமை பொருந்திய நிலையேயாகும்.

இனையர் இவர்எமக்கு இன்னம்யாம் என்று
புனையினும் புல்லென்னும் நட்பு. 790

எமக்கு இவர் இப்படிப்பட்ட நண்பர், யாம் இவருக்கு இத்தன்மையையுடையோம் என்று ஒருவர் தம்மைத் தாமே புகழ்ந்து பேசிக்கொண்டாலும், பிறரிடம் அவர் கொண்டிருக்கும் நட்பு சிறுமைப்பட்டுப் போய்விடும்.

நட்பு ஆராய்தல்

நாடாது நட்டலின் கேடுஇல்லை நட்டபின்
வீடுஇல்லை நட்புஆள் பவர்க்கு.   791

நட்பு உடையவர்களிடம் நட்புச் செய்துகொண்டபின், அதனை விட்டு விடுதல் என்பது ஒருவருக்கு இயலாது; ஆதலால் முன்கூட்டியே ஆராயாது நட்புச் செய்தல் என்பது கூடாது; அப்படிச் செய்தால், அதைவிடக் கேடு பயப்பது வேறொன்றுமில்லை.

ஆய்ந்துஆய்ந்து கொள்ளாதான் கேண்மை கடைமுறை
தான்சாம் துயரம் தரும்.   792

பலகாலும், பல முறைகளிலும் ஆராய்ந்து மீண்டும் ஆராய்ந்து பார்த்து நட்புக் கொள்ளாதவனின் நட்பு, முடிவில் அவன் தானே சாவதற்குக் காரணமான துன்பத்தினை உண்டாக்கிவிடும்.

குணனும் குடிமையும் குற்றமும் குன்றா
இனனும் அறிந்துயாக்க நட்பு.   793

ஒருவர், பிறருடைய சிறந்த பண்பையும், உயர்ந்த குடிப்பிறப்பையும், குற்றங்குறைகளின் தன்மையையும், தரங்குறையாத சுற்றத்தாரின் பாங்கினையும் நன்கு ஆராய்ந்து அறிந்த பிறகே, அவரோடு தக்க முறையில் நட்புக்கொள்ள வேண்டும்.

குடிப்பிறந்து தன்கண் பழிநாணு வானைக்
கொடுத்தும் கொளல்வேண்டும் நட்பு.   794

உயர்ந்த குடியில் பிறந்து, தன்பால் பழி ஏதும் வரக்கூடாது என்று அஞ்சி நாணுகின்றவனின் நட்பை, அவன் விரும்பக்கூடிய சீரிய பொருள் எதையேனும் முறையாகக் கொடுத்தாவது, எப்படியேனும் ஒருவர் பெற்றுக்கொள்ள வேண்டும்.

அழச்சொல்லி அல்லது இடித்து வழக்குஅறிய
வல்லார்நட்பு ஆய்ந்து கொளல்.   795

முறையில்லாத செயல்களை ஒருவர் செய்ய முற்படும்போது, அவர் அழும்படியாக அவருக்கு அறிவுரை கூறியும், மீறிச் செய்தால், அவர் மீண்டும் செய்யாதபடி அவரைக் கண்டித்துரைத்தும், உயர்ந்தோர் கொள்ளும் வழக்கு இன்னதென்று உணர்ந்து, அதனை அறிவிக்க வல்லாருடைய நட்பை, ஆராய்ந்து அறிந்த பிறகு ஒருவன் பெற்றுக்கொள்ள வேண்டும்.

கேட்டினும் உண்டுஓர் உறுதி கிளைஞரை
நீட்டி அளப்பதோர் கோல்.   796

ஒருவருக்குக் கேடு ஏற்படும்போதுகூட, அதன் மூலம் ஒருவகையான உறுதி பயக்கும் நன்மை ஏற்படுவது உண்டு; எப்படி என்றால், நண்பரின் இயல்புகளைச் செவ்வையாக அளந்து பார்ப்பதற்கு அக்கேடே, ஓர் அளவுகோலாக அமைந்துவிடுகிறது.

ஊதியம் என்பது ஒருவற்குப் பேதையார்
கேண்மை ஒரீஇ விடல்.   797

ஒருவற்கு நன்மை பயக்கும் ஊதியம் என்று சொல்லப்படுவது எதுவென்றால், அறிவற்றவர்களோடு கொண்டுள்ள நட்பினை ஒழித்துவிட்டு, அவர்களைவிட்டு அறவே நீங்கிவிடுதலாகும்.

உள்ளற்க உள்ளம் சிறுகுவ கொள்ளற்க
அல்லற்கண் ஆற்றுஅறுப்பார் நட்பு.   798

ஒருவர், தமது ஊக்கம் குறைவதற்குக் காரணமான செயல்களைச் செய்ய நினைக்காது இருக்கவேண்டும்; அதுபோலத் துன்பம் வரும்போது தம்மைக் கைவிட்டு விடுவாரது நட்பையும் கொள்ளாதிருக்க வேண்டும்.

கெடுங்காலைக் கைவிடுவார் கேண்மை அடுங்காலை
உள்ளினும் உள்ளம் சுடும்.   799

ஒருவன் தனக்குக் கேடு வரும்போது, தன்னைவிட்டு நீங்கிவிடக் கூடியவரது நட்பினை, பிறர் தன்னைக் கொல்ல வரும்போது நினைத்துக்கொண்டாலும், நினைத்த தன் உள்ளத்தை அந்தத் தீய நட்பானது, அப்படிக் கொல்ல வருபவனைக் காட்டிலும், மிகவும் கொடியதாக வாட்டி வதைக்கும்.

மருவுக மாசற்றார் கேண்மை ஒன்றுஈத்தும்
ஒருவுக ஒப்பிலார் நட்பு.   800

குற்றமற்றவர்களது நட்பினையே ஒருவர் தழுவிக்கொள்ள வேண்டும்; தமக்கு எவ்வகையிலும் ஒத்துவராதவர்களுடைய நட்பினை, அவர்கள் விரும்பும் ஒரு பொருளை, அவர்களுக்குக் கொடுத்தாயினும் விட்டுவிட வேண்டும்.

பழைமை

பழைமை எனப்படுவது யாதுஎனின் யாதும்
கிழமையைக் கீழ்ந்திடா நட்பு. ***801***

பழைமை என்று சிறப்பித்துச் சொல்லப்படுவது எது என்றால், பழைமையான நண்பர்கள் நட்புரிமையின் காரணமாகச் செய்தவைகளைச் சிறிதுகூட விலக்கிவிடாமல், அப்படியே ஏற்றுக்கொள்ளும் நட்புடைமையாகும்.

நட்பிற்கு உறுப்புக் கெழுதகைமை மற்றதற்கு
உப்பாதல் சான்றோர் கடன். ***802***

ஒருவரின் நட்புக்கு உறுப்பு எது என்றால், பழைமையான நண்பரின் நட்புரிமையைப் பாராட்டுவதேயாகும்; அப்படிப்பட்ட நட்புரிமைக்கு உடன்பட்டவராக இருத்தல் என்பது, சான்றோர் போற்றுதற்குரிய கடமையாக விளங்கும்.

பழகிய நட்புஎவன் செய்யும் கெழுதகைமை
செய்தாங்கு அமையாக் கடை. ***803***

பழைமை பொருந்திய நண்பர்கள் உரிமையோடு செய்த செயல்களைத் தாமே செய்தாற்போல, அவற்றிற்கு உடன்பட்டு ஏற்றுக்கொள்ளாவிட்டால், பழகிய பழைய நட்பு என்பது, எந்த ஒரு பயனையும் தர இயலாமற் போய்விடும்.

விழைதகையான் வேண்டி இருப்பர் கெழுதகையான்
கேளாது நட்டார் செயின். ***804***

பழகிய நட்புரிமையின் காரணமாகத் தம்மைக் கேளாமலேயே, தாம் செய்யவேண்டிய செயலை நண்பரே செய்துவிடுவாரேயானால், அவர் தம் சார்பாகச் செயல் செய்யும் நட்பு உரிமையை ஏற்றுக்கொள்ளும் காரணத்தால், அவரது செயற்பாட்டைச் சான்றோர் விரும்பி ஏற்று, வாளா இருப்பர்.

பேதைமை ஒன்றோ பெருங்கிழமை என்றுஉணர்க
நோதக்க நட்டார் செயின். ***805***

தாம் வருந்தும்படியான செயல்களைத் தம் நண்பர்கள் செய்வார்களேயானால், அதற்குக் காரணம், அவர்களது அறியாமையாக இருக்கவேண்டும் அல்லது மிகுந்த நட்புரிமையின் காரணமாக இருக்கவேண்டும் என்று ஒருவர் உணர்ந்துகொள்ள வேண்டும்.

எல்லைக்கண் நின்றார் துறவார் தொலைவிடத்தும்
தொல்லைக்கண் நின்றார் தொடர்பு.   806

நட்பினை என்றும் போற்றிக் காப்பாற்றும் வரம்பினுள் நிற்பவர்கள், பழைமை பாராட்டும் தமது பழைய நண்பரின் தொடர்பை, அவரால் கேடு வந்த காலத்திலும்கூட விடமாட்டார்கள்.

அழிவந்த செய்யினும் அன்புஅறார் அன்பின்
வழிவந்த கேண்மை யவர்.   807

அன்புடன் தொன்றுதொட்டுப் போற்றி வந்த நட்பினைக் கொண்டவர்கள், தம் அழிவுக்குக் காரணமான செயல்களை, நண்பர்கள் மேற்கொண்டாலும், அவர்களிடம் தாம் மேற்கொண்ட அன்பிலிருந்து நீங்கமாட்டார்கள்.

கேள்இழுக்கம் கேளாக் கெழுதகைமை வல்லார்க்கு
நாள்இழுக்கம் நட்டார் செயின்.   808

நண்பர்கள் செய்யக்கூடிய பிழையைப் பற்றிப் பிறர் கூறினாலும், அதனை ஏற்றுக்கொள்ளாத அளவுக்கு நட்புரிமை கொண்ட வல்லவர்களுக்கு, அந்த நண்பர்கள் குற்றத்தினை நேரிடையாகச் செய்வார்களே ஆனாலும், அந்த நாளையும் அவர்கள் நல்லதாகவே கருதிக்கொள்வார்கள்.

கெடாஅ வழிவந்த கேண்மையார் கேண்மை
விடாஅர் விழையும் உலகு.   809

தொன்றுதொட்டு நண்பரோடு கொண்டிருந்த நட்பினை, அந்த நண்பர் குற்றம் செய்தார் என்ற காரணத்திற்காகக் கைவிடாத ஒருவரை, உலகத்தார் மிகுந்த அன்புகாட்டிப் போற்றுவார்கள்.

விழையார் விழையப் படுப பழையார்கண்
பண்பின் தலைப்பிரியா தார்.   810

பழைமையான நண்பர்கள் குற்றம் செய்தாலும், அவர்களிடத்தில் அன்பு செலுத்தும் பண்பிலிருந்து ஒரு சிறிதும் நீங்காதவர்கள், அவர்தம் பகைவர்களாலும் பெரிதும் விரும்பப்படுவார்கள்.

தீ நட்பு

பருகுவார் போலினும் பண்புஇலார் கேண்மை
பெருகலின் குன்றல் இனிது. **811**

அன்பினால் நம்மை விழுங்குவார்போல் பார்ப்பதற்குத் தோன்றினாலும், நற்பண்பு இல்லாத அவர்களுடன் ஒருவர் கொள்ளும் நட்பு, வளர்வதைக் காட்டிலும், குறைதல் நலம் பயப்பதாகும்.

உறின்நட்டு அறின்ஒரூஉம் ஒப்பிலார் கேண்மை
பெறினும் இழப்பினும் என். **812**

தமக்குப் பயனுள்ளபோது மட்டும் நட்பினைப் பெற்றுக்கொண்டு, பயனில்லாதபோது நீங்கிவிடுகின்ற, பழகுவதற்கு ஏற்ற தகுதி எதுவும் இல்லாதவருடைய நட்பினை, ஒருவர் பெறுவதால் அவருக்கு நன்மை ஏதும் ஏற்படுவதில்லை; அதனை இழப்பதால் அவருக்குத் தீமை எதுவும் உண்டாகிவிடுவதுமில்லை.

உறுவது சீர்தூக்கும் நட்பும் பெறுவது
கொள்வாரும் கள்வரும் நேர். **813**

நட்பினால் கிடைக்கும் பயனை அளவிட்டுப் பார்க்கும் நண்பரும், கொடுப்பாரின் அன்பைக் கொள்ள நினையாமல், அவரது பொருளைக் கொள்ளை கொள்ள நினைக்கும் விலைமகளிரும், பிறர்க்கு ஏற்படும் கேடுபற்றிக் கவலைப்படாமல் அவரது செல்வத்தைக் கவரும் கள்வரும், தமக்குள் நிகராவார்கள்.

அமரகத்து ஆற்றுஅறுக்கும் கல்லாமா அன்னார்
தமரின் தனிமை தலை. **814**

போர் ஏற்படும்போது போர்க்களத்தில், தன் மீது அமர்ந்திருக்கும் வீரரைக் கீழே தள்ளிவிட்டு ஓடிப்போகக்கூடிய தன்மைகொண்ட, போர்த்திறனை அறிந்து செயல்படாத குதிரையைப் போன்றவர்கள், உற்றார் போலிருந்து நட்புக்கொள்ளும் நிலையைவிட, ஒருவர் தனிமையாக இருப்பதே, பெருமைக்குரியதாகும்.

செய்துஏமம் சாராச் சிறியவர் புன்கேண்மை
எய்தலின் எய்தாமை நன்று. **815**

நட்பினை மேற்கொண்டிருந்தாலும், அதற்குப் பாதுகாப்பாக இராத கீழ்மக்களின் தீய நட்பானது, ஒருவருக்கு அமைவதைக் காட்டிலும், அமையாமல் இருப்பதே எல்லா வகையிலும் மேலானதாகும்.

பேதை பெருங்கெழீஇ நட்பின் அறிவுடையார்
ஏதின்மை கோடி உறும்.   816

அறிவில்லாதவர்களிடம் கொள்ளும் மிகச் செறிந்த நட்பினைக் காட்டிலும், அறிவுடையவர்களது பகைமையானது, கோடி மடங்கு நன்மை பயப்பதாக இருக்கும்.

நகைவகைய ராகிய நட்பின் பகைவரால்
பத்தடுத்த கோடி உறும்.   817

அகத்தின்கண் அன்பில்லாமல் வீணாக நகைத்துப் பேசிக்கொண்டு மட்டும் இருக்கும் இயல்பினரின் நட்பால் ஏற்படும் நன்மையைக் காட்டிலும், பகைவர்களால் ஏற்படக்கூடிய துன்பங்கள் பத்துக்கோடி மடங்காக அமைந்து இருந்தாலும், அவை நல்லவைகளாகவே கருதப்படும்.

ஒல்லும் கருமம் உடற்று பவர்கேண்மை
சொல்லாடார் சோர விடல்.   818

எளிதில் முடியக்கூடிய செயலையும் முடியாதபடி கெடுப்பவரின் நட்பை, ஒருவர் அவருக்கு அறிவிப்புச் செய்யாமலேயே அதனை நாளடைவில் தளரும்படியாகச் செய்து, இறுதியில் அதனை அறவே விட்டுவிட வேண்டும்.

கனவினும் இன்னாது மன்னோ வினைவேறு
சொல்வேறு பட்டார் தொடர்பு.   819

சொல்லும் சொல் எதிர்பார்ப்பதற்கு மாறுபாடாகவும், செய்யும் செயல் வேறொன்றாகவும் கொண்டிருப்பவருடைய நட்பானது, ஒருவருக்குக் கனவில்கூடத் துன்பத்தைத் தருவதாகவே அமைந்துவிடும்.

எனைத்தும் குறுகுதல் ஓம்பல் மனைக்கெழீஇ
மன்றில் பழிப்பார் தொடர்பு.   820

தனியாக வீட்டில் இருக்கும்போது, தம்மோடு நெருங்கிப் பழகிக்கொண்டு இருந்துவிட்டுப் பலர் கூடும் பொதுமன்றத்தில், தம்மைப் பழித்துப் பேசுபவருடைய நட்பானது, எப்படியும் தன்னை அணுகிவிடாதபடி, ஒருவர் அதனை நீக்கிவைக்க வேண்டும்.

கூடா நட்பு

சீரிடம் காணின் எறிதற்குப் பட்டடை
நேரா நிரந்தவர் நட்பு.   821

மனத்தால் ஒன்றுகூடாமல், புறத்தே நண்பர்கள்போல நடிப்பவரது நட்பானது, கேடு இழைப்பதற்கு ஏற்ற வாய்ப்பான இடம் கிடைக்கும்போது, இரும்பைத் துண்டாக வெட்டுவதற்குத் துணையாக அமையும் பட்டடைக் கல் போன்று அமைவதாகும்.

இனம்போன்று இனமல்லார் கேண்மை மகளிர்
மனம்போல வேறு படும்.   822

தமக்கு நெருங்கிய உற்றார் போல நடிக்கும் உற்றாரல்லாதவர்களோடு ஒருவர் கொள்ளும் நட்பானது, விலைமகளின் மனம்போல், உள்ளொன்றும், புறம் வேறொன்றுமாக வேறுபட்டு இருப்பதாகும்.

பலநல்ல கற்றக் கடைத்தும் மனநல்லர்
ஆகுதல் மாணார்க்கு அரிது.   823

நல்லனவாகிய நூல்கள் பற்பலவற்றைக் கற்றறிந்த போதிலும், உள்ளன்பால் மாட்சிமை அடையாதவர்கள், மனந்திருந்தி நல்லவர்களாக ஆகுதல் என்பது, மிக அரிதான ஒரு செயலே ஆகும்.

முகத்தின் இனியநகாஅ அகத் தின்னா
வஞ்சரை அஞ்சப் படும்.   824

முகத்தினால் மட்டும் இனிமையாக நகைத்து நடித்துப் பேசி, நெஞ்சினால் எப்பொழுதும் கேடு செய்ய நினைக்கும் வஞ்சகர்களைக் கண்டு, ஒருவர் அஞ்சி ஒதுங்கிவிட வேண்டும்.

மனத்தின் அமையா தவரை எனைத்தொன்றும்
சொல்லினால் தேறல்பாற்று அன்று.   825

மனத்தினால் தம்முடன் பொருந்திப் பழகாதவர்களை, எந்த ஒரு செயலிலும், அவர்கள் சொல்வதை மட்டும் வைத்துக்கொண்டு, தேர்ந்து தெளிவு பெறுதல் என்பது முறையான செயல் ஆகாது.

நட்டார்போல் நல்லவை சொல்லினும் ஒட்டார்சொல்
ஒல்லை உணரப் படும். **826**

நண்பர்கள்போல் நன்மையானவற்றைச் சொன்னபோதிலும், நண்பர்களல்லாத பகைவர்கள் சொல்லும் சொற்களின் உண்மைத் தன்மையானது மிக விரைவில் ஒருவரால் உணரப்பட்டுவிடும்.

சொல்வணக்கம் ஒன்னார்கண் கொள்ளற்க வில்வணக்கம்
தீங்கு குறித்தமை யான். **827**

வில்லினது வளையும் தன்மையானது, தீமையைப் பயப்பதையே குறிக்கின்றதானபடியால், அதனை நல்லது என்று ஏற்றுக்கொள்ளக் கூடாது; அதுபோலப் பகைவர்களிடத்தில் காணப்படும் சொல் வணக்கம் என்பதையும், நன்மை பயப்பது என்று எண்ணிக்கொள்ளக் கூடாது.

தொழுதகை யுள்ளும் படைஒடுங்கும் ஒன்னார்
அழுதகண் ணீரும் அனைத்து. **828**

பகைவர்கள் தொழுது வணங்குவதாகக் குவிக்கும் கைகளுக்குள்ளும், கொலைக் கருவி மறைந்திருக்கக்கூடும். அப்படிப்பட்ட பகைவர்கள் அழுது வடிக்கின்ற கண்ணீரிலும்கூட, அவ்வாறே அவர்களின் கொலைக் கருத்தும் மறைந்திருக்கக்கூடும்.

மிகச்செய்து தம்எள்ளு வாரை நகச்செய்து
நட்பினுள் சாப்புல்லற் பாற்று. **829**

பகைமை வெளித்தோன்றாமல் புறத்தே மட்டும் நட்பினை மிகுதியாக வெளிப்படுத்திக் காட்டி, அகத்தே தம்மை இகழ்கின்ற பகைவர்களைத் தாமும் அவ்வாறே நட்புறவில் இருப்பதுபோல் காட்டி, புறத்தே அவர்கள் மகிழும்படியாகச் செய்து, உள்ளுக்குள் அந்த நட்பானது சாகும்படி செய்தல் வேண்டும்.

பகைநட்பாம் காலம் வருங்கால் முகம்நட்டு
அகநட்பு ஒரீஇ விடல். **830**

தமது பகைவர் தமக்கு நண்பராக நடக்கும் காலம் வருமேயானால், தாமும் அவரோடு முகத்தால் மட்டும் நட்புக்கொண்டு, அகத்தால் அத்தகைய நட்பு ஏற்படாமல் பார்த்துக்கொண்டு, பின்னர் அம்முக நட்பையும் மெல்ல மெல்ல விட்டுவிட வேண்டும்.

பேதைமை

பேதைமை என்பதுஒன்று யாதெனின் ஏதங்கொண்டு
ஊதியம் போக விடல்.   831

அறியாமை என்று சொல்லப்படும் ஒன்று எது என்றால், ஒருவன் தனக்குக் கேடு பயப்பனவற்றை எல்லாம் கைக்கொண்டு, நன்மை பயப்பனவற்றை எல்லாம் கைவிடுதலாகும்.

பேதைமையுள் எல்லாம் பேதைமை காதன்மை
கையல்ல தன்கண் செயல்.   832

அறியாமைகளில் எல்லாம் மிகப் பெரிய அறியாமை எது என்றால், ஒருவன் தன்னால் இயலாத பணிகளில் மிக்க விருப்பத்தைக்கொண்டு, அவற்றில் ஈடுபட்டுச் செயலாற்ற முயல்வதாகும்.

நாணாமை நாடாமை நாரின்மை யாதொன்றும்
பேணாமை பேதை தொழில்.   833

வெட்கப்பட வேண்டியதற்கு வெட்கப்படாமையும், தேடி அடைய வேண்டியதைத் தேடாமையும், அன்பு காட்டுவதற்கு உரியவரிடம் அன்பு காட்டாமையும், போற்ற வேண்டியவைகளைப் போற்றாமையும் ஆகிய இவை, அறிவற்றவனின் செயல்களாகும்.

ஓதி உணர்ந்தும் பிறர்க்குரைத்தும் தானடங்காப்
பேதையின் பேதையார் இல்.   834

சிறந்த நூல்களைக் கற்றும், அவற்றின் பயன்களை நன்கு உணர்ந்தும், மற்றவர்களுக்கு அவைகளை எடுத்துக் கூறியும், தான் மட்டும் முறைப்படி அடங்கி ஒழுகக் கற்றுக்கொள்ளாத அறிவற்றவனைவிட, வேறு அறிவிலிகள் எவரும் இருக்கமுடியாது என்று கூறலாம்.

ஒருமைச் செயலாற்றும் பேதை எழுமையும்
தான்புக்கு அழுந்தும் அளறு.   835

அறிவற்றவன், தன் வாழ்க்கையின் ஏழு வகையான நிலைகளிலும் புகுந்து துய்க்கக்கூடிய துன்பங்கள் எல்லாவற்றையும், தனது ஒரு நிலையிலேயே, அறியாமையின் காரணமாகச் செயல்படுவதன் மூலம், பெற்றுவிடுவான்.

பொய்படும் ஒன்றோ புனைபூணும் கையறியாப்
பேதை வினைமேற் கொளின். *836*

செயலினை முறைப்படி செய்யும் வகை தெரியாத அறிவற்றவன், ஒரு தொழிலைச் செய்ய முற்படுவானேயானால், அத்தொழிலும் கெட்டுப்போய் விடும்; அவனும் குற்றவாளி ஆகிக் கைவிலங்கும் பூட்டப்பெறுவான்.

ஏதிலார் ஆரத் தமர்பசிப்பர் பேதை
பெருஞ்செல்வம் உற்றக் கடை. *837*

அறிவற்றவன் மிகுந்த செல்வத்தைப் பெறும் நிலை ஏற்படுமேயானால், அதனால், எவ்விதத் தொடர்பும் இல்லாத அயலார்கள் நிரம்பப் பயனைப் பெற்றுவிடுவார்கள்; நெருங்கிய தொடர்புடைய சுற்றத்தார் மட்டும் பசியால் வாடி வருந்துவார்கள்.

மையல் ஒருவன் களித்தற்றால் பேதைதன்
கைஒன்று உடைமை பெறின். *838*

அறிவற்றவன், தன் கையில் ஒரு பொருளைத் தனக்கேயுரிய உடைமையாகப் பெற்றுவிடுவானேயானால், அவனது நிலை இயல்பாகவே பித்துப் பிடித்த ஒருவன், மேலும் கள்ளையுண்டு களித்தாடினாற் போன்றதாக ஆகிவிடும்.

பெரிதினிது பேதையார் கேண்மை பிரிவின்கண்
பீழை தருவதொன்று இல். *839*

கூடிப்பிரியும் போது, அச்செயல், துன்பம் ஒன்றும் தருவதில்லை. அதனால், அறிவற்றவர்களோடு ஒருவர் கொள்ளும் நட்பும் மிகவும் இனிமையுடையதாகவே அமைந்துவிடும்.

கழாஅக்கால் பள்ளியுள் வைத்தற்றால் சான்றோர்
குழாஅத்துப் பேதை புகல். *840*

அறிவுமிக்க சான்றோர்கள் கூடியிருக்கும் அவையின்கண், அறிவற்றவன் ஒருவன் நுழைதல் என்பது, தூய்மையற்ற கழுவாத கால்களைத் தூய்மையான படுக்கையின்கண் வைப்பதுபோன்றதாக ஆகிவிடும்.

புல்லறிவாண்மை

அறிவுஇன்மை இன்மையுள் இன்மை பிறிதின்மை
இன்மையா வையாது உலகு. *841*

அறிவில்லாமை என்பதே, இல்லாமைகள் எல்லாவற்றுக்குள்ளும் மிகக் கொடிய இல்லாமையாகும்; மற்ற இல்லாமைகளை எல்லாம் உயர்ந்தோர்கள் அறியாமையைப் போன்றதொரு இல்லாமையாகக் கருதமாட்டார்கள்.

அறிவிலான் நெஞ்சுஉவந்து ஈதல் பிறிதுயாதும்
இல்லை பெறுவான் தவம். *842*

புல்லறிவுடையவன் மனம் உவந்து ஒரு பொருளை ஒருவனுக்குக் கொடுக்கிறான் என்றால், அது அந்தப் புல்லறிவுடையவனது நற்பண்பைக் காட்டுவதாகாது; அதற்குக் காரணம், அந்தப் பொருளைப் பெறுகிறவனிடம் காணப்படும் நற்செய்கையேயாகும்.

அறிவிலார் தாம்தம்மைப் பீழிக்கும் பீழை
செறுவார்க்கும் செய்தல் அரிது. *843*

அறிவில்லாதவர்கள் தமக்குத் தாமே துன்பம் இழைத்துக்கொள்வது போன்றதொரு செயலைச் செய்வது என்பது, அவர்களுடைய பகைவர்களுக்குக்கூட அரிதான ஒரு செயலாகவே இருக்கும்.

வெண்மை எனப்படுவது யாதுஎனின் ஒண்மை
உடையம்யாம் என்னும் செருக்கு. *844*

புல்லறிவுடைமை என்று சொல்லப்படுவது எது என்று வினவினால், ஒருவர், தம்மைத் தாமே நல்லறிவுடையவர் என்று எண்ணிக்கொள்ளும் அகந்தை உணர்வே ஆகும்.

கல்லாத மேற்கொண்டு ஒழுகல் கசடுஅற
வல்லதூஉம் ஐயம் தரும். *845*

புல்லறிவாளர்கள் தாம் கல்லாதனவற்றையும் கற்றவர்கள்போலக் காட்டிக்கொண்டு நடத்தலானது, அவர்கள் குற்றமறக் கற்ற நூலைப் பற்றியும்கூடப் பிறர் ஐயங்கொள்வதற்கு இடம் ஏற்பட்டுவிடும்.

அற்றம் மறைத்தலோ புல்லறிவு தம்வயின்
குற்றம் மறையா வழி. **846**

ஒருவர், தம்மிடமுள்ள குற்றங்குறைகளை நன்கு அறிந்து, அவற்றைக் களையாமல், அவர்தம் மறைத்தற்குரிய உறுப்புக்களை மட்டும், ஆடையால் மறைத்துக்கொள்வது என்பது, புல்லறிவாண்மையாகும்.

அருமறை சோரும் அறிவிலான் செய்யும்
பெருமிறை தானே தனக்கு. **847**

அறிவுடையோர் கூறும் அரிய அறிவுரைப் பொருள்களைப் போற்றிக் காக்காமல், கைவிடும் புல்லறிவாளன், தனக்குத் தானே, பெருந்துன்பத்தைத் தேடிக்கொள்பவனாவான்.

ஏவவும் செய்கலான் தான்தேரான் அவ்வுயிர்
போஒம் அளவும்ஓர் நோய். **848**

புல்லறிவாளன் செய்ய வேண்டியவற்றைச் செய்யும்படியாக நல்லறிவாளர்கள் கட்டளையிட்டாலும், அவன் அவற்றைச் செய்ய முன்வர மாட்டான்; அவனும் அவற்றை நன்கு அறிந்துகொள்ளமாட்டான்; அப்படிப்பட்டவன் உலகத்தைவிட்டு நீங்கும் வரை, பொறுத்துக்கொள்ள முடியாத ஒரு நோயாகவே விளங்குவான்.

காணாதாற் காட்டுவான் தான்காணான் காணாதான்
கண்டானாம் தான்கண்ட வாறு. **849**

அறிவில்லாதவனை அறிவுடையவனாக ஆக்க முயலும் ஒருவன், அவனே அறிவில்லாதவனாக ஆகும்படி நேரிடும்; அறிவில்லாதவன், தான் அறிந்த அளவில், தானே எல்லாம் அறிந்தவனென்று முடிவு செய்துகொள்வான்.

உலகத்தார் உண்டுஎன்பது இல்என்பான் வையத்து
அலகையா வைக்கப் படும். **850**

அறிவாராய்ச்சியால் உயர்ந்தோர்கள், காரணகாரிய விளக்கத்தோடு உண்டு என்று நிலைநாட்டுகின்ற ஒன்றை, ஒரு காரணமும் காட்டாமல் மூடநம்பிக்கையின் அடிப்படையில், இல்லை என்று சொல்லுகின்ற ஒருவன், இந்த உலகில், அச்சத்தின் உருவெளித் தோற்றமாகக் கருதப்படுவான்.

இகல்

இகல்என்ப எல்லா உயிர்க்கும் பகல்என்னும்
பண்புஇன்மை பாரிக்கும் நோய். 851

எல்லா மக்களுக்கும், ஒருவரோடொருவர் சேராமையாகிய தீய பண்பை வளர்க்கின்ற குற்றமயமான நோயானது, மனமாறுபாடாகிய பகைமையே ஆகும் என்று நூல் வல்லார் கூறுவர்.

பகல்கருதிப் பற்றா செயினும் இகல்கருதி
இன்னாசெய் யாமை தலை. 852

தன்னோடு ஒன்றுபட்டுச் சேராதிருத்தலை நினைத்து, ஒருவன் வெறுப்பான செயல்களைச் செய்தாலும், அவனோடு கொண்டுள்ள மாறுபாட்டை எண்ணி, மற்றொருவர் அவனுக்குத் துன்பம் தரும் தீமையினைச் செய்யாதிருத்தல் உயர்ந்த பண்பை உணர்த்துவதாகும்.

இகல்என்னும் எவ்வநோய் நீக்கின் தவல்இல்லாத்
தாவில் விளக்கம் தரும். 853

பகைமை காரணமாக மனமாறுபாடு என்று சொல்லப்படுகின்ற துன்பம் தரும் நோயினை, ஒருவன் தன் மனத்தைவிட்டு நீக்கிவிடுவானாகில், அந்த நிலை, அழிவு ஏற்படாததற்குக் காரணமான பழுதில்லாத புகழை அவனுக்குக் கொடுக்கும்.

இன்பத்துள் இன்பம் பயக்கும் இகல்என்னும்
துன்பத்துள் துன்பம் கெடின். 854

பகைமை என்னும் மனமாறுபாடு என்று கூறப்படும் துன்பங்கள் எல்லாவற்றிலும் மிகக் கொடிய துன்பமானது, ஒருவனுக்கு இல்லையானால், அதுவே அவனுக்கு இன்பங்கள் எல்லாவற்றிலும் மிகச் சிறந்த இன்பத்தைத் தருவதாகும்.

இகல்எதிர் சாய்ந்தொழுக வல்லாரை யாரே
மிகல்ஊக்கும் தன்மை யவர். 855

தன் மனத்தில் பகைமை காரணமான மாறுபாடு உண்டானால், அதற்கு இடங்கொடுக்காமல் எதிர்த்து நடந்துகொள்ளக்கூடிய வல்லமை உடையவர்களை, வெல்லுவதற்கு எண்ணக்கூடிய துணிச்சல் கொண்டவர்கள் எவரும் இருக்கமாட்டார்கள்.

இகலின் மிகல்இனிது என்பவன் வாழ்க்கை
தவலும் கெடலும் நணித்து. ***856***

எதிர்த்து மாறுபாடு கொள்வதால், வெல்லுதல் என்பது இனியது ஆகும் என்று கருதுகின்றவனுடைய வாழ்க்கையானது, விரைவில் துன்பமுற்று, அழிந்து போய்விடும்.

மிகல்மேவல் மெய்ப்பொருள் காணார் இகல்மேவல்
இன்னா அறிவி னவர். ***857***

பகைமை என்னும் மாறுபாட்டினை விரும்பும் தீய அறிவினையுடையவர்கள்; வெற்றி பயக்கக்கூடிய நீதிநூல் கருத்துக்களை நன்கு அறிய மாட்டார்கள்.

இகலிற்கு எதிர்சாய்தல் ஆக்கம் அதனை
மிகல்ஊக்கின் ஊக்குமாம் கேடு. ***858***

மனத்தின்கண் பகைமை காரணமாக மாறுபாடு தோன்றும்போது, அதனை எதிர்த்து நீக்குதல், ஒருவனுக்கு ஆக்கம் தரும்; ஆனால், அந்த மாறுபாட்டை மிகுதியாக வளர்த்தால், அவனுக்குக் கேடுதான் மிகும்.

இகல்காணான் ஆக்கம் வருங்கால் அதனை
மிகல்காணும் கேடு தரற்கு. ***859***

ஒருவன் தனக்கு ஆக்கம் வரும்போது, பகைமை காரணமான மாறுபாட்டினை நினைத்திருக்க மாட்டான்; ஆனால், அவன் தனக்குக் கேட்டினைத் தேடிக்கொள்ள முயலும்போது, மாறுபாட்டினை மிகவாக நினைப்பான்.

இகலான்ஆம் இன்னாத எல்லாம் நகலான்ஆம்
நன்னயம் என்னும் செருக்கு. ***860***

ஒருவனுக்குப் பகைமை காரணமாக மனமாறுபாடு என்ற ஒன்று மட்டும் இருந்தாலும், அவனுக்கு எல்லாத் துன்பங்களும் ஏற்படும்; அவனுக்கு நட்பு என்ற ஒன்று இருந்துவிட்டால், பெரு மகிழ்ச்சியைத் தரக்கூடிய நல்ல பயன்கள் உண்டாகும்.

பகை மாட்சி

வலியார்க்கு மாறுஏற்றல் ஓம்புக ஓம்பா
மெலியார்மேல் மேக பகை. 861

தம்மைவிட வலிமை உள்ளவர்களுக்குப் பகையாக நின்று எதிர்ப்பதை ஒருவர் விட்டுவிட வேண்டும்; தம்மைவிட மெலிவாக இருப்பவர்கள் மேல் கொண்டிருக்கும் பகையை, விடாமல் பற்றிக்கொண்டிருக்க வேண்டும்.

அன்பிலன் ஆன்ற துணையிலன் தான்துவ்வான்
என்பரியும் ஏதிலான் துப்பு. 862

ஒருவன், தன்னைச் சார்ந்தவர்களிடத்தில், அன்பு செலுத்தாதவனாகவும், வலிவுகொண்ட துணை ஒன்றைப் பெறாதவனாகவும், தானும் வலிமையற்றவனாகவும் இருந்தால், அவன் தன்னை எதிர்த்துவரும் பகைவனுடைய வலிமையை எந்த ஒரு வகையிலும் அழிக்க இயலாதவனாகவே இருக்கவேண்டி வரும்.

அஞ்சும் அறியான் அமைவுஇலன் ஈகலான்
தஞ்சம் எளியன் பகைக்கு. 863

ஒருவன் அஞ்சி வாழ்கின்றவனாகவும், அறிவற்றவனாகவும், பிறருடன் பொருந்தி வாழும் பண்பு இல்லாதவனாகவும், பிறர்க்கு ஏதொன்றும் ஈயாதவனாகவும் இருந்தால், அவன் பகைவரால் மிக எளிதாக வெல்லப்படுவான் என்பது உறுதி.

நீங்கான் வெகுளி நிறையிலன் எஞ்ஞான்றும்
யாங்கணும் யார்க்கும் எளிது. 864

ஒருவன் சினம் நீங்காதவனாகவும், பிறர் அறிந்துகொள்ள இயலாத வண்ணம் மனத்தில் மட்டுமே மறைத்து வைத்துக்கொள்ள வேண்டியவற்றை மறைத்து வைத்துகொள்ளத் தெரியாதவனாகவும் இருந்தால், அவனை வெல்லுதல் என்பது, எப்பொழுதும் எவ்விடத்திலும் எவர்க்கும் எளிதாகும்.

வழிநோக்கான் வாய்ப்பன செய்யான் பழிநோக்கான்
பண்பிலன் பற்றார்க்கு இனிது. 865

ஒருவன், செயல்களை முறைப்படி செய்யக்கூடிய நல்வழியை நோக்காதவனாகவும், தன்மேல் வரக்கூடிய பழியை எண்ணிப் பார்க்காதவனாகவும், நல்ல பண்பில்லாதவனாகவும் இருந்தால், அவன் பகைவர்களுக்கு எளிதில் வெல்லுவதற்கு ஏற்ற இனிமையைப் பயப்பவனாக அமைவான்.

காணாச் சினத்தான் கழிபெருங் காமத்தான்
பேணாமை பேணப் படும். ***866***

ஏதொன்றையும் ஆராய்ந்து பார்க்காமலேயே சினம் அடைபவனும், மிகப் பெரிய காம இச்சையுடையவனும் ஆகிய ஒருவனது பகையைப் பிறர் விரும்பி ஏற்றுக்கொள்வதுகூட நலமே பயக்கும்.

கொடுத்தும் கொளல்வேண்டும் மன்ற அடுத்துஇருந்து
மாணாத செய்வான் பகை. ***867***

வினையைத் தொடங்கி, வெல்லுவதற்கு இயலாத செயல்களையெல்லாம் செய்து கொண்டிருக்கக்கூடிய எதிரியானவன் வலிவடைவதற்குமுன், அவன் விரும்பும் சில பொருள்களை அவனுக்குக் கொடுத்தேனும், அவனைப் போருக்கு அழைத்துப் போரில் அவனை வெல்ல ஒருவர் முயலவேண்டும்.

குணன்இலனாய்க் குற்றம் பலவாயின் மாற்றார்க்கு
இனன்இலனாம் ஏமாப்பு உடைத்து. ***868***

ஒருவன் நற்பண்பு ஒன்றும் இல்லாதவனாகிக் குற்றங்கள் பலவற்றையும் உடையவனானால், அவன் துணை ஏதும் பெறமுடியாதவனாக ஆவான்; அப்படிப்பட்ட நிலையே அவனது பகைவர்க்குப் பேருதவியாக அமைந்துவிடும்.

செறுவார்க்குச் சேண்இகவா இன்பம் அறிவுஇலா
அஞ்சும் பகைவர்ப் பெறின். ***869***

அறிவில்லாதவராகவும், அஞ்சுகின்ற தன்மை உடையவராகவும் உள்ள பகைவர்களைப் பெற்றுவிட்டால், அவர்களை வெல்லுபவர்க்குச் சிறந்த இன்பம், எப்பொழுதும் நீங்காமல் கிடைத்துக்கொண்டே இருக்கும்.

கல்லான் வெகுளும் சிறுபொருள் எஞ்ஞான்றும்
ஒல்லானை ஒல்லாது ஒளி. ***870***

போர் செய்யக்கூடிய நெறிமுறையைக் கல்லாத எதிரியைப் பகைத்துக்கொள்ளும் ஓர் எளிய முயற்சியைச் செய்யமாட்டாத ஒருவனிடம், எந்த ஒரு காலத்திலும் புகழ்வந்து சேராது.

பகைத்திறம் தெரிதல்

பகைஎன்னும் பண்பி லதனை ஒருவன்
நகையேயும் வேண்டற்பாற் றன்று. ***871***

பகை என்று சொல்லப்படும் பண்பற்ற தீமை பயக்கின்ற ஒன்று, ஒருவன் சிரித்துப் பேசிடும் விளையாட்டுப் பாங்காகக்கூட விரும்பத்தக்க தன்மையை உடையதல்ல.

வில்லேர் உழவர் பகைகொளினும் கொள்ளற்க
சொல்லேர் உழவர் பகை. ***872***

வில்லை ஏராகக்கொண்ட உழவராகிய போர் வீரர்களின் பகையை, ஒருவர் பெற்றுக்கொண்ட போதிலும், சொல்லை ஏராகக்கொண்ட உழவராகிய கற்றறிந்த பெரியோர்களின் பகையை, ஒருபோதும் கொள்ளக்கூடாது.

ஏமுற் றவரினும் ஏழை தமியனாய்ப்
பல்லார் பகைகொள் பவன். ***873***

எவனொருவன், தான் தன்னந்தனியாக இருந்து, பலருடைய பகையையும் தேடிக்கொள்கிறானோ, அவன் பித்துப் பிடித்தவர்களைக் காட்டிலும் மிகுந்த அறிவில்லாதவனாகவே கருதப்படுவான்.

பகைநட்பாக் கொண்டொழுகும் பண்புடை யாளன்
தகைமைக்கண் தங்கிற்று உலகு. ***874***

வேண்டியபோதெல்லாம் பகைவர்களையும் நண்பர்களாக ஆக்கிக்கொண்டு நடக்கவல்ல பண்புடையாளனின் பெருமையிடத்து இவ்வுலகமானது அடங்கி இருக்கும் தன்மையைக் கொண்டதாகும்.

தன்துணை இன்றால் பகைஇரண்டால் தான்ஒருவன்
இன்துணையாக் கொள்கவற்றின் ஒன்று. ***875***

தனக்கு உதவி செய்யக்கூடிய துணைவர் எவருமில்லாமல், ஆனால் பகைவர் மட்டும் இரண்டு பிரிவினராகப் பிரிந்திருந்தால், தனி ஒருவனாக இருக்கும் அவன், அப்பகைப் பிரிவினருள் ஒரு பிரிவினரை, தனக்கு ஏற்ற இனிய துணைவராகக் கொள்ள முயலுதல் வேண்டும்.

தேறினும் தேறா விடினும் அழிவின்கண்
தேறான் பகாஅன் விடல்.   876

இதற்கு முன்பு பகைவனைப் பற்றி ஆராய்ந்து ஒருவன் தெளிவடைந்திருந்தாலும், தெளிவடையாவிட்டாலும், வேறு வினையின் காரணமாக அழிவு ஏற்படுங்காலத்தில், அப்பகைவனோடு நட்புச் செய்துகொண்டு ஆனால் கூடாமலும், பகைத்துக்கொண்டு ஆனால் பிரியாமலும் இருத்தல் நல்லதாகும்.

நோவற்க நொந்தது அறியார்க்கு மேவற்க
மென்மை பகைவர் அகத்து.   877

ஒருவன், தான் துன்பம் உற்றதை எந்த வகையிலும் அறியாமலிருப்பவர்க்குத் தனது துன்பத்தைப் பற்றிச் சொல்லாதிருக்க வேண்டும்; தான் வலியற்றுப் போவதை எதிர்பார்த்திருக்கும் பகைவரிடத்தில், தானே வலிந்து அதனை வெளிப்படுத்தாது இருக்கவேண்டும்.

வகைஅறிந்து தன்செய்து தற்காப்ப மாயும்
பகைவர்கண் பட்ட செருக்கு.   878

ஒருவன் வினைசெய்யும் வகையினை அறிந்து, அதற்கு ஏற்பத் தன்னை வலிமையுடையவனாகவும் வளமுடையவனாகவும் ஆக்கிக்கொண்டு, தன்னைத் தானே காத்துக்கொள்வானாயின், அவனது பகைவர்களிடத்தில் ஏற்படும் அகந்தையானது, தானாகவே அழிந்தொழிந்துவிடும்.

இளைதாக முள்மரம் கொல்க களையுநர்
கைகொல்லும் காழ்த்த விடத்து.   879

முட்களையுடைய மரத்தை, அது சிறு செடியாக இருக்கும்போதே களைந்து எறிய வேண்டும்; காழ்ப்பு ஏறி அது முற்றிவிடும்போது, அதனைக் களைந்தெறிய முற்பட்டால் களைவோரது கைகளையே அது வாட்டி வருத்திவிடும்.

உயிர்ப்ப உளரல்லர் மன்ற செயிர்ப்பவர்
செம்மல் சிதைக்கலா தார்.   880

தம்முடன் பகைக்கும் பகைவருடைய அகந்தையை அழிக்க வல்லவராக இருந்தும், அப்படி அழிக்க முடியாதவர்கள், மூச்சு விடுகின்ற அளவுக்குகூட உறுதியாக உயிரோடு இருப்பவர்கள் அல்லர்.

உட்பகை

நிழல்நீரும் இன்னாத இன்னா தமர்நீரும்
இன்னாவாம் இன்னா செயின். *881*

மக்களுக்கு இனிமை பயக்கும் நிழலும் நீரும் நோய் செய்வனவாக இருக்குமேயானால், அவை தீயனவே ஆகும்; அதுபோல், உட்பகையினராக விளங்கும் சுற்றத்தாரின் தன்மைகள், துன்பம் தருமேயானால், அவையும் தீயனவே ஆகும்.

வாள்போல் பகைவரை அஞ்சற்க அஞ்சுக
கேள்போல் பகைவர் தொடர்பு. *882*

வாளைப் போன்று வெளிப்படையாக எதிர்த்து நிற்கக்கூடிய பகைவர்களுக்கு ஒருவர் அஞ்சவேண்டியதில்லை; ஆனால், உறவினரைப் போன்று மறைவாக நின்று எதிர்க்கக்கூடிய பகைவர்களது நட்பிற்குப் பெரிதும் அஞ்சுதல் வேண்டும்.

உட்பகை அஞ்சித்தற் காக்க உலைவிடத்து
மட்பகையின் மாணத் தெறும். *883*

ஒருவன், உட்பகைக்குப் பெரிதும் அஞ்சித் தன்னைக் காத்துக்கொள்ள வேண்டும்; அப்படிக் காத்துக் கொள்ளாவிட்டால், தனக்கு ஒரு தளர்ச்சி வரும்போது, குயவன் மட்கலத்தினை அறுக்கின்ற கருவிபோல, தப்பாமல் உட்பகையினர் கெடுத்துவிடுவார்கள்.

மனமாணா உட்பகை தோன்றின் இனமாணா
ஏதம் பலவுந் தரும். *884*

மனம் திருந்தாதபடி ஒருவனுக்கு உட்பகை ஏற்பட்டுவிட்டால், அது அவனது சுற்றம், அவனுக்குச் சார்பாகச் சீர்படாமல் இருப்பதற்கு ஏதுவாகிய குற்றங்கள் பலவற்றையும் உருவாக்கிவிடும்.

உறல்முறையான் உட்பகை தோன்றின் இறல்முறையான்
ஏதம் பலவும் தரும். *885*

உறவின் முறையினரோடு ஒருவனுக்கு உட்பகையானது தோன்றி விடுமேயானால், அது அவன் இறக்கும் வரையில், குற்றங்கள் பலவற்றையும் அவனுக்கு ஏற்படுத்திவிடும்.

ஒன்றாமை ஒன்றியார் கண்படின் எஞ்ஞான்றும்
பொன்றாமை ஒன்றல் அரிது. ***886***

உட்பகையானது, ஒருவன் தனக்கு மிக நெருங்கியவர்களிடத்திலேயே தோன்றிவிடுமானால், அத்தகைய உட்பகையால், அவன் அழியாமல் இருந்துவிடுவான் என்பது எப்பொழுதும் அரிதான செயலாகும்.

செப்பின் புணர்ச்சிபோல் கூடினும் கூடாதே
உட்பகை உற்ற குடி. ***887***

செப்பும், அதன் மூடியும் சேர்ந்திருப்பதைப்போல், வெளித் தோற்றத்திற்குக் கூடியிருப்பதுபோல் காணப்பட்டாலும், உட்பகை ஏற்பட்டுள்ள குடியிலுள்ளவர்கள், மனத்தால் ஒன்றுகூடி வாழவே மாட்டார்கள்.

அரம்பொருத பொன்போலத் தேயும் உரம்பொருது
உட்பகை உற்ற குடி. ***888***

உட்பகை பொருந்திய குடியானது அரத்தினால் அறுக்கப்படும் இரும்பானது எப்படித் தேய்ந்து மெலிவடைகிறதோ, அப்படியே, தானும் தேய்ந்து தனது வலிமையை நாளுக்குநாள் இழந்துவிடும்.

எட்பகவு அன்ன சிறுமைத்தே ஆயினும்
உட்பகை உள்ளதாம் கேடு. ***889***

உட்பகையானது, எள்ளின் சிறு பிளவினை ஒத்த மிகச் சிறிய அளவினை உடையதாக இருந்தபோதிலும், ஒரு குடியையே அழிக்கவல்ல கேடு, அவ்வுட்பகையின் உள்ளே அடங்கி இருக்கும்.

உடம்பாடு இலாதவர் வாழ்க்கை குடங்கருள்
பாம்போடு உடனுறைந் தற்று. ***890***

மனப்பொருத்தம் இல்லாத ஒருவருடன் மற்றொருவர் கூடி வாழ்கின்ற வாழ்க்கையானது, ஒரு சிறு குடிசைக்குள், பாம்புடன் சேர்ந்து வாழும் வாழ்க்கையைப் போன்று அமைந்துவிடும்.

பெரியாரைப் பிழையாமை

ஆற்றுவார் ஆற்றல் இகழாமை போற்றுவார்
போற்றலுள் எல்லாம் தலை.   891

சிறந்த ஆற்றல் மிக்கவர்களின் ஆற்றலை இகழாதிருத்தலே, ஒருவர் தமக்குத் தீமை வராமல் காத்துக்கொள்ளும் நெறியாகும்; அது தம்மைக் காக்கக்கூடிய காவல்கள் எல்லாவற்றுள்ளும் தலைசிறந்த ஒன்றாக விளங்கக்கூடியதாகும்.

பெரியாரைப் பேணாது ஒழுகின் பெரியாரால்
பேரா இடும்பை தரும்.   892

ஆற்றல் மிகுந்த பெரியோர்களை நன்கு போற்றி மதிக்காமல் ஒருவர் நடந்து கொள்வாரேயானால், அப்பெரியோர்களால் அவருக்கு நீங்காத் துன்பங்கள் ஏற்பட்டுவிடும் என்பது உறுதி.

கெடல்வேண்டின் கேளாது செய்க அடல்வேண்டின்
ஆற்று பவர்கண் இழுக்கு.   893

ஒருவன் தானே கெட்டுப்போக விரும்புவானேயானால், பகைவர்களை அழிக்க எண்ணி, அதனை அப்பொழுதே செய்து முடிக்கவல்ல பெரியோர்க்கு, யாருடைய அறிவுரையையும் கேட்காமல், குற்றத்தினை அவன் இழைப்பானாக.

கூற்றத்தைக் கையால் விளித்தற்றால் ஆற்றுவார்க்கு
ஆற்றாதார் இன்னா செயல்.   894

ஆற்றல் மிக்கவர்களுக்கு, ஆற்றலற்றவர்கள் துன்பங்களைச் செய்தல் என்பது, உயிரைக் கொள்ளை கொள்ளக்கூடிய சாவை, ஒருவன் தன் கையினை அசைத்துக்காட்டி அழைப்பதற்கு ஒப்பாகும்.

யாண்டுச்சென்று யாண்டும் உளராகார் வெந்துப்பின்
வேந்து செறப்பட் டவர்.   895

மிகுந்த வலிமை பொருந்திய வேந்தனால் வெகுளப்பட்டவர்கள், அவனிடமிருந்து தப்பி எங்கே சென்றாலும், எந்தவொரு இடத்திலும், அவர்கள் உயிருடன் வாழவே முடியாது.

எரியாற் சுடப்படினும் உய்வுஉண்டாம் உய்யார்
பெரியார்ப் பிழைத்தொழுகு வார். *896*

ஒருவர் நெருப்பினால் சுட்டெரிக்கப்பட்டாலும், ஒருகால் உயிர் பிழைத்து வாழவும் முடியும்; ஆனால், ஆற்றல் மிக்க பெரியோர்களுக்குத் தவறு இழைத்து நடப்பவர்கள், எவ்வழியிலும் உயிர் தப்பி வாழவே முடியாது.

வகைமாண்ட வாழ்க்கையும் வான்பொருளும் என்னாம்
தகைமாண்ட தக்கார் செறின். *897*

தகுதியால் மாட்சிமைப்பட்ட பெரியோர்களால், ஒருவன் சினந்துகொள்ளப் படுவானேயானால், அவனுடைய பல வகையாலும் சிறப்புப் பெற்ற வாழ்க்கையும் பெருஞ்செல்வமும்கூட எந்த வகையிலும் பயன்படாதனவாக ஆகிவிடும்.

குன்றன்னார் குன்ற மதிப்பின் குடியொடு
நின்றன்னார் மாய்வர் நிலத்து. *898*

மலைபோன்ற பெருமைமிக்க பெரியோர்கள், ஒருவர் கெட வேண்டும் என்று மனத்தால் நினைத்து விடுவார்களேயானால், உலகத்தில் நிலைபெற்று நிற்கக்கூடிய பெருஞ்செல்வரும்கூட, தம் குடியோடு அழிந்துபோய் விடுவார்கள்.

ஏந்திய கொள்கையார் சீறின் இடைமுரிந்து
வேந்தனும் வேந்து கெடும். *899*

உயர்ந்த கொள்கை வலிவுகொண்ட பெரியோர்கள், சினந்து கொள்வார்களேயானால், வல்லமை மிக்க பேரரசனுங்கூட இடையிலே நிலைகுலைந்து, அரசையும் இழந்து, கெட்டொழிந்து போவான்.

இறந்துஅமைந்த சார்புடைய ராயினும் உய்யார்
சிறந்துஅமைந்த சீரார் செறின். *900*

சிறந்த பெருமையோடு கூடிய பெரியோர்கள் சிலரைக் கண்டு வெகுளுவார்களேயானால், அளவு கடந்த நல்ல துணைகளை அந்தச் சிலர் பெற்றிருந்தாலும், உயிர் தப்பிப் பிழைப்பது என்பது முடியாததாகும்.

பெண்வழிச் சேறல்

மனைவிழைவார் மாண்பயன் எய்தார் வினைவிழைவார்
வேண்டாப் பொருளும் அது. ***901***

இன்ப நுகர்வு காரணமாக மனைவியைப் பெரிதும் விரும்பி, அவளது ஏவலைக் கேட்டு நடப்பவர்கள் மாட்சிமைப்பட்ட இல்லறப் பயனை ஒருபோதும் அடையவே மாட்டார்கள்; ஒரு வினையைச் செய்ய முயலுபவர்களைத் தடுக்கக்கூடிய வேண்டாத செயலும், அப்படி ஏவல் கேட்டு ஒழுகுதலேயாகும்.

பேணாது பெண்விழைவான் ஆக்கம் பெரியதோர்
நாணாக நாணுத் தரும். ***902***

ஒருவன், தனது ஆண்மையைப் போற்றிக் காப்பாற்றாமல், மனைவி யினிடத்துப் பெண்மையைப் பெரிதும் விரும்பி இருப்பானேயானால், அவன் பெற்றிருக்கும் ஆக்க நிலைமையானது, ஆடவர்க்கெல்லாம் பெரியதொரு நாணத்தைத் தருவது மட்டுமல்லாமல், அவனுக்கே மிகுந்த நாணத்தைத் தருவதும் ஆகும்.

இல்லாள்கண் தாழ்ந்த இயல்பின்மை எஞ்ஞான்றும்
நல்லாருள் நாணுத் தரும். ***903***

ஒருவன் தனது மனைவியினிடத்தில் தாழ்ந்து அஞ்சிக் கிடக்கும் தகுதியற்ற தன்மையானது, அவன் நல்லவர்களிடத்தில் செல்லும்போது, எந்தக் காலத்திலும் அவனுக்கு நாணம் தருவதாக அமையும்.

மனையாளை அஞ்சும் மறுமையி லாளன்
வினையாண்மை வீறுஎய்தல் இன்று. ***904***

தனது மனைவிக்கு அஞ்சி நடக்கின்ற ஒருவனுக்கு மறுவாழ்வு என்பது இல்லை; அவனுக்கு ஒரு தொழிலில் ஆளுந்தன்மை இருந்தபோதிலும், நல்லோரால் போற்றப்படுதல் என்பது, அவனைப் பொறுத்து இல்லை.

இல்லாளை அஞ்சுவான் அஞ்சும்மற்று எஞ்ஞான்றும்
நல்லார்க்கு நல்ல செயல். ***905***

மனைவிக்கு எப்பொழுதும் அஞ்சி நடப்பவன், நல்லவர்க்கு நல்லனவற்றைச் செய்யும்போதுகூட, எந்தக் காலத்திலும் அஞ்சி நடப்பவனாகவே அமைந்துவிடுவான்.

இமையாரின் வாழினும் பாடிலரே இல்லாள்
அமைஆர்தோள் அஞ்சு பவர்.   906

மூங்கிலையொத்த அழகிய தோள்களை உடைய மனைவிக்கு
அஞ்சி வாழ்பவர்கள், எப்பொழுதும் அயராது பணியாற்றும்
பெரியோர்களைப் போல் வாழ்க்கையை நடத்தினாலும்,
பெருமைக்குரியவர்களாக ஒருபோதும் ஆகமாட்டார்கள்.

பெண்ஏவல் செய்தொழுகும் ஆண்மையின் நாண்உடைப்
பெண்ணே பெருமை உடைத்து.   907

மனைவியின் ஏவல் கட்டளையை ஏற்று அதன்படி நடக்கின்ற
ஆண்மகனது ஆண்மையைக் காட்டிலும், இயல்பாகவே நாணமுடைய
பெண்மகளது பெண்மையே பெருமைக்குரியதாகும்.

நட்டார் குறைமுடியார் நன்றுஆற்றார் நல்நுதலாள்
பெட்டாங்கு ஒழுகு பவர்.   908

அழகிய நெற்றியையுடைய மனைவியின் விருப்பத்திற்கிணங்கவே
எல்லாவற்றிலும் நடப்பவர்கள், நண்பர்களுக்கு ஏற்படும் குறைகளையும்
நீக்க மாட்டாதவர்கள் ஆவார்கள்; நல்ல அறச் செயல்களையும்
செய்ய மாட்டாதவர்கள் ஆவார்கள்.

அறவினையும் ஆன்ற பொருளும் பிறவினையும்
பெண்ஏவல் செய்வார்கண் இல்.   909

தன் மனைவியின் ஏவல் மொழியைக் கேட்டு எப்பொழுதும்
செயல்படுவோரிடம், அறச் செயல்களைச் செய்தல், சிறந்த
பொருளைத் திரட்டும் முயற்சியில் ஈடுபடுதல், மற்ற கடமைகளைச்
செய்தல் போன்ற நற்செயல்களை எதிர்பார்க்க இயலாது.

எண்சேர்ந்த நெஞ்சத் திடன்உடையார்க்கு எஞ்ஞான்றும்
பெண்சேர்ந்தாம் பேதைமை இல்.   910

ஆராய்ந்தறியும் திறன் படைத்த உள்ளத்தினையும், மன உறுதியையும்
உடையவர்களுக்கு, மனைவியின் ஏவல் மொழிக்கு எப்பொழுதும்
இணங்கும் அறியாமை எந்தக் காலத்திலும் ஏற்படுவது இல்லை.

வரைவின் மகளிர்

அன்பின் விழையார் பொருள்விழையும் ஆய்தொடியார்
இன்சொல் இழுக்குத் தரும். 911

ஒருவனை அன்பின் காரணமாக விரும்பாமல், அவன் தரும் பொருள் காரணமாகவே விரும்புகின்ற, ஆய்ந்தெடுத்த வளையல்களையுடைய விலை மகளிரின் இனிய சொற்களானவை, அவனுக்கு எப்பொழுதும் துன்பத்தையே கொடுப்பனவாகும்.

பயன்தூக்கிப் பண்புஉரைக்கும் பண்புஇல் மகளிர்
நயன்தூக்கி நள்ளா விடல். 912

தமக்குக் கிடைக்கக்கூடிய பயனை அளந்து பார்த்து, அதற்கு ஏற்றாற்போல் இனிய பண்பான சொற்களை ஒப்புக்காகச் சொல்லும் பண்பற்ற, விலை மகளிரின் நடத்தையை, நல்லவர் ஆராய்ந்து அறிந்து, அவர்களோடு சேர்ந்தொழுகாமல், அவர்களை விட்டுவிடவேண்டும்.

பொருட்பெண்டிர் பொய்ம்மை முயக்கம் இருட்டறையில்
ஏதில் பிணந்தழீஇ யற்று. 913

விரும்பிவரும் மனிதரை விரும்பாமல், அவர் கொடுக்கும் பொருளை மட்டுமே விரும்பும் விலை மகளிர், வெறும் பொய்யன்பு காட்டித் தழுவும் தழுவலானது, இருட்டான அறையில், ஒருவர், முன்பின் அறிந்திராத பிணத்தைத் தழுவுவதைப் போன்றதாகும்.

பொருட்பொருளார் புன்னலம் தோயார் அருட்பொருள்
ஆயும் அறிவி னவர். 914

அருளாகிய அரும்பொருளை ஆராயும் அறிவுடையோர்கள், செல்வப் பொருள் ஒன்றை மட்டுமே பொருளாக மதிக்கும் விலை மகளிரின் இழிவான இன்பத்தை, ஒருகாலும் விரும்பி ஏற்கமாட்டார்கள்.

பொதுநலத்தார் புன்னலம் தோயார் மதிநலத்தின்
மாண்ட அறிவி னவர். 915

இயற்கையான அறிவுநலத்தோடு, மாட்சிமைப்பட்ட கற்றறிவாளர்கள், பொருள் தருவார் எல்லோர்க்கும் இன்பந்தரும் பொது மகளிரின் இழிவான இன்பத்தை, ஒருபோதும் விரும்பமாட்டார்கள்.

தந்நலம் பாரிப்பார் தோயார் தகைசெருக்கிப்
புன்னலம் பாரிப்பார் தோள். *916*

ஆடல், பாடல், அழகு போன்றவைகளால் செருக்குற்றுத் தம்முடைய இழிவான இன்பத்தை, விலைகொடுப்பார் எவருக்கும் தருகின்ற விலை மகளிரது தோள்களைப் புகழ்மிக்க சீரியோர்கள் எப்பொழுதும் விரும்ப மாட்டார்கள்.

நிறைநெஞ்சம் இல்லவர் தோய்வர் பிறநெஞ்சில்
பேணிப் புணர்பவர் தோள். *917*

பொருளை மட்டும் நெஞ்சால் விரும்பி, ஒப்புக்காக உடம்பால் கூடும் பொது மகளிரின் தோள்களை, உறுதிப்பாடற்ற நெஞ்சத்தைப் பெற்றவர்கள் மட்டுமே விரும்புவார்கள்.

ஆயும் அறிவினர் அல்லார்க்கு அணங்குஎன்ப
மாய மகளிர் முயக்கு. *918*

ஆராய்ந்து அறியும் அறிவில்லாதவர்கள், வஞ்சனை நிறைந்த பொது மகளிரைத் தழுவிக்கூடுதல் என்பது, தன் வடிவழகால் ஆடவரை வருத்தும் அணங்கின் முயக்கம் போன்றிருப்பதாகும் என்று ஆன்றோர் கூறுவர்.

வரைவுஇலா மாணிழையார் மென்தோள் புரையிலாப்
பூரியர்கள் ஆழும் அளறு. *919*

உயர்ந்தோர், தாழ்ந்தோர் என்ற வரைமுறை இல்லாமல், விலை கொடுப்பவர் யாவராயினும் அவரைச் சேருகின்ற அழகிய அணிகலன்களையுடைய பொது மகளிரின் மெல்லிய தோள்களானவை, அறிவில்லாத கீழ்மக்கள் வீழக்கூடிய துன்பக் குழைச்சேற்றுக் குழியாகும்.

இருமனப் பெண்டிரும் கள்ளும் கவறும்
திருநீக்கப் பட்டார் தொடர்பு. *920*

இருவகைப்பட்ட மனத்தையுடைய பொதுமகளிரும், கள்ளும், சூதாட்டமும் ஆகிய இவை மூன்றோடும் நெருங்கிய உறவு கொண்டவர்கள், செல்வத்தால் எப்போதும் நீக்கப்பட்டவர்கள் ஆவார்கள்.

கள் உண்ணாமை

உட்கப் படாஅர் ஒளியிழப்பர் எஞ்ஞான்றும்
கட்காதல் கொண்டொழுகு வார்.   921

எப்பொழுதும் கள்ளின் மீது மிகுந்த விருப்பங்கொண்டு வாழ்பவர்கள், பகைவரால் ஒருபோதும் அஞ்சப்பட மாட்டார்கள்; அது மட்டுமல்லாமல், தமக்கு உள்ள புகழையும் இழந்துவிடுவார்கள்.

உண்ணற்க கள்ளை உணில்உண்க சான்றோரால்
எண்ணப் படவேண்டா தார்.   922

மயக்கந்தரும் கள்ளை யாரொருவரும் உண்ணக்கூடாது; சான்றோர்களால் தாங்கள் மதிக்கப்பட வேண்டியதில்லை என்று எண்ணுபவர்கள் மட்டுமே உண்ண விரும்பினால் உண்ணலாம்.

ஈன்றாள் முகத்தேயும் இன்னாதால் என்மற்றுச்
சான்றோர் முகத்துக் களி.   923

என்ன செய்தாலும் பொறுத்துக்கொள்ளும் பண்புடைய பெற்ற தாயின் முகத்தின் முன்னே, ஒருவன் கள்ளுண்டு மயங்குதல் என்பது, அவளுக்குப் பெருந்துன்பத்தைத் தருவதாகும்; அப்படியிருக்கக் குற்றங்களைக் கடியும் சான்றோர்களின் முகத்தின் முன்னே, அவன் கள்ளுண்டு களித்தல் என்பது, அவர்களுக்கு மிகப் பெரிய வெறுப்பை அல்லவா தரும்!

நாண்என்னும் நல்லாள் புறங்கொடுக்கும் கள்என்னும்
பேணாப் பெருங்குற்றத் தார்க்கு.   924

கள்ளுண்டல் என்னும் பிறரால் விரும்பப்படாத பெருங்குற்றத்தைச் செய்பவர்களுக்கு, நாணமென்று சொல்லப்படும் நல்ல பெண்ணானவள், தன் முகத்தைக் காட்டாது, புறங்காட்டிச் சென்றுவிடுவாள்.

கையறி யாமை உடைத்தே பொருள்கொடுத்து
மெய்யறி யாமை கொளல்.   925

ஒருவன் விலைப்பொருளைக் கொடுத்து மெய்ம்மறதியைக் கைம்மாறாகப் பெற்றுக்கொள்ளுதல் என்பது, செய்வது இன்னதென்று தெரியாத அறிவற்ற ஒருவனின் செயலாகும்.

துஞ்சினார் செத்தாரின் வேறுஅல்லர் எஞ்ஞான்றும்
நஞ்சுண்பார் கள்உண் பவர்.   926

தூங்குபவர்கள், அறிதலை இழத்தலால், செத்தவர்களைக் காட்டிலும் அப்போதைக்கு வேறுபட்டவர்கள் ஆகமாட்டார்கள்; அவ்வாறே, கள்ளை உண்பவர்கள், எந்தக் காலத்திலும், அறிவை இழத்தலால், நஞ்சு உண்பவர்களைக் காட்டிலும் வேறுபட்டவர்கள் ஆகமாட்டார்கள்.

உள்ஒற்றி உள்ளூர் நகப்படுவர் எஞ்ஞான்றும்
கள்ஒற்றிக் கண்சாய் பவர்.   927

கள்ளைப் பிறர் அறியாமல் மறைந்திருந்து உண்டாலும், களிப்பால் எப்பொழுதும் கண்கள் சுழன்று அறிவு மயங்குவதால், அப்படிப்பட்டவரின் உண்மை நிலை அறியப்பட்டு, அவர்கள் உள்ளூர் மக்களால் சிரித்து இகழப்படுவார்கள்.

களித்தறியேன் என்பது கைவிடுக நெஞ்சத்து
ஒளித்ததூஉம் ஆங்கே மிகும்.   928

ஒருவன், தான் எந்த ஒரு காலத்திலும் கள்ளை உண்டு களித்ததில்லை என்று பொய் சொல்லுதலை விட்டுவிட வேண்டும்; ஏனென்றால், கள் உண்டவுடனேயே அவன் மனத்தில் மறைத்து வைத்திருக்கும் குற்றமெல்லாம் வெளிப்பட்டு, அதனை உணர்த்திவிடும்.

களித்தானைக் காரணம் காட்டுதல் கீழ்நீர்க்
குளித்தானைத் தீத்துரீஇ யற்று.   929

கள்ளுண்டு களிப்பவனைப் பார்த்து, அது கூடாது, தீமை பயக்கும் என்று காரணங்காட்டித் திருத்த முயலுதல் என்பது, தண்ணீருக்குள் மூழ்கிய ஒருவனைத் தீப்பந்தம் பிடித்துக்கொண்டு தேடுதல் போன்றதாகும்.

கள்உண்ணாப் போழ்தில் களித்தானைக் காணுங்கால்
உள்ளான்கொல் உண்டதன் சோர்வு.   930

கட்குடியன் ஒருவன், தான் கள்ளுண்ணாதபோது, கள்ளுண்டு மயங்கிக் கிடக்கும் மற்றொருவனைக் காணும் போதாகிலும், தானும் அதனை உண்ணும்போது அப்படிப்பட்ட மயக்கந்தானே தனக்கும் உண்டாகும் என்பதை, நினைத்துப் பார்க்கமாட்டான் போலிருக்கிறது.

சூது

வேண்டற்க வென்றிடினும் சூதினை வென்றதூஉம்
தூண்டிற்பொன் மீன்விழுங்கி யற்று.   931

ஒருவனுக்கு வெல்லும் ஆற்றல் சிறப்பாக இருந்தாலும், அவன் சூதாடுதலை ஒருக்காலும் விரும்பக்கூடாது; ஒருகால் வென்று அவன் பொருள் பெற்றாலும், அந்தப் பொருள், இரையினால் மறைக்கப்பட்டிருக்கும் தூண்டிலின் இரும்பினை, இரையெனக் கருதி மீனானது விழுங்கி, அதனால் அழிவது போன்று அவனை அழித்துவிடும்.

ஒன்றுஎய்தி நூறுஇழக்கும் சூதர்க்கும் உண்டாங்கொல்
நன்றுஎய்தி வாழ்வதோர் ஆறு.   932

முதலில் ஒரு பொருளை எதிர்பாராமல் வென்று, வெற்றிபெற்ற பின்னர் மேன்மேலும் வெல்லுவோம் என்ற எண்ணத்தில், நூறு பொருள்களைத் தொடர்ந்து இழக்கும் சூதாடிகளுக்கு, நன்மைகளைப் பயக்கக்கூடிய நல்ல வாழ்வு ஒருகாலும் ஏற்படாது.

உருள்ஆயம் ஓவாது கூறின் பொருள்ஆயம்
போஒய்ப் புறமே படும்.   933

காய் உருட்டுகின்ற சூதாட்டக் களத்தை இடைவிடாமல் விரும்பி ஒருவன் சூதாடுவானேயானால், அவனுடைய செல்வமும், அது வருவதற்குரிய வழியும் அவனை விட்டு அகன்று, பிறரிடம் போய்த் தங்கிவிடும்.

சிறுமை பலசெய்து சீர்அழிக்கும் சூதின்
வறுமை தருவதுஒன்று இல்.   934

ஒருவனுக்குத் துன்பங்கள் பலவற்றையும் தந்து, உள்ள புகழையும் அழிக்கின்ற சூதாட்டத்தினைப்போல, வறுமையைக் கொடுக்கக்கூடியது வேறொன்றும் இல்லை.

கவறும் கழகமும் கையும் தருக்கி
இவறியார் இல்லாகி யார்.   935

சூதாடும் கருவியையும், சூதாடும் இடத்தையும், அதற்குரிய செயல்திறனையும் கைக்கொண்டு அவற்றை எக்காரணங் கொண்டும் கைவிடாதவர்கள், எல்லாப் பொருள்களையும் உடையவராக இருந்தபோதிலும், நாளடைவில் ஏதும் இல்லாதவர்களாகவே ஆகிவிடுவார்கள்.

அகடுஆரார் அல்லல் உழப்பர்சூது என்னும்
முகடியான் மூடப்பட் டார்.   936

சூதாட்டம் என்று சொல்லப்படுகின்ற வறுமையால் விழுங்கப்பட்டவர்கள், வயிறு நிறைய உணவும் உண்ணமாட்டார்கள்; துன்பத்திலும் பெரிதும் உழன்று கொண்டிருப்பார்கள்.

பழகிய செல்வமும் பண்பும் கெடுக்கும்
கழகத்துக் காலை புகின்.   937

நற்பணி புரியவேண்டிய காலமெல்லாம் ஒருவன் சூதாட்டக் கூடத்தில் புகுந்து கழிப்பானேயானால், அவனது அச்செயல், தொன்றுதொட்டு வந்த அவனுடைய செல்வத்தையும் அவனுடைய நற்பண்புகளையும் அடியோடு கெடுத்துவிடும்.

பொருள்கெடுத்துப் பொய்மேற் கொளீஇ அருள்கெடுத்து
அல்லல் உழப்பிக்கும் சூது.   938

சூதாடுதலானது, ஒருவனுடைய பொருளையும் அழிக்கும்; அவனைப் பொய்யையும் மேற்கொள்ளச் செய்யும்; அவனது அருள் பண்பையும் கெடுக்கும்; அவனைத் துன்பத்திலும் உழல வைத்துவிடும்.

உடைசெல்வம் ஊண்ஒளி கல்விஎன்று ஐந்தும்
அடையாவாம் ஆயம் கொளின்.   939

ஒருவன் சூதாட்டத்தினை விரும்பி அதில் பெரிதும் ஈடுபடுவானேயானால், உடை, பொருள், உணவு, புகழ், கல்வி என்று சிறப்பித்துச் சொல்லப்படும் ஐந்தும், அவனிடம் வந்து சேராமல் போய்விடும்.

இழத்தொறூஉம் காதலிக்கும் சூதேபோல் துன்பம்
உழத்தொறூஉம் காதற்று உயிர்.   940

ஒருவன் பொருளினை இழக்கின்ற போதெல்லாம், அந்தப் பொருளின் மீது மேலும் மேலும் விருப்பங்கொள்ளும்படி செய்கின்ற சூதாட்டமானது, உயிரானது துன்பத்தினை உடம்பின் மூலம் நுகரும் போதெல்லாம், அவ்வுடம்பின்மீது மேலும் மேலும் விருப்பங்கொள்ளச் செய்வது போன்றதாகும்.

மருந்து

மிகினும் குறையினும் நோய்செய்யும் நூலோர்
வளிமுதலா எண்ணிய மூன்று. *941*

மருத்துவ நூல் வல்லவர்கள் ஆராய்ந்து அறிந்து கூறிய காற்று (வாதம்), சூடு (பித்தம்), நீர் (கவம்) என்ற மூன்றும், ஒருவரது உடம்பில் ஏற்ற அளவில் அமைந்திராமல், அவை மிகுந்தாலும் குறைந்தாலும் நோயை உண்டாக்கும்.

மருந்துஎன வேண்டாவாம் யாக்கைக்கு அருந்தியது
அற்றது போற்றி உணின். *942*

தான் முன்னர் உண்ட உணவானது, நன்கு செரித்துப் போய்விட்ட தன்மையைத் தெளிவாக அறிந்துகொண்ட பிறகு, ஒருவன் தக்க அளவு மட்டுமே உணவு உட்கொள்வானேயானால், அவனுடைய உடம்புக்கு, மருந்து என்ற ஒன்று வேண்டியதில்லை.

அற்றால் அளவுஅறிந்து உண்க அஃதுஉடம்பு
பெற்றான் நெடிதுய்க்கும் ஆறு. *943*

ஒருவன், தான் முன்பு உண்ட உணவு செரித்தபிறகு செரிக்கக்கூடிய அளவினை அறிந்துகொண்டு, உண்ண வேண்டும்; நல்ல உடம்பினைப் பெற்றுள்ள ஒருவன், நீண்ட காலம் அவ்வுடம்பினைக் காப்பாற்றி வாழ வைக்கக்கூடிய வழியும் அதுவேயாகும்.

அற்றது அறிந்து கடைப்பிடித்து மாறல்ல
துய்க்க துவரப் பசித்து. *944*

ஒருவன், தான் முன்பு உண்ட உணவு செரித்துள்ளதை அறிந்துகொண்டு, உடம்பிற்கு மாறுபாட்டினை உண்டாக்காத உணவைக் குறியாகக்கொண்டு, மிக நன்றாகப் பசித்த பிறகே உண்ணவேண்டும்.

மாறுபாடு இல்லாத உண்டி மறுத்துஉண்ணின்
ஊறுபாடு இல்லை உயிர்க்கு. *945*

உடம்பிற்கு மாறுபாடு ஏற்படுத்தாமல், ஒத்துப்போகக்கூடிய உணவாக இருந்தபோதிலும் அது அளவுக்கு மீறிப்போகாமல், தடுத்து நிறுத்திச் செரிக்கும் அளவிற்கு மட்டுமே ஒருவன் உண்டால், அவனுடைய உயிர்வாழ்க்கைக்கு நோய்களினால் துன்பம் ஏற்படுவது என்பது இல்லை.

இழிவுஅறிந்து உண்பான்கண் இன்பம்போல் நிற்கும்
கழிபேர் இரையான்கண் நோய். *946*

உண்ணும் உணவின் அளவில் சிறிது குறைய உண்பதே நல்லதாகும் என்று அறிந்து உண்பவனிடம், இன்பமானது நீங்காது நிற்பதைப் போலவே, மிகவான உணவை உண்பவனிடம் காணப்படும் நோயும், நீங்காது நின்றுவிடும்.

தீயள வன்றித் தெரியான் பெரிதுஉண்ணின்
நோயள வின்றிப் படும். *947*

ஒருவன், தன் உடம்பின் தன்மையையும், அதற்கேற்ற உணவையும், அதற்கான காலத்தினையும், வயிற்றில் உணவு செரிக்கும் அளவினையும் ஆராய்ந்து பார்க்காமல், அதிகமான உணவை அவன் உண்பானேயானால், அவனிடத்தே நோய்களானவை அளவு கடந்து வளரவே செய்யும்.

நோய்நாடி நோய்முதல் நாடி அதுதணிக்கும்
வாய்நாடி வாய்ப்பச் செயல். *948*

ஒரு நோயாளியின் நோயினை, அதன் குறிகளால் இன்னதென்று அறிந்துகொண்டு, நோய் ஏற்படுவதற்கான அடிப்படைக் காரணத்தையும் ஆராய்ந்து அறிந்து, அந்த நோயைத் தீர்க்கக்கூடிய வழிமுறையினையும் அறிந்து, அவ்வழியில் பிழைபடாமல் மருத்துவம் செய்யவேண்டும்.

உற்றான் அளவும் பிணிஅளவும் காலமும்
கற்றான் கருதிச் செயல். *949*

மருத்துவன், நோயாளியின் தன்மையையும், நோயின் அளவையும், மருத்துவம் செய்வதற்கு ஏற்ற காலத்தையும், மருத்துவ நூல் நெறியைக்கொண்டு, நன்கு எண்ணிப் பார்த்து, மருத்துவம் செய்யவேண்டும்.

உற்றவன் தீர்ப்பான் மருந்துஉழைச் செல்வான்என்று
அப்பால்நாற் கூற்றே மருந்து. *950*

நோயாளி, நோய் தீர்க்கும் மருத்துவன், மருந்து, நோயாளிக்கு அருகில் இருந்து உதவிபுரிபவன் என்ற நான்கு வகைப்பாடுகளை உடையதே மருத்துவ முறையாகும்.

குடிமை

இற்பிறந்தார் கண்ணல்லது இல்லை இயல்பாகச்
செப்பமும் நாணும் ஒருங்கு. *951*

நடுவுநிலைமை, நாணம் ஆகிய இரு பண்புகளும் உயர்ந்த குடியில் பிறந்தவர்களிடத்தில் அல்லாமல், மற்றவர்களிடத்தில் இயல்பாகவே ஒருசேர அமைவது என்பது இல்லை.

ஒழுக்கமும் வாய்மையும் நாணும்இம் மூன்றும்
இழுக்கார் குடிப்பிறந் தார். *952*

உயர்ந்த குடியில் பிறந்தவர்கள் எனப்படுபவர்கள், நல்லொழுக்கம் – உண்மை – நாணம் ஆகிய இந்த மூன்று பண்புகளைப் பொறுத்தும் தமது நிலை தவறி ஒருபோதும் நடக்கமாட்டார்கள்.

நகைஈகை இன்சொல் இகழாமை நான்கும்
வகைஎன்ப வாய்மைக் குடிக்கு. *953*

எக்காலத்திலும் ஒழுக்கந்தவறாத நற்குடியில் பிறந்தவர்களுக்கு, முக மலர்ச்சியும் ஈகைப் பண்பும், இனிய சொற்களைக் கூறுதலும், பிறரை இகழாதிருத்தலும் ஆகிய இந்த நான்கு வகையான பண்புகளும், உரிமை உடையனவாகவே இருக்கும் என்று அறிவுடையோர் கூறுவர்.

அடுக்கிய கோடி பெறினும் குடிப்பிறந்தார்
குன்றுவ செய்தல் இலர். *954*

அடுக்கடுக்காகக் கொண்ட பலகோடிப் பொருள்களைப் பெறுவதாக இருந்தாலும், உயர்ந்த குடியில் பிறந்தவர்கள் தமது ஒழுக்கம் குன்றுவதற்குக் காரணமான செயல்களை ஒருபோதும் செய்யமாட்டார்கள்.

வழங்குவ துள்வீழ்ந்தக் கண்ணும் பழங்குடி
பண்பில் தலைப்பிரிதல் இன்று. *955*

தொன்றுதொட்டு வந்த உயர்ந்த குடியில் பிறந்தவர்கள், தாங்கள் வழங்கும் பொருளின் அளவு முன்பு இருந்ததைவிட, வறுமையின் காரணமாகக் குறைந்து காணப்பட்டபோதிலும், தமது பண்பிலிருந்து ஒரு சிறிதும் நீங்கமாட்டார்கள்.

சலம்பற்றிச் சால்பில செய்யார்மாசு அற்ற
குலம்பற்றி வாழ்தும்என் பார்.   956

குற்றமற்ற உயர்ந்த குடிப்பண்புக்கு ஏற்ப வாழ்கின்றோம் என்று கருதி வாழ்பவர்கள், வஞ்சனை எண்ணங்கொண்டு தமது பெருந்தன்மைக்குப் பொருந்திவராத செயல்களை, ஒருபோதும் செய்யமாட்டார்கள்.

குடிப்பிறந்தார் கண்விளங்கும் குற்றம் விசும்பின்
மதிக்கண் மறுப்போல் உயர்ந்து.   957

உயர்ந்த குடியில் பிறந்தவர்களிடம் காணப்படும் குற்றம் மிகச் சிறிய அளவினதாகவே இருந்தபோதிலும், அது வானத்தில் உள்ள திங்களிடத்தில் காணப்படும் களங்கத்தினைப் போன்று ஓங்கி நின்று வெளிப்படையாகவே தோற்றமளிக்கும்.

நலத்தின்கண் நார்இன்மை தோன்றின் அவனைக்
குலத்தின்கண் ஐயப் படும்.   958

நல்ல உயர்குடியில் பிறந்த ஒருவனின் நற்பண்புகளுக்கிடையே, அன்பற்ற தன்மை காணப்படுமேயானால், அவன் உயர்ந்த குடியில் பிறந்தவன்தானா என்பதில் உலகத்தார்க்கு ஐயம் ஏற்படும்.

நிலத்தில் கிடந்தமை கால்காட்டும் காட்டும்
குலத்தில் பிறந்தார்வாய்ச் சொல்.   959

ஒரு நிலத்தினுடைய இயல்பை, அங்கே விளையக்கூடிய பயிரின் முளையானது, இன்னதென்று காட்டிவிடும்; அதுபோல ஒரு குடியின் இயல்பை, அக்குடியில் பிறந்த ஒருவரது வாயிலிருந்து வரும் சொற்களானவை இன்னதென்று காட்டிவிடும்.

நலம்வேண்டின் நாணுடைமை வேண்டும் குலம்வேண்டின்
வேண்டும் யார்க்கும் பணிவு.   960

ஒருவன் நலத்தைப் பெரிதும் விரும்புவானேயானால், அவன் நாணத்தில் அக்கறை கொண்டவனாக இருக்க வேண்டும்; உயர்ந்த குடியைச் சேர்ந்தவனாகத் திகழ விரும்புவானேயானால், அவன் எல்லோரிடத்திலும் பணிவு உடையவனாக இருக்கவேண்டும்.

மானம்

இன்றி அமையாச் சிறப்பின ஆயினும்
குன்ற வருப விடல். 961

குறிப்பிட்ட சிறப்புடைய செயல்களைச் செய்யாவிட்டால், தான் உயிர்வாழ முடியாத நிலை ஒருவனுக்கு ஏற்படுகிறது என்றாலும், அவை தனது குடிப்பெருமைக்குத் தாழ்வு உண்டாக்கும் செயல்களாக இருக்குமேயானால், அவற்றை அவன் எப்போதும் விட்டுவிட வேண்டும்.

சீரினும் சீர்அல்ல செய்யாரே சீரொடு
பேராண்மை வேண்டு பவர். 962

புகழோடு பேராண்மைகொண்டு போற்றக்கூடிய மானத்தைக் காப்பாற்ற விரும்புகின்றவர்கள், அப்புகழைத் தேடும்போதும் தம் குடிப்பெருமைக்கு ஒத்துவராத இழிந்த செயல்களை ஒருபோதும் செய்யமாட்டார்கள்.

பெருக்கத்து வேண்டும் பணிதல் சிறிய
சுருக்கத்து வேண்டும் உயர்வு. 963

செல்வம் பெருகி வளமுள்ளவராக ஒருவர் இருக்கும்போது, அவர் பிறரிடம் மிகப் பணிவாக நடந்துகொள்ள வெண்டும்; மிகச் சிறிய அளவிற்குச் செல்வமானது குறைந்து, அவர் வறுமையுற்றவராக இருக்கும்போது பிறரிடம் மிக உயர்வாக அவர் நடந்துகொள்ள வேண்டும்.

தலையின் இழிந்த மயிர்அனையர் மாந்தர்
நிலையின் இழிந்தக் கடை. 964

உயர்ந்த குடியில் பிறந்தவர்களாக இருந்தாலும், மக்கள் தமது உயர்ந்த நிலையிலிருந்து தாழ்ந்து போய்விடுவார்களேயானால், அவர்கள், தலையிலிருந்து உதிர்ந்து இழிந்த நிலைக்கு ஆளாகும் மயிருக்கு ஒப்பானவர்களாகவே கருதப்படுவார்கள்.

குன்றின் அனையாரும் குன்றுவர் குன்றுவ
குன்றி அனைய செயின். 965

மலைக்குன்று போல் உயர்ந்து நிற்கும் பெருமை மிக்கவர்களுங்கூடத் தாழ்வுக்குக் காரணமான செயல்களை, ஒரு குன்றிமணி அளவிற்குச் செய்தாலும், அவர்கள் தம் நிலையில் தாழ்ந்தே போய்விடுவார்கள்.

புகழ்இன்றால் புத்தேள்நாட்டு உய்யாதால் என்மற்று
இகழ்வார்பின் சென்று நிலை. 966

ஒருவன் மானத்தை விட்டுத் தன்னை இகழ்பவர்களின் பின்னே சென்று நிற்கின்ற நிலையானது, இவ்வுலகில் அவனுக்குப் புகழையும் தராது; புகழ் உலகத்தில் அவனது பெயரும் இடம்பெறாது; அதனால் அவனுக்கு ஒரு பயனும் ஏற்படாது.

ஒட்டார்பின் சென்றொருவன் வாழ்தலின் அந்நிலையே
கெட்டான் எனப்படுதல் நன்று. 967

ஒருவன், தன்னோடு இணக்கமில்லாதவர்களின் பின்சென்று உயிர் வாழ்வதைக் காட்டிலும், அவ்வாறு செய்யாத நிலையில் நிற்பதன் காரணமாக, அவன் அழிந்தான் என்று புகழப்படுதல்கூட அவனுக்கு நலம் பயப்பதாகும்.

மருந்தோமற்று ஊன்ஓம்பும் வாழ்க்கை பெருந்தகைமை
பீடுஅழிய வந்த இடத்து. 968

உயர்ந்த குடிப்பிறப்பின் பெருமைக்குரிய மானமானது, மானத்திற்கு அழிவு ஏற்படக்கூடிய காலத்தில், ஒருவன் உயிரை விடாது உடம்பை மட்டும் காக்கும் வாழ்க்கையானது, இறவாமல் அவனை என்றென்றும் காக்கும் மருந்து ஆகாது.

மயிர்நீப்பின் வாழாக் கவரிமா அன்னார்
உயிர்நீப்பர் மானம் வரின். 969

தனது மயிர்த்தொகுதியில் ஒரு மயிர் நீங்கினாலும், உயிரை வைத்துக்கொண்டிராத கவரிமான் போன்ற இயல்புடையவர்கள், உயிர்விடுவதன் மூலம், தமது மானத்தைக் காக்க முடியுமானால், தமது உயிரையும் விட்டுவிட ஆயத்தமாவார்கள்.

இளிவரின் வாழாத மானம் உடையார்
ஒளிதொழுது ஏத்தும் உலகு. 970

தமக்கு ஓர் இழிவு நேரிடுமேயானால், அக்கணமே உயிர்வாழ விரும்பாத மானம் உடையவர்களின் புகழை, உலகச் சான்றோர் எப்பொழுதும் வணங்கிப் போற்றுவார்கள்.

பெருமை

ஒளிஒருவற்கு உள்ள வெறுக்கை இளியொருவற்கு
அஃதுஇறந்து வாழ்தும் எனல். 971

ஒருவற்குப் புகழ் என்பது, செயற்கரிய செய்வோம் என்று அவர் கருதும் ஊக்க மிகுதியாகும்; ஒருவற்கு இழிவு என்பது, அப்படிப்பட்ட ஊக்கம் இல்லாமலேயே உயிர் வாழலாம் என்று என்னுதலாகும்.

பிறப்புஒக்கும் எல்லா உயிர்க்கும் சிறப்புஒவ்வா
செய்தொழில் வேற்றுமை யான். 972

எல்லா மக்களுக்கும் பிறப்பு என்பது ஒரு தன்மையானதான மதிப்பினைக் கொண்டதாகவே இருக்கும்; ஆனாலும், அவரவர்கள் செய்கின்ற தொழில்களின் உயர்வு தாழ்வு என்ற வேறுபாடுகளின் சிறப்புத் தன்மைகள், ஒரேவிதமாக அமைவதில்லை.

மேல்இருந்தும் மேலல்லார் மேல்அல்லர் கீழ்இருந்தும்
கீழ்அல்லார் கீழல் லவர். 973

உயர்ந்த நிலையில் இருந்தாலும், மேலான செயல்களைச் செய்யாத சிறியவர்கள், மேலான பெரியோர்களாக ஒருநாளும் ஆக மாட்டார்கள். தாழ்ந்த நிலையில் இருந்தாலும், இழிவான செயல்களைச் செய்யாத பெரியோர்கள், ஒருபோதும் சிறியவர்கள் ஆகமாட்டார்கள்.

ஒருமை மகளிரே போலப் பெருமையும்
தன்னைத்தான் கொண்டுஒழுகின் உண்டு. 974

உறுதியான ஒரே மனத்தைக்கொண்ட கற்புடைய பெண்களைப் போல, ஒருவன் தன் நிலையில் வழுவாமல், தன்னைத்தானே காத்துக்கொண்டு நடப்பானேயானால், அவனுக்குப் பெருமையானது தானே வந்துசேரும்.

பெருமை உடையவர் ஆற்றுவார் ஆற்றின்
அருமை உடைய செயல். 975

பெருமைமிகு பண்பிற்குரிய பெரியோர்கள், எப்பொழுதும், செய்வதற்கு அரிய செயல்களை, அவற்றிற்குரிய வழியில் நன்கு செய்து முடிக்க வல்லவர்களாக இருப்பார்கள்.

சிறியார் உணர்ச்சியுள் இல்லை பெரியாரைப்
பேணிக்கொள் வேம்என்னும் நோக்கு.   976

பெரியோர்களைப் போற்றி, அவர்களைத் தம் வழிகாட்டிகளாகக் கொள்வோம் என்னும் எண்ணம், சிறியவர்களின் உணர்வின்கண் இருப்பது இல்லை.

இறப்பே புரிந்த தொழிற்றாம் சிறப்புந்தான்
சீரல் லவர்கட் படின்.   977

மிகச் சிறப்பானவைகள்கூடப் பெருமைக்குத் தகுதியற்ற கீழ்மக்களிடத்தில் போய்த் தங்கிவிடுமேயானால், அவர்களின் செருக்கு மிகுதியினால், அளவு கடந்துபோகும் செயல்நிலையை அவர்களிடம் உண்டாக்கிவிடும்.

பணியுமாம் என்றும் பெருமை சிறுமை
அணியுமாம் தன்னை வியந்து.   978

பெருமைக்குஉரியவர்கள், தமக்குச்சிறப்புக்கள் உண்டாகும்போதும்கூட மிகப் பணிவாகவே எல்லோரிடத்திலும் நடந்துகொள்வார்கள்; சிறுமையுடையவர்கள் பிறர் பொருட்படுத்தாவிட்டாலும், தம்மைத் தாமே புகழ்ந்துகொண்டு சிறப்பித்துக்கொள்வார்கள்.

பெருமை பெருமிதம் இன்மை சிறுமை
பெருமிதம் ஊர்ந்து விடல்.   979

பெருமைப் பண்பு என்பதாவது, ஒருவர் செருக்கு இல்லாமல் இருப்பதாகும்; சிறுமைப் பண்பு என்பதாவது, காரணம் எதுவும் இல்லாதபோதும், செருக்கினைத் தம் உள்ளத்தில் ஏந்திக்கொண்டு நடத்தலாகும்.

அற்றம் மறைக்கும் பெருமை சிறுமைதான்
குற்றமே கூறி விடும்.   980

பெருமைப் பண்புக்குரியவர்கள், எப்போதும் பிறருடைய குற்றங்களை எல்லாம் மறைத்தே பேசுவார்கள்; ஆனால், சிறுமைப் பண்புடையவர்கள், பிறருடைய குற்றங்களை மட்டுமே எப்பொழுதும் சொல்லிக் கொண்டிருப்பார்கள்.

சான்றாண்மை

கடன்என்ப நல்லவை எல்லாம் கடன்அறிந்து
சான்றாண்மை மேற்கொள் பவர்க்கு. 981

தாம் செய்வதற்குரிய கடமைகள் இவை இவை என்று ஆராய்ந்து அறிந்து, அதன்படி சான்றாண்மையை மேற்கொண்டு ஒழுகுபவர்களுக்கு, நல்லவை எல்லாம் இயல்பான கடமைகளாகவே அமையும் என்று அறிவுடையோர் கூறுவார்கள்.

குணநலம் சான்றோர் நலனே பிறநலம்
எந்நலத்து உள்ளதூஉம் அன்று. 982

நற்பண்புகளினால் ஆன அழகே, சான்றோர்களுக்கான அழகாக அமைவதாகும். மற்றைய உடலுறுப்புக்கள் முதலானவற்றால் ஆகும் அழகானது, எந்த ஓர் அழகினுள்ளும் வைத்து எண்ணப்படும் சிறப்பான அழகு ஆகாது.

அன்புநாண் ஒப்புரவு கண்ணோட்டம் வாய்மையொடு
ஐந்துசால்பு ஊன்றிய தூண். 983

அன்புடைமை, பழிசெய்ய நாணுதல், உலகியல் பாங்கு அறிந்து ஒழுகுதல், அருள்புரிதல், உண்மையையே பேசுதல் ஆகிய ஐந்து பண்புகளும், சான்றாண்மை என்னும் மாளிகையைத் தாங்கி நிற்கும் தூண்களாகும்.

கொல்லா நலத்தது நோன்மை பிறர்தீமை
சொல்லா நலத்தது சால்பு. 984

நோன்பு நோற்றல் என்பது, எந்த ஓர் உயிரையும் கொல்லாத நலத்தின்பாற்பட்ட செயலாகும்; அதுபோலச் சால்பு என்பது, பிறர் குற்றங்களைச் சுட்டிச் சொல்லாத நலத்தின்பாற்பட்ட செயலாகும்.

ஆற்றுவார் ஆற்றல் பணிதல் அதுசான்றோர்
மாற்றாரை மாற்றும் படை. 985

ஆற்றலுடையவரின் ஆற்றல் என்பது, எவரிடத்திலும் பணிவுடன் நடந்து கொள்ளுதலாகும். அதுவேதான், சான்றோர்கள் தம் பகைவர்களைப் பகைமையிலிருந்து மாற்றி அமைக்கின்ற கருவியாகவும் விளங்குகிறது.

சால்பிற்குக் கட்டளை யாதுஎனின் தோல்வி
துலைஅல்லார் கண்ணும் கொளல். *986*

சால்புக்கு உரைகல் போல மதிப்பிடப் பயன்படும் கருவி எது என்றால், ஒருவர், தமக்கு ஒப்பாகாத மெலிந்தோரிடத்தில் தோல்வி ஏற்பட்டாலும், அந்தத் தோல்வியை ஏற்றுக்கொள்ளக்கூடிய உயர்ந்த பண்பாகும்.

இன்னாசெய் தார்க்கும் இனியவே செய்யாக்கால்
என்ன பயத்ததோ சால்பு. *987*

தமக்குத் துன்பம் செய்தவர்களுக்கும், நன்மைகளையே திரும்பச் செய்யாவிட்டால், சான்றோர்களின் சான்றாண்மையினால் எந்த ஒரு பயனும் ஏற்படாது என்ற நிலை உருவாகும்.

இன்மை ஒருவற்கு இளிவன்று சால்புஎன்னும்
திண்மைஉண் டாகப் பெறின். *988*

சான்றாண்மை என்று சொல்லப்படும் வலிமையானது, ஒருவர்க்கு ஏற்பட்டுவிட்டால் அவர் மிக்க வறுமையானதொரு நிலையை அடைந்து விட்டபோதிலும், அந்த நிலை அவருக்கு இழிவு தருவது ஆகாது.

ஊழி பெயரினும் தாம்பெயரார் சான்றாண்மைக்கு
ஆழி எனப்படு வார். *989*

சான்றாண்மை என்னும் கடலுக்கு எடுத்துக்காட்டாகச் சொல்லப்படக்கூடிய சான்றோர்கள், ஏனைய கடல்கள் எல்லாம் தடம் புரளும்படியான ஊழிக்காலம் ஏற்பட்டாலும், தாம் மட்டும் மாறுபட மாட்டார்கள்.

சான்றவர் சான்றாண்மை குன்றின் இருநிலந்தான்
தாங்காது மன்னோ பொறை. *990*

சான்றாண்மை உடையவர்களின் சால்பு என்னும் பண்பு குன்றிப் போய் விடுமேயானால், இந்தப் பெரிய நிலவுலகமும்கூட, அதனால் ஏற்படும் பெரிய சுமையைத் தாங்க முடியாமல் போய்விடும்.

பண்பு உடைமை

எண்பதத்தால் எய்தல் எளிதுஎன்ப யார்மாட்டும்
பண்புடைமை என்னும் வழக்கு. *991*

ஒருவர், யாரிடத்திலும் எளிமையாகப் பழகக்கூடிய தன்மையுடையவராக இருத்தலானது, பண்புடைமை எனப்படுகின்ற நல்ல நெறியினை அடைவதற்கு எளிதான வழியாக அமையும் என்று நூலறிவுடையோர் கூறுவார்கள்.

அன்புஉடைமை ஆன்ற குடிப்பிறத்தல் இவ்விரண்டும்
பண்புஉடைமை என்னும் வழக்கு. *992*

ஒருவர், எல்லோரிடத்திலும் அன்புடையவராக இருத்தலும் உலகத்தோடு பொருந்தி ஒழுகக்கூடிய நற்குடியைச் சேர்ந்தவராக இருத்தலும் ஆகிய இரண்டும் பண்புடைமை என்று கூறப்படும் நன்னெறியாகும்.

உறுப்புஒத்தல் மக்களொப்பு அன்றால் வெறுத்தக்க
பண்புஒத்தல் ஒப்பதாம் ஒப்பு. *993*

மக்கள் ஒத்திருக்கிறார்கள் என்பது, அவர்கள் உடம்பு உறுப்புக்களால் ஒத்திருக்கிறார்கள் என்பதைப் பொறுத்தது அல்ல; பொருந்தத்தக்க பண்புகளால் அவர்கள் ஒத்திருக்கிறார்கள் எனப்படுவதே போற்றத்தக்க ஒப்பாகும்.

நயனொடு நன்றி புரிந்த பயனுடையார்
பண்புபா ராட்டும் உலகு. *994*

நீதியையும் நன்மையையும் விரும்புபவர்களாகிப் பிறர்க்கும் தமக்கும் பயன் ஏற்படும் முறையில் பாடுபடக்கூடியவர்களின் உயர்ந்த பண்புகளை உலகத்தார் எப்போதும் போற்றிக் கொண்டாடவே செய்வார்கள்.

நகையுள்ளும் இன்னாது இகழ்ச்சி பகையுள்ளும்
பண்புஉள பாடறிவார் மாட்டு. *995*

விளையாட்டாகக்கூட ஒருவரை இகழ்தல் என்பது, துன்பத்தினைத் தருவதாகும். உலக இயல்புகளை நன்கு அறிந்து நடக்கும் நல்லவர்களிடத்திலே பகைமையுணர்ச்சி தோன்றும் காலத்திலேகூட இனிய பண்புகள் அவர்களிடத்தில் இருக்கவே செய்யும்.

பண்புஉடையார்ப் பட்டுண்டு உலகம் அதுஇன்றேல்
மண்புக்கு மாய்வது மன். 996

பண்புடையவர்களால் போற்றப்பட்டு வருவதால், உலகியல் நடப்பானது எப்பொழுதும் நிலைபெற்று நின்று இயங்கி வருகின்றது. அப்படிப்பட்ட நட்பு பண்புடையவர்களிடத்தில் இல்லாமற் போய்விடுமேயானால், போற்றப்படும் உலகியல் நடப்பு, மண்ணிலே மறைந்து மாய்ந்து போய்விடும் என்பது உறுதி.

அரம்போலும் கூர்மைய ரேனும் மரம்போல்வர்
மக்கட்பண்பு இல்லா தவர். 997

மக்களுக்கே உரிய உயரிய ஒழுக்கப் பண்பு இல்லாதவர்கள், அரத்தின் கூர்மையைப் போல மிக்க அறிவுக் கூர்மை உடையவர்களாக இருந்தபோதிலும், அவர்கள் ஓரறிவுயிரான மரத்துக்கு ஒப்பானவர்களே ஆவார்கள்.

நண்புஆற்றா ராகி நயமில செய்வார்க்கும்
பண்புஆற்றா ராதல் கடை. 998

தம்மோடு நட்புச் செய்துகொள்ளும் தன்மையற்றவர்களாய், நன்மையல்லாத தீயவற்றை மட்டும் செய்கின்றவர்களாக இருந்தபோதிலும் அவர்களிடத்தில் தாம் பண்பு உடையவர்களாய் நடந்துகொள்ளாமல் இருந்தால், அது ஒருவருக்கு இழிவு ஏற்படுத்துவதேயாகும்.

நகல்வல்லர் அல்லார்க்கு மாயிரு ஞாலம்
பகலும்பாற் பட்டன்று இருள். 999

பிறருடன் கூடியிருந்து சிரித்து மகிழக்கூடிய திறமையற்றவர்களுக்கு, மிகப் பெரிதாக விளங்கும் இந்த உலகம்கூட, ஒளி மிகுந்த பகற்காலத்தில், இருளின் கண் மூழ்கியிருப்பதாகவே காணப்படும்.

பண்பிலான் பெற்ற பெருஞ்செல்வம் நன்பால்
கலந்தீமை யால்திரிந் தற்று. 1000

நற்பண்பு இல்லாத ஒருவன் பெற்ற பெருஞ்செல்வமானது, நல்ல ஆவின் பால், அது வைக்கப்படும் கலத்தின் குற்றத்தால், கெட்டுவிடுவது போல் சீரழிந்து போய்விடும்.

நன்றியில் செல்வம்

வைத்தான்வாய் சான்ற பெரும்பொருள் அஃதுண்ணான்
செத்தான் செயக்கிடந்தது இல். 1001

தனது வீடு நிறையப் பெருஞ்செல்வத்தைச் சேர்த்துள்ள ஒருவன், அதனைக்கொண்டு வயிறார உண்டு, அவனும் பிறரும் அதனை நுகரவில்லை என்றால், அவன் உருப்படியாகச் செய்யத்தக்கது என்று வேறொன்றும் இல்லையாதலால், அவன் உயிரோடு இருந்தும் செத்த ஒருவனாகவே கருதப்படுவான்.

பொருளான்ஆம் எல்லாம்என்று ஈயாது இவறும்
மருளான்ஆம் மாணாப் பிறப்பு. 1002

பொருளால் எல்லாம் ஆகிவிடும் என்று எண்ணிப் பிறர்க்கு ஒன்றும் ஈயாமல், அதனை இறுகப்பற்றிக் கொண்டிருக்கும் மயக்கங்கொண்ட ஒருவன், சிறப்பில்லாத பிறவி ஆவான் என்று பிறரால் என்றும் இகழப்படுவான்.

ஈட்டம் இவறி இசைவேண்டா ஆடவர்
தோற்றம் நிலக்குப் பொறை. 1003

பொருள் சேர்ப்பது ஒன்றையே மிகவும் விரும்பி, அதனால் ஏற்படக்கூடிய புகழை விரும்பாத மக்கள், பிறந்து உயிர்வாழ்வது என்பதே இந்நிலவுலகிற்குப் பெருஞ்சுமையாகக் கருதப்படும்.

எச்சம்என்று என்எண்ணுங் கொல்லோ ஒருவரால்
நச்சப் படாஅ தவன். 1004

எந்த ஒரு பொருளையும் எவரொருவருக்கும் ஈயாமையின் காரணமாக, எவராலும் விரும்பப்படாத ஒருவன், தான் இறந்த பிறகு தனக்கு எஞ்சி நிற்கக் கூடியது எதுவாக இருக்கக்கூடும் என அவன் எண்ணுவானோ என்று தெரிந்துகொள்ள முடிவதில்லை.

கொடுப்பதூஉம் துய்ப்பதூஉம் இல்லார்க்கு அடுக்கிய
கோடிஉண் டாயினும் இல். 1005

பிறர்க்குக் கொடுத்து உதவுவதும், தாமே நுகர்ந்து இன்புறுவதும் இல்லாதவர்களுக்கு, மேலும் மேலும் அடுக்கிய வகையில் பல கோடிப் பொருள்கள் உண்டானாலும், அவற்றால் அவர்களுக்கு எந்தவொரு பயனும் ஏற்படப் போவதில்லை.

ஏதம் பெருஞ்செல்வம் தான்துவ்வான் தக்கார்க்குஒன்று
ஈதல் இயல்பிலா தான். *1006*

பெருஞ்செல்வம் படைத்த ஒருவன், தானும் அதனை நுகரமாட்டாதவனாய், தகுதி படைத்தவர்களுக்குக் கொடுத்துதவும் பண்பும் இல்லாதவனாய் இருப்பானேயானால், அவன் தன்னுடைய பெருஞ்செல்வத்திற்கே கேடு பயக்கும் ஒரு நோயாகக் கருதப்படுவான்.

அற்றார்க்குஒன்று ஆற்றாதான் செல்வம் மிகநலம்
பெற்றாள் தமியள்மூத் தற்று. *1007*

பொருளேதும் இல்லாத வறியவர்களுக்கு, ஒரு பொருளையும் கொடுத்தறியாத அவனுடைய செல்வம் பயனில்லாமல் வீணாகப் போவது என்பது, சிறந்த அழகினைப் பெற்றிருக்கும் பெண்ணொருத்தியானவள், திருமணம் ஆகாமல் தனித்தே வாழ்ந்து முதுமையடைவதைப் போன்றதாகும்.

நச்சப் படாதவன் செல்வம் நடுஊருள்
நச்சு மரம்பழுத் தற்று. *1008*

பிறர்க்கு யாதொன்றையும் ஈயாத காரணத்தால், யாரொருவராலும் விரும்பப்படாதவன் பெருஞ்செல்வத்தைப் பெற்றிருப்பதானது, ஊரின் நடுவே இருக்கும் நஞ்சினைக் கொண்ட நச்சுமரம் பழுத்திருப்பது போன்றதாகும்.

அன்புஒரீஇத் தற்செற்று அறம்நோக்காது ஈட்டிய
ஒண்பொருள் கொள்வார் பிறர். *1009*

ஒருவன் தான் பிறரிடம் அன்பு செலுத்துவதையும் விட்டுவிட்டுத் தான் விரும்புவனவற்றையும் நுகராது, தன்னையும் வருத்திக்கொண்டு, வறியவர்களுக்கு ஈதல் புரியும் அறத்தையும் நினைத்துப் பார்க்காமல், வாழ்வானேயானால், அவன் சேர்த்து வைக்கும் பெரும் பொருளை மற்றவர் கொள்ளைகொண்டு போய்விடுவார்கள்.

சீருடைச் செல்வர் சிறுதுனி மாரி
வறங்கூர்ந் தனையது உடைத்து. *1010*

புகழினையுடைய செல்வர்கள் சிறிது காலம் வறுமையுற்றிருக்க நேர்ந்தாலும், அப்படிப்பட்ட நிலைமை, மழை பெய்யாது வறண்டு போனாற் போன்ற நிலைமைக்கு ஒப்பானதாகும்.

நாண் உடைமை

கருமத்தால் நாணுதல் நாணுத் திருநுதல்
நல்லவர் நாணுப் பிற.   1011

நாணம் என்பது என்னவென்றால், இழிவான செயல்களைச் செய்வதற்கு ஒருவர் கூச்சப்படுதல் என்பதாகும்; மற்ற வகையில் மனம், மொழி, மெய்களால் மேற்கொள்ளப்படும் நாணங்கள், அழகினையும், நல்ல குலப் பெருமையையும் கொண்ட பெண்களுக்கு இயல்பாக ஏற்படக்கூடிய தன்மையாகும்.

ஊண்உடை எச்சம் உயிர்க்குஎல்லாம் வேறல்ல
நாண்உடைமை மாந்தர் சிறப்பு.   1012

உண்ணும் உணவும், உடுக்கும் உடையும், உறையும் உறையுளும், பெறும் உறக்கமும், நுகரும் இன்பமும், காதல் வேட்கையும், மக்களைப் பெறுதலும் போன்ற இவை எல்லாமும் எல்லா மக்களுக்கும் பொதுவாகவே அமைந்திருப்பனவாகும்; பழிக்கு நாணி மானத்தோடு வாழ நினைக்கும் நன்மக்களுக்கு, நாணம் என்பது சிறப்பான உடைமையாக அமையும்.

ஊனைக் குறித்த உயிரெல்லாம் நாண்என்னும்
நன்மை குறித்தது சால்பு.   1013

எல்லா உயிர்களும் தத்தம் உடம்பினைக் காப்பாற்றுவதில் கருத்துடையனவாக இருக்கின்றன; அதுபோலச் சான்றாண்மை என்பது நாணம் என்னும் நல்லியல்பினைக் காப்பாற்றுவதில், கருத்துடையதாக இருக்கின்றது.

அணியன்றோ நாண்உடைமை சான்றோர்க்கு அஃதுஇன்றேல்
பிணியன்றோ பீடு நடை.   1014

நாணம் உடைமை என்பது சான்றோர்க்கு ஓர் அணிகலனாக அமைவது ஆகும்; அப்படி அணிகலனாக அமையாவிட்டால், அவர்களது பெருமித நடையுங்கூடக் காண்பவர்களுக்கு அருவருக்கத்தக்க ஒரு நோயாகக் காணப்படும்.

பிறர்பழியும் தம்பழியும் நாணுவார் நாணுக்கு
உறைபதி என்னும் உலகு.   1015

பிறர்க்கு வரும் பழியையும், தமக்கு வரும் பழியையும் ஒன்றுபோல எண்ணும் நாணமுடையவர்களை நாணம் என்ற பண்பிற்கு உரிய உறைவிடமாவார்கள் என்று உலகோர் பாராட்டுவார்கள்.

நாண்வேலி கொள்ளாது மன்னோ வியன்ஞாலம்
பேணலர் மேலா யவர். 1016

உயர்ந்தவர்கள் நாணம் என்ற வேலியைத் தமக்குப் பாதுகாப்பாகக் கொள்ளாமல் இருப்பார்களேயானால், இந்தப் பரந்துபட்ட உலகை ஒருபோதும் அவர்கள் தமக்குப் பாதுகாப்பாக வைத்துக்கொள்ள இயலாது.

நாணால் உயிரைத் துறப்பர் உயிர்ப்பொருட்டால்
நாண்துறவார் நாண்ஆள் பவர். 1017

நாணத்தைத் தமக்குரிய சிறந்த பண்பாகக் கொண்டிருப்பவர்கள், நாணத்தைக் காப்பாற்ற வேண்டித் தமது உயிரையும்கூட விட்டுவிடுவார்கள்; அப்படிப்பட்டவர்கள் தமது உயிரைக் காப்பாற்றிக்கொள்ள வேண்டி, நாணம் என்னும் பண்பை ஒருபோதும் விட்டு விடமாட்டார்கள்.

பிறர்நாணத் தக்கது தான்நாணான் ஆயின்
அறம்நாணத் தக்கது உடைத்து. 1018

பிறர் நாணத்தக்க பழிக்கு ஒருவன் தான்மட்டும் நாணாமல் இருப்பானேயானால், அறம் என்னும் உயர்ந்த பண்பு தானே நாணமுற்று, அவனைவிட்டு நீங்கிவிடும் நிலையைப் பெற்றுவிடும்.

குலம்சுடும் கொள்கை பிழைப்பின் நலம்சுடும்
நாண்இன்மை நின்றக் கடை. 1019

ஒருவன் ஒழுக்கம் தவறுவானாயின், அது அவனது குடிப்பிறப்பை மட்டும் கெடுத்துவிடும்; அவன் நாணமில்லாதவனாக இருப்பானேயானால், அது அவனுடைய நலங்கள் அனைத்தையும் கெடுத்துவிடும்.

நாண்அகத்து இல்லார் இயக்கம் மரப்பாவை
நாணால் உயிர்மருட்டி யற்று. 1020

மனத்தின்கண் நாணம் இல்லாதவர்களாய் இருந்து, உலகில் சிலர் நடமாடி வருகிறார்கள் என்றால், அந்த நிலை மரத்தினால் செய்த பாவை கயிற்றினால் இயங்கி, உயிருள்ளதைப் போல மயக்குந்தன்மையை ஒத்ததாகும்.

குடி செயல்வகை

கருமம் செயஒருவன் கைதூவேன் என்னும்
பெருமையின் பீடுடையது இல். *1021*

ஒருவன், தன் குடியை உயர்த்தும் பொருட்டுத் தான் மேற்கொள்ளும் செயலைச் செய்து முடிக்காமல் விடமாட்டேன் என்னும் முயற்சியால் ஏற்படும் பெருமையைப் போல, அவனுக்குப் பெருமை தருவது வேறு எதுவும் இருக்க முடியாது.

ஆள்வினையும் ஆன்ற அறிவும் எனஇரண்டின்
நீள்வினையால் நீளும் குடி. *1022*

விடாமுயற்சி, நிறைந்த அறிவு ஆகிய இரண்டினையும் கொண்டு, ஓய்வில்லாமல் ஒருவன் செய்து முடிக்கின்ற செயலால், அவனது குடியானது மிகச் சிறந்த முறையில் உயர்வடையும்.

குடிசெய்வல் என்னும் ஒருவற்குத் தெய்வம்
மடிதற்றுத் தான்முந் துறும். *1023*

எனது குடியை நான் எவ்வாறேனும் உயர்வடையச் செய்வேன் என்று அதற்கான அரும்பெருஞ் செயல்களில் ஈடுபடும் ஒருவனுக்கு, அவனது இயற்கையான அறிவாற்றலானது, தன் சோம்பலைப் போக்கிக்கொண்டு, மிக்க முனைப்பார்வத்தோடு முன்வந்து துணையாக நிற்கும்.

சூழாமல் தானே முடிவுஎய்தும் தம்குடியைத்
தாழாது உஞற்று பவர்க்கு. *1024*

தமது குடியை மேலோங்கச் செய்வதற்கான செயல்களைக் காலந்தாழ்த்தாது, விரைந்து செய்ய முற்படுபவர்கள், அவற்றைச் செய்து முடிக்கும் விதத்தினை ஆராய்ந்தறிவதற்கு முன்னரே, அந்தச் செயல்கள் முறைப்படி நிறைவேறிவிடும்.

குற்றம் இலனாய்க் குடிசெய்து வாழ்வானைச்
சுற்றமாச் சுற்றும் உலகு. *1025*

குற்றமற்றவனாய் இருந்து, தன் குடியை உயரச் செய்து, சிறப்புற வாழ்கின்ற ஒருவனைத் தமக்குரிய உறவினனாகக் கொள்ளவேண்டும் என்று கருதி, உலகத்தார் தாமே வலியச் சென்று, அவனைச் சூழ்ந்துகொள்வார்கள்.

நல்லாண்மை என்பது ஒருவற்குத் தான்பிறந்த
இல்லாண்மை ஆக்கிக் கொளல்.   1026

ஒருவனுக்குரிய நல்ல ஆண்மைத்தன்மை என்று சிறப்பித்துச் சொல்லப்படுவது எதனை என்றால், அவன் தான் பிறந்த குடியினை ஆளக்கூடிய சிறப்பைத் தனக்கு உரியதாக ஆக்கிக் கொள்ளுதலாகும்.

அமரகத்து வன்கண்ணர் போலத் தமரகத்தும்
ஆற்றுவார் மேற்றே பொறை.   1027

போர்க்களத்தில், போரைத் தாங்கி வெற்றிகொள்ளும் பொறுப்பு வலிமையை உடைய வீரர்களிடம் எப்படி உள்ளதோ, அதுபோல, நற்குடியில் பிறந்துள்ள உற்றார் அனைவரையும் தாங்கிக் குடியை நடத்தவல்ல பொறுப்பும், அக்குடியைப் பேணக்கூடிய வல்லவர்களிடமே அமைந்துள்ளது.

குடிசெய்வார்க்கு இல்லை பருவம் மடிசெய்து
மானம் கருதக் கெடும்.   1028

தம் குடியை உயரச் செய்யவேண்டும் என்று முயல்பவருக்குக் கால வரைமுறை என்பதில்லை; ஆகையால், ஒருவர் சோம்பலையும் மேற்கொண்டு, தன் போக்கில் தாழாதும் இருக்கவேண்டும் என்றும் கருதுவாரேயானால், அவரது குடியானது கெட்டுப்போய்விடும் என்பது மட்டும் உறுதி.

இடும்பைக்கே கொள்கலன் கொல்லோ குடும்பத்தைக்
குற்றம் மறைப்பான் உடம்பு.   1029

தனது குடும்பத்திற்கு ஏற்படக்கூடிய குற்றத்தை வராமல் தடுத்து, அதனைக் காப்பாற்ற முயல்கின்ற ஒருவனுடைய உடம்பானது, துன்பத்தைத் தாங்கிக்கொள்ள வேண்டிய நிலைக்கு ஆளாக நேரிடும்.

இடுக்கண்கால் கொன்றிட வீழும் அடுத்துஊன்றும்
நல்லாள் இலாத குடி.   1030

எதிர்ப்படும் துன்பத்தைத் தாங்கி, அதனை அகற்றக்கூடிய நல்ல ஆண்மகனைப் பெற்றிராத குடி என்னும் மரமானது, துன்பம் என்னும் கோடரி புகுந்து வெட்டும்போது, கட்டாயம் வீழ்ந்துவிடும்.

உழவு

சுழன்றும்ஏர்ப் பின்னது உலகம் அதனால்
உழந்தும் உழவே தலை.   1031

உலகத்தார் பல்வேறுபட்ட தொழில்களையும் செய்து பார்த்து, அலைந்து, திரிந்து சுழன்று வந்தாலும், இறுதியில் ஏர்த்தொழிலின் பின்னாலேதான் நிற்கவேண்டி வருகின்றது. அதனால் ஏற்படக்கூடிய துன்பம் காரணமாக வருந்த வேண்டி வந்தாலும், உழவுத் தொழில்தான் மிகச் சிறந்ததாகத் திகழ்கிறது.

உழுவார் உலகத்தார்க்கு ஆணிஅஃது ஆற்றாது
எழுவாரை எல்லாம் பொறுத்து.   1032

உழவுத் தொழிலல்லாமல் பிற தொழில்களில் ஈடுபட்டிருப்போர் அனைவரையும் சேர்த்து, உழவர்களே தாங்க வேண்டி இருப்பதால், அவர்கள் உலகத்தார் என்று சொல்லப்படும் தேருக்கு, அச்சாணி போன்று அமைபவர்கள் ஆவார்கள்.

உழுதுண்டு வாழ்வாரே வாழ்வார் மற்றெல்லாம்
தொழுதுண்டு பின்செல் பவர்.   1033

உழவுத் தொழிலினைச் செய்து, உணவுப் பொருளை ஈட்டி, அதனை உண்டு வாழ்பவர்களே உரிமையோடு வாழ்கின்றவர்கள் ஆவார்கள்; மற்றவர்கள் எல்லோரும், அவ்வுழவுத் தொழில் செய்வோரைப் பின்பற்றி, அவர் தரும் உணவுப் பொருளை உண்டு, அவர்களுக்குப் பின்னே செல்பவர்கள் ஆவார்கள்.

பலகுடை நீழலும் தங்குடைக்கீழ்க் காண்பர்
அலகுடை நீழ லவர்.   1034

உழவுத் தொழிலில் ஈடுபடும் ஈகைப் பண்புகொண்ட உழவர்கள், பல மன்னர்களின் கொற்றக் குடையின் நிழலிலே வாழும் மக்களையெல்லாம், தம் ஈகைக் குடையின் நிழலிலே வாழச் செய்பவர்கள் ஆவர்.

இரவார் இரப்பார்க்கொன்று ஈவர் கரவாது
கைசெய்தூண் மாலை யவர்.   1035

தம் கைகளைக்கொண்டே உழவுத் தொழிலைச் செய்து, உணவுப் பொருளை விளைவித்து, உண்டு வாழும் இயல்பினையுடைய உழவர்கள், ஒருபோதும் வேறு எவரிடமும் இரக்கமாட்டார்கள்; தம்மை நோக்கி இரந்து வருபவர்களிடம் எதையும் ஒளிக்காமல், அவர் வேண்டும் அளவுக்கு உணவினைக் கொடுப்பார்கள்.

உழவினார் கைம்மடங்கின் இல்லை விழைவதூஉம்
விட்டேம்என் பார்க்கும் நிலை. *1036*

உழவர்களுக்கு உழவுத் தொழிலைச் செய்ய முடியாத நிலை எக்காரணங்கொண்டாவது ஏற்படுமேயானால், விருப்பப்படுகின்ற எல்லாப் பற்றுக்களையும் துறந்துவிட்டோம் என்று கூறிக்கொள்ளும் துறவிகளுக்குங்கூட, நிலைத்த வாழ்வு இல்லாமற் போய்விடும்.

தொடிப்புழுதி கஃசா உணக்கின் பிடித்தெருவும்
வேண்டாது சாலப் படும். *1037*

உழவன் தன் நிலத்திலுள்ள ஒரு பலப் புழுதியைக் காற்பலமாக ஆகுமாறு பலமுறை உழுது, அதனைக் காயவிடுவானேயானால், ஒரு பிடி அளவான எருவும்கூடப் போட வேண்டியதின்றி, அந்நிலத்தின்கண் விளைவிக்கும் பயிரானது செழித்து வளரவே செய்யும்.

ஏரினும் நன்றால் எருஇடுதல் கட்டபின்
நீரினும் நன்றுஅதன் காப்பு. *1038*

இயல்பாக ஏர் உழுதலோடு கூட மிக நல்ல முறையில் எரு இடுதல் வேண்டும். உழுது எருவிட்டு விதைத்த பயிர்க்குக் களை எடுத்தபின், நீர் பாய்ப்பதோடுகூட, மிக நல்ல முறையில் அந்தப் பயிரைக் காக்கவும் முயலவேண்டும்.

செல்லான் கிழவன் இருப்பின் நிலம்புலந்து
இல்லாளின் ஊடி விடும். *1039*

நிலத்திற்கு உரியவன் நாள்தோறும் நேரில் சென்று நிலத்தைப் பார்வையிடாமலும், உழவுத் தொழிலுக்கு வேண்டியவற்றைச் செய்யாமலும் சோம்பலாக இருந்துவிடுவானேயானால், அந்நிலமானது, அவனுடைய மனைவியைப் போல, அவனிடம் வெறுப்புக்கொண்டு அவனோடு பிணங்கிக்கொண்டு தனித்து இருக்கும்.

இலமென்று அசைஇ இருப்பாரைக் காணின்
நிலம்என்னும் நல்லாள் நகும். *1040*

யாம் ஒரு பொருளும் இல்லாமல், மிக்க வறியராய் இருக்கின்றோம் என்று சொல்லிக்கொண்டு சோம்பலாக இருப்பவர்களைக் காணும்போது, நிலமடந்தை என்று சொல்லப்படுகின்ற நல்ல பெண்மணியானவள், தனக்குள்ளே எள்ளி நகைத்துக்கொள்வாள்.

நல்குரவு

இன்மையின் இன்னாதது யாதுஎனின் இன்மையின்
இன்மையே இன்னா தது.   *1041*

வறுமையைக் காட்டிலும் ஒருவனுக்கு மிகவான துன்பத்தைத் தரக்கூடியது எது என்றால், வறுமையிலும் வறுமையேயாகும்; வேறு எதுவும் இல்லை.

இன்மை எனஒரு பாவி மறுமையும்
இம்மையும் இன்றி வரும்.   *1042*

வறுமை என்று சொல்லப்படுகின்ற ஒரு தீயவன், ஒருவரது இற்றைக் கால வாழ்விலும் சரி, அவரது வருங்கால வாழ்விலும் சரி, இடையூறாக வந்து நின்று, இன்பம் என்பதற்கு வழி இல்லாமல் செய்துவிடுவான்.

தொல்வரவும் தோலும் கெடுக்கும் தொகையாக
நல்குரவு என்னும் நசை.   *1043*

வறுமை என்று சொல்லப்படும் நசையானது, தொன்றுதொட்டுச் சிறப்புற்று வருகின்ற ஒருவரின் குடிப்பண்மையும், அக்குடிக்குரிய புகழ் பொருந்திய சொற்களையும், ஒருங்கே கெடுத்துவிடக் கூடியதாகும்.

இற்பிறந்தார் கண்ணேயும் இன்மை இளிவந்த
சொற்பிறக்கும் சோர்வு தரும்.   *1044*

வறுமையானது, உயர்ந்த நற்குடியில் பிறந்தோரிடத்திலும்கூட, இழிவான சொற்கள் தோன்றுவதற்குக் காரணமான மனத் தளர்ச்சியினை, அவர்களிடத்தில் உண்டாக்கி விடும்.

நல்குரவு என்னும் இடும்பையுள் பல்குரைத்
துன்பங்கள் சென்று படும்.   *1045*

வறுமை என்று சொல்லப்படும் துன்பத்திற்குள், பல்வகைப்பட்ட துன்பங்களும் தாமே சென்று, ஒடுங்கியிருந்து அளவுக்கு மீறிய கொடிய துன்பத்தை ஒருவருக்குத் தந்துகொண்டே இருக்கும்.

நற்பொருள் நன்குணர்ந்து சொல்லினும் நல்கூர்ந்தார்
சொற்பொருள் சோர்வு படும். 1046

நல்ல நூல்களின் பொருள் நயங்களை நன்கு உணர்ந்து, தெளிவாக எடுத்துச் சொல்லும் வல்லமையைப் பெற்றிருந்தாலும், வறுமையுற்றவர்களின் சொல்லும் விளக்கமும் செவிகொடுத்துக் கேட்பார் இல்லாமல் பயனற்றுப் போய்விடும்.

அறம்சாரா நல்குரவு ஈன்றதா யானும்
பிறன்போல நோக்கப் படும். 1047

அறத்தோடு பொருந்தி வராத வறுமை ஒருவனை அடைய நேர்ந்தால், அவன் அவனைப் பெற்றெடுத்த தாயாராலும், யாரோ ஓர் அயலானைப் போலவே பார்க்கப்படுவான்.

இன்றும் வருவது கொல்லோ நெருநலும்
கொன்றது போலும் நிரப்பு. 1048

நேற்றைக்குத் தன்னைக் கொல்வதைப் போல வந்து துன்புறுத்திய வறுமையானது, இன்றைக்கும் தன்னிடம் வந்து தன்னை வாட்டுமோ அப்படி வந்தால், தான் என்னதான் செய்ய முடியும் என்று வறுமையில் உழலுபவன் நாள்தோறும் வருந்தவே செய்வான்.

நெருப்பினுள் துஞ்சலும் ஆகும் நிரப்பினுள்
யாதொன்றும் கண்பாடு அரிது. 1049

ஒருவன் நெருப்பின் இடையே படுத்துக்கொண்டு, பல்வேறு மருந்து வகைகளின் உதவியினால் தூங்குவதும் செய்யக்கூடும்; ஆனால், வறுமையின் சூழலில் சிக்கிக்கொண்டிருக்கும் போது, அவன் யாதொரு வழியின் மூலமும், தூங்குதல் இயலாதவொரு செயலாகும்.

துப்புரவு இல்லார் துவரத் துறவாமை
உப்பிற்கும் காடிக்கும் கூற்று. 1050

வாழ்க்கைக்கு இன்றியமையாது தேவைப்படும் பொருள்களைப் பெற்றிராத வறுமையாளர்கள், முற்றும் துறக்கக்கூடிய நிலைமையில் இருந்தும், அவ்வாறு துறக்காததற்குக் காரணம், அவர்கள் பிறர் வீட்டில் இருக்கும் உப்பிற்கும் புளித்த கஞ்சிக்கும் ஒரு கேடாக இருப்பதே ஆகும்.

இரவு

இரக்க இரத்தக்கார்க் காணின் கரப்பின்
அவர்பழி தம்பழி யன்று.   1051

இரப்பதற்குத் தகுந்த தகுதி படைத்தவர்களைக் காணும்போது, வறியவர்கள் அவர்களிடம் இரக்கலாம். ஆனால், அவர்கள் எதையும் வழங்காமல், தம்மிடம் இருப்பதையே மறைப்பார்களானால், அப்படிச் செய்வது, அவர்களுக்குப் பழியாகவே அமையும்; இரப்பவர்களுக்கு அதனால் பழி ஏதும் ஏற்பட்டுவிடாது.

இன்பம் ஒருவற்கு இரத்தல் இரந்தவை
துன்பம் உறாஅ வரின்.   1052

ஒருவர் பிறரிடம் இரந்து கேட்டுப் பெற்ற பொருள்கள், அவர் துன்பம் ஏதும் அடையாமலேயே அவருக்குக் கிடைக்கப் பெறுமேயானால், அப்படி இரத்தல்கூட அவருக்கு இன்பம் பயப்பதாகவே அமையும்.

கரப்பிலா நெஞ்சின் கடனறிவார் முன்நின்று
இரப்பும்ஓர் ஏர் உடைத்து.   1053

உள்ளதை மறைக்காமல், ஈயும் மனத்தினையும் கடமையுணர்ச்சியையும் கொண்டிருப்பவர்கள் முன்நின்று, அவர்களிடம் வறியவர்கள் இரந்து பொருள் கேட்பதுகூட, ஓர் அழகைத் தருவதாகவே அமையும்.

இரத்தலும் ஈதலே போலும் கரத்தல்
கனவிலும் தேற்றாதார் மாட்டு.   1054

தம்மிடம் உள்ளதை இல்லை என்று கூறி மறைத்தலைக் கனவிலும் அறியாதவர்களிடத்தில், ஒருவர் சென்று இரப்பதுகூட ஈதல் செய்வதைப் போலவே இன்பம் பயப்பதாக இருக்கும்.

கரப்பிலார் வையகத்து உண்மையான் கண்ணின்று
இரப்பவர் மேற்கொள் வது.   1055

தம்மிடம் உள்ளதை இல்லை என்று மறைத்துக் கூறாத நல்லவர்கள் உலகத்தில் ஒரு சிலராவது இருப்பதால்தான், அவர்முன் சென்று நின்று இரக்கும் பழக்கத்தை, வறியவர்கள் தமது வழக்கமாகக் கொண்டிருக்கின்றனர்.

கரப்புஇடும்பை இல்லாரைக் காணின் நிரப்புஇடும்பை
எல்லாம் ஒருங்கு கெடும். *1056*

தம்மிடம் உள்ளதை மறைத்தலாகிய அச்சம் கொள்ளாதவர்களைக் காணும்போது, இரப்பவர்களுக்கு வறுமையால் உண்டாகக்கூடிய துன்பங்கள் அனைத்தும் ஒருசேரக் கெட்டுப்போகும்.

இகழ்ந்துஎள்ளாது ஈவாரைக் காணின் மகிழ்ந்துள்ளம்
உள்ளுள் உவப்பது உடைத்து. *1057*

தம்மை இழிவாகப் பேசாமலும், ஏளனம் செய்யாமலும் கொடுத்தருளும் பண்புடையவர்களைக் காணும்போது, இரப்பவர்களது மனம் மிகவும் மகிழ்ச்சியடையும்; அதோடு மனத்திற்குள் தாமே உவந்து இன்பம் காணும் நிலையும் ஏற்படும்.

இரப்பாரை இல்லாயின் ஈர்ங்கண்மா ஞாலம்
மரப்பாவை சென்றுவந் தற்று. *1058*

இல்லாமையின் காரணமாக உருவாகும் இரப்பவர்கள் இல்லையானால், குளிர்ச்சி பொருந்திய இந்தப் பெரிய உலகத்தில் உள்ளவர்களின் நடமாட்டமானது, கயிற்றினால் இயக்கப்படும் உயிரில்லாத மரப்பாவையானது, போவதும் வருவதுமாகிய தன்மையைப் பெற்றிருப்பது போன்றதாகும்.

ஈவார்கண் என்னுண்டாம் தோற்றம் இரந்துகோள்
மேவார் இலாஅக் கடை. *1059*

பொருள் இல்லை என்ற காரணத்திற்காக, இரந்தாவது அதனைப் பெற்றுக்கொள்ள வேண்டும் என்று விரும்பும் இரப்பவர்கள் இல்லாத இடத்தில், பொருள் வழங்குபவர்கள் இருந்தாலும், அவர்களுக்குப் புகழ் ஏதும் ஏற்படாது.

இரப்பான் வெகுளாமை வேண்டும் நிரப்புஇடும்பை
தானேயும் சாலும் கரி. *1060*

இரப்பவன் பொருள் வழங்காத பிறரிடத்தில் எப்போதும் சினங்கொள்ளக் கூடாது; ஏனெனில், பொருளில்லாத தன்மை பிறரிடத்திலும் இருக்கக்கூடும். அதனைத் தெரிந்துகொள்வதற்கு அவனது வறுமைத் துன்பமேகூடச் சான்றாக அமைந்து காணப்படும்.

இரவு அச்சம்

கரவாது உவந்துஈயும் கண்ணன்னார் கண்ணும்
இரவாமை கோடி யுறும்.   1061

உள்ளதை மறைக்காமல், உவகைப் பெருக்கோடு கொடுக்கக்கூடிய கண்போன்ற சிறந்தவர்களிடத்திலும், ஒருவர் சென்று இரக்காமல் இருப்பது என்பது, அவருக்குக் கோடி மடங்கு நலம் பயப்பதாகும்.

இரந்தும் உயிர்வாழ்தல் வேண்டின் பரந்து
கெடுக உலகுஇயற்றி யான்.   1062

உலகில் ஒருவன் இரந்துதான் உயிர்வாழ வேண்டுமென்றால், குடிமக்களுக்குத் தேவைப்படும் பொருளைத் திரட்டித்தரும் பொறுப்பை மேற்கொண்டிருக்கும் நாடாளுபவன், தன் கடமையைச் செய்யாதவன் ஆகிறான்; அப்படிப்பட்டவன், இரப்பவரைப் போலவே எங்கும் அலைந்து திரிந்து கெட்டுப்போவான் என்பது உறுதி.

இன்மை இடும்பை இரந்துதீர் வாம்என்னும்
வன்மையின் வன்பாட்டது இல்.   1063

வறுமைத் துன்பத்தை ஒருவன் தன் முயற்சியால் தீர்த்துக் கொள்ளாமல், இரப்பதன் மூலமாகத் தீர்த்துக் கொள்வோம் என்று எண்ணிடும் வன்மனத்தைப் போல, முரட்டுத்தன்மையுடையது வேறு எதுவும் இல்லை.

இடமெல்லாம் கொள்ளாத் தகைத்தே இடமில்லாக்
காலும் இரவொல்லாச் சால்பு.   1064

நுகர்வதற்குப் பொருள் ஏதுமில்லாத வறுமைக் காலத்திலும், இரந்து வாழ எண்ணாத ஒருவனது சால்புடைமையானது, உலகம் முழுவதும் கொள்ளாத அளவுக்கு மிகப் பெரிய சிறப்பினையுடையதாகும்.

தெண்ணீர் அடுபுற்கை ஆயினும் நாள்தந்தது
உண்ணலின் ஊங்குஇனியது இல்.   1065

ஒருவன், தன்னுடைய முயற்சியால் பெறக்கூடிய பொருள், தெளிந்த நீரில் சமைத்த கூழே ஆனாலும், அதனை உண்டு மகிழ்வதைக் காட்டிலும், அவனுக்கு இனிமை தருவது, வேறு எதுவும் இருக்க முடியாது.

ஆவிற்கு நீர்என்று இரப்பினும் நாவிற்கு
இரவின் இளிவந்தது இல். *1066*

நீர் வேட்கையால் துன்பப்படும் ஒரு பசு மாட்டிற்கான, அதன் வேட்கையை நீக்கவேண்டி நீர் வேண்டுமென்று ஒருவன் அறச் சிந்தனையோடு பிறரை இரந்து கேட்டாலும், அப்படி இரத்தலைக் காட்டிலும், அவனது நாவிற்கு இழிவைத் தரத்தக்கது வேறு எதுவும் இருக்க முடியாது.

இரப்பன் இரப்பாரை எல்லாம் இரப்பின்
கரப்பார் இரவன்மின் என்று. *1067*

இரக்க வேண்டுமானால், உள்ளதை மறைப்பவர்களிடம் சென்று இரக்க வேண்டாம் என்று, இரப்பவர்கள் எல்லோரையும் இரந்து வேண்டிக் கேட்டுக்கொள்வேன் என்று இரத்தலுக்கு அஞ்சுகின்ற ஒருவன் எப்போதும் கூறுவான்.

இரவுஎன்னும் ஏமாப்புஇல் தோணி கரவுஎன்னும்
பார்தாக்கப் பக்கு விடும். *1068*

வறுமைக் கடலைக் கடக்க அமைத்துக்கொண்ட இரத்தல் என்னும் பாதுகாப்பு இல்லாத மரக்கலமானது, உள்ளதை மறைத்தல் என்னும் கற்பாறையின் மீது மோதுமாயின், பிளந்து போய்விடும் என்பது திண்ணம்.

இரவுஉள்ள உள்ளம் உருகும் கரவுஉள்ள
உள்ளதூஉம் இன்றிக் கெடும். *1069*

இரத்தலின் கொடுமையை நினைக்கும்போது நெஞ்சானது உருகிவிடும். உள்ளதை மறைத்தலின் கொடுமையை நினைக்கும்போது, அவ்வுருகும் தன்மையுமின்றி நெஞ்சமே அழிந்து போய்விடும்.

கரப்பவர்க்கு யாங்குஒளிக்கும் கொல்லோ இரப்பவர்
சொல்லாடப் போஒம் உயிர். *1070*

உள்ளதை மறைப்பவர்கள் இல்லை என்று சொல்லியவுடனேயே, இரப்பவரின் உயிரானது போய்விடுகின்றது. ஆனால், உள்ளதை மறைத்து வைத்து, இல்லை என்பவர்களுக்கு மட்டும் உயிரானது பின்னரும் இருத்தலால் அவர்கள் உயிர் எங்குத்தான் போய் ஒளிந்திருக்குமோ? தெரியவில்லை!.

கயமை

**மக்களே போல்வர் கயவர் அவரன்ன
ஒப்பாரி யாம்கண்டது இல்.** 1071

கீழ்மக்கள், உடல் தோற்றத்தைப் பொறுத்து நன்மக்களைப் போலவே காணப்படுவார்கள். அவ்விரு சாராரையும் போன்று, பண்புகளால் வேறுபட்டு உடலுருவத்தால் ஒத்துத் தோன்றுகின்ற வேறு இருவகைப் பொருள்களை யாம் பார்த்ததே இல்லை.

**நன்றுஅறி வாரின் கயவர் திருவுடையர்
நெஞ்சத்து அவலம் இலர்.** 1072

நல்லனவற்றைப் பற்றி ஆராய்ந்தறியும் நன்மக்களைவிடக் கீழ்மக்களே சிறந்த பேறு உடையவராவார்கள்; ஏனெனில், அந்தக் கீழ்மக்கள் எந்த நல்லதைப் பற்றியும் தம் உள்ளத்தில் கவலை கொள்ளாதவர்கள்.

**தேவர் அனையர் கயவர் அவரும்தாம்
மேவன செய்தொழுக லான்.** 1073

ஒருவகையில் கீழ்மக்கள் மேன்மக்களை ஒத்திருப்பவர் ஆவார்கள். ஏனெனில், கீழ்மக்களும் மேன்மக்களைப் போலவே தாம் விரும்புகின்றவற்றைத் தயங்காமல் செய்தொழுகும் மன உறுதியைப் பெற்றிருப்பவர் ஆவார்கள்.

**அகப்பட்டி ஆவாரைக் காணின் அவரின்
மிகப்பட்டுச் செம்மாக்கும் கீழ்.** 1074

கீழ்மக்கள், தம்மைக் காட்டிலும் தாழ்ந்த, மிகவும் கீழ்த்தரப்பட்டவராய் இருப்பவர்களைக் காண நேர்ந்தால், அவர்களைவிடத் தாம் மிக மேம்பாடு உடையவர்களாகக் காட்டிக்கொண்டு, இறுமாப்பு மிகுந்தவர்களாக இருப்பார்கள்.

**அச்சமே கீழ்களது ஆசாரம் எச்சம்
அவாஉண்டேல் உண்டாம் சிறிது.** 1075

கீழ்மக்களிடம் சிறிதளவாவது ஒழுக்கம் காணப்படுமேயானால், அதற்குக் காரணம், அவர்கள் கொள்ளும் அச்சமேயாகும். அந்தக் காரணம் இல்லை என்றாலும், அவர்கள் விரும்பும் பொருள் கிடைக்கப் பெறும் நிலை ஏற்படுமேயானால், அதன் காரணமாகவும்கூடச் சிறிதளவு ஒழுக்கம் ஏற்படக்கூடும்.

அறைபறை அன்னர் கயவர்தாம் கேட்ட
மறைபிறர்க்கு உய்த்துரைக்க லான். *1076*

கீழ்மக்களானவர்கள், தாம் கேட்டறியும் மறைத்து வைத்துக்கொள்ளக் கூடிய செய்திகளையும் சுமந்து கொண்டுபோய், ஆங்காங்குள்ள மற்றவர்களிடம் சொல்லிவிடுவதால், அவர்கள் அடித்து ஒலி எழுப்பப்படும் பறைக்கு ஒப்பானவர் ஆவார்கள்.

ஈர்ங்கை விதிரார் கயவர் கொடிறுஉடைக்கும்
கூன்கையர் அல்லா தவர்க்கு. *1077*

கீழ்மக்களானவர்கள் தமது முகவாய்க் குறட்டினை இடித்து உடைக்கும் மடக்கிய கையினையுடைய, முரடரல்லாதவர்க்குத் தாம் உண்டு, ஈரம் படிந்த, தமது எச்சில் படிந்த கையைக்கூட உதறமாட்டார்கள்.

சொல்லப் பயன்படுவர் சான்றோர் கரும்புபோல்
கொல்லப் பயன்படும் கீழ். *1078*

பிறர் தம் குறைகளை எடுத்துக்கூறிய அளவிலேயே, சான்றோர்கள் அவர்களுக்குப் பெரிதும் பயன்படுவார்கள்; ஆனால், கீழ்மக்களோ என்றால் கரும்பினை நசுக்கிப் பிழிவதைப் போல வாட்டி வருத்தினால்தான் பயன்படுவார்கள்.

உடுப்பதூஉம் உண்பதூஉம் காணின் பிறர்மேல்
வடுக்காண வற்றாகுங் கீழ். *1079*

கீழ்மக்களானவர்கள், பிறர் சிறப்பாக உடுத்துக் கொள்வதையும், நன்றாக உண்ணுவதையும் காணுவார்களேயானால், பொறாமை மிகுந்து, அத்தகையவர்கள் மீது, எவ்விதக் குற்றமும் இல்லை என்றாலும், குற்றங்களைத் தாமே உண்டாக்கிக் காட்டுவதில், வல்லவர்கள் ஆவார்கள்.

எற்றிற்கு உரியர் கயவர்ஒன்று உற்றக்கால்
விற்றற்கு உரியர் விரைந்து. *1080*

கீழ்மக்கள், எத்தகைய தகுதிக்கு உரியவராவார்கள் என்றால், தமக்கு ஒரு துன்பமோ குறையோ வந்து சேரும்போது, அதிலிருந்து தாம் தப்பித்துக் கொள்வதற்குத் தம்மையே பிறரிடம் விலைபேசி விரைந்து விற்று விடுவதற்குரிய தகுதி படைத்தவராவார்கள்.

இன்பத்துப்பால்

தகை அணங்கு உறுத்தல்

அணங்குகொல் ஆய்மயில் கொல்லோ கனங்குழை
மாதர்கொல் மாலும்என் நெஞ்சு. *1081*

பெருத்த காதணிகளையுடைய இப்பெண், என் உள்ளத்தை வாட்டும் ஓர் அழகின் வடிவமோ அல்லது ஓர் அழகான மயிலோ அல்லது ஓர் அழகு மிகுந்த மங்கையோ இவள் இன்னவள் என்று என்னால் அறியமாட்டாமல், என் உள்ளம் மயங்குகிறதே!

நோக்கினாள் நோக்கெதிர் நோக்குதல் தாக்கணங்கு
தானைக்கொண் டன்னது உடைத்து. *1082*

என்னை உற்றுநோக்கும் அழகுமிக்க இந்தப் பெண்ணானவள், நான் அவளை நோக்கியவுடன், அவள் என்னை எதிர்த்து நோக்குகிறாள்; அது தானே நோக்கி வருத்தும் ஓர் அழகின் வடிவமானது, ஒரு போர்ப்படையையும் உடன்கொண்டு வந்தாற்போன்று அமைந்திருக்கிறது.

பண்டுஅறியேன் கூற்றுஎன் பதனை இனியறிந்தேன்
பெண்தகையால் பேரமர்க் கட்டு. *1083*

சாவு என்ற கூற்று எது என்பதைப் பற்றி முன்பெல்லாம் கேட்டறிந்திருக்கிறேன்; ஆனால் நான் நேரில் கண்டதில்லை; இப்பொழுது அதனை அறிந்துகொண்டு விட்டேன்; அது பெண் உருவத்தோடு, பெரியதொரு போரினைச் செய்யக்கூடிய கண்களை உடையது என்பதை.

கண்டார் உயிர்உண்ணும் தோற்றத்தால் பெண்தகைப்
பேதைக்கு அமர்த்தன கண். *1084*

பெண்ணுக்குரிய இனிய தன்மைகளையெல்லாம் ஒருங்கே உடைய இந்த இளம்பெண் கொண்டிருக்கும் கண்கள் மட்டும், தம்மைக் கண்டவர்களது உயிரை உண்ணும் தோற்றத்தோடு இருப்பதால், அவை, இவளது நல்லியல்புகளுக்கு மாறுபட்ட தன்மையுடையனவாகத் தோன்றுகின்றன.

கூற்றமோ கண்ணோ பிணையோ மடவரல்
நோக்கம்இம் மூன்றும் உடைத்து. *1085*

இந்த இளம்பெண்ணின் பார்வை, என்னை மிகவும் வருத்துவதால், இது என்ன ஒரு கூற்றமோ? அது என் மீது இரக்கங்காட்டுவதால், அது ஒரு கண்ணோ? இயற்கையாகவே மருட்சியைக் கொண்டதாக இருப்பதால், இவள் ஒரு பெண்மானோ? என்னால் எளிதாகப் புரிந்துகொள்ள முடியவில்லை. பொதுவாகப் பார்க்கும்போது, அது இம்மூன்றின் தன்மையையும் ஒருங்கே கொண்டிருக்கின்றது.

கொடும்புருவம் கோடா மறைப்பின் நடுங்கஅஞர்
செய்யல மன்இவள் கண். *1086*

இவளது வளைந்த புருவங்கள் கோணாமல் நேராக இருந்து தடுத்து மறைத்திருக்குமேயானால், இவளது கண்கள், எனக்கு நடுக்கத்தைத் தரக்கூடிய துன்பத்தை ஒருபோதும் செய்திருக்கமாட்டா.

கடாஅக் களிற்றின்மேல் கட்படாம் மாதர்
படாஅ முலைமேல் துகில். *1087*

இளம்பெண்ணின் சாயாத, சரியாத கொங்கைகளின் மேல் அணியும் ஆடையானது, மதம் பிடித்த யானையின் மத்தகங்களின் மேல் இடப்பட்ட முகப்படாம் போன்று இருக்கும்.

ஒண்ணுதற் கோஒ உடைந்ததே ஞாட்பினுள்
நண்ணாரும் உட்கும்என் பீடு. *1088*

போர்க்களத்தில் என்னை நேரில் வந்து எதிர்க்க முடியாத பகைவர்களுங்கூட அஞ்சுகின்ற எனது வலிமையானது, இவளது ஒளிபொருந்திய நெற்றியின் அழகு ஒன்றனைக் கண்டவுடனேயே, ஆற்றாது உடைந்து அழிந்துபோய் விடுகின்றதே!

பிணைஏர் மடநோக்கும் நாணும் உடையாட்கு
அணிஎவனோ ஏதில தந்து. *1089*

பெண்மானுக்கு உள்ளது போன்று, மருட்சியான நோக்கினையும் நாணத்தையும் உடைய இவளுக்கு, இயற்கையாகவே இவ்வணிகலன்கள் அமைந்திருக்க, செயற்கையாக வேறு அணிகலன்களை அணிவதன் மூலம் எந்த ஒரு பலனும் ஏற்படப்போவதில்லை.

உண்டார்கண் அல்லது அடுநறாக் காமம்போல்
கண்டார் மகிழ்செய்தல் இன்று. *1090*

காய்த்து எடுக்கப்பட்ட மதுவானது, உண்டவர்களுக்கு மட்டுமே மகிழ்ச்சியை அளிக்கக்கூடியது; ஆனால், அது காமத்தைப் போன்று, தன்னைக் கண்டவர்களுக்கெல்லாம் மகிழ்ச்சியை அளிப்பது இல்லை.

குறிப்பு அறிதல்

இருநோக்கு இவள்உண்கண் உள்ளது ஒருநோக்கு
நோய்நோக்குஒன்று அந்நோய் மருந்து. *1091*

இவளது மைதீட்டப்பட்ட கண்களில், இருவகைப்பட்ட நோக்குகள் உள்ளன; ஒரு நோக்கு எனக்குக் காதல் நோயினை உண்டாக்கும் நோக்கமாகும்; மற்றொரு நோக்கு, அந்த நோய்க்கு மருந்தாக அமைவதாகும்.

கண்அளவு கொள்ளும் சிறுநோக்கம் காமத்தின்
செம்பாகம் அன்று பெரிது. *1092*

இவளது கண்கள், களவுத் தன்மையோடு, நான் நேரிடையாகக் காணாதபடி, என்மேல் நோக்குகின்ற சிறு பார்வையானது, நான் பெறக்கூடிய புணர்ச்சியின்பத்தில், சரிபாதி அளவுதான் இருக்கும் என்று சொல்ல முடியாது; அதனைக் காட்டிலும் பெரிதாகவே இருக்கும்.

நோக்கினாள் நோக்கி இறைஞ்சினாள் அஃதுஅவள்
யாப்பினுள் அட்டிய நீர். *1093*

நான் காணாத நிலையில் என்னை நோக்கியவள், அப்படி நோக்கியதன் காரணமாகத் தன் மனத்தில் ஒன்றை நினைத்து, நாணத்துடன் தலை குனிகின்றாள்; அந்தச் செயலின் குறிப்பு, எங்கள் இருவரிடையே தோன்றிய காதலன்புப் பயிர் வளர, அப்பெண் ஊற்றிய நீராக இருக்கிறது.

யான்நோக்கும் காலை நிலன்நோக்கும் நோக்காக்கால்
தான்நோக்கி மெல்ல நகும். *1094*

நான் அவளை உற்றுநோக்கும் போது அவள் தலைகுனிந்தவாறு நிலத்தினை நோக்குகிறாள்; நான் அவளை நோக்காதபோது, அவள் என்னை நோக்கி மெல்லத் தனக்குள்ளே மகிழ்ச்சியுறுகிறாள்.

குறிக்கொண்டு நோக்காமை அல்லால் ஒருகண்
சிறக்கணித்தாள் போல நகும். *1095*

அந்த அழகிய பெண்ணானவள், என் முகத்தை ஒரு குறிப்பினைக்கொண்டு நேராக நோக்கவில்லையேயல்லாமல், ஒரு கண்ணைச் சிறிது சுருக்கி வைத்துக்கொண்டவள் போல இருந்து, என்னை நோக்கித் தனக்குள்ளேயே மகிழ்கிறாள்.

உறாஅ தவர்போல் சொலினும் செறாஅர்சொல்
ஒல்லை உணரப் படும். *1096*

தலைவியை நான் அணுகவிடாமல் செய்யத் தோழியானவள், புறத்தே நின்று அயலார்போல என்னிடம் கடுமையான சொற்களைக் கூறுகிறாள் என்றாலும், அவை அவளகத்தே சினமில்லாதவளாய்க் கூறியுள்ள சொற்கள் என்பதை, நான் விரைவில் அறிந்துகொள்ள முடிகிறது.

செறாஅச் சிறுசொல்லும் செற்றார்போல் நோக்கும்
உறாஅர்போன்று உற்றார் குறிப்பு. *1097*

துன்பம் பயக்காத கடுமையான சொற்களும், புறத்தே பகைவர்போலப் பார்க்கும் சினப்பார்வையும், தொடர்பில்லாதவர் போல, வெளியே காட்டி, உள்ளுக்குள்ளேயே அன்புகொண்டு இருப்பவரின் அடையாளக் குறிப்புகளாகும்.

அசையியற்கு உண்டுஆண்டுஓர் ஏஎர்யான் நோக்கப்
பசையினள் பைய நகும். *1098*

நான், தோழியின் கடிய சொல்லுக்கு வருந்தித் தலைவியை இரந்து நோக்கும் போது, அவள் என்மீது அன்பும் இரக்கமும் கொண்டவளாகி, மெல்ல நகைத்து நிற்கிறாள்; நான் அவளது நகைப்பினிலே ஒரு நன்மைக் குறிப்பு இருப்பதை உணர்கிறேன்.

ஏதிலார் போலப் பொதுநோக்கு நோக்குதல்
காதலார் கண்ணே உள. *1099*

வெளித்தோற்றத்தில், முன்பின் அறியாத அயலார்போல, ஒருவரை ஒருவர் பொதுநோக்கம் கொண்டு பார்த்தல் என்பது, உள்ளுக்குள்ளே காதலன்பு கொண்டவர்களிடத்திலே மட்டும் இருக்கக்கூடிய இயல்பாகும்.

கண்ணொடு கண்இணை நோக்குஒக்கின் வாய்ச்சொற்கள்
என்ன பயனும் இல. *1100*

காதலர் இருவருள், ஒருவரின் கண்களோடு மற்ற ஒருவரின் கண்கள் இரண்டும் நோக்கால் ஒத்துப்போகுமேயானால், வெளிப்படையாக அவர்கள் வாய்ச்சொற்களால், பரிமாறிக்கொள்ள வேண்டிய இன்றியமையாமை இல்லை; ஒத்துப்போகும் நோக்கமே போதுமானதாகும்.

புணர்ச்சி மகிழ்தல்

கண்டுகேட்டு உண்டுஉயிர்த்து உற்றுஅறியும் ஐம்புலனும்
ஒண்டொடி கண்ணே உள. 1101

கண்ணால் கண்டும், செவியால் கேட்டும், வாயால் சுவைத்தும், மூக்கால் நுகர்ந்தும், மெய்யால் தீண்டியும் நுகரப்படுகின்ற ஐம்புல இன்பங்களும், ஒளிபொருந்திய வளையல்களையுடைய இவ்வழகிய பெண்ணிடத்தே அமைந்து இருக்கின்றன.

பிணிக்கு மருந்து பிறமன் அணியிழை
தன்நோய்க்குத் தானே மருந்து. 1102

நோய்களைத் தீர்க்கக்கூடிய மருந்து, அந்நோய்களினின்றும் வேறுபட்ட பொருள்களாக இருக்கின்றன; அணிகலன்களை அணிந்த இவ்வழகிய பெண்ணின் மூலம் உண்டாகக்கூடிய காதல் நோய்க்கு, அவளேதான் மருந்தாகிறாள்.

தாம்வீழ்வார் மென்தோள் துயிலின் இனிதுகொல்
தாமரைக் கண்ணான் உலகு. 1103

தாமரை போன்ற கண்களையுடைய தலைமகனால் விரும்பப்படும், அழகிய பெண்ணின் மென்மையான தோள்களின் மீது தலைமகன் துயின்று இன்பம் பெறுவதைக் காட்டிலும், இந்த உலகில் இன்பந்தருவது வேறு ஏதேனும் உண்டோ என்றால் இல்லை என்றுதான் சொல்லவேண்டும்.

நீங்கின் தெறூஉம் குறுகுங்கால் தண்என்னும்
தீயாண்டுப் பெற்றாள் இவள். 1104

அழகான இவளைவிட்டுப் பிரிந்து சென்றால், உடல் சுடுகின்றது; இவளிடம் நெருங்கி நின்றால், உடல் குளிர்ச்சியாக இருக்கின்றது; இத்தகையதொரு விந்தைக்குரிய நெருப்பை, இவள் எங்கிருந்து பெற்றாளோ தெரியவில்லை.

வேட்ட பொழுதின் அவையவை போலுமே
தோட்டார் கதுப்பினாள் தோள். 1105

விரும்பிய பொழுதெல்லாம் விரும்பப்படும் பொருள்கள் அனைத்தும் கிடைக்கப் பெற்று அவை இன்பந்தருவதைப் போன்று, பூக்கள் செறிந்த கூந்தலையுடைய இவ்வழகிய பெண்ணின் தோள்களும், எனக்கு இன்பந்தருகின்றன.

உறுதோறு உயிர்தளிப்பத் தீண்டலால் பேதைக்கு
அமிழ்தின் இயன்றன தோள்.   1106

இந்த அழகிய பெண்ணை, நான் தழுவுந்தோறும், வாடிக்கிடந்த என் உயிரானது, தளிர்க்குமாறு, இவளுடைய தோள்கள் தீண்டுவதாலே, இவை அமிழ்தத்தினால் செய்யப்பட்டிருக்குமோ என்று எண்ணத் தோன்றுகின்றது.

தம்மில் இருந்து தமதுபாத்து உண்டற்றால்
அம்மா அரிவை முயக்கு.   1107

இந்த அழகிய பெண்ணை, நான் தழுவுவதன் மூலம் பெறும் இன்பமானது, ஒருவர் தமக்குரிய சொந்த இல்லத்தில் வாழ்ந்துகொண்டு, தாம் உழைத்து அதன் மூலம் ஈட்டிய பொருள்களை, இல்லாதவர்களுக்குப் பங்கிட்டுக் கொடுத்து, அவர்களோடு சேர்ந்து உண்ணும்போது, பெறக்கூடிய இன்பம் போன்று இருக்கின்றது.

வீழும் இருவர்க்கு இனிதே வளியிடை
போழப் படாஅ முயக்கு.   1108

காற்று இடையில் நுழைந்து செல்லாதபடி இறுகத் தழுவும் தழுவலானது, ஒருவரை ஒருவர் விரும்பும் காதலர் இருவர்க்கும், இனிமை பயப்பதாக அமையும்.

ஊடல் உணர்தல் புணர்தல் இவைகாமம்
கூடியார் பெற்ற பயன்.   1109

ஊடிக் கொள்ளுதலும், அந்த ஊடலை ஓர் அளவில் உணர்ந்து நீக்கிக் கொள்ளுதலும், பின்பு புணர்தலும் ஆகிய இவையே, காதல் வாழ்வின் மூலம் காதலர்கள் பெறக்கூடிய பெரும் பயன்களாகும்.

அறிதோறு அறியாமை கண்டற்றால் காமம்
செறிதோறும் சேயிழை மாட்டு.   1110

சிவந்த நிறமுடைய அழகிய அணிகலன்களை அணிந்த இந்தப் பெண்ணிடம் நான் இன்பம் நுகருந்தோறும் நுகருந்தோறும் ஏற்படக்கூடிய காதலின்பமானது, அரிய நூற்பொருள்களைக் கற்று அறிய அறிய முன்பு அறியாதிருந்தவைகளை எல்லாம், புத்தம் புதியனவாகக் கண்டறிவது போன்று இருக்கின்றது.

நலம் புனைந்து உரைத்தல்

நன்னீரை வாழி அனிச்சமே நின்னினும்
மென்னீரள் யாம்வீழ் பவள்.   1111

அனிச்ச மலரே! நீ எல்லா மலர்களையும்விட, நல்ல மென்மையான
தன்மையைப் பெற்றிருக்கிறாய்! நீ வாழ்வாயாக! என்றாலும், நான்
விரும்பும் என் காதலி, உன்னைக் காட்டிலும், மிகவும் மென்மையான
தன்மையை உடையவள் ஆவாள் என்பதை அறிவாயாக!

மலர்காணின் மையாத்தி நெஞ்சே இவள்கண்
பலர்காணும் பூவொக்கும் என்று.   1112

நெஞ்சமே! இவளுடைய கண்கள், பலராலும் பார்க்கப்படும்
பூக்களைப் போன்றவை என்று கருதி, மலர்களைப் பார்த்தவுடனேயே
நீ மயங்குகிறாய்! இவளுடைய கண்கள், எல்லா மலர்களைக்
காட்டிலும் சிறந்தவை என்று அறியாத உன்னுடைய அறிவு,
இருந்தவாறு என்னே!

முறிமேனி முத்தம் முறுவல் வெறிநாற்றம்
வேலுண்கண் வேய்த்தோ ளவட்கு.   1113

மூங்கில்போலும் இனிய தோளினையுடைய என் காதலிக்கு, உடல்
நிறமானது தளிர் போன்றது; பற்களானவை முத்துக்கள் போன்றவை;
இயற்கை மணமானது நறுமணம் கொண்டது; மை பூசப்பட்ட
கண்களானவை வேல் போன்றவை ஆகும்.

காணிற் குவளை கவிழ்ந்து நிலன்நோக்கும்
மாண்இழை கண்ஒவ்வேம் என்று.   1114

குவளைப் பூக்கள், காணுகின்ற தன்மையைப் பெற்றிருக்குமேயானால்,
சிறந்த அணிகலன்களைப் பூண்ட இந்தப் பெண்ணின் கண்களுக்கு, தாம்
ஒருகாலும் ஒப்பாகமாட்டோம் என்று எண்ணி, வானத்தை நோக்காது,
வெட்கித் தலைகுனிந்து, நிலத்தையே நோக்கிக்கொண்டிருக்கும்.

அனிச்சப்பூக் கால்களையாள் பெய்தாள் நுசுப்பிற்கு
நல்ல படாஅ பறை.   1115

இவளுடைய மென்மையைக் கருதிப் பார்க்காமல், அனிச்சப் பூக்களைக்
காம்பு நீக்காமல், இவள், தன் கூந்தலில் வைத்துக்கொண்டாள்;
அதனால், இவளது இடைக்குக் கேடு ஏற்பட்டு, அது முறிந்துவிட்டது;
அதன் காரணமாகச் சாவுப் பறையேயன்றி, நல்ல பறை ஒலிக்க
முடியாத நிலை ஏற்பட்டுவிட்டது.

மதியும் மடந்தை முகனும் அறியா
பதியின் கலங்கிய மீன். *1116*

வானத்திலுள்ள விண்மீன்கள், திங்களுக்கும், இந்த அழகிய பெண்ணின் முகத்திற்கும் உள்ள வேறுபாட்டைக் கண்டறியமுடியாமல், தம் நினைவில் நில்லாமல், கலக்கமடைந்து திரிகின்றன.

அறுவாய் நிறைந்த அவிர்மதிக்குப் போல
மறுவுஉண்டோ மாதர் முகத்து. *1117*

முன்பு குறைந்த நிலையிலிருந்து, பின்பு நிறைவுபெற்ற, ஒளிவிடுகின்ற திங்களிடம் இருப்பதைப்போல, இந்த அழகிய பெண்ணின் முகத்தில், களங்கம் ஏதேனும் உண்டா எனில், இல்லை.

மாதர் முகம்போல் ஒளிவிட வல்லையேல்
காதலை வாழி மதி. *1118*

மதியே! பெண்ணின் முகத்தைப்போல, ஒளிவீச உன்னால் இயலுமானால், நீயும் இவளைப்போல, என்னால் விரும்பப்படுவாய்! அந்நிலையில் நீயும் வாழ்வாயாக!

மலரன்ன கண்ணாள் முகம்ஒத்தி யாயின்
பலர்காணத் தோன்றல் மதி. *1119*

மதியே! மலரினைப் போன்ற கண்களை உடைய, இந்த அழகிய பெண்ணின் முகத்தினை, ஒத்திருக்க நீ விரும்புவாயேயானால், பலரும் காணும்படியாகத் தோன்றாது இருப்பாயாக! நான் காணும்படியாக மட்டும் தோன்றுவாயாக!

அனிச்சமும் அன்னத்தின் தூவியும் மாதர்
அடிக்கு நெருஞ்சிப் பழம். *1120*

மென்மைத் தன்மையை உடைய அனிச்சப்பூவும், அன்னப் பறவையின் மிகச் சிறிய நொய்தான இறகும், இந்த அழகிய பெண்ணின் காலடிகளில் பட்டால், நெருஞ்சி முள்போல் அவை துன்பந்தருவனவாக இருக்கும்.

காதல் சிறப்பு உரைத்தல்

பாலொடு தேன்கலந் தற்றே பணிமொழி
வால்எயிறு ஊறிய நீர். ***1121***

அடக்கமான மென்மையான இனிய சொற்களை மொழியக்கூடிய, இந்த அழகிய பெண்ணினது, தூய வெண்மையான பற்களின் இடையில், சுரந்துவரும் உமிழ்நீரானது, பாலோடு தேனையும் கலந்தாற்போன்ற, இனிமை பயப்பதாகும்.

உடம்பொடு உயிரிடை என்னமற்று அன்ன
மடந்தையொடு எம்மிடை நட்பு. ***1122***

உடம்புக்கும் உயிருக்கும் இடையிலே எத்தகைய தொடர்பு நிலவுகிறதோ, அத்தகையதொரு இன்றிமையாத நட்புத்தொடர்பு, இந்த அழகிய பெண்ணிற்கும் எனக்கும் இடையிலே நிலவுகிறது.

கருமணியிற் பாவாய்நீ போதாயாம் வீழும்
திருநுதற்கு இல்லை இடம். ***1123***

என் கண்ணின் கருவிழியில் உள்ள பாவையே! நீ அவ்விடம் விட்டுப் போய்விடுவதாக! என்னால் விரும்பப்படும் அழகிய நெற்றியினை உடைய இந்த அழகிய பெண்ணானவள், தங்கி இருக்க, வேறு இடம் இல்லை.

வாழ்தல் உயிர்க்குஅன்னள் ஆயிழை சாதல்
அதற்குஅன்னள் நீங்கு மிடத்து. ***1124***

ஆய்ந்தெடுத்த அணிகலன்களை உடைய இந்தப் பெண், என்னுடன் சேரும்போது, என் உயிரானது உடம்புடன் கூடிவாழ்வது எப்படி இன்பந்தருவதாக இருக்குமோ, அப்படி, எனக்கு இன்பந்தருபவளாக இருக்கிறாள்; அவள் என்னைவிட்டுப் பிரியும்போது, என் உயிரானது உடம்பை விட்டு நீங்கச் சாதல் எப்படித் துன்பம் தருவதாக இருக்குமோ, அப்படி எனக்குத் துன்பம் தருபவளாக இருக்கிறாள்.

உள்ளுவன் மன்யான் மறப்பின் மறப்புஅறியேன்
ஒள்அமர்க் கண்ணாள் குணம். ***1125***

ஒளிபொருந்திய, விரும்பப்படுகின்ற கண்களுடைய இந்த அழகிய பெண்ணின் பண்புகளை, நான் மறந்தால் அல்லவா, நினைக்கவேண்டி வரும்; ஆனால், நான் அவற்றை மறத்தலை ஒருபோதும் அறியேன்.

கண்ணுள்ளில் போகார் இமைப்பின் பருவரார்
நுண்ணியர்எம் காத லவர்.   1126

என்னுடைய காதலர் எனது கண்ணுக்குள்ளேயே இருக்கிறார்;
அதிலிருந்து வெளியே போகமாட்டார்; அவர் அங்கிருப்பதை
அறியாமல் நான் கண்ணை மூடி இமைத்தாலும், அவர் வருத்தப்பட
மாட்டார்; அவர் அவ்வளவு நுட்பமானவர்.

கண்ணுள்ளார் காத லவராகக் கண்ணும்
எழுதேம் கரப்பாக்கு அறிந்து.   1127

என் காதலர் என் கண்ணின் உள்ளே இருக்கின்ற காரணத்தால்,
மை தீட்டினால், அவர் மறையக்கூடும் என்று எண்ணி, நான் என்
கண்களுக்கு மையும் தீட்டமாட்டேன்.

நெஞ்சத்தார் காத லவராக வெய்துண்டல்
அஞ்சுதும் வேபாக்கு அறிந்து.   1128

என்னுடைய காதலர், என் நெஞ்சில் எப்பொழுதும்
இருக்கின்றாராதலால், அவர் சுடப்பட்டு விடுவாரோ என்று
எண்ணிச் சூடான உணவை உட்கொள்ள நான் அஞ்சுகிறேன்.

இமைப்பின் கரப்பாக்கு அறிவல் அனைத்திற்கே
ஏதிலர் என்னும்இவ் வூர்.   1129

எனது கண்கள் இமைக்குமேயானால், கண்ணுக்குள்ளே இருக்கும்
காதலர் மறைவார் என்பதை அறிந்து, நான் இமைக்காமல்
இருக்கிறேன்; அந்தத் தன்மை குறித்தே இவ்வூர் மக்கள், நான் கண்
இமையாது இருக்கும்படி என்னைவிட்டு விட்டுப் போய்விட்டார்,
அன்பில்லாதவர் என்று, அவரைக் குறை கூறுகின்றனர்.

உவந்துறைவர் உள்ளத்துள் என்றும் இருந்துறைவர்
ஏதிலர் என்னும்இவ் வூர்.   1130

என்னுடைய காதலர், எப்பொழுதும் என் நெஞ்சின் உள்ளே
மகிழ்ச்சியுடன் இருந்துகொண்டிருக்கிறார்; இதனை அறியாத இவ்வூர்
மக்கள், அவர் என்னைப் பிரிந்து வாழ்கின்றார், அவர் அன்பில்லாதவர்
என்று பழிதூற்றுகின்றனர்.

நாணுத் துறவு உரைத்தல்

காமம் உழந்து வருந்தினார்க்கு ஏமம்
மடல்அல்லது இல்லை வலி.   1131

காதல் இன்பத்தை நுகர்ந்து, பின்னர் அந்த இன்பம் கிட்டாமல், வருந்துகின்ற ஆடவர்க்குப் பண்டுதொட்டு இருந்து வருகின்ற பாதுகாப்பானது, மடலோடு குதிரைமேல் உட்கார்ந்து ஊர்ந்து ஊரறியச் செய்தல் அல்லாமல், வலிமையான துணை வேறொன்றும் இல்லை; ஆகவே நானும் அதனைச் செய்வேன்.

நோனா உடம்பும் உயிரும் மடல்ஏறும்
நாணினை நீக்கி நிறுத்து.   1132

காதலியின் பிரிவால் ஏற்பட்ட துன்பத்தினைத் தாங்கமுடியாத எனது உடம்பும் உயிரும், நாணத்தினைத் தொலைவில் நீக்கி நிறுத்திவைத்து விட்டு, மடலோடு குதிரைமீது அமர்ந்து ஊர்ந்து வருவதற்குத் துணிந்திருக்கின்றன.

நாணொடு நல்லாண்மை பண்டுடையேன் இன்றுடையேன்
காமுற்றார் ஏறும் மடல்.   1133

நாணத்தையும், நல்ல ஆண்மையையும் முன்பெல்லாம் கொண்டிருந்தேன்; இப்பொழுதோ, காதல் மிகுந்தவர் மடலோடு குதிரைமீது ஏறி ஊர்ந்து செல்லுகின்ற தன்மையைக் கொண்டிருக்கிறேன்.

காமக் கடும்புனல் உய்க்குமே நாணொடு
நல்லாண்மை என்னும் புணை.   1134

காதல் மிகுதி என்று சொல்லப்படுகின்ற கடுமையான வெள்ளமானது, என்னுடைய நாணம், நல்ல ஆண்மை என்னும் தோணிகளை, என்னைவிட்டுப் பிரித்துக்கொண்டு போய்விடுகின்றது.

தொடலைக் குறுந்தொடி தந்தாள் மடலொடு
மாலை உழக்கும் துயர்.   1135

மணிக்கோவைகளால் தொடுக்கப்பட்ட மேகலையையும், சிறிய வளையல்களையும் அணிந்த இந்த அழகிய பெண்ணானவள், மாலைப்பொழுது வருத்தும் துன்பத்தையும், மடலோடு குதிரையின் மீது ஏறி ஊர்தலையும் இப்பொழுது எனக்குத் தந்துவிட்டாள்; முன்பெல்லாம் இவற்றை நான் அறியேன்.

மடலூர்தல் யாமத்தும் உள்ளுவேன் மன்ற
படல்ஒல்லா பேதைக்குஎன் கண். ***1136***

இளமை பொருந்திய இந்த அழகிய பெண்ணின் காரணமாக என்னுடைய கண்கள் உறங்காமலேயே இருக்கின்றன; எல்லோரும் உறங்கிக்கொண்டிருக்கின்ற நடு இரவிலும்கூட, உறுதியாக மடலோடு குதிரை மீது ஏறி ஊர்ந்து செல்வதையே என் உள்ளத்தில் எண்ணிக் கொண்டிருக்கிறேன்.

கடலன்ன காமம் உழந்தும் மடல்ஏறும்
பெண்ணின் பெருந்தக்கது இல். ***1137***

கடல்போன்று அளவின்றி மிகுந்து காணப்படும் காதல் நோயினால் வருந்தினாலும், மடலோடு குதிரை மீது ஊர்ந்து செல்ல நினைக்காமல், துன்பத்தை எல்லா வகையிலும் பொறுத்துக்கொண்டிருக்கும் பெண்ணின் பெருந்தன்மையைப்போல், பெருமைக்குரிய பண்பு பிறிதொன்று இல்லை.

நிறைஅரியர் மன்அளியர் என்னாது காமம்
மறைஇறந்து மன்று படும். ***1138***

பெண்கள் நிறைபண்பு மிகுந்தவர்கள், மிகவும் அன்பு காட்டத் தக்கவர்கள் என்று இரக்கங்கொள்ளாமல், காதல் நோயானது, பெண்கள் அதனை மறைத்து வைத்திருந்த போதிலும், அதனையும் மீறிப் பொதுமன்றத்தில் வெளிப்பட்டு விடுகின்றது.

அறிகிலார் எல்லாரும் என்றேஎன் காமம்
மறுகின் மறுகும் மருண்டு. ***1139***

என்னைத் தவிர வேறு யாரும் தன்னை அறியவில்லை என்று நினைத்து, என் காதலானது, இவ்வூர்த் தெருக்களில் மயங்கித் திரிகின்றது.

யாங்கண்ணின் காண நகுப அறிவில்லார்
யாம்பட்ட தாம்படா வாறு. ***1140***

நான் படும் துன்பங்களைத் தாம் படாமையால், நான் கண்ணால் பார்க்கும்படியாக, அறிவில்லாதவர்கள், என் எதிரில், என்னைக் கண்டு நகைக்கின்றனர்.

அலர் அறிவுறுத்தல்

அலர்எழ ஆர்உயிர் நிற்கும் அதனைப்
பலர்அறியார் பாக்கியத் தால். 1141

எம் இருவரின் காதலன்பின் களவொழுக்க நடவடிக்கையானது, ஊரின்கண், பழிதூற்றிப் பேசப்படுகின்ற பேச்சாக இருப்பதால் எனது அரிய உயிர் நிலைபெற்று நிற்கின்றது; இவ்வுண்மையினை, என் நல்வாய்ப்பின் காரணமாகப் பழிதூற்றுகின்ற பலரும் தெரிந்துகொள்ளாதவர்களாக இருக்கிறார்கள்; தெரிந்திருந்தால் பழி தூற்றியிருக்க மாட்டார்கள்.

மலர்அன்ன கண்ணாள் அருமை அறியாது
அலர்எமக்கு ஈந்ததிவ் வூர். 1142

மலர் போன்ற கண்களையுடைய என் அழகிய காதலியை, நான் அடையமுடியாத அருமையை அறியாமல், இவ்வூரார், எமது களவொழுக்கம் பற்றிப் பழிதூற்றிப் பேசிப் பரப்பின செயல், எனக்கு உதவியாகவே அமைகிறது.

உறாஅதோ ஊரறிந்த கௌவை அதனைப்
பெறாஅது பெற்றன்ன நீர்த்து. 1143

எங்களது சேர்க்கையைப்பற்றி ஊரார் அறிந்து பழி தூற்றிச் சொல்லும் சொல்லானது, அச்சேர்க்கையை நான் பெறாமலிருக்கும்போது, பெற்றது போன்ற இன்பம் பயக்கும் தன்மையை உடையதாக இருக்கின்றது.

கவ்வையால் கவ்விது காமம் அதுஇன்றேல்
தவ்வென்னும் தன்மை இழந்து. 1144

எனது காதலானது, இவ்வூரார் கூறுகின்ற அலர் தூற்றும் சொற்களால் வளர்ந்து வருகின்றது; அவ்வலர் தூற்றுதல் இல்லை என்றால், காதலானது தன் இன்பம் துய்க்கும் தன்மையை இழந்து, சுருங்கி வாடிப்போய் இருக்கும்.

களித்தொறும் கள்ளுண்டல் வேட்டற்றால் காமம்
வெளிப்படும் தோறும் இனிது. 1145

கள்ளுண்பவர் கள்ளுண்டலின் மூலம் களிப்பு வெளிப்பட வெளிப்பட, அக்கள்ளுண்பது அவருக்கு இனிமையாவதுபோல, ஊராரின் அலர் தூற்றப்பட, எனது காதலின்பத்தின் நினைவும் வெளிப்பட்டு எனக்கு இனிமை பயக்கிறது.

கண்டது மன்னும் ஒருநாள் அலர்மன்னும்
திங்களைப் பாம்புகொண் டற்று. *1146*

காதலரை நான் கண்டது ஒரே ஒருநாள்தான்; அதனால், ஊராரால் உண்டாக்கப்படும் அலர்தூற்றும் செய்தியானது, திங்களைப் பாம்பு விழுங்குதல் என்னும் கற்பனை வழக்கத்தையொட்டிய செய்தியைப்போல் ஊரெங்கும் பரவிவிடுகிறது.

ஊரவர் கௌவை எருவாக அன்னைசொல்
நீராக நீளும்இந் நோய். *1147*

என்னுடைய இந்தக் காதல் நோயாகிய பயிரானது, ஊராரின் அலர் தூற்றலை எருவாகவும், அதுகேட்டு அன்னை கூறுகின்ற கடுஞ்சொற்களை நீராகவும் கொண்டு, செழித்து ஓங்கி வளர்ந்துகொண்டிருக்கிறது.

நெய்யால் எரிநுதுப்பேம் என்றற்றால் கௌவையால்
காமம் நுதுப்பேம் எனல். *1148*

ஊரார் பழி தூற்றிப் பேசுதல் என்னும் அலரால், காதலுணர்வை அவித்து விடுவோம் என்று அவர்கள் எண்ணுதலானது, எரிகின்ற தீயினை நெய்யால் அவித்து விடுவோம் என்று எண்ணுவதைப் போன்றதாகும்.

அலர்நாண ஒல்வதோ அஞ்சலோம்பு என்றார்
பலர்நாண நீத்தக் கடை. *1149*

என்னை எதிர்ப்பட்ட அன்று, 'உன்னைவிட்டுப் பிரியேன்; நீ அஞ்சுதலை விடுவாயாக' என்று கூறிய என் காதலரே, பலரும் நாணும்படியாக என்னை விட்டுப் பிரிந்து சென்றபின், நான் மட்டும் ஊரார் தூற்றும் அலருக்காக நாணவேண்டிய இன்றியமையாமை என்ன இருக்கிறது?

தாம்வேண்டின் நல்குவர் காதலர் யாம்வேண்டும்
கௌவை எடுக்கும்இவ் வூர். *1150*

நாம் முன்பே விரும்பிய உடன்போக்குக்குத் துணை செய்யக்கூடிய அலர் தூற்றுதலை, இவ்வூர் மக்கள் தாமே பரப்புகின்றனர்; இனி நம் காதலரும் நாம் விரும்பி வேண்டினால், அந்த உடன்போக்கை, எளிதில் ஒப்புக்கொள்வார்.

பிரிவு ஆற்றாமை

செல்லாமை உண்டேல் எனக்குஉரை மற்றுநின்
வல்வரவு வாழ்வார்க்கு உரை. *1151*

நீ என்னைவிட்டுப் பிரிந்து செல்லாத நிலைமையாக இருக்குமேயானால், அதனை மட்டும் என்னிடம் சொல்; அதுவல்லாமல், பிரிந்துசென்று, உன்னுடைய விரைவான வருகையைப் பற்றியதென்றால், அதனை அதுவரையில் உயிர்வாழ்ந்து கொண்டிருக்கக் கூடியவர்க்கு உரை.

இன்கண் உடைத்ததுஅவர் பார்வல் பிரிவஞ்சும்
புன்கண் உடைத்தால் புணர்வு. *1152*

முன்பு களவுக் காலத்தில், காதலர் பார்த்த பார்வையானது, புணர்ச்சி குறித்தமையால், எனக்கு இன்பம் தருவதாக இருந்தது; இப்பொழுது புணர்ச்சி உண்டு என்றாலும், அவர் பிரிந்துபோய் விடுவாரோ என்று அஞ்சுகின்ற நிலைமை, துன்பத்தினைத் தருவதாக இருக்கிறது.

அரிதரோ தேற்றம் அறிவுடையார் கண்ணும்
பிரிவுஓர் இடத்துஉண்மை யான். *1153*

பிரிதல் துன்பத்தினை அறிந்துணரவல்ல காதலரிடத்திலும், ஒரோ வழி, பிரிந்து செல்லுதல் என்பது நிகழ்வதால், 'பிரியேன்' என்று அவர் அன்று சொல்லிய சொல்லை, உறுதிசெய்வதற்கு முடியாததாக இருக்கின்றது.

அளித்துஅஞ்சல் என்றவர் நீப்பின் தெளித்தசொல்
தேறியார்க்கு உண்டோ தவறு. *1154*

களவுக் காலத்தில் எதிர்ப்பட்டபோது, அன்பினைப் பெய்து, "உன்னை விட்டுப் பிரியமாட்டேன்! நீ அஞ்சாமல் இரு!" என்று சொல்லிய காதலரே, என்னை விட்டுப்பிரிந்து செல்வாரானால், அவர் அன்புடன் கூறிய சொல்லினை உண்மை என்று நம்பித் தெளிவடைந்தவர் மேல் குற்றம் ஏதேனும் இருக்க முடியுமோ?

ஓம்பின் அமைந்தார் பிரிவுஓம்பல் மற்றுஅவர்
நீங்கின் அரிதால் புணர்வு. *1155*

எனது உயிரைக் காப்பாற்றவேண்டுமானால், அதனை ஆளுவதற்கென்று அமைந்த காதலரது பிரிவைத் தடுத்து நிறுத்தவேண்டும்; அப்படிப் பிரிந்து போவதைத் தடுத்து நிறுத்தமுடியவில்லை என்றால், பிறகு அவரை நான் கூடுதல் எவ்வாறு இயலுவதாகும்?

பிரிவுஉரைக்கும் வன்கண்ண ராயின் அரிதுஅவர்
நல்குவர் என்னும் நசை. *1156*

காதலர், தாம் பிரிந்துபோவதை நம்மிடம் சொல்லுகின்ற அளவிற்குக் கொடுமையுடையவராக இருப்பாரேயானால், அவர் திரும்பிவந்து, அன்புகாட்டுவார் என்று எண்ணுகின்ற ஆவல், வீணானதேயாகும்.

துறைவன் துறந்தமை தூற்றாகொல் முன்கை
இறைஇறவா நின்ற வளை. *1157*

தலைவன் என்னைவிட்டுப் பிரிந்திருப்பதை எனது முன்கையின் மூட்டு வாயிலிருந்து கழன்று விழும் வளையல்களே, பலர் அறியும்படி தெரிவித்துத் தூற்றுவது, ஒருபோதும் பலர்க்கும் தெரியாமல் போய்விடாது.

இன்னாது இனன்இல்லூர் வாழ்தல் அதனினும்
இன்னாது இனியார்ப் பிரிவு. *1158*

என்னுடைய குறிப்பறிந்து நடக்கக்கூடிய தோழியரைப் பெற்றிராத ஊரில், நான் வாழ்வது என்பது துன்பந்தருவதாகும்; என்னுடைய பிரிவாற்றாமைக் குறிப்பை அறியக்கூடிய என்னுடைய காதலர், என்னை விட்டுப் பிரிந்து செல்வது என்பது, அதனைக் காட்டிலும் மிகுதியான துன்பந்தருவதாகும்.

தொடின்சுடின் அல்லது காமநோய் போல
விடிற்சுடல் ஆற்றுமோ தீ. *1159*

நெருப்பானது, தன்னை ஒருவர் தொட்டால்தான் சுடுமேயல்லாமல், காதல் நோயைப் போல, அதனைவிட்டு நீங்கிய பிறகும் சுடுதலைச் செய்யும் தன்மையுடையதல்ல.

அரிதுஆற்றி அல்லல்நோய் நீக்கிப் பிரிவுஆற்றிப்
பின்இருந்து வாழ்வார் பலர். *1160*

காதலர் பிரிவு உணர்த்தும்போது, அதற்கு உடன்படுதலாகிய செயலைச் செய்து, பிரியும்போது ஏற்படக்கூடிய துன்பத்தையும் நீக்கி, ஆற்றாமைத் துன்பத்தையும் பொறுத்துக்கொண்டு, அதன் பின்னரும் உயிர்வாழக்கூடிய மகளிர் பலர் உலகத்தில் இருக்கக்கூடும்; ஆனால், நான் அவ்வாறு உயிர் வாழ்வதற்கில்லை.

படர்மெலிந்து இரங்கல்

மறைப்பேன்மன் யான்இஃதோ நோயை இறைப்பவர்க்கு
ஊற்றுநீர் போல மிகும். ***1161***

நான், காதல் நோயினைப் பிறர்க்குத் தெரியாமல் நாணத்துடன் மறைத்து வைக்கத்தான் பார்க்கிறேன்; ஆனால், இந்தக் காதல் நோயோ, தண்ணீர் இறைப்பவர் இறைக்கும்போது ஊற்றிலிருந்து தொடர்ந்து நீர் சுரப்பதைப் போல, மேலும் மேலும் மிகுந்துகொண்டே போகிறது.

கரத்தலும் ஆற்றேன்இந் நோயைநோய் செய்தார்க்கு
உரைத்தலும் நாணுத் தரும். ***1162***

என்னுடைய காதல்நோயை மறைப்பதற்கும் ஆற்றலற்றவளாக இருக்கிறேன்; இந்த நோயை உண்டாக்கிய காதலர்க்குச் சொல்லித் தெளிவுபடுத்துவது என்பதும், எனக்கு மிக்க நாணத்தைக் கொடுப்பதாக இருக்கின்றது.

காமமும் நாணும் உயிர்காவாத் தூங்கும்என்
நோனா உடம்பின் அகத்து. ***1163***

காதலரின் பிரிவைத் தாங்கமுடியாத என்னுடைய உடம்பிலுள்ள உயிரானது, ஒரு காவடித் தண்டாக அமைய, அதன் ஒரு முனையில், தூது செல்லும்படி தூண்டும் காதல் நோயும், மற்றொரு முனையில் அதனை மறுக்கும் நாணமும் தொங்கிக்கொண்டிருக்கின்றன.

காமக் கடல்மன்னும் உண்டே அதுநீந்தும்
ஏமப் புணைமன்னும் இல். ***1164***

காதல்நோய், என்னிடத்தில் கடல்போலப் பரந்து கிடக்கின்றது; ஆனால், அதனை நீத்திக் கடந்து செல்வதற்கு ஏற்ற பாதுகாப்பான தோணி எதுவும் என்னிடத்தில் இல்லை.

துப்பின் எவனாவர் மற்கொல் துயர்வரவு
நட்பினுள் ஆற்று பவர். ***1165***

இன்பம் பயப்பதற்குரிய நட்பினைக் கொண்டிருக்கும்போதே துன்பம் தரும்படி நடந்துகொள்ளக்கூடியவர், துன்பம் பயப்பதற்குரிய பகைமையைக் கொள்ளும்போது, எப்படிப்பட்டவராய் இருப்பார் என்று அறிந்துகொள்ள இயலவில்லை.

இன்பம் கடல் மற்றுக் காமம் அஃதுஅடுங்கால்
துன்பம் அதனிற் பெரிது.   1166

காதலினால் ஏற்படும் இன்பம் கடல்போல் பெரிதாகக்
காட்சியளிக்கிறது; மற்றபடி அந்தக் காதல் நோயானது பிரிவின்
காரணமாக வாட்டிவருத்தும் போது ஏற்படும் துன்பம், அந்தக்
கடலைக் காட்டிலும் மிகப் பெரியதாக இருக்கிறது.

காமக் கடும்புனல் நீந்திக் கரைகாணேன்
யாமத்தும் யானே உளேன்.   1167

காதல் என்னும் கடுமையான வெள்ளத்தை நீந்திக் கடக்க
முயன்றாலும், நான் அதன் கரையைக் காணமுடியாமல் வருந்தித்
தவிக்கிறேன்; நள்ளிரவில் நான் யாதொரு உற்ற துணையும் இன்றித்
தனித்திருந்து வருந்த வேண்டியிருக்கிறது.

மன்னுயிர் எல்லாம் துயிற்றி அளித்திரா
என்னல்லது இல்லை துணை.   1168

உலகத்தில் நிலைபெற்று வாழுகின்ற உயிர்களையெல்லாம்
தூங்கும்படி செய்துவிட்டு இரவானது என்னை மட்டும் துணையாகக்
கொண்டிருக்கிறது; வேறு யாரையும் துணையாகக் கொண்டிருக்க
முடியாத இரவானது, மிகவும் இரங்கத்தக்கதாகும்.

கொடியார் கொடுமையின் தாம்கொடிய இந்நாள்
நெடிய கழியும் இரா.   1169

இரவுகள், நான் காதலரோடு இன்புற்றிருந்த காலங்களில்
குறுகியனவாய் இருந்தன; அவரது பிரிவாற்றாமையால், துன்பம்
அடையும் இப்பொழுது, நெடியனவாய்க் காணப்படுகின்றன;
என்னைவிட்டுப் பிரிந்துசென்ற அக்கொடியவரின் கொடுமையைக்
காட்டிலும் மிகுந்த கொடுமையைச் செய்வனவாக இருக்கின்றன.

உள்ளம்போன்று உள்வழிச் செல்கிற்பின் வெள்ளநீர்
நீந்தல மன்னோஎன் கண்.   1170

என்னுடைய மனத்தைப்போல, எனது கண்களானவை, காதலர் உள்ள
இடத்திற்கு விரைந்து செல்லக்கூடியனவாக இருக்குமேயானால்,
கண்ணீராகிய வெள்ளத்தில் அவை நீந்திக்கொண்டிருக்க வேண்டிய
இன்றியமையாமை ஏற்படாது.

கண்விதுப்பு அழிதல்

கண்தாம் கலுழ்வது எவன்கொலோ தண்டாநோய்
தாம்காட்ட யாம்கண் டது. *1171*

இத் தீராத காதல் நோயை, நான் அடைந்ததற்குக் காரணம், எனது கண்கள், காதலரை எனக்குக் காட்ட, நான் அவரைக் கண்டது ஆகும்; அன்று அவரை எனக்குக் காட்டி அறிமுகப்படுத்திய அதே கண்கள், இன்று அவரைக் காட்டும்படி, என்னிடம் அழுவது, என்ன காரணம் பற்றியோ என்று தெரியவில்லை.

தெரிந்துஉணரா நோக்கிய உண்கண் பரிந்துணராப்
பைதல் உழப்பது எவன். *1172*

மேல் விளைவை ஆராய்ந்து அறியாமல், அன்று காதலரை நோக்கிய எனது மை தீட்டப் பெற்ற கண்கள், இன்று இத்துன்பம் தம்மால்தான் வந்தது என்பதைச் சிந்தித்துச் சிறிதும் உணராமல் துன்பப்படுவது எதற்காக என்பதை என்னால் அறிந்துகொள்ள முடியவில்லை.

கதுமெனத் தாம்நோக்கித் தாமே கலுழும்
இதுநகத் தக்கது உடைத்து. *1173*

எனது கண்கள், அன்று காதலரைத் தாமே விரைந்து நோக்கின; இன்று அவைதாமே அழுகின்றன; இந்தச் செய்கையானது, நகைத்து இகழத்தக்க தன்மையை உடையதாக இருக்கின்றது.

பெயல்ஆற்றா நீர்உலந்த உண்கண் உயல்ஆற்றா
உய்வில்நோய் என்கண் நிறுத்து. *1174*

மை தீட்டப்பட்ட எனது கண்களானவை, நான் பிழைக்க முடியாதபடி, தீராத நோயை என்னிடம் தந்துவிட்டு, தாமும் அழமுடியாதபடி, கண்ணீர் வற்றிப்போய் அல்லலுற்றுக் கொண்டிருக்கின்றன.

படல்ஆற்றா பைதல் உழக்கும் கடல்ஆற்றாக்
காமநோய் செய்தஎன் கண். *1175*

அன்று, பரந்த கடலும் தாங்கமுடியாத அளவுக்கு எனக்குக் காதல் நோயை உண்டாக்கிய எனது கண்கள், அதன் காரணமாகவோ என்னவோ, இன்று உறங்க முடியாதவையாக ஆகித் துன்பத்தால் வருந்திக் கொண்டிருக்கின்றன.

ஓஒ இனிதே எமக்குஇந்நோய் செய்தகண்
தாஅம் இதற்பட் டது.   1176

எனக்குக் காதல் நோயைத் தந்து என்னைத் துன்பத்திற்கு ஆளாக்கிய எனது கண்கள், தாமும் அத்தகைய துன்பத்திற்கு ஆட்பட்டு வருந்துவது, ஒரு வகையில் வரவேற்கத்தக்கதேயாகும்.

உழந்துழந்து உண்ணீர் அறுக விழைந்துஇழைந்து
வேண்டி அவர்க்கண்ட கண்!   1177

அன்று மிகவும் விருப்பப்பட்டு, மனம் நெகிழ்ந்து அன்பு மேலீட்டால், காதலரைக் கண்ட கண்கள், இன்று உறக்கம் அறவே இல்லாமல், வருந்திக் கண்ணீரும் அற்றுப் போகும்படியான நிலையை எய்துவதாக.

பேணாது பெட்டார் உளர்மன்னோ மற்றவர்க்
காணாது அமைவில கண்.   1178

நெஞ்சினால் என்னை விரும்பாமல், சொல்லினால் மட்டும் என்னை விரும்பும் காதலர் இருந்துவருகிறார் என்றால், அதனால் என்ன பயன் ஏற்படுகின்றது? அவரைக் காணாமல் அவதிப்பட்டுக் கொண்டிருக்கும் கண்கள், எந்த வகையிலும் அமைதிப்படுவதில்லையே.

வாராக்கால் துஞ்சா வரின்துஞ்சா ஆயிடை
ஆரஞர் உற்றன கண்.   1179

எனது கண்கள் காதலர் வராத நிலையிலும் தூங்குவதில்லை; அவர் வருகை தரும் நிலையிலும், அவர் பிரிந்து போய்விடுவாரோ என்று அஞ்சித் தூங்குவதில்லை; ஆக, இருநிலைகளிலும், மிகுந்த துன்பத்தையே அவை அடைந்துவருகின்றன.

மறைபெறல் ஊரார்க்கு அரிதன்றால் எம்போல்
அறைபறை கண்ணா ரகத்து.   1180

ஓசையை எழுப்பும் பறையைப்போல, எனது துன்பத்தை வெளிப்படுத்திக் கொண்டிருக்கும் கண்களை உடைய, என்னைப் போன்றவரின் உள்ளத்தில், மறைவாக உள்ள பொருளை அறிந்துகொள்ளுதல் என்பது, ஊரார்க்கு அருமையான ஒரு செயல் ஆகாது.

பசப்புறு பருவரல்

நயந்தவர்க்கு நல்காமை நேர்ந்தேன் பசந்தஎன்
பண்பியார்க்கு உரைக்கோ பிற. ***1181***

என்னை அன்புடன் விரும்பி வேண்டிக்கொண்ட காதலர், பிரிந்து செல்வதற்கு, அன்று நான் உடன்பட்டு இசைந்தேன்; அப்பிரிவுத் துன்பத்தால், பசலை உற்றுக்கிடக்கும் என் தன்மையை, இன்று நான் எவரிடம்போய் உரைப்பேன்.

அவர்தந்தார் என்னும் தகையால் இவர்தந்துஎன்
மேனிமேல் ஊரும் பசப்பு. ***1182***

இந்தப் பசலை என்ற நிறமானது, என் காதலரால் எனக்குத் தரப்பட்டது என்ற செருக்கினால், அது என் உடம்பின் மீது ஏறிக்கொண்டு, உடலெங்கும் பரவிக்கொண்டிருக்கிறது.

சாயலும் நாணும் அவர்கொண்டார் கைம்மாறா
நோயும் பசலையும் தந்து. ***1183***

பிரிகின்றபோது, என் காதலர், காதல் நோயையும் பசலை நிறத்தையும் எனக்குக் கைம்மாறாகக் கொடுத்துவிட்டு, என்னிடமிருந்து என்னுடைய நாணத்தையும் மேனி அழகினையும் எடுத்துக்கொண்டு போய்விட்டார்.

உள்ளுவன் மன்யான் உரைப்பது அவர்திறமால்
கள்ளம் பிறவோ பசப்பு. ***1184***

நான் எப்பொழுதும் அவரது நல்லியல்புகள் பற்றியே நினைக்கின்றேன்; நான் எப்பொழுதும் சொல்லிக் கொண்டிருப்பதும் அவரது நற்பண்புகளைப் பற்றித்தான்; அவ்வாறு இருந்தும், எனக்குப் பசலை நோய் வந்திருப்பதற்குக் காரணம் வஞ்சனையா அல்லது வேறு எதுவுமா என்று என்னால் தெரிந்துகொள்ள முடியவில்லை.

உவக்காண்எம் காதலர் செல்வார் இவக்காண்என்
மேனி பசப்புஊர் வது. ***1185***

என்னுடைய காதலர், என்னைவிட்டுப் பிரிந்து, சிறிது தொலைவுதான் சென்றிருப்பார் என்றாலும், அதற்குள்ளாகவே இங்கே என் உடம்பில் பசலை நிறமானது படர்ந்துவிட்டிருக்கிறது.

விளக்குஅற்றம் பார்க்கும் இருளேபோல் கொண்கன்
முயக்குஅற்றம் பார்க்கும் பசப்பு. 1186

விளக்கின் ஒளி குறையும் நேரம் பார்த்துப் படருகின்ற இருளைப்போலக் காதலரின் இறுகத் தழுவலானது தளரும் நேரம் பார்த்துப் படர வருகின்றது இப்பசலை நோய்.

புல்லிக் கிடந்தேன் புடைபெயர்ந்தேன் அவ்வளவில்
அள்ளிக்கொள் வற்றே பசப்பு. 1187

முன்பு ஒருநாள், காதலரைத் தழுவிக் கிடந்த நான், சிறிது புரண்டு விலகிப் படுத்தேன்; அந்த அளவிலேயே, பசலையானது என்னை முழுவதுமாக வாரிக்கொள்வது போன்று, உடல் முழுவதும் படரத் தொடங்கிற்று.

பசந்தாள் இவள்என்பது அல்லால் இவளைத்
துறந்தார் அவர்என்பார் இல். 1188

"இந்தப் பெண்ணானவள் பொறுத்திருக்காமல் பசலை நிறத்தைப் பெற்றுள்ளாளே!" என்று என்னை ஊரார் பழிகூறுகிறார்களேயானால், "இவளை விட்டுக் காதலர் பிரிந்துபோய் விட்டாரே!" என்று அவரைக் குற்றங்குறை கூறுபவர்கள் ஒருவரும் இல்லை.

பசக்கமன் பட்டாங்கென் மேனி நயப்பித்தார்
நன்னிலையர் ஆவர் எனின். 1189

பிரிவின் கொடுமையை அறியாத என்னைப் பிரிவிற்கு உட்படுத்திய காதலர், நல்ல பண்பை உடையவர்தான் என்றால், என் உடம்பு உண்மையாகவே பசலை நிறத்தை அடைவதில் தவறு ஏதும் இல்லை.

பசப்பெனப் பேர்பெறுதல் நன்றே நயப்பித்தார்
நல்காமை தூற்றார் எனின். 1190

என்னைப் பிரிவிற்கு உடன்படுத்திச் சென்ற காதலரது அருளற்ற தன்மையை, ஊரார் என் பசலையைப் பார்த்த பிறகும், தூற்றமாட்டார்கள் என்றால், நான் பசப்பு என்னும் பெயரைப் பெறுதலுங்கூட நல்ல பொருத்தமுடையதே ஆகும்.

தனிப்படர் மிகுதி

தாம்வீழ்வார் தம்வீழப் பெற்றவர் பெற்றாரே
காமத்துக் காழ்இல் கனி.   1191

தம்மால் விரும்பப்படுகின்ற காதலரால் விரும்பப்பெறும் தலைவியரே, காதல் வாழ்க்கையின் பயனாகிய, விதை இல்லாத பழத்தைப் பெற்றவர்போல் ஆவர்.

வாழ்வார்க்கு வானம் பயந்தற்றால் வீழ்வார்க்கு
வீழ்வார் அளிக்கும் அளி.   1192

தம்மை விரும்பி வாழும் காதலியருக்கு அவர் விரும்பும் காதலர், உரிய காலத்தே வந்து, அன்பு காட்டினால்தானே, தன்னையே எதிர்பார்த்து வாழ்வார்க்கு, வானம் பருவக்காலத்தே மழைபெய்வது போன்றதாக அமையும்.

வீழுநர் வீழப் படுவார்க்கு அமையுமே
வாழுநம் என்னும் செருக்கு.   1193

தம்மால் காதலிக்கப்படுகின்ற காதலரால், விரும்பப்படும் காதலியருக்குப் பிரிவுத் துன்பம் இருந்தபோதிலும், அவர் மீண்டும் வரும்போது வாழ்வோம் என்று எண்ணுகின்ற பெருமிதம் இருக்கவே செய்யும்.

வீழப் படுவார் கெழீஇயிலர் தாம்வீழ்வார்
வீழப் படாஅர் எனின்.   1194

முதலில் காதலிக்கப்பட்ட தலைவியர் என்றாலும், அவர் தம்மால் விரும்பப்படுகின்ற காதலரால் பின்னர் விரும்பப்படாதவர் என்று ஆகிவிட்டால் மிகுந்த துன்பமுற்றவர்களாக ஆகிவிடுகின்றனர்.

நாம்காதல் கொண்டார் நமக்குஎவன் செய்பவோ
தாம்காதல் கொள்ளாக் கடை.   1195

என்னால் காதலிக்கப்படும் காதலர், நான் காதல் கொள்வதைப்போன்று, அவர் தாமும் என்னிடத்தில் காதல் கொள்ளாவிட்டால், அவர் எனக்கு எந்தவித இன்பத்தைக் கொடுப்பவர் ஆவார்?

ஒருதலையான் இன்னாது காமம்காப் போல
இருதலை யானும் இனிது.   1196

காதல் வேட்கையானது, ஆண் – பெண் என்ற இருபாலருள் ஒருவரிடத்தில் மட்டும் உண்டானால், அது துன்பம் தருவதாகவே அமையும்; காவடித் தண்டின் சுமைகள் போன்று, காதலன்பு இரு சாராரிடத்திலும் ஒத்திருக்குமேயானால், அது இனிமை பயப்பதாகவே அமையும்.

பருவரலும் பைதலும் காணான்கொல் காமன்
ஒருவர்கண் நின்றொழுகு வான்.   1197

காதலன்பை நுகர்வதற்குரிய ஆண் – பெண் ஆகிய இருபாலாரிடத்திலும், ஒப்ப நில்லாமல், காதலரிடத்தே மட்டும் நின்று வருத்துகின்ற காமன் என்பவன், என்னுடைய துன்ப மிகுதியையும் பசலையையும் அறியமாட்டானோ?

வீழ்வாரின் இன்சொல் பெறாஅது உலகத்து
வாழ்வாரின் வன்கணார் இல்.   1198

தம்மால் விரும்பப்படுகின்ற காதலரிடமிருந்து வரக்கூடிய இனிய சொற்களைப் பெறாமல், பிரிவுத் துன்பத்தைப் பொறுத்துக்கொண்டு உயிர்வாழ்கின்ற மகளிர்போல, வன்மையான நெஞ்சம் படைத்தவர்கள் இவ்வுலகில் வேறு யாரும் இருக்கமுடியாது.

நசைஇயார் நல்கார் எனினும் அவர்மாட்டு
இசையும் இனிய செவிக்கு.   1199

என்னால் விரும்பப்பட்ட காதலர், என்பால் அன்பில்லாதவராக இப்பொழுது நடந்துகொண்டாலும், அவரிடமிருந்து வருகின்ற எந்தவொரு இசைவான சொல்லும், எனது செவிகளுக்கு இன்பம் பயப்பதாகவே இருக்கின்றது.

உறாஅர்க்கு உறுநோய் உரைப்பாய் கடலைச்
செறாஅஅய் வாழிய நெஞ்சு.   1200

நெஞ்சே! அன்பில்லாத காதலருக்கு நீ உற்ற துன்பத்தை உரைக்கின்றாய்! அச்செயலைவிட்டு உனக்குத் துன்பம் கொடுக்கின்ற கடலை நீ தூர்க்க முயலுவாயாக! அது எளிதான செயலாகும்! நீ வாழ்வாயாக!

நினைந்தவர் புலம்பல்

உள்ளினும் தீராப் பெருமகிழ் செய்தலால்
கள்ளினும் காமம் இனிது. ***1201***

முந்தைய நாட்களில் நுகர்ந்த இன்பத்தினை, காதலியைவிட்டுப் பிரிந்திருக்கும் இந்த நேரத்தில் நினைத்துக்கொண்டாலும், நீங்காத மிகுந்த மகிழ்ச்சியை உண்டாக்குகிறது; உண்டால் மட்டுமே மகிழ்ச்சியைத் தரும் கள்ளைவிடக் காதலானது மிக்க இன்பம் கொடுப்பதாக இருக்கின்றது.

எனைத்துஒன்று இனிதேகாண் காமம்தாம் வீழ்வார்
நினைப்ப வருவதுஒன்று இல். ***1202***

தன்னால் விரும்பப்படுகின்ற காதலியை, பிரிவின்கண் நினைத்துக் கொண்டாலும், அது துன்பம் ஏதும் தருவதில்லை; ஆதலால், காதலானது எந்த வகையில் பார்த்தாலும், இன்பந்தருகின்ற ஒன்றாகவே இருந்து வருகின்றது.

நினைப்பவர் போன்று நினையார்கொல் தும்மல்
சினைப்பது போன்று கெடும். ***1203***

எனக்குத் தும்மல் உண்டாவது போன்று தோன்றி, உடனே வராமல் அடங்கி விடுகின்றது; அதற்குக் காரணம், காதலர் என்னை நினைப்பவர்போலக் காட்டி, உண்மையில் நினைக்காமல் இருந்துவிடுவார் போலிருக்கிறது.

யாமும் உளேங்கொல் அவர்நெஞ்சத்து எம்நெஞ்சத்து
ஓஒ உளரே அவர். ***1204***

என்னுடைய நெஞ்சில் காதலராகிய அவர், எப்பொழுதும் இருந்துகொண்டே இருக்கின்றார்; அதுபோல, அவருடைய நெஞ்சில், நானும் அவ்வாறு இருக்கின்றேனோ? இல்லையோ? தெரியவில்லை.

தம்நெஞ்சத்து எம்மைக் கடிகொண்டார் நாணார்கொல்
எம்நெஞ்சத்து ஓவா வரல். ***1205***

தம்முடைய நெஞ்சில், நான் புகாதபடி காவல் செய்துகொண்டிருக்கும் காதலர், என்னுடைய நெஞ்சில் மட்டும், இடைவிடாது வந்து இருப்பதற்குச் சிறிதும் நாணமாட்டார் போலும்.

மற்றுயான் என்னுளேன் மன்னோ அவரோடுயான்
உற்றநாள் உள்ள உளேன்.   1206

நான் எவ்வாறு உயிர் வாழ்ந்துகொண்டிருக்கிறேன் என்றால், காதலரோடு கூடி இன்புற்றிருந்த நாட்களை எப்பொழுதும் நினைத்துக்கொண்டிருப்பதால், நான் இப்பொழுதும் உயிரோடு இருந்து கொண்டிருக்கிறேன்.

மறப்பின் எவனாவன் மற்கொல் மறப்புஅறியேன்
உள்ளினும் உள்ளம் சுடும்.   1207

காதலரின் பிரிவை நான் இப்பொழுது நினைத்துக் கொண்டாலும், எனது உள்ளம் சுடவே செய்கின்றது; அதனால், நானும் முன்பு நுகர்ந்த இன்பத்தை மறப்பதே இல்லை; பிரிவு ஆற்றமுடியாத நான், அந்த இன்பத்தை மறந்துவிட்டால், நான் இனி எவ்வாறு உயிர்வாழ முடியும்?

எனைத்து நினைப்பினும் காயார் அனைத்துஅன்றோ
காதலர் செய்யும் சிறப்பு.   1208

நான் காதலரைப் பற்றி எவ்வளவு மிகுதியாக நினைத்தாலும், அதற்காக, அவர் என் மீது சினம் கொள்ளாமல் இருக்கிறார்; காதலர் எனக்குச் செய்யக்கூடிய சிறப்பான உதவி அத்தன்மையதாகும்.

விளியும்என் இன்உயிர் வேறல்லம் என்பார்
அளியின்மை ஆற்ற நினைந்து.   1209

நாம் இருவரும் வேறுவேறு அல்லர் என்று அன்று சொன்ன காதலர், இன்று இரக்கம் இல்லாதவராக இருத்தலை நினைந்து, என் இனிய உயிர் சிறிது சிறிதாக அழிந்துகொண்டிருக்கிறது.

விடாஅது சென்றாரைக் கண்ணினால் காணப்
படாஅதி வாழி மதி.   1210

மதியே! என் நெஞ்சில் இடைவிடாது இடம்பெற்றிருந்து, என்னைவிட்டுப் பிரிந்துசென்ற காதலர் தம் கண்களினால், என்னைப் பற்றிய நினைவு தோன்றும்போது அவர் காணும்படியாக, நீ என்றும் மறையாது இருப்பாயாக! அதனால் நீ வாழ்வாயாக!

கனவுநிலை உரைத்தல்

காதலர் தூதொடு வந்த கனவினுக்கு
யாதுசெய் வேன்கொல் விருந்து. *1211*

நான் காதலரின் பிரிவால் வருந்தி, உறங்காமல் உறங்கிக்கொண்டிருந்த போது, காதலர் அனுப்பிவைத்த தூதினைக்கொண்டு வந்த கனவுக்கு, எந்த வகையில் விருந்து அளிக்கவல்லேன் என்று தெரியவில்லை.

கயலுண்கண் யான்இரப்பத் துஞ்சின் கலந்தார்க்கு
உயலுண்மை சாற்றுவேன் மன். *1212*

கயல்மீனைப் போன்ற, மை தீட்டப்பட்ட எனது கண்கள், நான் வேண்டிக்கொள்வதற்கு இணங்கத் துயில்கொள்ளுமேயானால், அப்போது என் கனவில் வரும் காதலருக்கு, நான் உயிர் பிழைத்திருப்பதன் உண்மைத் தன்மையை எடுத்துரைப்பேன்.

நனவினான் நல்கா தவரைக் கனவினான்
காண்டலின் உண்டுஎன் உயிர். *1213*

நனவுக் காலத்தில் வந்து, என்னிடம் அன்பு காட்டாத காதலரை, கனவுக் காலத்திலாவது நான் காணுவதால்தான், என்னுடைய உயிரானது இன்னும் நிலைத்திருக்கின்றது.

கனவினான் உண்டாகும் காமம் நனவினான்
நல்காரை நாடித் தரற்கு. *1214*

நனவுக் காலத்தில் என்னிடம் வந்து, அன்பு காட்டாத காதலரை, அவர் சென்ற இடத்திற்குத் தேடிப்போய், அவரைக் கொண்டுவந்து என்னிடத்தில் தருவதால், கனவால் எனக்குக் காதல் இன்பம் உண்டாகிறது.

நனவினால் கண்டதூஉம் ஆங்கே கனவுந்தான்
கண்ட பொழுதே இனிது. *1215*

பிரிவதற்கு முன்பு நனவின்கண் காதலரைக் கண்டு நுகர்ந்த இன்பம், கண்ட அப்போது இனிமை பயப்பதாகவே இருந்தது; இன்று கனவின் கண்ணும் காதலரைக் கண்டு நுகரும் இன்பமும், இனிமை பயப்பதாகவே இருக்கிறது.

நனவுஎன ஒன்றுஇல்லை ஆயின் கனவினால்
காதலர் நீங்கலர் மன்.   1216

நனவு என்று சொல்லப்படுகின்ற ஒன்று இல்லாதிருக்குமே யானால், கனவில் வந்து என்னுடன் கூடிய காதலர், என்னைவிட்டுப் பிரியவே மாட்டார்.

நனவினான் நல்காக் கொடியார் கனவினான்
என்எம்மைப் பீழிப் பது.   1217

நனவுக் காலத்தில் வந்து என்னிடம் அன்பு காட்டாத கொடுமை வாய்ந்த காதலர், கனவில் மட்டும் அடிக்கடி வந்து என்னை வருத்துவது என்ன காரணம் என்று தெரியவில்லை.

துஞ்சுங்கால் தோள்மேல ராகி விழிக்குங்கால்
நெஞ்சத்தர் ஆவர் விரைந்து.   1218

நான் தூங்குகின்றபோது, காதலர் என் கனவில் வந்து என் தோள்களின் மேல் இருக்கின்றவராய் விளங்கி, நான் விழித்துக்கொள்ளும் போது, அவர் கனவிலிருந்து மறைந்து, விரைந்து வந்து என் நெஞ்சில் உள்ளவராக ஆகிவிடுகின்றார்.

நனவினால் நல்காரை நோவர் கனவினால்
காதலர்க் காணா தவர்.   1219

நனவுக் காலத்தில் வந்து அன்பு காட்டாத காதலரைக் கனவுக் காலத்திலும் கண்டறிய முடியாமல் தவிக்கும் மகளிர்தாம், அவர்களை அன்பில்லாதவர்கள் என்று நொந்துகொள்வார்கள்.

நனவினான் நம்நீத்தார் என்பர் கனவினான்
காணார்கொல் இவ்வூ ரவர்.   1220

இந்த ஊரிலுள்ள மகளிர் பலர், நனவினில் தம்மைவிட்டுத் தம் காதலர் பிரிந்துவிட்டார் என்று கூறுகின்றனர்; அந்தக் காதலர், அம் மகளிர்தம் கனவில் எப்பொழுதும் வருவதைக் காணும் வாய்ப்பை, அவர்கள் பெறவில்லைபோலும்.

பொழுதுகண்டு இரங்கல்

மாலையோ அல்லை மணந்தார் உயிர்உண்ணும்
வேலைநீ வாழி பொழுது.   1221

மாலைப்பொழுதே! நீ முன்னைய மாலைப்பொழுதாக இருக்கவில்லை! காதலரை மணந்துகொண்டு பின்னர்ப் பிரிந்து வாழும் மகளிரின் உயிரை உண்ணும் தொழிலை, இப்பொழுது நீ செய்துகொண்டிருக்கிறாய்! அதனால், நீ வாழமாட்டாய் என்றாலும், நீ வாழ்வாயாக!

புன்கண்ணை வாழி மருள்மாலை எம்கேள்போல்
வன்கண்ண தோநின் துணை.   1222

மயங்கிய மாலைப்பொழுதே! நீயும் என்னைப்போலவே துன்பப்படுகின்றாயே! உன் துணையும், என்னுடைய காதலரைப்போல இரக்கம் அற்றதோ? எப்படியும் நீ வாழ்வாயாக!

பனிஅரும்பிப் பைதல்கொள் மாலை துனிஅரும்பித்
துன்பம் வளர வரும்.   1223

காதலருடன் நான் கூடியிருந்த நாளெல்லாம், என்முன் நடுக்கங்கொண்டு பசலை நிறத்தோடு வந்த மாலைப்பொழுதானது, இப்பொழுது நான் உயிர் வாழ முடியாதபடி என்னை வெறுக்கச் செய்து, துன்பமானது மிகும்படி நாள்தோறும் வருகின்றது.

காதலர் இல்வழி மாலை கொலைக்களத்து
ஏதிலர் போல வரும்.   1224

காதலர் என்னுடன் இருந்தபோது எனக்கு இன்பம் தந்துவந்த மாலைப் பொழுதானது, என்னுடைய காதலர் என்னுடன் இல்லாதபோது கொலை செய்கின்ற களத்திற்குக் கொலைஞர்கள் வருவதுபோல், என்னுடைய உயிரைக் கொண்டுபோவதற்கு என்றே வருகின்றது.

காலைக்குச் செய்தநன்று என்கொல் எவன்கொல்யான்
மாலைக்குச் செய்த பகை.   1225

அன்றும் இன்றும் என்னை வருத்தாத காலையையும் பார்க்கிறேன்; அன்று என்னை இன்புறுத்தி, இன்று துன்புறுத்துகின்ற மாலையையும் பார்க்கிறேன்; நான் காலைப்பொழுதிற்குச் செய்த நன்மைதான் என்ன? நான் மாலைப் பொழுதிற்குச் செய்த தீமைதான் என்ன?

மாலைநோய் செய்தல் மணந்தார் அகலாத
காலை அறிந்தது இலேன். *1226*

மாலைப் பொழுதானது, இப்படியெல்லாம் துன்பம் செய்யும் என்பதை என்னை மணஞ்செய்துகொண்ட காதலர் என்னை விட்டுப் பிரியாதிருந்த காலத்தில், நான் அறிந்துகொள்ளவில்லை.

காலை அரும்பிப் பகல்எல்லாம் போதாகி
மாலை மலரும்இந் நோய். *1227*

இந்தக் காதல் நோய் என்று சொல்லப்படுகின்ற மலரானது, காலைப் பொழுதில், அரும்பாகத் தோன்றிப் பகற்பொழுதெல்லாம் போது என்னும் பேரரும்பாக முதிர்ந்து, மாலைப்பொழுதில், மலராக மலர்ந்துவிடுகின்றது.

அழல்போலும் மாலைக்குத் தூதாகி ஆயன்
குழல்போலும் கொல்லும் படை. *1228*

முன்பெல்லாம் எனக்கு இனியதாக இருந்த ஆயனது புல்லாங்குழல் இசை, இப்பொழுது நெருப்புபோல் சுடுவதாகிய மாலைப்பொழுதிற்குத் தூதுவராக ஆகி, என்னைக் கொல்லக்கூடிய கொலைக் கருவியாகவும் ஆகியிருக்கிறது.

பதிமருண்டு பைதல் உழக்கும் மதிமருண்டு
மாலை படர்தரும் போழ்து. *1229*

நான் அறிவு மயங்கும்படியாக மாலைப்பொழுது வந்து எனக்குத் துன்பத்தைத் தரும்போது, இந்த ஊரிலுள்ள என்னைப்போன்ற மகளிரும் என்னைப் போலவே துன்பத்தால் வருந்தவே செய்கின்றனர்.

பொருள்மாலை யாளரை உள்ளி மருள்மாலை
மாயும்என் மாயா உயிர். *1230*

பிரிவுத் துன்பத்தால் இதுவரையில் மாய்ந்துபோகாமல் இருந்துவந்த எனது உயிரானது, பொருள் ஈட்டுதலையே இயல்பாக உடைய காதலரை நினைந்து, மயக்கந்தரும் இந்த மாலைப்பொழுதில் மாய்கின்றது.

உறுப்புநலம் அழிதல்

சிறுமை நமக்கொழியச் சேண்சென்றார் உள்ளி
நறுமலர் நாணின கண்.   1231

பிரிவுத் துன்பத்தை நம்மிடம் விட்டுவிட்டு, நெடுந்தொலைவு சென்றுள்ள காதலரை, தலைவியே! நீ நினைந்து அழுவதால், உன்னுடைய கண்கள், அழகு இழந்து நறுமலர்களுக்கு இப்போது நாணி நிற்கின்றன.

நயந்தவர் நல்காமை சொல்லுவ போலும்
பசந்து பனிவாரும் கண்.   1232

பசலை நிறம் அடைந்து, நீர் சொரிகின்ற உன்னுடைய கண்கள், நம்மால் விரும்பப்பட்ட காதலரது அன்பு செய்யாமையைப் பிறர்க்குச் சொல்லுவன போன்று இருக்கின்றன.

தணந்தமை சால அறிவிப்ப போலும்
மணந்தநாள் வீங்கிய தோள்.   1233

தலைவியே! காதலரை நீ மணந்த நாட்களில் இன்பத்தால் பூரிப்படைந்த உன்னுடைய தோள்கள், அவர் பிரிந்த தன்மையானது மிகவும் விளங்கும்படி பிறர்க்கு உணர்த்துவன போன்று மெலிந்திருக்கின்றன.

பணைநீங்கிப் பைந்தொடி சோரும் துணைநீங்கித்
தொல்கவின் வாடிய தோள்.   1234

தலைவியே! துணைவர் நீங்கியதால், பழைய இயற்கை அழகினை இழந்து வாடும் உன்னுடைய தோள்கள், தமது பருத்த தன்மையும் கெட்டுப்போய் மெலிந்து, பசுமையான பொன் வளையல்களும் கழன்று விழுகின்றன.

கொடியார் கொடுமை உரைக்கும் தொடியொடு
தொல்கவின் வாடிய தோள்.   1235

வளையல்களெல்லாம் கழன்று விழ, தம் முன்னைய இயற்கை அழகினையும் இழந்து விளங்கும் உன்னுடைய தோள்கள், கொடுமை மிகுந்த காதலரின் கொடுந்தன்மையைப் பிறர்க்கு எடுத்துரைப்பனவாக இருக்கின்றன.

தொடியொடு தோள்நெகிழ நோவல் அவரைக்
கொடியர் எனக்கூறல் நொந்து.　　　　　　　　　　1236

என் வளையல்கள் கழலவும், தோள்கள் மெலிவடைந்து வாடவும் ஆன நிலையைக் காண்போர், காதலரைக் கொடுமையானவர் என்று குறிப்பிட்டுக் கூறுவதைப் பொறுக்கமுடியாமல், நான் வருந்தித் துன்புறுகிறேன்.

பாடு பெறுதியோ நெஞ்சே கொடியார்க்கென்
வாடுதோள் பூசல் உரைத்து.　　　　　　　　　　1237

நெஞ்சே! என் கொடிய காதலருக்கு, எனது வாடிய தோள்களால் உண்டாகும் அவதியை எடுத்துக் கூறி, நீ மேம்பாடு அடைய மாட்டாயோ?

முயங்கிய கைகளை ஊக்கப் பசந்தது
பைந்தொடிப் பேதை நுதல்.　　　　　　　　　　1238

காதலியை இறுகத் தழுவிய கைகளை நான் சிறிது தளர்த்தவே, அந்தச் சிறிய பிரிவையும் பொறுத்துக்கொள்ள முடியாமல், பசுமையான வளையல்களை அணிந்துள்ள அந்த இளம் பெண்ணின் நெற்றியானது, பசலை நிறத்தை அடைந்தது; பிரிவு ஏற்பட்டுள்ள இப்பொழுது என்ன ஆயினளோ?

முயக்கிடைத் தண்வளி போழப் பசப்புற்ற
பேதை பெருமழைக் கண்.　　　　　　　　　　1239

காதலியை இறுகத் தழுவிக்கொண்டிருந்த என் உடலுக்கும், அவளுக்கும் இடையில், குளிர்ந்த சிறு காற்று ஒன்று நுழையவே, அந்தச் சிறிய இடைவெளியையும் பொறுத்துக்கொள்ள முடியாத அந்த இளம்பெண்ணின் பெரிய குளிர்ச்சியான கண்கள் உடனே பசலை நிறத்தை அடைந்தன.

கண்ணின் பசப்போ பருவரல் எய்தின்றே
ஒண்ணுதல் செய்தது கண்டு.　　　　　　　　　　1240

தலைவியின் ஒளி பொருந்திய நெற்றியில் தோன்றிய பசலை நிறத்தைக் கண்டு, அருகில் இருக்கும் அவளது கண்களின் பசப்பானது துன்பமுறுகிறது.

நெஞ்சொடு கிளத்தல்

நினைத்துஒன்று சொல்லாயோ நெஞ்சே எனைத்தொன்றும்
எவ்வநோய் தீர்க்கும் மருந்து. *1241*

நெஞ்சே! எவ்வகையிலும் தீராத காதல் நோயைத் தீர்ப்பதற்குரிய மருந்து ஒன்றினை, எத்தன்மையானதாக இருந்தபோதிலும், நீ நினைத்துப் பார்த்து அதனை எனக்குச் சொல்லமாட்டாயா?

காதல் அவரில ராகநீ நோவது
பேதைமை வாழிஎன் நெஞ்சு. *1242*

என் நெஞ்சமே! காதலர் நம்மிடம் காதல் இல்லாதவராக இருக்க, நீ மட்டும் அவரை நினைந்து வருந்துவது அறியாமையேயாகும்! என்றாலும் நீ வாழ்வாயாக!

இருந்துஉள்ளி என்பரிதல் நெஞ்சே பரிந்துஉள்ளல்
பைதல்நோய் செய்தார்கண் இல். *1243*

நெஞ்சமே! இத்துன்ப நோயினைச் செய்த காதலருக்கு நம்மிடம் இரக்கங்காட்டும் நினைப்பே இல்லாதபோது, நீ மட்டும் இங்கு இருந்துகொண்டு, அவரைப் பற்றி வருந்துவதால், என்ன பயன் ஏற்படப் போகிறது?

கண்ணும் கொளச்சேறி நெஞ்சே இவைஎன்னைத்
தின்னும் அவர்காணல் உற்று. *1244*

நெஞ்சமே! நீ காதலர்பால் செல்லும்போது எனது கண்களையும் உடன்கொண்டு செல்வாயாக! இக்கண்கள் அவரைக் காண விரும்பி, அவரைக் காட்டும்படி சொல்லி, என்னைத் தின்பனபோல் வருத்திக் கொண்டிருக்கின்றன.

செற்றார் எனக்கை விடல்உண்டோ நெஞ்சேயாம்
உற்றால் உறாஅ தவர். *1245*

நெஞ்சமே! காதலராகிய அவரிடம் நாம் அன்பு கொண்டிருந்தாலும், நம்மிடம் அன்புகொள்ளாத அவர், நம்மை வெறுத்துவிட்டார் என்று எண்ணி, அவரைக் கைவிட்டுவிட முடியுமோ?

கலந்துஉணர்த்தும் காதலர்க் கண்டால் புலந்துஉணராய்
பொய்க்காய்வு காய்திஎன் நெஞ்சு.   1246

என் நெஞ்சமே! காதலர் நம்மோடு கூடிக் கலந்திருந்து நமது
ஊடலை நீக்குங்காலத்தில் அவரைக் கண்டுவிட்டால், ஒருதரமாவது
பொய்யாகவேனும் புலந்து, பிறகு புலப்பதை நீக்கிவிடுதல்
செய்யாத நீ, இப்போது அவரிடத்தில் பொய்யான வெறுப்பினைக்
கொள்ளுகின்றாய்; இதனால் என்ன பயன் ஏற்படக்கூடும்?

காமம் விடுஒன்றோ நாண்விடு நல்நெஞ்சே
யானே பொறேன்இவ் விரண்டு.   1247

நல்ல நெஞ்சமே! ஒன்று காதல் வேட்கையையாவது நீ விட்டுவிடு!
அல்லது நாணத்தையாவது விட்டுவிடு! ஒன்றிற்கு ஒன்று மாறுபட்ட
இந்த இரண்டையும், என்னால் பொறுத்துக்கொண்டு இருக்க
முடியவில்லை.

பரிந்தவர் நல்கார்என்று ஏங்கிப் பிரிந்தவர்
பின்செல்வாய் பேதைஎன் நெஞ்சு.   1248

என் நெஞ்சமே! பிரிந்து சென்ற காதலர் நம் மீது இரக்கங்கொண்டு,
அன்பு காட்டவில்லையே என்று ஏங்கிப் பிரிந்துபோனவர் பின்னே
செல்லுகின்றாய்! அறிவற்ற நீ ஏதும் அறியாய்!

உள்ளத்தார் காத லவராக உள்ளிநீ
யாருழைச் சேறிஎன் நெஞ்சு.   1249

என் நெஞ்சமே! காதலர் நம் உள்ளத்திலேயே உள்ளவராக
இருக்கும்போது, நீ அவரை நினைத்துக்கொண்டு, இப்போது எவரிடம்
வெளியில் தேடிச் செல்லுகின்றாய்!

துன்னாத் துறந்தாரை நெஞ்சத்து உடையேமா
இன்னும் இழத்தும் கவின்.   1250

நம்மிடம் சேர்ந்திராது பிரிந்து சென்ற காதலரை, மறவாது நெஞ்சத்தில்
நினைத்துக் கொண்டிருப்பதால்தான், முன்பு இழந்ததோடல்லாமல்,
இன்னும் நாம் மிச்ச மிகுதி அழகையும் இழந்து அழிய
வேண்டியவர்களாக இருக்கிறோம்.

நிறை அழிதல்

காமக் கணிச்சி உடைக்கும் நிறைஎன்னும்
நாணுத்தாள் வீழ்த்த கதவு. *1251*

நாணம் என்னும் தாழ்ப்பாள் பொருந்திய மன அடக்கம் என்னும் கதவைக் காதல் வேட்கை என்னும் கோடரி, உடைத்தெறிந்து விடுகின்றது.

காமம் எனஒன்றோ கண்ணின்றுஎன் நெஞ்சத்தை
யாமத்தும் ஆளும் தொழில். *1252*

காதல் வேட்கை என்பதான ஒன்று, ஐயகோ! கண்ணோட்டம் இல்லாததாக இருக்கின்றது! அது எனது நெஞ்சத்தை, எல்லோரும் தொழிலொழியும் நடு இரவிலுங்கூடத் தொழிற்படுத்தி அடக்கி ஆளுகின்றது.

மறைப்பேன்மன் காமத்தை யானோ குறிப்புஇன்றித்
தும்மல்போல் தோன்றி விடும். *1253*

நான் இக்காதல் வேட்கையை, எனக்குள்ளேயே உறுதியாக மறைத்து வைத்துக்கொள்ளத்தான் நினைக்கிறேன்; ஆனால், அடக்கமுடியாதபடி தும்மல் தோன்றிவிடுவதைப் போன்று அது என்னை அறியாமல் என்னையும் மீறித் தோன்றிவிடுகிறது.

நிறையுடையேன் என்பேன்மன் யானோஎன் காமம்
மறைஇறந்து மன்று படும். *1254*

நான் இதுவரையில் மன அடக்கத்தோடு இருப்பதாகத்தான் எண்ணிக் கொண்டிருந்தேன்; ஆனால், எனது காதல் வேட்கையானது, எனக்குள் மறைந்திருத்தலைக் கடந்துவந்து, பலர் அறியப் பொதுமன்றத்தில் வெளிப்பட்டு விடுகின்றது; ஐயகோ! நான் செய்வதொன்று அறியேன்!

செற்றார்பின் செல்லாப் பெருந்தகைமை காமநோய்
உற்றார் அறிவதொன்று அன்று. *1255*

தம்மை விட்டுப் பிரிந்து சென்ற காதலர் பின்னே, தொடர்ந்து செல்லாத பெருந்தன்மை பொருந்திய மன அடக்கம் எனப்படுவது, காதல் நோய் அடைந்தவர்கள் எளிதில் அறிந்துகொள்ளக்கூடிய தன்மை உடையது அல்ல.

செற்றவர் பின்சேறல் வேண்டி அளித்தரோ
எற்றுஎன்னை உற்ற துயர். *1256*

என்னைப் பிரிந்து சென்ற காதலர் பின்னே செல்லுவதை விரும்புவதால், என்னை வந்தடைந்த இக்காதல் வேட்கைத் துன்பமானது எத்தன்மையது என்றால், அது மிகவும் இரங்கத்தக்க ஒன்றே ஆகும்.

நாண்என ஒன்றோ அறியலம் காமத்தால்
பேணியார் பெட்ப செயின். *1257*

பிரிந்து சென்ற என்னால் விரும்பப்பட்ட காதலர் வந்து, நான் காதல் வேட்கையினால் விரும்பிக் கேட்கின்றவற்றையெல்லாம் செய்யும்போது, நான் அவரோடு பிணங்கிக்கொள்ள முடியாமல் நாணம் என்ற ஒன்றையும் அறியமாட்டாமல் தவிக்கிறேன்.

பல்மாயக் கள்வன் பணிமொழி அன்றோநம்
பெண்மை உடைக்கும் படை. *1258*

பலவகையான சூழ்ச்சிகளையும் கொண்ட உள்ளங்கவர் கள்வரான காதலரின் பணிவான இனிய சொற்கள்தாம், எனது பெண்மையாகிய நிறையை உடைத்தெறியும் படைக்கருவிகளாக உள்ளன.

புலப்பல் எனச்சென்றேன் புல்லினேன் நெஞ்சம்
கலத்தல் உறுவது கண்டு. *1259*

நான் பிணங்கிக்கொள்ள வேண்டும் என்று எண்ணித்தான், காதலர் இருக்கும் இடத்திற்குச் சென்றேன்; சென்றதும், என் நெஞ்சம் அவரைக் கண்டவுடன் அடக்கமில்லாமல் அவரோடு கலந்து ஒன்றி யிருப்பதைப் பார்த்து, வேறு வழியில்லாமல் நானும் அவரைத் தழுவிக்கொண்டேன்.

நிணம்தீயில் இட்டன்ன நெஞ்சினார்க்கு உண்டோ
புணர்ந்துஊடி நிற்பேம் எனல். *1260*

கொழுப்பைத் தீயிலிடும்போது, அது உருகுவதைப் போன்று, காதலரைக் கண்டவுடன் நிறையிழந்து உருகும் நெஞ்சினையுடைய, பிரிந்து வாழும் என்னைப் போன்ற மகளிர்க்குக் காதலர் தம்மைக்கூடிப் பிறகு வாடி நிற்போம் என்பதில், உறுதி உண்டாக வழியில்லை.

அவர்வயின் விதும்பல்

வாள்அற்றுப் புற்கென்ற கண்ணும் அவர்சென்ற
நாள்ஒற்றித் தேய்ந்த விரல். ***1261***

காதலர் என்னைவிட்டுப் பிரிந்துசென்ற நாட்களைச் சுவரில் விரலால் குறியிட்டு எழுதுவதால் என் விரல் தேய்ந்துவிட்டது. அது மட்டுமல்லாமல், என் கண்களும் அவரது வரவை எதிர்பார்த்துப் பார்த்து, ஒளியிழந்து புன்மை அடைந்துவிட்டன.

இலங்கிழாய் இன்று மறப்பின்என் தோள்மேல்
கலம்கழியும் காரிகை நீத்து. ***1262***

விளங்குகின்ற அணிகலன்களை உடைய தோழி! காதலரின் பிரிவால் வருந்துகின்ற நான், இந்நாட்களில், அவரை மறந்துவிட்டால், என் தோள்கள் மேன்மேலும் அழகினை இழந்து மெலிவடைகின்றன; அதன் காரணமாக எனது வளையல்கள் கழன்று கீழே விழுந்துவிடுகின்றன.

உரன்நசைஇ உள்ளம் துணையாகச் சென்றார்
வரல்நசைஇ இன்னும் உளேன். ***1263***

இன்பத்தை விரும்பாமல், வெற்றியை மட்டுமே விரும்பித் தமது ஊக்கத்தைத் துணையாகக்கொண்டு சென்ற காதலர், திரும்பி வருவதை விரும்பி இன்னும் நான் உயிரோடு இருந்துகொண்டிருக்கிறேன்.

கூடிய காமம் பிரிந்தார் வரவுஉள்ளிக்
கோடுகொடு ஏறும்என் நெஞ்சு. ***1264***

பிரிந்துசென்ற காதலர், கலந்து இன்புறும் காதல் வேட்கையுடனே, என்னிடம் திரும்பி வருவதை எண்ணிக் கொண்டிருப்பதால், குரங்கு கொம்புவிட்டுக் கொம்புக்குத் தாவுதல்போல, என் நெஞ்சமும் மாறுபட்ட எண்ணங்களில் மாறிமாறித் தாவிக்கொண்டிருக்கிறது.

காண்கமன் கொண்கனைக் கண்ணாரக் கண்டபின்
நீங்கும்என் மென்தோள் பசப்பு. ***1265***

எனது காதலரை விரைவில் கண்ணாரக் கண்டு மகிழ்வேனாக! கண்டபிறகு, எனது மெல்லிய தோள்களில் உண்டாகிய பசலை நிறமும் தானே நீங்கிவிடும்.

வருகமன் கொண்கன் ஒருநாள் பருகுவன்
பைதல்நோய் எல்லாம் கெட. 1266

எனது கணவர் என்றேனும் ஒருநாள் வந்தே தீருவார்; அவர் வந்தால், எனக்குத் துன்பத்தைத் தந்துகொண்டிருக்கின்ற காதல் வேட்கையாகிய நோய் முழுவதும் நீங்கும்படியாக, நான் முழு இன்பத்தையும் நுகருவேன்.

புலப்பேன்கொல் புல்லுவேன் கொல்லோ கலப்பேன்கொல்
கண்ணன்ன கேளிர் வரின். 1267

கண் போன்ற எனது காதலர் திரும்பி வருவாரானால், இதுகாறும் வராது அவர் நீட்டித்தமைக்காக, நான் அவரோடு பிணங்கிக்கொள்வேனா அல்லது அவரைக் கட்டித் தழுவிக்கொள்வேனா அல்லது புலத்தல், புல்லுதல் ஆகிய இரு செயல்களையும் சேர்த்துச் செய்வேனோ? ஒன்றும் எனக்குப் புலப்படவில்லை!

வினைகலந்து வென்றீக வேந்தன் மனைகலந்து
மாலை அயர்கம் விருந்து. 1268

வேந்தானவன், மேற்கொண்ட போரினை விடாமல் செய்து, விரைவில் வெற்றி பெறுவானாக! அவன் வென்றால் நானும் என் மனைவியும் ஒன்றுகூடி, அன்று மாலைப்பொழுதே, இன்ப விருந்து மேற்கொள்ளுவோமாக!

ஒருநாள் எழுநாள்போல் செல்லும்சேண் சென்றார்
வருநாள்வைத்து ஏங்கு பவர்க்கு. 1269

நெடுந்தொலைவிற்குப் பிரிந்து சென்ற காதலர் திரும்பிவரக் குறித்து வைத்த நாளை, மனத்தில் நினைத்துப் பார்த்து வருந்துகின்ற மகளிர்க்கு ஒருநாள் கழிவது என்பது பல நாட்கள் கழிவதுபோல், நெடியதாகத் தோன்றுகின்றது.

பெறின்என்னாம் பெற்றக்கால் என்னாம் உறின்என்னாம்
உள்ளம் உடைந்துஉக்கக் கால். 1270

காதலியானவள் பிரிவுத் துன்பத்தைத் தாங்கிக்கொள்ள முடியாமல், மனம் உடைந்து, நிலை அழிந்துபோய் விடுவாளேயானால், பின்னர் நம்மை அவள் பெறுவதால்தான் என்ன பயன்? அவளை நான் பெற்றுவிடுவதால்தான் என்ன பயன்? பெற்று அவளை மெய்யுறக் கலப்பதால்தான் என்ன பயன்? ஒன்றுமில்லை!

குறிப்பு அறிவுறுத்தல்

கரப்பினும் கைஇகந்து ஒல்லாநின் உண்கண்
உரைக்கல் உறுவதொன்று உண்டு. *1271*

நீ சொல்லாமல் மறைத்தாலும், அதற்கு உடன்படாமல் உன்னையும் மீறி, உன்னுடைய மை தீட்டப்பட்ட கண்கள், எனக்குச் சொல்லக்கூடிய செய்தி ஒன்று இருக்கவே செய்கின்றது; அதை நான் நன்கு அறிவேன்!

கண்நிறைந்த காரிகைக் காம்புஏர்தோள் பேதைக்கும்
பெண்நிறைந்த நீர்மை பெரிது. *1272*

என் கண்களை நிறைவு செய்யும் அழகையும், மூங்கில் போன்ற தோள்களையும் உடைய என் காதலிக்குப் பெண்களிடம் நிறைந்து காணப்படும் மடம் என்ற பண்பு மிகவும் மிகுதியாகவே உள்ளது.

மணியில் திகழ்தரு நூல்போல் மடந்தை
அணியில் திகழ்வதொன்று உண்டு. *1273*

கோக்கப்பட்டுள்ள பளிங்கு மணிக்குள்ளே திகழ்ந்து காணப்படுகின்ற நூலினைப்போல், இம்மடந்தையின் அழகான முகத்திற்குள்ளே திகழக்கூடிய காதல் குறிப்பு ஒன்று, எனக்குத் தெரியவே செய்கின்றது.

முகைமொக்குள் உள்ளது நாற்றம்போல் பேதை
நகைமொக்குள் உள்ளதுஒன்று உண்டு. *1274*

இதழ் விரியாத அரும்பு மொக்குக்குள் மறைந்திருக்கும் நறுமணத்தைப் போல, இந்த இளம்பெண்ணின் வாயிதழ் விரியாமல் நகைக்க முயலும் முகிழ்ப்பினுக்குள் மறைந்திருக்கக்கூடிய காதல் குறிப்பு ஒன்று இருக்கக் காண்கிறேன்.

செறிதொடி செய்துஇறந்த கள்ளம் உறுதுயர்
தீர்க்கும் மருந்தொன்று உடைத்து. *1275*

செறிந்த வளையல்களையுடைய என்னுடைய காதலி, என்னை மையல் கொள்ளும்படி செய்துவிட்டுச் சென்ற அவளது கள்ளத்தனமான குறிப்பு, எனது மிகுந்த துயரத்தினை நீக்குகின்ற மருந்து ஒன்றினை உடையதாக இருக்கின்றது.

பெரிது ஆற்றிப் பெட்பக் கலத்தல் அரிது ஆற்றி
அன்பின்மை சூழ்வது உடைத்து.   1276

காதலர் வந்து, எனது பிரிவுத் துன்பத்தினை மிகவும் ஆற்றி, நான் மகிழும்படி கூடுகின்ற கலவியானது, அரிதாகிய பிரிவை மீண்டும் செய்து, பின்னர் அன்பில்லாமல் அவர் கைவிட எண்ணுகின்ற குறிப்பை உடையதாக இருக்கிறது.

தண்ணந் துறைவன் தணந்தமை நம்மினும்
முன்னம் உணர்ந்த வளை.   1277

குளிர்ந்த நீர்த் துறையையுடைய காதலர், என்னை மெய்யால் கூடியிருந்து, மனத்தால் பிரிந்தமையை, நான் உணர்வதற்கு முன்னமேயே, குறிப்பால் அறியக்கூடிய முறையில் கழலும் என் வளையல்கள், தெளிவாகத் தெரிந்து கொண்டிருக்கின்றன.

நெருநற்றுச் சென்றார்எம் காதலர் யாமும்
எழுநாளேம் மேனி பசந்து.   1278

என்னுடைய காதலர் நேற்றுத்தான் பிரிந்து சென்றுள்ளார்; ஆனால், அக்குறிப்பினை முன்கூட்டியே அறிந்த நானும், கடந்த ஏழு நாட்களாகவே உடம்பிலே பசலை நிறத்தைக் கொண்டிருக்கிறேன்.

தொடிநோக்கி மென்றோளும் நோக்கி அடிநோக்கி
அஃதுஆண்டு அவள்செய் தது.   1279

பிரிவினால் வளையல்கள் கழலும் என்று கருதி அவற்றை நோக்கி, அதற்குக் காரணமான அவளுடைய தோள்களும் மெலியுமென்று கருதி அவற்றையும் நோக்கி, அவை தம்மைக் காக்கக் காதலருடன் நடக்கவேண்டி வரும் என்பதற்காகத் தன் அடிகளையும் நோக்கி, அவ்விடத்தே தலைவி செய்தது உடன்போக்கைக் குறிப்பதாக இருந்தது.

பெண்ணினால் பெண்மை உடைத்துஎன்ப கண்ணினால்
காமநோய் சொல்லி இரவு.   1280

தலைவி தன் கண்ணினால், காதல் வேட்கை நோயைக் குறிப்பால் தெரிவித்து, உடன் போவதற்கு இசைந்து, காதலரை இரத்தல் என்பது, இயல்பாக உள்ள பெண் தன்மைக்கு, மேலும் பெண்தன்மையைக் கூடுதலாக உண்டாக்குவதாகும் என்று கூறுவர் ஆன்றோர்.

புணர்ச்சி விதும்பல்

உள்ளக் களித்தலும் காண மகிழ்தலும்
கள்ளுக்குஇல் காமத்திற்கு உண்டு.   1281

நினைக்கும் அளவில் களிப்பு அடைதலும், காணும் அளவில் மகிழ்ச்சி அடைதலும் ஆகிய இரண்டும், கள்ளைப் பொறுத்து உண்டாவதில்லை; ஆனால், காதல் வேட்கைக்கு அவை இரண்டும் பொருந்தும்.

தினைத்துணையும் ஊடாமை வேண்டும் பனைத்துணையும்
காமம் நிறைய வரின்.   1282

மகளிர்க்குக் காதல் வேட்கையானது, பனையின் அளவைக் காட்டிலும் மிகுதியாகத் தோன்றும்போது, அவர்கள் தம் காதலரோடு, தினையின் அளவுகூடச் சிறிதும் ஊடாமல் இருக்கவேண்டும்.

பேணாது பெட்பவே செய்யினும் கொண்கனைக்
காணாது அமையல கண்.   1283

என்னை விரும்பாமல் விலக்கி வைத்துவிட்டுக் கணவர் தம் மனம் விரும்புகின்றவற்றையே செய்வாரானாலும், அவரைக் காணாமல், எனது கண்கள் ஒருபோதும் அமைதி பெறுவதில்லை.

ஊடற்கண் சென்றேன்மன் தோழி அதுமறந்து
கூடற்கண் சென்றதுஎன் நெஞ்சு.   1284

தோழியே! நான் காதலருடன் ஊடல் கொள்ளவேண்டும் என்ற எண்ணத்துடன்தான், அவரிடம் சென்றேன்; ஆனால், எனது நெஞ்சமோ அவரைக் கண்டதும், அந்த ஊடலினை மறந்துவிட்டு, அவருடன் கூடிவாழ்வதற்குச் சென்றுவிட்டது.

எழுதுங்கால் கோல்காணாக் கண்ணேபோல் கொண்கன்
பழிகாணேன் கண்ட இடத்து.   1285

கண்களுக்கு மை தீட்டும்போது, மை தீட்டும் கோலைக் காணமுடியாத கண்களைப்போல, கணவரை நேரில் காணும்போது, அவரது குற்றங்களைக் காணமுடியாதவளாக ஆகிவிடுகிறேன்.

காணுங்கால் காணேன் தவறாய காணாக்கால்
காணேன் தவறல் லவை. *1286*

காதலரை நேரில் காணும்போது, அவரது தவறுகளையெல்லாம் காண முடியாதவளாக ஆகிவிடுகிறேன்; அவரை நேரில் காணாதபோது, அந்தத் தவறுகளைத் தவிர வேறு ஏதொன்றையும் காண முடியாதவளாகவும் இருக்கிறேன்.

உய்த்தல் அறிந்து புனல்பாய் பவரேபோல்
பொய்த்தல் அறிந்துஎன் புலந்து. *1287*

வெள்ளம் இழுத்துச் செல்லக்கூடும் என்பதை அறிந்திருந்தும், ஓடும் நீரில் பாய்ந்து, விளையாடி இன்புற விழைகின்றவர்களைப்போல, பிணங்குவது பயன்படாது என்பதை நான் அறிந்திருந்தாலும், அவரோடுகூடி இன்புற விழையும் நான், பிணங்கிக்கொள்வது என்பது எவ்வாறு இயலும்?

இளித்தக்க இன்னா செயினும் களித்தார்க்குக்
கள்அற்றே கள்வநின் மார்பு. *1288*

உள்ளங்கவர் கள்வரே! உம்முடைய மார்பானது இழிவினைத் தரத்தக்க துன்பங்கள் பலவற்றைச் செய்தாலும், அது தன்னை உண்டு களிப்பவர்களுக்கு மேன்மேலும் விருப்பத்தை உண்டாக்கும் கள்ளினைப் போன்று இருப்பதாகும்.

மலரினும் மெல்லிது காமம் சிலர்அதன்
செவ்வி தலைப்படு வார். *1289*

காதல் வேட்கையானது மலரைக் காட்டிலும் மென்மையான தன்மையை உடையதாகும்; அதனை நயத்தோடு நுகரும் இயல்பினை அறிந்து செயல்படுபவர்கள் உலகத்தில் ஒரு சிலரே ஆவார்கள்.

கண்ணின் துனித்தே கலங்கினாள் புல்லுதல்
என்னினும் தாள்விதுப்பு உற்று. *1290*

என்னுடைய காதலி, தன் கண்ணால் மட்டும் சிறிது ஊடியிருந்து, பின்பு அதனையும் மறந்து, கூடிமுயங்குவதில், என்னைக் காட்டிலும் அவள், விரைந்து விரும்பி என்னோடு இரண்டறக் கலந்துவிடுகிறாள்.

நெஞ்சொடு புலத்தல்

அவர்நெஞ்சு அவர்க்குஆதல் கண்டும் எவன்நெஞ்சே
நீஎமக்கு ஆகா தது.   1291

நெஞ்சமே! என்னுடைய காதலருடைய நெஞ்சமானது என்னை நினையாமல், அவருக்காகவே இருப்பதைக் கண்டிருந்தும், நீ எனக்காக இருக்காமல் அவரையே நினைத்துக் கொண்டிருப்பது என்ன காரணம் பற்றியோ?

உறாஅ தவர்க்கண்ட கண்ணும் அவரைச்
செறாஅரெனச் சேறிஎன் நெஞ்சு!   1292

என் நெஞ்சமே! என்னிடம் அன்புகொள்ளாத காதலரைக் காணும்போது, அவர் சினந்துகொள்ள மாட்டார் என்று எண்ணி, அறியாமை காரணமாக அவரிடம் போய்ச் சேருகின்றாயே! இது என்னே விந்தை!

கெட்டார்க்கு நட்டார்இல் என்பதோ நெஞ்சேநீ
பெட்டாங்கு அவர்பின் செலல்.   1293

நெஞ்சமே! என்னைக் கேளாமல், நீ விரும்பியவாறே காதலரின் பின் செல்வதற்குக் காரணம், கெட்டொழிந்தவர்களுக்கு உலகத்தில் வேறு நண்பர்கள் யாரும் இருக்கமுடியாது என்ற எண்ணமோ? சொல்லுவாயாக.

இனிஅன்ன நின்னொடு சூழ்வார்யார் நெஞ்சே
துனிசெய்து துவ்வாய்காண் மற்று.   1294

நெஞ்சமே! நீ காதலருடன் பிணங்குதல் கொண்டு, பின் காதலின் பயனை நுகராமல் போகிறாய்! இனிமேல் அந்த நிலைபற்றி உன்னோடு கலந்து பேசப் போகிறவர்கள் யார் இருக்கிறார்கள்?

பெறாஅமை அஞ்சும் பெறின்பிரிவு அஞ்சும்
அறாஅ இடும்பைத்துஎன் நெஞ்சு.   1295

என் நெஞ்சமானது, பிரிவின்போது, காதலரைப் பெறமுடியாமையால் அஞ்சி இருக்கும்! அவரைப் பெறும்போது, அவர் பிரிந்துசென்று விடுவாரோ என்று அஞ்சி இருக்கும்! என் நெஞ்சம் எப்போதும் இவ்வாறாக நீங்காத துன்பம் உடையதாக இருக்கின்றது.

தனியே இருந்து நினைத்தக்கால் என்னைத்
தினிய இருந்ததுஎன் நெஞ்சு.   *1296*

காதலரைப் பிரிந்து தனியே இருந்துகொண்டிருக்கும் நான், அவரது கொடுமைகளைப் பற்றி நினைக்கும்போது, என்னுடன் இருந்து கொண்டிருக்கின்ற என் நெஞ்சமானது, என்னைத் தின்றுவிடுவது போன்ற துன்பத்தைச் செய்ய முற்படுகின்றது.

நாணும் மறந்தேன் அவர்மறக் கல்லாஎன்
மாணா மடநெஞ்சில் பட்டு.   *1297*

காதலரை எவ்வகையிலும் மறக்கமுடியாதபடி தவிக்கும் என்னுடைய சிறப்பில்லாத மட நெஞ்சத்துடனே கூடி இருப்பதால் நான் உயிரினும் சிறந்த என் நாணத்தையும் மறந்துவிட்டேன்.

எள்ளின் இளிவாம்என்று எண்ணி அவர்திறம்
உள்ளும் உயிர்க்காதல் நெஞ்சு.   *1298*

உயிரின் மீது காதல்கொண்ட எனது நெஞ்சமானது, என்னை இகழ்ந்து சென்ற காதலரை நான் இகழ்ந்தால், பின் அது எனக்கே இழிவாகும் என்று எண்ணி, அவருடைய பெருமையையே நினைத்துக் கொண்டிருக்கிறது.

துன்பத்திற்கு யாரே துணையாவார் தாம்உடைய
நெஞ்சம் துணைஅல் வழி.   *1299*

ஒருவருக்குத் துன்பம் வரும்போது, அதை நீக்குவதற்கு அவருடைய நெஞ்சம் அவருக்குத் துணையாக வராவிட்டால், வேறு யார்தான் துணையாக வருவார்கள்? ஒருவரும் வரமாட்டார்!

தஞ்சம் தமர்அல்லர் ஏதிலார் தாம்உடைய
நெஞ்சம் தமர்அல் வழி.   *1300*

ஒருவருக்கு உரிமையாக வாய்க்கப்பெற்ற அவரது நெஞ்சமே, அவருக்கு உறவு ஆகாதபோது, அயலார் உறவு இல்லாதவராக இருப்பது என்பது எளிதேயாகும்.

புலவி

புல்லாது இராஅப் புலத்தை அவர்உறும்
அல்லல்நோய் காண்கம் சிறிது.   1301

தலைவியே! நீ காதலரை விரைந்து சென்று தழுவாமல், இப்படியே இருந்து பிணங்கிக்கொண்டு வாழ்வாயாக! அவர் அடையக்கூடிய துன்ப நோய் எப்படி இருக்கின்றது என்பதைச் சிறிதுநேரம் காண்போமாக!

உப்புஅமைந் தற்றால் புலவி அதுசிறிது
மிக்கற்றால் நீள விடல்.   1302

கலவிக்கு முன் ஏற்படக்கூடிய புலவியானது, உணவில் உப்பு அளவோடு அமைந்திருப்பதைப் போன்றதாகும். அந்தப் புலவியைச் சிறிதளவு நீட்டித்தாலும், உணவில் உப்பினை மிகுதியாக இடுவதுபோன்று ஆகிவிடும்.

அலந்தாரை அல்லல்நோய் செய்தற்றால் தம்மைப்
புலந்தாரைப் புல்லா விடல்.   1303

தம்மோடு ஊடிய மகளிரை, அவ்வூடல் நீக்கி, அவர்களைப் பின்னர் தழுவாமல் விட்டுவிடுதல் என்பது, முன்பே துன்பத்தால் வருந்தியவரை, மேலும் துன்ப நோய்க்கு ஆளாகச் செய்து வருத்துவது போன்றதாகும்.

ஊடி யவரை உணராமை வாடிய
வள்ளி முதல்அரிந் தற்று.   1304

தம்மோடு ஊடிய மகளிரை, ஊடல் தீர்த்துப் பின்னர் கூடாமல் இருத்தல் என்பது, நீரின்றி முன்பே வாடிய கொடியின் அடிப்பகுதியை அறுப்பது போன்றதாகும்.

நலத்தகை நல்லவர்க்கு ஏஎர் புலத்தகை
பூவன்ன கண்ணார் அகத்து.   1305

நற்பண்புகளால் சிறந்த நல்ல தலைவருக்கு அழகாவது, மலர் போன்ற கண்களை உடைய மகளிரின் நெஞ்சில், கலவியின்பத்திற்கு முன்னர் நிகழக்கூடிய ஊடலின் சிறப்பை, நுகர்வதே ஆகும்.

துனியும் புலவியும் இல்லாயின் காமம்
கனியும் கருக்காயும் அற்று.   1306

பெரும் பிணக்கும் சிறு பிணக்கும் இல்லாவிட்டால், காதல்
வாழ்க்கையானது, மிகப் பழுத்து அழுகிய பழம்போலவும், சிறு
பிஞ்சாக உள்ள காய், கருக்காயாக அமைவதுபோலவும் பயன்படாமல்
போய்விடும்.

ஊடலின் உண்டுஆங்குஓர் துன்பம் புணர்வது
நீடுவது அன்றுகொல் என்று.   1307

கூடி முயங்குவதால் ஏற்படும் இன்பம், இனிமேல் நீட்டிக்காதோ,
அன்றி மீண்டும் ஊடல் ஏற்பட்டுவிடுமோ என்று எண்ணி
ஏங்குவதால், ஊடியிருத்தல் மூலம் காதலர்க்கு ஒருவகைத் துன்பம்
ஏற்பட்டுவிடுகின்றது.

நோதல் எவன்மற்று நொந்தார்என்று அஃதுஅறியும்
காதலர் இல்லா வழி.   1308

தலைவியானவள், நம் காரணமாக வருந்தினாள் என்று காதல் நோயை
அறிந்து, அவ்வருத்தத்தை நீக்குவதற்குரிய காதலர் இல்லாதபோது,
தான் மட்டும் வருத்தப்படுவதனால் என்ன பயன் உண்டாகும்?

நீரும் நிழலது இனிதே புலவியும்
வீழுநர் கண்ணே இனிது.   1309

உயிர் வாழ்க்கைக்கு இன்றியாமையாத நீரானது நிழலைச் சார்ந்திருக்கும்
போது, மிக இனிமையாகவே இருக்கும்; அதுபோல, இன்றியமையாத
புலவியும், அன்புடைய காதலர் மாட்டுச் சார்ந்திருக்கும்போது, மிக்க
இனிமையானதாகவே இருக்கும்.

ஊடல் உணங்க விடுவாரோடு என்நெஞ்சம்
கூடுவேம் என்பது அவா.   1310

ஊடலினால், நான் மெலிந்து இருக்கும்போது, அந்த ஊடலை
நீக்காமல் என்னை விட்டிருக்கும் காதலருடன், என் நெஞ்சமானது
கூடுவோம் என்று எண்ணுவதற்குக் காரணம், அதன் அளவற்ற
ஆவலேயாகும்.

புலவி நுணுக்கம்

பெண்இயலார் எல்லாரும் கண்ணின் பொதுஉண்பர்
நண்ணேன் பரத்தநின் மார்பு. *1311*

பரத்தையரிடம் செல்பவனே! பெண்மையுடையவர்கள் சிலர் தங்களுடைய கண்களால், உன்னை ஒரு பொதுப்பொருளாக நினைத்து நுகருகிறார்கள்; ஆதலால், உன் மார்பை நான் இனித் தழுவமாட்டேன்.

ஊடி இருந்தேமாத் தும்மினார் யாம்தம்மை
நீடுவாழ் என்பார்க்கு அறிந்து. *1312*

நான் காதலரோடு ஊடி உரையாடாது இருந்தபோது, நான் அவரை, "நெடுங்காலம் வாழ்க!" என்று வாய் திறந்து வாழ்த்துவேன் என்று கருதி, அவர் வேண்டுமென்றே தும்மினார்.

கோட்டுப்பூச் சூடினும் காயும் ஒருத்தியைக்
காட்டிய சூடினீர் என்று. *1313*

நான் மருத நிலத்துப் பூ அல்லாத பிற நிலங்களிலுள்ள மரக்கிளைகளில் மலர்ந்த பூக்களால் ஆன மாலையைச் சூடியிருந்தாலும், "இதை நீர் உம் காதலி ஒருத்திக்குக் காட்டும் பொருட்டே சூடிக்கொண்டிருக்கிறீர்" என்று தலைவி சினங்கொள்ளுவாள்.

யாரினும் காதலம் என்றேனா ஊடினாள்
யாரினும் யாரினும் என்று. *1314*

"யாரைக் காட்டிலும் நான் உன்னிடம்தான் மிக்க காதல் உடையவனாக இருக்கிறேன்" என்று நான் காதலியிடம் சொன்னபோது, "யாரைக் காட்டிலும்? யாரைக் காட்டிலும்" என்று கேட்டு அவள் என்னிடம் ஊடல் கொண்டாள்.

இம்மைப் பிறப்பில் பிரியலம் என்றேனாக்
கண்நிறை நீர்கொண் டனள். *1315*

"என்னுடைய இற்றைய வாழ்க்கை நிலையில் நான் உன்னை விட்டுப் பிரியமாட்டேன்" என்று, காதலியிடம் இயல்பாகச் சொன்னபோது, வேறு நிலைகள் ஏற்படும்போது நான் பிரிந்துவிடுவேனோ என்று கருதி, கண்கள் நிறையக் கண்ணீர் வழிய அவள் அழுதாள்.

உள்ளினேன் என்றேன்மற்று என்மறந்தீர் என்றுஎன்னைப்
புல்லாள் புலத்தக் கனள்.   1316

"பிரிவுக் காலத்தில் உன்னை நான் நினைந்தேன்!" என்று இயல்பாகத்
தலைவியிடம் கூறினேன்; "மறந்தால்தானே நினைக்கமுடியும்!
என்னை ஏன் மறந்தீர்!" என்று கேட்டு, என்னைத் தழுவாதவளாகிப்
பிணங்கிக்கொண்டாள்.

வழுத்தினாள் தும்மினே னாக அழித்துஅழுதாள்
யார்உள்ளித் தும்மினீர் என்று.   1317

எனக்குத் தும்மல் வர, நான் தும்மினேன்; காதலி எப்பொழுதும்
போல் என்னை, "நீர் நெடுங்காலம் வாழ்க!" என வாழ்த்தினாள்;
வாழ்த்திவிட்டு, அவள், "நும் காதலியரில் யார் நினைக்க நீர்
தும்மினீர்?" என்று கேட்டுப் பிணங்கிக்கொண்டு அழுதாள்.

தும்முச் செறுப்ப அழுதாள் நுமர்உள்ளல்
எம்மை மறைத்தீரோ என்று.   1318

எனக்குத் தும்மல் வந்தபோது அவள் ஊடிவிடுவாளோ என்று
அஞ்சி, அதனை நான் அடக்கிக்கொண்டேன்; அப்போது
அவள், "உம்முடைய காதலியர் உம்மை நினைப்பதை, எனக்குத்
தெரியாமல் இருக்கவேண்டித் தும்மலை நீர் மறைத்தீரோ?" என்று
பிணங்கிக்கொண்டு அழுதாள்.

தன்னை உணர்த்தினும் காயும் பிறர்க்குநீர்
இந்நீரர் ஆகுதிர் என்று.   1319

ஊடல் கொண்டிருக்கும் காதலியைப் பணிந்து, அவளது ஊடலைத்
தீர்க்க நான் இயல்பாக முயன்றாலும், "நீர் மற்ற காதலியரிடத்திலும்,
இவ்வாறுதானே பணிந்து நடக்கும் தன்மையைக் கொண்டிருக்கிறீர்!"
என்று சொல்லிச் சினந்துகொள்கிறாள்.

நினைத்திருந்து நோக்கினும் காயும் அனைத்துநீர்
யார்உள்ளி நோக்கினீர் என்று.   1320

நான் காதலியின் அழகையே நினைத்து, அவளையே பேசாமல்
பார்த்துக் கொண்டிருந்தாலும், "என் உடல் அழகையெல்லாம் வேறு
எந்தப் பெண்ணினுடைய உடல் அழகுக்கு ஒப்பாக எண்ணிப்
பார்க்கிறீர்!" என்று கேட்டுச் சினந்துகொள்ளுகிறாள்.

ஊடல் உவகை

இல்லை தவறுஅவர்க்கு ஆயினும் ஊடுதல்
வல்லது அவர்அளிக்கு மாறு. ***1321***

காதலரிடம் தவறு ஒன்றும் இல்லை என்றாலும், அவரோடு ஊடிக்கொள்ளுதல் என்பது, அவர் என் மீது மிகுதியான அன்பு செலுத்துவதற்கு வழிவகுக்கும் வல்லமை படைத்ததாக இருக்கிறது.

ஊடலில் தோன்றும் சிறுதுனி நல்லளி
வாடினும் பாடு பெறும். ***1322***

ஊடலின் காரணமாக என்னிடம் தோன்றும் சிறு வெறுப்பினால், காதலர் கொண்டிருக்கின்ற நல்ல அன்பும் சிறிது குறைகிறது என்றாலும், பின்பு அது பெருமையையே பெறுகின்றது.

புலத்தலின் புத்தேள்நாடு உண்டோ நிலத்தொடு
நீர்இயைந்து அன்னார் அகத்து. ***1323***

நிலத்தோடு நீர் கலந்தாற்போல, அன்புடன் ஒன்றுசேர்ந்த காதலரிடத்தில் புலத்தலைவிட, இன்பந்தரக்கூடிய மேலானதொரு புதிய உலகம் இருக்கமுடியுமோ? இருக்க முடியாது.

புல்லி விடாஅப் புலவியுள் தோன்றுமென்
உள்ளம் உடைக்கும் படை. ***1324***

காதலரைத் தழுவிப் பின்னர் விடாமலிருப்பதற்குக் காரணமான புலவியினிடத்துத்தான், எனது பிணங்கிக் கொண்ட உள்ளத்தை உடைத்தெறியத்தக்க படைக்கலமே உருவாகின்றது.

தவறுஇலர் ஆயினும் தாம்வீழ்வார் மென்தோள்
அகறலின் ஆங்கொன்று உடைத்து. ***1325***

காதலர் தவறு செய்யாதிருந்தாலும், அவரால் விரும்பப்படும் மகளிருடன் ஊடி, அவர்தம் மெல்லிய தோள்களினின்றும் நீங்கியிருப்பதானதுகூட, எனக்கு ஓர் இன்பம் ஏற்படக் காரணமாகவே அமைந்துள்ளது.

உணலினும் உண்டது அறல்இனிது காமம்
புணர்தலின் ஊடல் இனிது.   1326

ஒருவர் மேலும் மேலும் உண்பதைக் காட்டிலும், முன்பு உண்ட உணவு செரித்தலே இன்பம் தருவதாக அமையும்; அதுபோலக் காதல் வாழ்க்கைக்கு மேலும் மேலும் கூடி முயங்குவதைக் காட்டிலும், ஊடுதல் மூலம் ஏங்கி எதிர்பார்க்கும் காதல் வேட்கை மிகுந்த இன்பந்தருவதாகும்.

ஊடலில் தோற்றவர் வென்றார் அதுமன்னும்
கூடலில் காணப் படும்.   1327

காதலன், காதலி என்ற இருவரில், ஊடலில் தோற்றவரே ஒருவகையில் வெற்றிபெற்றவர் ஆவார்; அதன் மூலம் ஏற்படும் ஆக்கம், ஊடல் முடிந்த பின்னர்க் கூடி மகிழும்போது சிறந்து காணப்படும்.

ஊடிப் பெறுகுவங் கொல்லோ நுதல்வெயர்ப்பக்
கூடலில் தோன்றிய உப்பு.   1328

காதலியின் நெற்றி வியர்க்குமாறு, அவளைக் கூடிமுயங்குவதால் பெறும் இன்பத்தினை, மீண்டும் அவள் ஊடல் கொள்வதன் மூலம் நான் பெறுகின்ற வாய்ப்புக் கிடைக்குமோ? கிடைக்காது.

ஊடுக மன்னோ ஒளிஇழை யாம்இரப்ப
நீடுக மன்னோ இரா.   1329

ஒளி பொருந்திய அணிகலன்களை அணிந்த என் காதலி, என்னோடு ஊடல் கொள்வாளாக! அவ்வூடலைத் தீர்க்கும் பொருட்டு, நான் அவளிடம் இரந்து நிற்பதற்காக, இரவுப்பொழுது இன்னும் நீட்டிப்பதாக!

ஊடுதல் காமத்திற்கு இன்பம் அதற்கு இன்பம்
கூடி முயங்கப் பெறின்.   1330

காதலி ஊடல் கொள்வது என்பது, காதல் வேட்கை மிகுவதற்குக் காரணமாக அமைந்து இன்பந்தருகின்றது; அவ்வூடல் தீர்ந்து, கூடிமுயங்குதலைப் பெற்றால், அது முன்னைய இன்பத்தைக் காட்டிலும் மிகுதியான இன்பத்தைத் தருகின்றது.

***

குறள் அகர வரிசை

குறள் எண்	குறள்	குறள் எண்	குறள்
178	அஃகாமை	537	அரிய என்று
175	அஃகி அகன்ற	503	அரியகற்று
936	அகடு ஆரார்	443	அரியவற்றுள்
1074	அகப்பட்டி	210	அருங்கேடன்
1	அகரமுதல	565	அருஞ்செவ்வி
691	அகலாது அணுகாது	241	அருட்செல்வம்
151	அகழ்வாரைத்	847	அருமறை சோரும்
92	அகனமர்ந்து ஈதலின்	611	அருமை உடைத்து
84	அகனமர்ந்து செய்யாள்	198	அரும்பயன்
720	அங்கணத்துள்	483	அருவினை
1098	அசையியற்கு	254	அருள் அல்லது
534	அச்சம் உடையார்க்கு	247	அருள் இல்லார்க்கு
1075	அச்சம் கீழ்களது	757	அருள் என்னும்
497	அஞ்சாமை அல்லால்	755	அருளொடும்
382	அஞ்சாமை ஈகை	285	அருள்கருதி
863	அஞ்சும் அறியான்	243	அருள்சேர்ந்த
428	அஞ்சுவது அஞ்சாமை	176	அருள்வெஃகி
366	அஞ்சுவது ஓரும்	1303	அலந்தாரை
121	அடக்கம் அமரருள்	1141	அலர்எழ
343	அடல் வேண்டும்	1149	அலர்நாண
768	அடல் தகையும்	245	அல்லல் அருளாள்
954	அடுக்கிய கோடி	96	அல்லவைதேய
625	அடுக்கி வரினும்	555	அல்லற்பட்டு
706	அடுத்தது காட்டும்	1182	அவர்தந்தார்
1081	அணங்கு கொல்	1291	அவர்நெஞ்சு
1014	அணி அன்றோ	368	அவா இல்லார்க்
30	அந்தணர் என்போர்	361	அவா என்ப

543	அந்தணர் நூற்கும்	367	அவாவினை
814	அமரகத்து ஆற்றறுக்கும்	259	அவிசொரிந்து
1027	அமரகத்து வன்கண்ணார்	711	அவையறிந்து
64	அமிழ்தினும் ஆற்ற	713	அவையறியார்
474	அமைந்து ஆங்கு	167	அவ்வித்து அழுக்காறு
401	அரங்கு இன்றி	169	அவ்விய நெஞ்சத்தான்
888	அரம் பொருத	659	அழக்கொண்ட எல்லாம்
997	அரம்போலும்	795	அழச்சொல்லி
1153	அரிதரோ	1228	அழல்போலும்
1160	அரிதாற்றி	461	அழிவதூஉம்
807	அழிவந்த	189	அறன்நோக்கி
787	அழிவினவை	150	அறன்வரையான்
767	அழிவின்றுஅறை	1139	அறிகிலார்
170	அழுக்கற்று	638	அறிகொன்று
35	அழுக்காறு அவா	1110	அறிதோறு அறியாமை
165	அழுக்காறு உடையார்	515	அறிந்து ஆற்றிச்
168	அழுக்காறுஎன	421	அறிவுஅற்றங்காக்கும்
135	அழுக்காறுடையார்கண்	843	அறிவிலார்தாம்
164	அழுக்காற்றின்	842	அறிவிலான்
289	அளவல்ல	315	அறிவினான்
523	அளவளாவுஇல்லா	203	அறிவினுள் எல்லாம்
288	அளவறிந்தார்	841	அறிவுஇன்மை
479	அளவறிந்து	427	அறிவுடையார் ஆவது
286	அளவின்கண்	430	அறிவுடையார்
1154	அளித்துஅஞ்சல்	684	அறிவுஉரு ஆராய்ந்த
181	அறங்கூறான்	1117	அறுவாய்
1047	அறம்சாரா	1076	அறைபறை
185	அறஞ்சொல்லும்	333	அற்கா இயல்பிற்றுச்

37	அறத்தாறு இது	944	அற்றது அறிந்து
46	அறத்தாற்றின்	980	அற்றம் மறைக்கும்
39	அறத்தான்வருவதே	846	அற்றம் மறைத்தலோ
76	அறத்திற்கே	365	அற்றவர் என்பார்
32	அறத்தின் ஊங்கு	506	அற்றாரைத்
501	அறம்பொருள்	226	அற்றார் அழிபசி
8	அறவாழி	1007	அற்றார்க்கு ஒன்று
321	அறவினை யாதெனில்	943	அற்றால் அளவறிந்து
909	அறவினையும்	626	அற்றேம் என்று
182	அறன் அழீஇ	1115	அனிச்சப்பூக்
635	அறனறிந்து ஆன்ற	1120	அனிச்சமும்
441	அறனறிந்து மூத்த	78	அன்பகத்தில்லா
179	அறனறிந்து வெஃகா	682	அன்புஅறிவு ஆராய்ந்த
147	அறனியலான்	513	அன்புஅறிவு தேற்றம்
384	அறன்இழுக்கா	862	அன்பிலன்
49	அறனெனப்பட்டதே	72	அன்பிலார்
163	அறன் ஆக்கம்	71	அன்பிற்கும்
754	அறன் ஈனும்	80	அன்பின் வழியது
142	அறன்கடை	911	அன்பின் விழையார்
74	அன்புஈனும்	853	இகல்என்னும்
681	அன்புடைமை தூது	859	இகழ் காணான்
992	அன்புடைமை பண்பு	539	இகழ்ச்சியின்
983	அன்புநாண்	1057	இகழ்ந்து எள்ளாது
45	அன்பும் அறனும்	1064	இடமெல்லாம்
75	அன்புற்று அமர்ந்த	218	இடனில் பருவத்தும்
1009	அன்பு ஒரீஇத்	447	இடிக்கும் துணை
73	அன்போடு இயைந்த	607	இடிபுரிந்து எள்ளுஞ்
36	அன்றறிவாம்	448	இடிப்பாரை

478	ஆகாறு அளவிட்டி	654	இடுக்கட்படினும்
371	ஆகு ஊழால்	1030	இடுக்கண்கால்
642	ஆக்கமும் கேடும்	621	இடுக்கண் வருங்கால்
594	ஆக்கம் அதர்வினாய்ச்	623	இடும்பைக்கு இடும்பை
593	ஆக்கம் இழந்தேம்	1029	இடும்பைக்கே
463	ஆக்கம் கருதி	712	இடைதெரிந்து
740	ஆங்கு அமைவு எய்தியக்	650	இணர்ஊழ்த்தும்
560	ஆபயன் குன்றும்	308	இணர் எரிதோய்
918	ஆயும் அறிவினர்	87	இனைத் துணைத்து
792	ஆய்ந்து ஆய்ந்து	517	இதனை இதனால்
370	ஆரா இயற்கை	1129	இமைப்பின் கரப்பாக்கு
1066	ஆவிற்கு நீரென்று	906	இமையாரின்
1022	ஆள்வினையும்	1315	இம்மைப் பிறப்பில்
493	ஆற்றாரும்	344	இயல்பாகும்
477	ஆற்றின் அளவறிந்துஈக	47	இயல்பினான்
725	ஆற்றின் அளவறிந்துகற்	545	இயல்புளிக்
48	ஆற்றின் ஒழுக்கி	385	இயற்றலும்
716	ஆற்றின் நிலைதளர்ந்து	1051	இரக்க இரத்தக்கார்க்
468	ஆற்றின் வருந்தா	229	இரத்தலின்
741	ஆற்றுபவர்க்கும்	1054	இரத்தலும்
891	ஆற்றுவார் இகல்	1062	இரந்தும்
225	ஆற்றுவார் பசி	1067	இரப்பான் இரப்பாரை
985	ஆற்றுவார் பணி	1058	இரப்பாரை
860	இகலான் ஆம்	1060	இரப்பான்
858	இகலிற்கு எதிர்	1035	இரவார் இரப்
856	இகலின் மிகல்	1069	இரவுள்ள
855	இகல் எதிர்	1068	இரவு என்னும்
851	இகல் என்ப	1091	இருநோக்கு

1243	இருந்துள்ளி	564	இறைகடியன்
81	இருந்தோம்பி	547	இறைகாக்கும்
737	இருபுனலும்	951	இற்பிற கண் அல்லது
920	இருமனப் பெண்டிரும்	1044	இற்பிற கண்ணேயும்
23	இருமை வகைதெரிந்து	568	இனத்து ஆற்றி
374	இருவேறு உலகத்து	822	இனம்போன்று
5	இருள்சேர்	1294	இனிஅன்ன
352	இருள் நீங்கி	100	இனியஉளவாக
627	இலக்கம்	87	இனைத்துணைத்
1262	இலங்கிழாய்	790	இணையர்
174	இலம் என்று வெஃகுதல்	1152	இன்கண் உடைத்தவர்
1040	இலம் என்று அசைஇ	387	இன்சொலால் ஈத்தளிக்க
270	இலர் பலராகிய	91	இன்சொலால் ஈரம்
223	இலன் என்னும்	99	இன்சொல் இனி
205	இலன் என்று	854	இன்பத்துள் பய
53	இல்லதென் இல்லவள்	629	இன்பத்துள் விழை
752	இல்லாரை	369	இன்பம் இறையறா
905	இல்லாளை	1052	இன்பம் ஒருவற்கு
903	இல்லாள்கண்	1166	இன்பம் கடல்
1321	இல்லைதவறு	628	இன்பம் விழை இடு
41	இல்வாழ்வான்	615	இன்பம் விழை வினை
432	இவறலும்	1042	இன்மை என
940	இழத்தொறூஉம்	988	இன்மை ஒருவற்கு
946	இழிவுஅறிந்து உண்	1063	இன்மை இடும்பை
415	இழுக்கல்	1041	இன்மையின் இன்னாதது
536	இழுக்காமை	558	இன்மையின் இன்னாது
779	இழைத்தது	153	இன்மையுள் இன்மை
1288	இளித்தக்க	961	இன்றியமையாச்

970	இளிவரின்	1048	இன்றும் வருவது
879	இளைதாக	316	இன்னா எனத்தான்
698	இளையர்இன	314	இன்னா செய்தாரை
900	இறந்துஅமைந்த	987	இன்னா செய்தார்க்
531	இறந்தவெகுளியின்	224	இன்னாது இரக்க
310	இறந்தார்	1158	இன்னாது இனன்
977	இறப்பே புரிந்த	630	இன்னாமை இன்பம்
180	இறல் ஈனும்	1003	ஈட்டம் இவறி
690	இறுதி பயப்பினும்	231	ஈதல் இசைபட
228	ஈத்து உவக்கும்	140	உலகத்தோடு ஒட்ட
1077	ஈர்ங்கை விதிரார்	425	உலகம் தழீஇய
1059	ஈவார்கண்	762	உலைவிடத்து
69	ஈன்றபொழுதின்	1185	உவக்காண்எம்
656	ஈன்றாள் பசி	1130	உவந்துறைவர்
923	ஈன்றாள் முகத்தேயும்	394	உவப்பத் தலைக்கூடி
890	உடம்பாடு இலா	1177	உழந்துழந்து
1122	உடம்பொடு	1036	உழவினார்
788	உடுக்கை	1033	உழுதுண்டு
1079	உடுப்பதூஉம்	1032	உழுவார்
939	உடைசெல்வம்	530	உழைப்பிரிந்து
473	உடைத்தம்	574	உளபோல்
89	உடைமையுள்	730	உளர்எனினும்
591	உடையர் எனப்படுவது	406	உளர் என்னும்
395	உடையார் முன்	480	உளவரை தூக்காத
921	உட்கப்படாஅர்	1281	உள்ளக்களித்தலும்
883	உட்பகை	1249	உள்ளத்தன்
718	உணர்வது உடையார்முன்	282	உள்ளத்தால் உள்ள
1326	உணலினும்	294	உள்ளத்தால் பொய்யா

1090	உண்டார்கண்	598	உள்ளம் இலா
922	உண்ணற்க கள்ளை	592	உள்ளம் உடைமை
160	உண்ணாதுநோற்	1170	உள்ளம்போன்று
255	உண்ணாமை உள்ளது	798	உள்ளற்க
257	உண்ணாமை வேண்டும்.	540	உள்ளியது எய்தல்
105	உதவி வரைத்தன்று	309	உள்ளியது எல்லாம்
1302	உப்புஅமைந்து அற்றால்	1201	உள்ளினும்
743	உயர்வு அகலம்	1316	உள்ளினேன்என்
330	உயிர் உடம்பின்	596	உள்ளுவது எல்லாம்
880	உயிர்ப்ப உளரல்லர்	1184	உள்ளுவன் உரை
1287	உய்த்தல்	1125	உள்ளுவன் மறப்பின்
600	உரம் ஒருவற்கு	927	உள் ஒற்றி
24	உரன் என்னும்	339	உறங்குவது
1263	உரன்நசைஇ	885	உறல்முறையான்
667	உருவகண்டு	1292	உறாஅ தவர்க்கண்ட
933	உருள் ஆயம்	1096	உறாஅ தவர்போல்
232	உரைப்பார்	1143	உறாஅ தோ
850	உலகத்தார்	1200	உறாஅர்க்கு
778	உறின்உயிர்	457	எண்ணித்துணிக
3812	உறின்நட்டு	666	எண்ணிய எண்ணி யாங்கு
1106	உறுதோறு உயிர்	494	எண்ணியார்
734	உறுபசியும்	392	எண்என்ப
756	உறுபொருளும்	991	எண்பதத்தால்
761	உறுப்பு அமைந்து	548	எண்பத்தான்
993	உறுப்பு ஒத்தல்	424	எண்பொருள்
813	உறுவதுசீர்	429	எதிரதாக் காக்கும்
680	உறைசிறியார்	110	எந்நன்றி
442	உற்றநோய் நீக்கி	695	எப்பொருளும் ஓரார்
261	உற்றநோய் நோன்றல்	355	எப்பொருள் எத்

950	உற்றவன்	423	எப்பொருள்யார்
949	உற்றான் அளவும்	489	எய்தற்கு அரியது
486	ஊக்கம் உடையான்	896	எரியால் சுடப்
1327	ஊடலில் தோற்றவர்	746	எல்லாப் பொருளும்
1322	ஊடலில் தோன்றும்	582	எல்லார்க்கும் எல்லாம்
1037	ஊடலின் உண்டு.	125	எல்லார்க்கும் நன்றாம்
1310	ஊடல் உணங்க	299	எல்லா விளக்கும்
1109	ஊடல் உணர்தல்	806	எல்லைக்கண்
1284	ஊடற்கண்	426	எவ்வது உறைவது
1304	ஊடியவரை	1285	எழுதுங்கால்
1328	ஊடிபெறுகுவங்	62	எழுபிறப்பும்
1312	ஊடியிருந்தேமாத்	107	எழுமை எழுபிறப்பும்
1329	ஊடுக மன்னோ	145	எளிதெனஇல்
1330	ஊடுதல்	470	எள்ளாத எண்ணிச்
1012	ஊண் உடை	281	எள்ளாமை
797	ஊதியம் என்பது	1298	எள்ளின் இளிவாம்
1147	ஊரவர் கௌவை	1080	எற்றிற்கு உரியர்
215	ஊருணி நீர்நிறைந்தற்றே	655	எற்றென்று
989	ஊழிபெயரினும்	317	எனைத்தாலும் எஞ்ஞான்
380	ஊழின் பெருவலி	416	எனைத்தானும் நல்லவை
620	ஊழையும்	670	எனைத்திட்பம்
662	ஊறு ஓரால்	144	எனைத்துணையர்
1013	ஊனைக்குறித்த	1208	எனைத்து நினைப்பினும்
1004	எச்சமென்று	820	எனைத்தும் குறுகு
889	எட்பகவு அன்ன	1202	எனைத்து ஒன்று
910	எண்சேர்ந்த	207	எனைப்பகை
750	எனமாட்சித்	21	ஒழுக்கத்து நீத்தார்
514	எனவகையான்	139	ஒழுக்கமுடையவர்க்கு

77	என்பிலதனை	952	ஒழுக்கமும்
652	என்றும் ஒருவுதல்	133	ஒழுக்கம் உடைமை
771	என்ஜமுன்	131	ஒழுக்கம் விழுப்பம்
1006	ஏதம்பெரும்	161	ஒழுக்காறாக்
837	ஏதிலார் ஆரத்	714	ஒளியார்முன்
190	ஏதிலார் குற்றம்	971	ஒளிஒருவற்கு
1099	ஏதிலார் போலப்	155	ஒறுத்தாரைஒன்
899	ஏந்திய கொள்கையார்	156	ஒறுத்தார்க்கு
873	ஏமுற்றவரினும்	579	ஒறுத்து ஆற்றும்
1038	ஏரினும் நன்றால்	583	ஒற்றினால் ஒற்றிப்
14	ஏரின் உழாஅர்	581	ஒற்றும் உரைசான்ற
848	ஏவவும் செய்கலான்	588	ஒற்று ஒற்றித்தந்த
25	ஐந்தவித்தான்	589	ஒற்றுஒற்று உணராமை
353	ஐயத்தின் நீங்கித்	233	ஒன்றா உலகத்து
702	ஐயப்படாஅ அது	323	ஒன்றாக நல்லது
354	ஐயுணர்வு	886	ஒன்றாமை
967	ஒட்டார்பின்	128	ஒன்றாயினும்
1088	ஒண்ணுதற்	932	ஒன்றெய்தி
760	ஒண்பொருள்	264	ஒன்னார்த்
214	ஒத்ததறிவான்	653	ஓஓதல் வேண்டும்
220	ஒப்புரவினால்வரும்	834	ஓதி உணர்ந்தும்
1196	ஒருதலையான்	1155	ஓம்பின் அமைந்தார்
1269	ஒருநாள் எழுநாள்	357	ஓர்த்துள்ளம்
337	ஒருபொழுதும்	541	ஓர்ந்து கண்ணோடாது
398	ஒருமைக்கண்	1176	ஓஓஇனிதே
835	ஒருமைச்செயலா	1137	கடல்அன்ன காமம்
974	ஒருமை மகளிரே	496	கடல் ஓடா
126	ஒருமையுள் ஆமை	687	கடம் அறிந்து
763	ஒலித்தக்கால்	981	கடன்என்ப

818	ஒல்லும் கருமம்	585	கடாஅ உரு
33	ஒல்லும் வகையான்	1087	கடாஅக் களிற்
673	ஒல்லும் வாய்எல்லாம்	562	கடிதுஓச்சி
472	ஒல்வது அறிவது	658	கடிந்த கடிந்
137	ஒழுக்கத்தின் எய்துவர்	566	கடுஞ்சொல்லன்
136	ஒழுக்கத்தின் ஒல்கார்	567	கடுமொழியும்
663	கடைகொட்கச்	405	கல்லா ஒருவன்
279	கணைகொடிது	845	கல்லாதமேற்
1092	கண்களவு	729	கல்லாதவரின்
1146	கண்டது மன்னும்	403	கல்லாதவரும்
1084	கண்டார்	404	கல்லாதான் ஒட்பம்
1101	கண்டு கேட்டு	402	கல்லாதான் சொற்கா
575	கண்ணிற்கு அணிகலம்	570	கல்லார்ப் பிணிக்கும்
1290	கண்ணின் துனி	870	கல்லான் வெகுளும்
1240	கண்ணின் பசப்போ	935	கவறும் கழகமும்
393	கண் உடையர்	1144	கவ்வையால்
1244	கண்ணும்கொளச்	840	கழாஅக்கால்
1127	கண்ணுள்ளார்	283	களவினால் ஆகிய
1126	கண்ணுள்ளில்	284	கள்வின்கண்
1100	கண்ணொடுகண்	287	களவென்னும்
572	கண்ணோட்டத்	928	களித்தறியேன்
577	கண்ணோட்டம் இல்	929	களித்தானைக்
571	கண்ணோட்டம் என்னும்	1145	களித்தொறும்
1171	கண்தாம் கலுழ்வது	290	கள்வார்க்குத்
1272	கண்நிறைந்த	930	கள் உண்ணாப்
184	கண்நின்று கண்	312	கறுத்து இன்னா
130	கதம்காத்துக்	391	கற்கக் கசடறக்
1173	கதுமெனத்தாம்	2	கற்றதனாலய
1212	கயலுண்கண்	717	கற்றறிந்தார்.

1162	கரத்தலும்	722	கற்றாருள் கற்றார்
1070	கரப்பவர்க்கு	724	கற்றார்முன்
1056	கரப்புஇடும்பை	414	கற்றிலன் ஆயினும்
1053	கரப்பிலா நெஞ்சின்	356	கற்று ஈண்டு
1055	கரப்பிலார் வையகத்து	686	கற்றுக்கண் அஞ்சா
1271	கரப்பினும்	1214	கனவினான்
1061	சுரவாதுஉவந்	819	கனவினும்
578	கருமம் சிதையாமல்	122	காக்க பொருளா
1123	கருமணியிற்	527	காக்கை கரவா
1011	கருமத்தான்	386	காட்சிக்கு எளியன்
1021	கருமம்செய	866	காணாச் சினத்தான்
631	கருவியும் காலமும்	849	காணாதான்
668	கலங்காதுகண்ட	114	காணின் குவளை
1246	கலந்து உணர்த்தும்	1286	காணுங்கால்
1265	காண்கமன்	1019	குலம் சுடும்
440	காதலகாதல்	66	குழல்இனிது
1224	காதலர் இவ்வழி	1095	குறிக்கொண்டு
1211	காதலர் தூதொடு	704	குறித்தது
1242	காதல் அவரிலர்ஆக	696	குறிப்பறிந்து
507	காதன்மை	703	குறிப்பிற் குறிப்புணர்
1164	காமக்கடல்	705	குறிப்பிற் குறிப்புணரா
1134	காமக்கடும் உய்	434	குற்றமே காக்க
1167	காமக்கடும் நீத்	1025	குற்றம் இலனாய்க்
1251	காமக்கணிச்சி	898	குன்றன்னார்.
1163	காமமும் நாணும்	965	குன்றின் அனையாரும்
1252	காமம் என	758	குன்று ஏறி
1131	காமம் உழந்து	1264	கூடிய காமம்
1247	காமம் விடு	332	கூத்தாட்டு அவைக்

360	காமம் வெகுளி	554	கூழும் குடியும்
102	காலத்தினால் செய்த	701	கூறாமை நோக்கிக்
485	காலம் கருதி	894	கூற்றத்தைக்
500	காலாழ்களரில்	1085	கூற்றமோ கண்ணோ
1227	காலை அரும்பிப்	269	கூற்றம் குதித்
1225	காலைக்குச்	765	கூற்றுடன்று
772	கானமுயல் எய்த	893	கெடல்வேண்டின்
338	குடம்பை	809	கெடாஅவழி
601	குடி என்னும்	799	கெடுங்காலைக்
1023	குடிசெய்வல்	15	கெடுப்பது உங்
1028	குடிசெய்வார்க்கு	116	கெடுவல்யான்
544	குடிதழீஇக்	117	கெடுவாக
549	குடிபுறங்காத்	1293	கெட்டார்க்கு
957	குடிப்பிறந்தார்.	736	கேடு அறியாக்
502	குடிப்பிறத்துகுற்	400	கேடில்விழுச்
794	குடிப்பிறந்துதன்	115	கேடும்பெருக்கமும்
604	குடிமடிந்து	643	கேட்டார்ப் பிணிக்
609	குடியாண்மை	796	கேட்டினும்
982	குணநலம்	418	கேட்பினும்
29	குணமென்னும்	808	கேள்இழுக்கம்
504	குணம் நாடிக்	211	கைம்மாறு வேண்டா
868	குணன் இலனாய்க்	925	கையறியாமை
793	குணனும் குடிமை	774	கைவேல் களிற்றொடு
490	கொக்குஒக்க	934	சிறுமைபல
1169	கொடியார் கொடுமையின்	769	சிறுமையும்
1235	கொடியார் உரை	98	சிறுமையுள்
525	கொடுத்தலும்	57	சிறைகாக்கும்
867	கொடுத்தும்	499	சிறைநலனும்

166	கொடுப்பதுஅழுக்கறு	451	சிற்றினம்
1005	கொடுப்பதூஉம்	173	சிற்றின்பம்
1086	கொடும்புருவம்	307	சினத்தைப்
390	கொடை அளி	306	சினம் என்னும்
551	கொலைமேற்கொண்	821	சீரிடம் காணின்
550	கொலையின்	962	சீரினும் சீர்அல்ல
329	கொலைவினையர்	1010	சீருடைச் செல்வர்
984	கொல்லாநலத்	195	சீர்மை சிறப்
326	கொல்லாமை	267	சுடச்சுடரும்
260	கொல்லான்	27	சுவைஒளி
699	கொளப்பட்டேம்	777	சுழலும் இசைவேண்டி
745	கொளற்கு அரிதாய்க்	1031	சுழன்றும் ஏர்ப்
109	கொன்றன்ன	524	சுற்றத்தால்
1313	கோட்டுப்பூச்	1024	சூழாமல்
9	கோளில்பொறியின்	671	சூழ்ச்சி முடிவு
118	சமன்செய்து	445	சூழ்வார்கண்
660	சலத்தால்	112	செப்பம்உடை
956	சலம்பற்றிச்	887	செப்பின்
230	சாதலின்இன்னாத	26	செயற்கரிய செய்
1183	சாயலும் நாணும்	781	செயற்கரிய யாவுள
359	சார்புணர்ந்து	637	செயற்கை அறிந்தக்
986	சால்பிற்குக்	437	செயற்பால செய்யா
990	சான்றவர்	40	செயற்பாலதோரும்
597	சிதைவிடத்து	258	செயரின் தலைப்
590	சிறப்பு அறிய	759	செய்கபொருளை
31	சிறப்புஈனும் செல்வமும்	466	செய்தக்க
311	சிறப்புஈனும் செல்வம்பெ	815	செய்துஏமஞ்
18	சிறப்பொடு	101	செய்யாமல் செய்த

976	சிறியார்உணர்ச்	313	செய்யாமல் செற்
744	சிறுகாப்பின்	516	செய்வாளை
498	சிறுபடையான்	677	செய்வினை
1231	சிறுமைநமக்	431	செருக்கும்
569	செருவந்த	916	தந்நலம்
302	செல்லா இடத்துச்	1205	தந்நெஞ்சத்து
1151	செல்லாமை	529	தமர்ஆகித்தற்
1039	செல்லான்	63	தம்பொருள் என்
301	செல்விடத்துக்	1107	தம்மில் இருந்து
411	செல்வத்துள்	444	தம்மிற் பெரியார்
86	செல்விருந்து	68	தம்மின் தம்மக்கள்
389	செவிகைப்பச்	348	தலைப்பட்டார்
412	செவிக்குணவு	964	தலையின் இழிந்த
694	செவிச்சொல்லும்	266	தவஞ்செய்வார்
420	செவியின்சுவை	274	தவம் மறைந்து
413	செவியுணவிற்	262	தவமும் தவம்
1097	செறாஅச்சிறு	1325	தவறுஇலர்
1275	செறிதொடி	731	தள்ளா விளையுளும்
123	செறிவறிந்து	56	தற்காத்துத்
488	செறுநரைக்	7	தனக்குவமை
869	செறுவார்க்குச்	1296	தனியே இருந்து
1256	செற்றவர்பின்	436	தன்குற்றம் நீக்கிப்
1245	செற்றார் எனக்கை	875	தன்துணை இன்றால்
1255	செற்றார்பின்	318	தன்உயிர்க்கு இன்
422	சென்றிடத்	268	தன் உயிர்தான்
647	சொலல்வல்லன்	327	தன் உயிர்நீப்பினும்
1078	சொலப்பயன்	251	தன் ஊன்பெருக்
200	சொல்லுகசொல்	293	தன்நெஞ்சு அறிவது

645	சொல்லுக சொல்லைப்	1319	தன்னை உணர்த்தி
664	சொல்லுதல்	305	தன்னைத்தான் காக்கின்
827	சொல்வணக்கம்	209	தன்னைத்தான் காதல
119	சொற்கோட்டம்	399	தாம் இன்புறுவது
484	ஞாலங்கருதி	1191	தாம் வீழ்வார் தம்வீழப்
111	தகுதிஎன	1103	தாம் வீழ்வார்மென்
561	தக்காங்கு	1150	தாம் வேண்டின்
446	தக்கார்இனத்	767	தார்தாங்கிச்
114	தக்கார்தகவிலர்	614	தாளாண்மைஇல்
1300	தஞ்சம்தமர்	613	தாளாண்மை என்னும்
1233	தணந்தமை	212	தாளாற்றித்தந்த
1277	தண்ணந்துறைவன்	19	தானம் தவம்
67	தந்தைமகற்கு	157	திறன் அல்ல
644	திறன்அறிந்து	619	தெய்வத்தான்
256	தினற் பொருட்டால்	55	தெய்வந்தொழாஅள்
104	தினைத்துணை நன்றி	634	தெரிதலும் தேர்ந்
433	தினைத்துணையாம்	462	தெரிந்த இனத்
1282	தினைத்துணையும்	1172	தெரிந்து உணரா
206	தீப்பாலதாம்	249	தெருளாதான்
208	தீயவை செய்தார்	464	தெளிவு இலதனைத்
202	தீயவை தீய	43	தென்புலத்தார்
947	தீளவன்றித்	510	தேரான் தெளிவும்
129	தீயினால் சுட்ட	508	தேரான் பிறனைத்
201	தீவினையார்	1073	தேவர் அனையர்
926	துஞ்சினார்செத்	509	தேற்றக
1218	துஞ்சுங்கால்	876	தேறினும் தேறா
651	துணைநலம்	685	தொகச் சொல்லித்
12	துப்பார்க்குத்	491	தொடங்கற்க

1165	துப்பின் எவனாவர்	1135	தொடலைக்குறுத்
1050	துப்புரவு இல்லார்	1279	தொடிநோக்கி
1318	தும்முச் செறுப்ப	1037	தொடிப்புழுதி
557	துளியின்மை	1236	தொடியொடு
159	துறந்தாரின்	1159	தொடின்சுடின்
263	துறந்தார்க்குத்	396	தொட்டனைத்து ஊறும்
42	துறந்தார்க்கும்	1043	தொல்வரவும்
586	துறந்தார்படி	828	தொழுத கையுள்ளும்
22	துறந்தார் பெருமை	236	தோன்றின்
378	துறப்பார்மன்	999	நகல்வல்லர்
1157	துறைவன்	784	நகுதற்பொருட்டு
1306	துனியும் புலவியும்	953	நகைஈகை
1299	துன்பத்திற்கு	304	நகையும் உவகை
669	துன்பம் உறவரினும்	995	நகையுள்ளும்
94	துன்புறூஉம்	817	நகைவகையராகிய
1250	துன்னாத் துறந்	1199	நசைஇயார்
188	துன்னியார்	1008	நச்சப்படாதவன்
383	தூங்காமை	171	நடுவுஇன்றி
672	தூங்குக தூங்கிச்	908	நட்டார்குறை
688	தூய்மை துணைமை	679	நட்டார்க்கு
364	தூஉய்மை என்	826	நட்டார்போல்
1065	தெண்ணீர் அடு	789	நட்பிற்கு வீற்
802	நட்பிற்கு உறுப்புக்	108	நன்றி மறப்பது
998	நண்பு ஆற்றாராகி	715	நன்று என்றவற்
235	நத்தம்போல்	113	நன்றேதரினும்
1181	நயந்தவர்க்கு	1111	நன்னீரை வாழி
1232	நயந்தவர் நல்காமை	335	நாச்செற்று
197	நயன் இலசொல்லினுஞ்	791	நாடாது நட்டலிற்

193	நயனிலன் என்பது	739	நாடு என்ப
219	நயன்உடையான்	553	நாள்தொறும் நாடி
994	நயனொடு நன்றி	520	நாடோறும் நாடுக
97	நயன் ஈன்று	833	நாணாமை
194	நயன்சாரா	1017	நாணால் உயிரைத்
149	நலக்குரியார்	1297	நாணும் மறந்
1305	நலத்தகை	1133	நாணெடுநல்
958	நலத்தின்கண்	1020	நாண்அகத்தில்லார்
960	நலம்வேண்டின்	1257	நாண்என ஒன்றோ
1045	நல்குரவு என்னும்	924	நாண் என்னும்
373	நல்லவை எல்	1016	நாணவேலி
1026	நல்லாண்மை	641	நாநலம் என்னும்
408	நல்லார்கண்	1195	நாம்காதல்
324	நல்ஆறு எனப்	334	நாள்என ஒன்று
222	நல்ஆறு எனினும்	1260	நிணம் தீயில்
242	நல்ஆற்றான்	452	நிலத்து இயல்பால்
460	நல்லினத்தின் ஊங்குந்	959	நிலத்தில்
783	நவில்தொறும்	234	நிலவரை நீள்
1046	நற்பொருள்	325	நிலைஅஞ்சி
1215	நனவினான் கண்டதூஉம்	770	நிலைமக்கள்
1220	நனவினால்நம்	124	நிலையின் திரியாது
1217	நனவினால் நல்காக்	331	நில்லாதவற்றை
1213	நனவினால் நல்காத	881	நிழல்நீரும்
1219	நனவினால் நல்காரை	782	நிறைநீர
1216	நனவுஎன	917	நிறைநெஞ்சம்
511	நன்மையும்	28	நிறைமொழி
1072	நன்று அறிவாரிற்	1138	நிறையரியர்
328	நன்று ஆகும் ஆக்கம்	154	நிறையுடைமை

379	நன்றாங்கால்	1254	நிறையுடையேன்
469	நன்று ஆற்றல் உள்ளுந்	1320	நினைத்திருந்து
138	நன்றிக்கு வித்தாகும்	1241	நினைத்து ஒன்று
1203	நினைப்பவர்	727	பகையத்துப்
864	நீங்கான் வெகுளி	1189	பசக்கமன்
1104	நீங்கின் தெறுஉம்	1188	பசந்தாள்
1309	நீரும் நிழலது	1190	பசப்பெனப்
20	நீர் இன்று அமையாது	1175	படல் ஆற்றா
419	நுணங்கிய	606	படிஉடையார்
373	நுண்ணியநூல்	172	படுபயன்
710	நுண்ணியம்	381	படைகுடி
407	நுண்மான்	253	படைகொண்டார்
476	நுனிக்கொம்பர்	978	பணியுமாம்
683	நூலாருள் நூல்	95	பணிவுடையன்
1128	நெஞ்சத்தார்	1234	பணைநீங்கிப்
276	நெஞ்சின் துறவார்	573	பண்எண்ணாம்
17	நெடுங்கடலும்	1083	பண்டு அறியேன்
605	நெடுநீர் மறவி	1000	பண்பிலான்
495	நெடும்புனலுள்	996	பண்புடையார்ப்
1148	நெய்யால்	1229	பதிமருண்டு
336	நெருதல் உளன்	192	பயனில பல்லார்
1278	நெருநற்றுச்	196	பயன் இல் சொல்
1049	நெருப்பினுள்	103	பயன் தூக்கார்
1093	நோக்கினாள் நோக்கி	912	பயன் தூக்கிப்
1082	நோக்கினாள் நோக்கெதிர்	216	பயன்மரம்
1308	நோதல் எவன்	1248	பரிந்தவர் நல்கா
302	நோய் எல்லாம்	132	பரிந்து ஓம்பிக்
948	நோய் நாடி	88	பரிந்தோம்பிப்

877	நோவற்க	599	பரியதுகூர்ங்
1132	நோனா உடம்பும்	376	பரியினும்
187	பகச்சொல்லிக்	811	பருகுவார்
852	பகல் கருதிப்	482	பருவத்தோடு
481	பகல்வெல்லும்	1197	பருவரலும்
322	பகுத்துண்டு	1034	பலகுடை நீழலும்
871	பகையென்னும்	649	பலசொல்லக்
874	பகைநட்பாக்	823	பலநல்ல கற்றக்
830	பகை நட்பாம்	735	பல்குழுவும்
146	பகைபாவம்	1258	பல்மாயக் கள்வன்
709	பகைமையும்	728	பல்லவை கற்றும்
723	பகையகத்துச்	450	பல்லார் பகை
191	பல்லார் முனியப்	59	புகழ்புரிந்தஇல்
937	பழகிய செல்வ	340	புக்கில் அமைந்தின்று
803	பழகிய நட்பெவன்	785	புணர்ச்சி பழகுதல்
657	பழிமலைத்து	213	புத்தேள் உலகத்தும்
44	பழியஞ்சிப்	780	புரந்தார்கண்
639	பழுதுஎண்ணும்	1323	புலத்தலின்
801	பழைமை எனப்	1259	புலப்பல்எனச்
700	பழையம்எனக்	1267	புலப்பேன்கொல்
521	பற்றற்ற கண்ணும்	719	புல்லவையுள்
349	பற்றற்ற கண்ணே	1301	புல்லாது இராஅப்
275	பற்று அற்றேம்	1187	புல்லிக்கிடந்தேன்
347	பற்றிவிடாஅ	1324	புல்லிவிடாஅப்
350	பற்றுக பற்றற்றான்	277	புறங்குன்றி
438	பற்றுள்ளம்	183	புறங்கூறிப்
1223	பனிஅரும்பிப்	79	புறத்துறுப்பு
1237	பாடுபெறுதியோ	298	புறம் தூய்மை

227	பாத்தூண்	1222	புன்கண்ணை
1121	பாலொடு	1311	பெண்இயலார்
1102	பிணிக்கு மருந்து	54	பெண்ணில்பெருந்தக்க
738	பிணியின்மை	1280	பெண்ணினால்
1089	பிணைஏர்	907	பெண்ஏவல்
633	பிரித்தலும்	580	பெயக்கண்டும்
1156	பிரிவு உரைக்கும்	1174	பெயல் ஆற்றா
417	பிழைத்துணர்ந்தும்	1276	பெரிது ஆற்றிப்
358	பிறப்பு என்னும்	839	பெரிதுஇனிது
972	பிறப்பு ஒக்கும்	892	பெரியாரைப்
319	பிறர்க்கு இன்னா	963	பெருக்கத்து
1018	பிறர்நாணத்	526	பெருங்கொடையான்
1015	பிறர்பழியும்	975	பெருமைஉடை
10	பிறவிப் பெருங்கடல்	505	பெருமைக்கும்
186	பிறன்பழி	979	பெருமைபெரு
141	பிறன்பொருளான்	732	பெரும்பொருளால்
148	பிறன்மனை	1295	பெறாஅமை
475	பீலிபெய்	1270	பெறின் என்னாம்
966	புகழ்இன்றால்	61	பெறுமவற்றுள்
538	புகழ்ந்தவை	58	பெற்றாற்பெறின்
237	புகழ்பட வாடா	1178	பேணாதுபெட்டார்
1283	பேணாதுபெட்பவே	65	மக்கள் மெய்
902	பேணாதுபெண்	60	மங்கலம் என்ப
816	பேதைபெருங்	1136	மடலூர்தல்
372	பேதைப்படுக்கும்	603	மடிமடிக்
832	பேதைமையு	608	மடிமைகுடிமைக்
831	பேதைமைஎன்ப	610	மடியிலா
805	பேதாமை ஒன்றோ	617	மடியுளாள்

773	பேராண்மை	602	மடியைமடியா
533	பொச்சாப்பார்க்கு	624	மடுத்தவாய்
532	பொச்சாப்புக்	742	மணிநீரும்
915	பொதுநலத்தார்	1273	மணியில் திகழ்தரு
528	பொதுநோக்கான்	576	மண்ணொடு இயைந்த
836	பொய்படும்	636	மதிநுட்பம்
292	பொய்ம்மையும்	1116	மதியும் மடந்தை
296	பொய்யாமைஅன்ன	969	மயிர் நீப்பின்
297	பொய்யாமை பொய்	217	மருந்துஆகித்
199	பொருள்தீர்ந்த	942	மருந்துள்ன
913	பொருட்பெண்டிர்	968	மருந்தோமற்று
914	பொருட்பொருளார்	800	மருவுக மாசற்றார்
751	பொருள்அல்லவரைப்	142	மலரன்ன கண்
351	பொருள்அல்லவற்றைப்	1119	மலரன்ன முகம்
248	பொருள் அற்றார்	1289	மலரினும்
252	பொருள் ஆட்சி	1112	மலர்காணின்
1002	பொருளான் ஆம்	3	மலர்மிசை
753	பொருள்என்னும்	280	மழித்தலும் நீட்
675	பொருள் கருவி	303	மறத்தல்வெகுளி
938	பொருள்கெடுத்துப்	204	மறந்தும் பிறன்
246	பொருள் நீங்கிப்	134	மறப்பினும்
1230	பொருள்மாலை	1207	மறப்பின்
487	பொள்ளென	766	மறமானம்
618	பொறியின்மை	106	மறவற்க மாசற்
6	பொறிவாயில்	587	மறைந்தவை
152	பொறுத்தல்	1180	மறைபெறல்
733	பொறையொருங்கு	1253	மறைப்பேன் மன்காமத்தை
693	போற்றின்	1161	மறைப்பேன்மன் யான்

70	மகன் தந்தைக்கு	1206	மற்றுயான்
1071	மக்களே போல்வர்	345	மற்றும்தொடர்
278	மனத்துமாக	1238	முயங்கிய
453	மனத்தான் ஆம்	616	முயற்சி திருவினை
825	மனத்தின் அமையா	492	முரண்சேர்ந்த
34	மனத்துக்கண்	1113	முறிமேனி
454	மனத்துளது	559	முறைகோடி
295	மனத்தொடு	388	முறைசெய்து
459	மனலத்தின்	640	முறைப்படச்
458	மனநலம் நன்கு	748	முற்று ஆற்றி
457	மனம்நலம் மன்	747	முற்றியும்
456	மனம்துயார்க்	749	முனைமுகத்து
455	மனம் தூய்மை	535	முன்னுறக்
84	மனம் மாணா	973	மேல்இருந்தும்
51	மனைத்தக்க	409	மேற்பிறந்தா
52	மனைமாட்சி	838	மையல் ஒருவன்
904	மனையாளை	90	மோப்பக்குழையும்
901	மனைவிழைவார்	127	யாகாவாராயினும்
556	மன்னர்க்கு	1140	யாம்கண்ணிற்
692	மன்னர்விழைப	895	யாண்டுச்சென்று
1168	மன்னுயிர்எல்லாம்	341	யாதனின் யாதனின்
244	மன்உயிர் ஓம்பி	397	யாதானும் நாடுஆமால்
1118	மாதர்முகம்போல்	1204	யாழும் உளேங்கொல்
1226	மாலைநோய்	300	யாமெய்யாக்
1221	மாலையோ	1314	யாரினும் காதலம்
945	மாறுபாடுஇல்	346	யான்எனது
829	மிகச்செய்து	1094	யான்நோக்குங்
857	மிகல்மேவல்	377	வகுத்தான்
941	மிகினும்குறை	897	வகைமாண்ட

158	மிகுதியான் மிக்கவை	465	வகை அறச்
93	முகத்தான் அமர்ந்து	878	வகையறிந்துதன்
824	முகத்தின் இனிய	721	வகையறிந்து வல்லவை
707	முகத்தின் முதுக்கு	240	வசவொழிய
786	முகநக நட்பது	239	வசையிலா வண்பயன்
708	முகம்நோக்கி	238	வசையென்ப
1274	முகைமொக்குள்	271	வஞ்சமனத்தான்
676	முடிவும்இடை	1266	வருகமன் கொண்கன்
449	முதல்இலார்க்கு	435	வருமுன்னர்க்
1239	முயக்கிடைத்	83	வருவிருந்து
919	வரைவுஇலா	1186	விளக்கு அற்றம்
861	வலியார்க்கு	143	விளிந்தாரின் வேறு
250	வலியார்முன்	1209	விளியும் என்
273	வலியில் நிலைமையான்	1268	வினைகலந்து
955	வழங்குவது	612	வினைக்கண் வினைகெடல்
865	வழிநோக்கான்	519	வினைக்கண் வினையுடை
1317	வழுத்தினாள்	518	வினைக்கு உரிமை
221	வறியார்க்கு ஒன்று	584	வினைசெய்வார்
632	வன்கண்குடி	661	வினைத்திட்பம்
120	வாணிகம் செய்	674	வினைபகை
291	வாய்மை	678	வினையான் வினை
1179	வாராக்கால்	471	வினைவலியும்
512	வாரிபெருக்கி	1194	வீழப்படுவார்
1124	வாழ்தல்உயிர்க்	1193	வீழுநர் வீழப்
1192	வாழ்வார்க்கு	1108	வீழும் இருவர்க்கு
1261	வாள்அற்றுப்	38	வீழ்நாள்படா
726	வாளொடு என்	1198	வீழ்வாரின்
882	வாள்போல்	665	வீறுஎய்தி

11	வாள்நின்று	844	வெண்மை
272	வாள்உயர் தோற்றம்	563	வெருவந்த
542	வான்நோக்கி	622	வெள்ளத்தனைய இடும்
16	விசும்பின்	595	வெள்ளத்தனைய மலர்
1210	விடாஅது	1105	வேட்டபொழுதின்
689	விடுமாற்றம்	646	வேட்பத்தாம்
13	விண்இன்று	697	வேட்பன
85	வித்துமிடல்	177	வேண்டற்க வெஃகி
439	வியவற்க	931	வேண்டற்க வென்றி
82	விருந்துபுறத்	363	வேண்டாமை
522	விருப்பு அறாச்	265	வேண்டியவேண்டி
648	விரைந்து	342	வேண்டின்உண்டாகத்
410	விலங்கொடு	362	வேண்டுங்கால்
872	வில்லேர் உழவர்	4	வேண்டுதல்
775	விழித்தகண்	546	வேல்அன்று
776	விழுப்புண்	552	வேலொடு
162	விழுப்பேற்றின்	1001	வைத்தான்வாய்
804	விழைதகையான்	50	வையத்துள்
810	விழையார்		

தமிழ் நண்பன் பதிப்பகம்

(A UNIT OF TAMIL SPOT MEDIA ENTERPRISES)

(வாசிப்போம்-வளர்வோம் இயக்கம்)

10/9, அப்பாத்துரை தெரு, தேனாம்பேட்டை, சென்னை-18
கைபேசி: 97907 50950, 97907 509415, இமெயில்: tamilnanbanbooks@gmail.com

வ எண்	நூலின் பெயர்	ஆசிரியர்
1	திருக்குறள்- உண்மைப் பொருள் விளக்கம்	நாவலர் நெடுஞ்செழியன்
2	சோழர் சரித்திரம்	ந.மு.வேங்கடசாமி நாட்டார்
3	காவிரிப்பூம்பட்டினம்	தி.வை.சதாசிவ பண்டாரத்தார்
4	குமரிக்கண்டம் (அ) கடல் கொண்ட தென்னாடு	கா.அப்பாத்துரையார்
5	தமிழ்நாடு சட்டமன்றப் பேரவை வரலாறு மற்றும் விதிகள்	வழக்கறிஞர் சி.பி. சரவணன்
6	புதிய தமிழகம்	டாக்டர் மா. இராசமாணிக்கனார்
7	பெண் ஏன் அடிமையானாள்?	தந்தை பெரியார் ஈ.வெ.ரா.
8	நான் நாத்திகன் ஏன்?	மாவீரன் பகத்சிங், தமிழில் தோழர் ப. ஜீவானந்தம்
9	பௌத்தமும், தமிழும்	மயிலை சீனி.வேங்கடசாமி
10	தமிழகம்-ஊரும், பேரும்	ரா.பி.சேதுப்பிள்ளை
11	தமிழர் சமயம் எது?	ந.சி.கந்தையா பிள்ளை
12	மாமன்னன் ராஜராஜன்	கம்பன் அடிப்பொடி சா. கணேசன்
13	திராவிடம் என்றால் என்ன?	ந.சி. கந்தையா பிள்ளை
14	தமிழர் சமயம்	கா.சுப்பிரமணியப் பிள்ளை
15	அறியப்படாத தமிழகம்	தொ. பரமசிவன்
16	தமிழர் திருமணத்தில் தாலி	டாக்டர் மா. இராசமாணிக்கனார்
17	அண்ணாவின் சட்டசபைச் சொற்பொழிவுகள்	சி.என். அண்ணாதுரை
18	வர்ணாஸ்ரமம்+அருட்பெருஞ்ஜோதி	அண்ணாவின் இரு சொற்பொழிவுகள்
19	இந்தியாவில் சாதிகள்+மனு ஸ்மிருதி	அம்பேத்கரின் இரு பிரசுரங்கள்.
20	தமிழ் முருகன் வரலாறு	கவிஞர் அறிவுமதி
21	பாரதியார் வாழ்க்கை வரலாறு	வ.ராமசாமி
22	தமிழர் வரலாறும், பண்பாடும்	நா. வானமாமலை
23	தமிழில் அறிவியல் படைப்பிலக்கியம்	மணவை முஸ்தபா
24	காலம் தேடும் தமிழ்	மணவை முஸ்தபா
25	பேராசிரியரின் பெருநூல் திரட்டு (10 நூல்கள்)	பேராசிரியர் க.அன்பழகன்
26	புத்த சரித்திரம், பௌத்த தருமம், பௌத்த சங்கம்	உ.வே. சாமிநாதய்யர்
27	திருவள்ளுவரும், திருக்குறளும்	உ.வே. சாமிநாத அய்யர்
28	நான் கண்டதும் கேட்டதும்	உ.வே. சாமிநாத அய்யர்
29	சுயசரிதை	மகாகவி பாரதியார்

30	பாரதிதாசன் கவிதைகள் - தொகுதி 1,2,3	
31	தமிழ்மணம்	நாமக்கல் கவிஞர் ராமலிங்கம் பிள்ளை
32	தமிழ்த்தேன்	நாமக்கல் கவிஞர் ராமலிங்கம் பிள்ளை
33	ஆரியராவது திராவிடராவது உரைநடை	நாமக்கல் கவிஞர் ராமலிங்கம் பிள்ளை
34	பார்ப்பனச் சூழ்ச்சியா-உரைநடை	நாமக்கல் கவிஞர் ராமலிங்கம் பிள்ளை
35	வள்ளலார் யார்?	அ.க. நவநீதகிருட்டிணன்
36	தமிழ் வளர்ந்த கதை	அ.க.நவநீதிகிருட்டிணன்
37	கலைஞரைப் பற்றி	உவமைக் கவிஞர் சுரதா
38	சிக்மண்ட் ஃப்ராய்டின் நம்மை மேம்படுத்தும் எண்ணங்கள்	என்.வி.கலைமணி
39	உலக அறிஞர்களின் நம்மை மேம்படுத்தும் எண்ணங்கள்	என்.வி. கலைமணி
40	தந்தை பெரியார்	கவிஞர் கருணாநந்தம்
41	பாரதியாரின் நகைச்சுவையும் நையாண்டியும்	பெரியசாமி தூரன்
42	பாரதியும் கடவுளும்	பெரியசாமி தூரன்
43	தமிழின் சிறப்பு	கி.ஆ.பெ. விசுவநாதம்
44	எது வியாபாரம்? எவர் வியாபாரி?	கி.ஆ.பெ. விசுவநாதம்
45	நாயன்மார் கதை -(பகுதி1,2,3,4)	கி.வா.ஜெகந்நாதன்
46	ஆலயங்கள் சமுதாய மையங்கள்	குன்றக்குடி அடிகளார்
47	என் பார்வையில் கலைஞர்	சு.சமுத்திரம்
48	தமிழ் வரலாறு	ஞா. தேவநேய பாவாணர்
49	தமிழர் மதம்	ஞா. தேவநேய பாவாணர்
50	கால்டுவெல்	திருநெல்வேலி சரித்திரம்-டாக்டர் ந.சஞ்சீவி
51	வேலூர்ப் புரட்சி	டாக்டர் ந. சஞ்சீவி
52	மானங்காத்த மருது பாண்டியர்	டாக்டர் ந. சஞ்சீவி
53	வீரத்தலைவர் புலித்தேவர்	டாக்டர் ந. சஞ்சீவி
54	சோழர் வரலாறு	டாக்டர் மா. இராசமாணிக்கனார்
55	பல்லவர் வரலாறு	டாக்டர் மா. இராசமாணிக்கனார்
56	சிந்துவெளி நாகரிகம்	டாக்டர் மா. இராசமாணிக்கனார்
57	தமிழ்மொழி இலக்கிய வரலாறு	டாக்டர் மா. இராசமாணிக்கனார்
58	சேக்கிழார் வரலாறு	டாக்டர் மா. இராசமாணிக்கனார்
59	தமிழ் விருந்து	டாக்டர் ரா.பி. சேதுப்பிள்ளை
60	திராவிடர்	நாவலர் இரா. நெடுஞ்செழியன்
61	தமிழர் வீரம்	டாக்டர் ரா.பி. சேதுப்பிள்ளை
62	தமிழின்பம்	டாக்டர் ரா.பி. சேதுப்பிள்ளை
63	தமிழ்க்காதல்	டாக்டர் வ.சுப. மாணிக்கம்
64	திருக்குறளில் நகைச்சுவை	திருக்குறள் முனுசாமி

65	தாய் (மாக்சிம் கார்க்கி)	(தமிழாக்கம்)-தொ.மு.சி.ரகுநாதன்
66	புதுமைப்பித்தன் வரலாறு	தொ.மு.சி. ரகுநாதன்
67	இரசிகமணி டி.கே.சி	தொ.மு. பாஸ்கர தொண்டைமான்
68	இராணி மங்கம்மாள் (சரித்திர நாவல்)	நா. பார்த்தசாரதி
69	கான்சாகிபு சண்டை	நா. வானமாமலை
70	அயோத்திதாசர் சிந்தனைகள் (தொகுதி1,2,3)	பண்டிதர் அயோத்திதாஸர்
71	தமிழ் மந்திரம்	பாலூர் கண்ணப்ப முதலியார்
72	மந்திரங்கள் என்றால் என்ன?	பேராசிரியர் அ.ச. ஞானசம்பந்தன்
73	திருத்தொண்டர் வரலாறு	பேராசிரியர் க.வெள்ளைவாரணனார்
74	தாயுமானவர்	பேராசிரியர் ந. சுப்புரெட்டியார்
75	பட்டினத்தடிகள்	பேராசிரியர் ந. சுப்புரெட்டியார்
76	நபிகள் நாயகம் சரித்திர நிகழ்ச்சிகள்	முல்லை முத்தையா
77	வாழ்க்கையில் வெற்றி பெற்றவர்களின் கதைகள்	முல்லை முத்தையா
78	நல்ல மனைவியை அடைவது எப்படி?	வல்லிக்கண்ணன்
79	நெருப்பு மனிதன் நெல்சன் மண்டேலா	வல்லிக்கண்ணன்
80	எம்.கே.டி.பாகவதர் கதை	எழுத்தாளர் விந்தன்
81	நடிகவேல் எம்.ஆர்.ராதாவின் சிறைச்சாலை சிந்தனைகள்	எழுத்தாளர் விந்தன்
82	பாரதியார் சரித்திரம்	பரலி.சு.நெல்லையப்பர்
83	வ.உ.சிதம்பரம்பிள்ளை சரித்திரம்	பரலி சு. நெல்லையப்பர்
84	களப்பிரர் ஆட்சியில் தமிழகம்	மயிலை சீனி. வேங்கடசாமி
85	சங்க காலச் சேர சோழ பாண்டியர்	மயிலை சீனி. வேங்கடசாமி
86	வள்ளலார் கண்ட சாகாக் கலை	ம.பொ.சிவஞானம்
87	இந்தி பொது மொழியா ?	மறைமலை அடிகள்
88	பெண்ணின் பெருமை	திரு.வி.க.
89	வ.உ.சி. எழுதிய நூல்கள்	வ.உ.சி. சிதம்பரனார்
90	பெடரல் இந்தியா, சமஸ்தான இந்தியா	வெ.சாமிநாத சர்மா
91	தென்னாட்டுப் போர்க்களங்கள்	கா. அப்பாத்துரையார்
92	ஸ்டாலினுக்குத் தெரியும்	புதுமைப் பித்தனின் அரசியல் நூல்
93	கள்ளர் சரித்திரம்	நா.மு. வேங்கடசாமி நாட்டார்
94	பிற்கால சோழர் சரித்திரம்	சதாசிவ பண்டாரத்தார்
95	பிரதாப முதலியார் சரித்திரம்	மாயூரம் வேதநாயகம் பிள்ளை
96	பகுத்தறிவு என்றால் என்ன?	ம. சிங்காரவேலர்
97	பூலித்தேவனா? புலித்தேவனா?	புலியூர் கேசிகன்
98	பாஞ்சாலங்குறிச்சி வீர சரித்திரம்-பாகம்-1,2	செகவீரபாண்டியனார்
99	தமிழக அகழ்வாய்வுகள் பாய்ச்சும் வெளிச்சம்	தி.செம்பியன்
100	பாரதியாரும், இதழியலும்	தி. சரவணபாரதி